भारतातील महिलांविरुद्धचे सायबर गुन्हे

भारतातील महिलांविरुद्धचे सायबर गुन्हे

देबारती हालदर • के. जयशंकर

SAGE | bhasha

Los Angeles | London | New Delhi
Singapore | Washington DC | Melbourne

Originally Published in 2017 in English by
SAGE Publications India Pvt Ltd as *Cyber Crimes against Women in India*

This edition published in 2019 by

SAGE | bhasha

SAGE Publications India Pvt Ltd
B1/I-1 Mohan Cooperative Industrial Area
Mathura Road, New Delhi 110 044, India
www.sagepub.in

Published by SAGE Publications India Pvt Ltd and Translation Project Coordinated by TranslationPanacea, Pune.

ISBN: 978-93-532-8470-1 (PB)

Translator: Prasad Kulkarni
SAGE Team: Mahesh Sachane

भारतातील सायबर गुन्ह्यांतील
पीडित महिलांना समर्पित

अनुक्रमणिका

प्रस्तावना

देबारती हालदर आणि के. जयशंकर यांच्या या उल्लेखनीय पुस्तकाची प्रस्तावना लिहिणे हा एक मोठा सन्मान आहे आणि या पुस्तकाचा परिचय वाचकांना करून देताना मला खरेच खूप आनंद होत आहे. जरी मी लेखकांना प्रत्यक्ष भेटलेलो नाही, तरी त्यांच्याबरोबर ऑनलाईन संवाद साधलेला आहे आणि या क्षेत्रातील त्यांचे सातत्याने योगदान, आणि *सायबर अपराधशास्त्रा* वरील पहिल्या जर्नलचे व्यवस्थापन आणि संपादनामधील इतर कामांमध्ये प्रवाही राहिलेली अफाट ऊर्जा पाहिली आहे. गेल्या काही वर्षांमध्ये लेखकांनी आपल्याला सायबर गुन्ह्यांशी संबंधित विविध मुद्द्यांसंदर्भात सजग केले आहे. त्यांच्या अलीकडील एका अभ्यासामध्ये, त्यांनी भारतामधील महिला आणि मुलांना लक्ष्य करणाऱ्या इंटरनेटसंबंधी गुन्ह्यांच्या प्रवृत्तीच्या स्वरूपांची चर्चा केली आहे आणि अशा गुन्ह्यांच्या संदर्भात धोरणात्मक मार्गदर्शक तत्त्वांची गरज अधोरेखित केली आहे.

त्यांचे नवे पुस्तक, *Cyber Crime against Women in India,* ज्याची नितांत गरज होती आणि पूर्वीच्या पुस्तकांतील माहितीचा वापर करून घेऊन घेतलेला अधिक वैशिष्ट्यपूर्ण आणि एकसंध असा हा मागोवा आहे जो महत्त्वाच्या समस्यांच्या संश्लेषणामध्ये रुची असलेल्या तज्ज्ञांसाठी आणि नियोजनकर्त्यांसाठी, केवळ सायबर गुन्हे आणि महिलांविरोधातील गुन्ह्यांशी संबंधित नव्हे, तर भारताच्या संदर्भात उदयास येत असलेल्या अपराधशास्त्रासाठी एक छोटा खजिनाच आहे. भारत जगातील सर्वांत जलद गतीने वृद्धिंगत होणाऱ्या अर्थव्यवस्थांपैकी एक आहे आणि आयसीटीचा (ICT – माहिती आणि संप्रेषण तंत्रज्ञान) सर्वांत मोठा विकसक आहे. देशात अपराधशास्त्राचा उद्योग भविष्यात निश्चितच सर्वांत जास्त लक्ष वेधून घेईल. म्हणूनच हालदर आणि जयशंकर यांचे सायबर गुन्हे अभ्यासातील योगदान हे अत्यंत समायोचित आणि मूल्यवान आहे. या पुस्तकातून, हालदर आणि जयशंकर नकळतपणे सायबर गुन्ह्यांचा अभ्यास करणाऱ्या आंतरराष्ट्रीय समुदायाला जगातील अँग्लो अमेरिकी नसलेल्या भागाच्या संदर्भातील कामाकडे अधिक लक्ष देण्याची विनंती करतात आणि अनुभवजन्य आणि सैद्धान्तिक संश्लेषण–करण्याचा प्रयत्न करतात जे या शाखेकरिता अत्यंत लाभदायी ठरू शकते.

अत्यंत सोप्या पद्धतीने आणि स्पष्टपणे लिहिलेले लेखकाचे हे बहुआयामी योगदान माझ्यासाठी लेखकाच्या विद्वत्तेचे प्रतीक आहे, अत्यंत सुसंघटित स्वरूपात लिहिल्या गेलेल्या या पुस्तकात परिचयासह (प्रकरण १) नऊ प्रकरणांचा समावेश आहे. प्रकरण २ मध्ये भारतीय दृष्टिकोनातून आणि महिलांविरोधातील विशेष संदर्भासह इंटरनेटवरील भाषण आणि अभिव्यक्ती स्वातंत्र्याविषयक चर्चा केली आहे. प्रकरण ३ मध्ये, हालदर आणि जयशंकर

भारतामधील सायबर धमकावणी आणि ट्रोलिंगवर लक्ष केंद्रित करतात, तर प्रकरण ४ ऑनलाईन ग्रूमिंगच्या संदर्भात आहे. प्रकरण ५ सायबर स्पेसमधील गोपनीयतेच्या उल्लंघनावर नजर टाकते, तर प्रकरण ६ इंटरनेटवरील लैंगिक गुन्हे आणि 'बनावट अवतार', 'सामाजिक माध्यमांच्या वेबसाइट्सवर आणि प्रौढ साइट्सवर महिलांच्या अश्लील प्रोफाइल्सची निर्मिती [ज्यामुळे] जगातील प्रेक्षकांकरिता पीडितेबाबत चुकीचा समज तयार होतो' (पृ. १३) या गोष्टी हाताळते. प्रकरण ७ मध्ये, लेखकांनी इंटरनेट आणि डिजिटल संप्रेषण तंत्रज्ञान सेवा पुरवठादारांच्या जबाबदारीवर लक्ष केंद्रित केले आहे, तर प्रकरण ८ मध्ये, महिलांना लक्ष्य करणाऱ्या इंटरनेट गुन्ह्यांचा तपास आणि अभियोगाकरिता प्रक्रियात्मक अभ्यासावर सविस्तर मांडणी करतात. प्रकरण ९ ने पुस्तकाचा समारोप होतो, त्यामध्ये क्रिमिनॉलॉजिकल आणि वैधानिक अंगाने महिलांविरोधातील सायबर गुन्ह्यांना हाताळण्यासाठी विविध उपाय सांगितले आहेत.

प्रकरणांच्या आधारभूत तत्त्वांशी संबंधित सादरीकरणाने पुस्तकाची उंची वाढली आहे, हे सांगायची गरज नाही. सायबर क्षेत्रातील संशोधकांना आणि त्यात घडणारे आणि/किंवा त्याद्वारे साहाय्यभूत झालेल्या गुन्ह्यांना हे पुस्तक म्हणजे निश्चितच माहिती आणि उदाहरणांची (ऐतिहासिक आणि समकालीन) सोन्याची खाण वाटेल, आणि *भारतातील महिलांविरोधातील सायबर गुन्हे* या पुस्तकातील सामग्री पाहून त्यांना आनंदच होईल, कारण विविध प्रकारच्या समस्या यात स्पष्टपण मांडल्या आहेत. समस्यांकडे जरी त्यांच्या स्थानिक आणि राष्ट्रीय चौकटीतून त्यांच्याकडे नेहमी पाहिले जात असले तरी त्यांचे पडसाद आंतरराष्ट्रीय स्तरावर उमटतात. मला खात्री आहे की हालदर आणि जयशंकर यांचे हे पुस्तक तौलनिक अपराधशास्त्रामधील एक महत्त्वाचे वाचनीय पुस्तक ठरेल.

जॉर्जियस ए. अँटोनोपोलस
अपराधशास्त्राचे प्राध्यापक
स्कूल ऑफ सोशल सायन्सेस, बिझनेस अँड लॉ
टीस्साइड विद्यापीठ,
युनायटेड किंगडम

उपोद्घात

पुरुष आणि महिलांना भारतीय संविधानाने जरी समान हक्कांची हमी दिली असली, तरी समाजातील पितृसत्ताक व्यवस्थेमुळे महिलांना दुय्यम नागरिकांचा दर्जा दिला गेला आहे. आमच्या यापूर्वीच्या अभ्यासात, आम्हाला आढळून आले आहे की, अशा विशिष्ट रचनेमुळे पुरुष नेहमी इंटरनेटवर महिलांच्या प्रोफाइल्सचा त्यांच्या भावी विवाहाच्या आशा नष्ट करण्यासाठी वापर करतात. सध्याची स्थिती अधिक धोकादायक आहे: इंटरनेट ट्रोल्स त्यांच्या स्वत:च्या विकृत हेतूकरिता 'द्वेषाची लाट' तयार करण्यासाठी महिला कार्यकर्त्या, पत्रकार, सेलिब्रिटी, शिक्षणतज्ज्ञ, सार्वजनिक बुद्धिवादी आदींना लक्ष्य करण्यासाठी व्हॉट्सॲपसारख्या जलद संदेश सेवा आणि सामाजिक माध्यमांच्या वेबसाइट्सचा आधार घेतात. कविता कृष्णन, ख्यातनाम महिला हक्क कार्यकर्त्या, किंवा मीना कंडासामी, बंडखोर स्त्रीवादी लेखिका, किंवा सागरिका घोष, ख्यातनाम पत्रकार यांच्या प्रकरणांचा विचार करा; या सर्व महिलांवर त्यांचे वय आणि वैवाहिक स्थिती काहीही असली तरी इंटरनेटवर निर्दयपणे हल्ले केले गेले. ट्रोल्सनी या महिलांपैकी काहींचे सेक्स अपील आणि लैंगिकदृष्ट्या पुरुषांचे समाधान करण्यासाठी त्यांच्या सक्षमतेच्या पातळीचे वर्णन करण्यासाठी वाईट भाषेचा वापर केला. पारंपरिक सामाजिक नियमांमुळे पाश्चिमात्य समाजापेक्षा ही परिस्थिती विशेषत: वेगळी आहे, (भारतीय दंड संहितेच्या कलम ५०९ चा विचार करा जे कुठलाही शब्द, हावभाव इत्यादी ज्याने महिलांचा विनयभंग होतो, त्याकरिता शिक्षा देते. स्पष्टपणे, 'महिलांची सभ्यते'ची पातळी समाजावर मोठ्या प्रमाणावर अवलंबून आहे आणि प्रमुख लेखिकेने एक वकील आणि तिच्या संस्थेच्या, सेंटर फॉर सायबर व्हिक्टिम काउन्सिलिंगच्या व्यवस्थापकीय संचालक म्हणून अशी अनेक प्रकरणे पाहिली आहेत, जिथे पोलीस अधिकाऱ्यांनीच पीडितांवर असे आरोप केले आहेत की त्यांनी स्वत:च त्यांची छायाचित्रे इंटरनेटवर शेअर केली होती जी पोलिसांच्या मते 'आक्षेपार्ह' होती). कदाचित, इंटरनेट ट्रोल्सची काही प्रकरणे अद्यापही सुटलेली नाहीत आणि त्यामुळे अशा अनेकांकरिता अशी न सुटलेली उदाहरणे उत्तेजना देणारी ठरत आहेत, ज्यांना इंटरनेटवर किंवा डिजिटल टेलिकम्युनिकेशन तंत्रज्ञानाच्या माध्यमातून महिलांना पीडित करण्याची इच्छा असते.

तसेच, हे समजून घेण्याची गरज आहे की बलात्कार, लैंगिक विनयभंग, ब्लॅकमेलिंग, स्टॉकिंग अशा प्रत्यक्ष जगात घडणाऱ्या पारंपरिक गुन्ह्यांना माहिती संप्रेषण तंत्रज्ञानातील प्रगतीमुळे नवे महत्त्व प्राप्त झाले आहे. बलात्कार आणि त्यानंतर बलात्काराचे व्हीडिओ मोबाइल फोन डिव्हाइसमध्ये स्टोअर करणे, खासगी क्षणांची छायाचित्रे प्रसिद्ध करण्याची धमकी देऊन पैसे उकळणे, ऑनलाईन पॉर्न बाजाराकरिता महिलांच्या वापरासाठी ग्रूमिंग

करणे, शिक्षकांकडून मोबाइल फोन्समध्ये किंवा कम्प्युटर डिव्हाइसमध्ये कामोत्तेजक छायाचित्रे दाखवून प्रौढ किशोरवयीन विद्यार्थिनींचे शारीरिक लैंगिक शोषण करण्याचे प्रसंग घडले आहेत. डिजिटल टेलिकम्युनिकेशन यंत्रणेच्या माध्यमातूनही गुन्ह्याच्या शेकडो घटना घडल्या आहेत जिथे महिलांचा आक्षेपार्ह फोन कॉल्स, एसएमएस आणि एमएमस, जलद संदेश सेवा आदींद्वारे सातत्याने छळ केला जातो.

तसेच, इंटरनेटवरील डेटाच्या मोठ्या प्रमाणावरील उपलब्धतेमुळे (अगदी जरी असा डेटा मोठ्या प्रमाणावर खासगी व्यक्तींनी स्वतः सोशल नेटवर्किंग साइट्स आणि विविध ई-कॉमर्स साइट्सच्या माध्यमातून दिलेला असू शकतो), आभासी जगातील तसेच वास्तव आयुष्यातील गोपनीयता कमी होत आहे. या संदर्भात महिलावर्गासच खरेच सर्वाधिक झळ पोहोचलेली आहे. पण 'पीडित महिला' हा वर्ग नेटिझन्सपुरता मर्यादित आहे का? उत्तर आहे, नाही. प्रौढ किशोरवयीन मुली, विद्यापीठातील विद्यार्थी, गृहिणी, काम करणाऱ्या महिला, सेलिब्रिटीज, लेखिका, कार्यकर्त्या, लिंगपरिवर्तित महिला आणि अंदमान येथील जारवा महिलांसारख्या आदिवासी महिला, ज्यांनी कधीही आधुनिक टेलिकम्युनिकेशन तंत्रज्ञान पाहिलेले नाही, त्या सर्वांचे भारतीय सायबर स्पेसमध्ये विविध पद्धतीने पीडन झाले आहे. गावातील *खाप पंचायतीं*द्वारे डिजिटल संप्रेषण तंत्रज्ञान आणि इंटरनेटचा वापर करण्यापासून महिलांना रोखले गेल्याच्या घटनाही आहेत, आणि आम्हाला वाटते की डिजिटल युगात हेदेखील महिलांविरोधातील गुन्ह्याच्या वर्गवारीत अवश्य आणले जावे, विशेषतः जेव्हा अनुचित नैतिक टेहळणीमुळे इंटरनेट आणि डिजिटल संप्रेषणामध्ये प्रवेश करण्याचा महिलांचा हक्क डावलला जातो. लोकप्रिय समजानुसार भारतातील महिला या त्यांचे लिंग आणि पॉर्न सामग्री म्हणून भारतीय महिलांच्या छायाचित्रांच्या उपभोग्यतेमुळे इंटरनेट आणि डिजिटल संप्रेषण तंत्रज्ञानावर सर्वाधिक संवेदनशील लक्ष्य बनल्या आहेत. तसेच, अस्तित्वातील सामाजिक नियम महिलांना डिजिटल स्पेसमध्ये सॉफ्ट टारगेट ठरविण्यासाठी मोठी भूमिका बजावतात. या वास्तवाचा विचार करता देशातील पितृसत्ताक सामाजिक रचनेतील त्यांचे स्थान त्यांना कुटुंबाच्या चांगल्या किंवा वाईट प्रतिष्ठेकरिता अधिक जबाबदार ठरवते, विशेषतः जेव्हा 'चांगल्या चारित्र्याची सभ्य महिला' म्हणून महिलेची प्रतिष्ठा ही पूर्ण कुटुंबाच्या चांगल्या प्रतिष्ठेची नेहमी हमी देते, अनेक छळ करणारे केवळ महिलांची प्रतिष्ठा नष्ट करण्यासाठी नव्हे, तर वडील, भाऊ, बहीण, पती आदींसह जवळच्या कौटुंबिक सदस्यांची प्रतिष्ठा नष्ट करण्यासाठीदेखील महिला पीडितांचे प्रोफाइल्सना लक्ष्य बनवतात. पण भारतामध्ये अशा स्वरूपाची काही प्रकरणे आहेत ज्यांची प्रत्यक्षात नोंद झाली आहे आणि खटला चालविला गेला आहे. या ठिकाणी सामाजिक नियम आणि रूढिवादी मूल्ये मोठी भूमिका बजावतात. विशेषतः त्यांच्या सामाजिक प्रतिष्ठेच्या हानीच्या भीतीमुळे महिला पीडित

आणि त्यांच्या कौटुंबिक सदस्य गुन्ह्यांची तक्रार करण्यास अनिच्छुक असतात. याखेरीज, खटल्यांच्या अशा कमी संख्येसाठी प्रत्यक्षातील विविध कारणे आहेत आणि त्यामध्ये विशिष्ट रोख असलेल्या कायद्यांचा अभाव, भारतामध्ये फौजदारी न्यायिक यंत्रणेमध्ये योग्य पायाभूत सुविधांचा अभाव आणि या सर्वांहून महत्त्वाचे म्हणजे, भारताच्या न्यायाधिकार क्षेत्रात सर्व्हरची अनुपस्थिती आणि कायद्यांचा, विशेषतः भारतीय कायदे आणि अशा देशांमधील कायदे जे इंटरनेट कंपनी होस्ट करतात यांच्यामधील संघर्ष यांचा समावेश होऊ शकतो. भारतामध्ये, महिलांविरोधातील सायबर गुन्ह्यांचे प्रमाण वाढत आहे. २०१३च्या नॅशनल क्राइम रेकॉर्ड्स ब्यूरोच्या अहवालात पहिल्यांदाच पोलिसांकडे तक्रार दाखल झालेल्या महिलांविरोधातील सायबर गुन्ह्यांच्या प्रकरणांची संख्या प्रसिद्ध झाली; महिलांना अश्लील पोस्टद्वारे लक्ष्य करणाऱ्या १,२०३ प्रकरणांचा समावेश होता. या समस्येच्या अशा वाढत्या आलेखाचे एक मोठे कारण म्हणजे पीडितांचा, सामान्य नागरीक तसेच फौजदारी न्यायिक यंत्रणेचा या विषयाबाबत योग्य समजाचा असलेला अभाव. आमच्या सेंटर फॉर सायबर व्हिक्टिम काउन्सिलिंगने 'Use and Misuse of Internet by Semi-Urban and Rural Youth in India: A Baseline Survey Report' (२०१३) या शीर्षकाखाली केलेल्या मार्गदर्शक सर्वेक्षणामध्ये हे सिद्ध झाले आहे, जिथे हे दाखवून दिले होते की इंटरनेटवरील गोपनीयतेच्या नियमांची समज, छळ करणाऱ्या संप्रेषणाची व्यक्त करण्याबद्दल समज, सार्वजनिक ठिकाणी छायाचित्रणाबद्दलच्या धोरण मार्गदर्शक तत्त्वांच्या समजाचा अभाव आणि व्यक्तींच्या अनधिकृत पद्धतीने किंवा परवानगीविना आदी टिपलेल्या छायाचित्रांचे शेअरिंग करून भौतिक स्पेसमध्ये गोपनीयतेचे उल्लंघन यांबाबत निमशहरी आणि ग्रामीण भागातील तरुणांमध्ये खूप कमी समज आहे. भारतामध्ये महिलांना लक्ष्य करणाऱ्या इंटरनेट किंवा डिजिटल गुन्ह्यांना नियमित करण्यासाठी कुठलाही एकसमान कायदा नाही, हे समजून घेण्याची गरज होती. तसे पाहता, येथे नेहमीच गुन्ह्यांचे वाढते प्रमाण आणि गुन्हेगारांचे दोषी ठरण्याचे प्रमाण यांचे गुणोत्तर असंतुलित असते. जोपर्यंत एकसमान कायदा नाही, तोपर्यंत पीडितांना न्याय देण्याकरिता पोलीस, अभियोगपक्ष, आणि न्यायालयांना अस्तित्वातील कायद्यांमध्ये पाहावे लागते जे आयपीसी (IPC –भारतीय दंड संहिता), पुरावा कायद्यासारख्या किंवा आयटी ॲक्ट (IT Act – माहिती तंत्रज्ञान कायदा) आदींसारख्या अलीकडे तयार झालेल्या कायद्यांसारख्या पारंपरिक गुन्हेगारी कायद्यामध्ये विखुरलेले आहेत. तसेच, अनेक संशोधक, न्यायालयातील प्रकरणे आणि पोलिसांच्या अहवालांत हे नमूद केले आहे की अनेक वेबसाइट्सचे सर्व्हर भारताबाहेर आहेत आणि छळ करणारे याचा मोठा फायदा उचलतात. अगदी जरी आयटी कायदा (२०००, २००८ मध्ये सुधारित) भारताच्या भौतिक सीमांपलीकडे न्यायाधिकार क्षेत्राचा अशा प्रकरणांत विस्तार करतो जिथे पीडन

कुठल्याही भारतीय नागरिकाशी, भारतातील राज्याशी संबंधित असते किंवा अपराधी हा भारतीय असतो. अशी शेकडो प्रकरणे आहेत, विशेषतः महिलांविरोधातील गुन्ह्यांचा समावेश असलेली, जिथे अतिरिक्त न्यायाधिकारक्षेत्राच्या समस्येमुळे छळ करणारे कधीही पकडले जात नाहीत. यातच भर म्हणजे, इंटरनेट प्रोफाइल्सच्या निनावी स्वरूपामुळे छळ करणाऱ्यांचा आणि स्टॉकर्सचा मोठ्या प्रमाणात फायदा होतो.

इंटरनेट आणि डिजिटल संप्रेषण तंत्रज्ञान शहरी आणि ग्रामीण भागापर्यंत पोहोचले आहे, पण अनेक शहरांत आणि शहरी भागात पोलीस स्थानकातील सायबर क्राइम सेल्सच्या कारवाया या खूप हताश करणाऱ्या आहेत. अनेक शहरे जी महानगरे नाहीत, निमशहरी आणि ग्रामीण क्षेत्रात सायबर क्राइम सेल्स नाहीत, महिलांचा ऑनलाईन छळ हाताळण्यासाठी परिणामकारक पोलीस दलाचा आणि इंटरनेट आणि डिजिटल गुन्ह्यांना हाताळण्यासाठी मूलभूत सुविधांचा अभाव आहे. नंतर ज्यांचा उल्लेख केला गेला आहे त्या दोन गोष्टींनी पोलिसांसह संपूर्ण फौजदारी न्यायिक यंत्रणेला महिलांविरोधातील सायबर गुन्ह्यांच्या प्रकरणांना हाताळण्याबाबत खूप उदासीन बनवले आहे. युरोपीय संघाचे कायदे, किंवा कॅनडात आहेत त्याप्रमाणे आपल्याकडे कुठलाही एकसमान डेटा गोपनीयता कायदा नाही हे लक्षात ठेवण्याची गरज आहे; अमेरिकेत प्राध्यापक डॅनिअल सायट्रन यांनी प्रस्तावित केल्याप्रमाणे सायबर नागरी हक्काचे कुठलेही एकसंध आकलनही आपल्याकडे नाही, विशेषतः महिलांकरिता ज्या इंटरनेट आणि डिजिटल गुन्ह्यांनी पीडित आहेत आणि ज्यांनी यामुळे नोकरी किंवा सामाजिक प्रतिष्ठा गमावलेली असू शकते. पारंपरिक फौजदारी कायदे आणि आयटी कायदा तसेच इतर काही लिंगविषयक कायद्यांतील केवळ काही तरतुदी भारतामध्ये महिलांना लक्ष्य करणाऱ्या सायबर गुन्ह्यांना हाताळण्यासाठी वापरल्या जात आहेत.

या सगळ्यात अधिक अस्वस्थ करणारे काय आहे, तर पोलिसांकडे गुन्ह्याची तक्रार नोंदविण्यासाठी किंवा न्यायालयातून थेट न्यायाची दाद मागण्यासाठीचा पीडितांचा उदासीनपणा होय. आम्हाला वाटते की याचे मोठे कारण म्हणजे महिलांविरोधातील सायबर गुन्ह्यांचा सध्याचा कल, या संदर्भात योग्य आणि लक्ष केंद्रित असलेले कायदे आणि पोलीस अधिकारी, वकील आणि सामान्य नागरीक यांच्यामध्ये या संदर्भात जागरूकतेची असलेली दरी होय. ही दरी भरून काढण्याचा या पुस्तकाचा उद्देश आहे. हे पुस्तक भारतातील महिलांविरोधातील सायबर गुन्हे, द्वेषयुक्त भाषण, ट्रोलिंग आणि लैंगिक धमकावणी, ऑनलाईन ग्रूमिंग, गोपनीयतेचे उल्लंघन आणि इंटरनेटवरील लैंगिक गुन्हे यांसह विविध प्रकारच्या ऑनलाईन गुन्ह्यांच्या स्वरूपाबद्दल विशेषतः चर्चा करते. पोलीस आणि न्यायव्यवस्था आणि पीडितांनीदेखील गुन्ह्यांचा सामना करण्यासाठी प्रतिबंधात्मक उपाय स्वीकारले पाहिजेत, ते उपायही या पुस्तकात मांडले आहेत. म्हणून, हे पुस्तक वेबसाइट्स

आणि सेवा पुरवठादार यांचे दायित्व, विशेषतः भारतीय आणि आंतरराष्ट्रीय दृष्टिकोनातून विस्मृतीत जाण्याचा हक्क, अस्तित्वातील कायदे आणि वैधानिक प्रक्रिया ज्या भारतामधील गुन्ह्यांचा सामना करण्यासाठी स्वीकारल्या गेल्या पाहिजेत आणि जागरूकता आणि भारतीय सामाजिक-वैधानिक रचनेस अनुरूप असे सामाजिक जबाबदारीचे उपाय स्वीकारण्याच्या माध्यमातून गुन्ह्यांचा सामना कसा करावा या संदर्भात लेखकांची सामान्य मते याबद्दल बोलते.

देबारती हालदर आणि
के. जयशंकर

ऋणनिर्देश

सुरुवातीलाच, आम्ही भारतामधील अनेक महिलांचे, ज्यांना विविध प्रकारच्या सायबर गुन्ह्यांची झळ बसली होती, त्यांनी केलेल्या मदतीबद्दल आणि पुस्तक तयार करण्यासाठी त्यांच्या व्यष्टिअध्ययनांचा वापर करण्यासाठी परवानगी दिल्याबद्दल आणि ज्यांनी आपले नाव गुप्त ठेवण्यास प्राधान्य दिले, त्यांचेही आभार मानतो. त्यांच्याशिवाय हे पुस्तक पूर्ण होऊ शकले नसते. तसेच, भारतामधील विविध पोलीस अधिकाऱ्यांचे ज्यांनी प्रकरणे हाताळण्यामधील तांत्रिकता आणि न्यायाधिकारक्षेत्रातील समस्येसह विविध कारणांमुळे पोलीस विभागांना ज्यांचा सामना करावा लागू शकतो अशी आव्हाने समजून सांगितली, त्यांचे आम्ही आभार मानतो. भारतामधील लिंगपरिवर्तित महिला आणि सायबर गुन्ह्यांशी संबंधित समस्या समजून घेण्यासाठी केलेल्या मदतीकरिता लिंगपरिवर्तित कार्यकर्त्या काल्की सुब्रह्मण्यम यांचेदेखील आभार मानू इच्छितो. तसेच, या पुस्तकाची चौकट तयार करण्यासाठी प्राध्यापक डेव्हिड वेक्स्लर, वेसना, नात्ती रोनेल आणि मेरी ॲन फ्रँक्स यांनी केलेल्या सहकार्याबद्दलही आम्ही आभारी आहोत.

महिला जेव्हा पोलिसात तक्रार दाखल करण्यास किंवा खासगी खटल्याकरिता वकिलांना पैसे मोजण्यास प्राधान्य देत नाहीत, तेव्हा सायबर गुन्ह्यांच्या समस्यांना सामोरे कसे जावे याकरिता सांगितलेल्या उपायांमध्येच पुस्तकाचे वेगळेपण आहे. या संदर्भात आम्ही तमिळनाडू, केरळ आणि पश्चिम बंगालच्या डिस्ट्रिक्ट लीगल सर्व्हिसेस ऑथॉरिटीचे आमचे मित्र आणि सचिव, ज्यांनी आम्हाला सायबर गुन्ह्यांसह भारतामध्ये महिलांविरोधातील गुन्ह्यांसंबंधीच्या समस्यांकरिता मोफत कायदेशीर साहाय्यसेवा कशी उपयोगी ठरू शकते, यासंदर्भात महत्त्वाची माहिती दिली त्यांचे आभार मानू इच्छितो.

फेसबुकसह विविध सामाजिक माध्यमांच्या वेबसाइट्सच्या मदतीचाही आम्ही उल्लेख करू इच्छितो, ज्यांनी आम्हाला सहकार्य केले आणि अशा समस्यांचा सामना कसा करावा याबद्दल नव्याने विकसित झालेल्या तंत्राची आम्हाला माहिती दिली.

अंतिमतः, आम्ही आमच्या कुटुंबातील सदस्यांचे आभार मानू इच्छितो: डी. जे. मृगनयनी, आमची मुलगी जिने आमच्या सर्व प्रयत्नांमध्ये मुख्य साहाय्य केले आणि सौ. दीपिका हालदर, ज्यांच्या सहकार्याशिवाय हे हस्तलिखित देय तारखेच्या आत पूर्ण होऊ शकले नसते.

देबारती हालदर आणि
के. जयशंकर

१ परिचय

आधुनिक काळातील विज्ञान आणि तंत्रज्ञानाच्या प्रगतीमध्ये माहिती आणि संप्रेषण तंत्रज्ञान (आयसीटी) ही एक मोलाची देणगी मानली जाते. विविध स्रोतांमधून आयसीटीची व्याख्या दिसते; मात्र आयसीटीची समर्पक व्याख्या खालीलप्रमाणे केली जाऊ शकते:

> आयसीटी (इन्फर्मेशन अँड कम्युनिकेशन टेक्नॉलॉजी किंवा टेक्नॉलॉजीज) ही एक व्यापक संज्ञा असून त्यामध्ये संप्रेषणासाठीचे कुठलेही साधन अथवा ॲप्लिकेशन: जसे की रेडिओ, टीव्ही, सेल्युलर फोन, संगणक, नेटवर्क हार्डवेअर आणि सॉफ्टवेअर, उपग्रह यंत्रणा इत्यादी; तसेच व्हीडिओ कॉन्फरन्सिंग, दूरस्थ शिक्षण अशा त्याच्याशी संबंधित संलग्न विविध सेवा आणि ॲप्लिकेशनचा समावेश होतो (रहमान, २००८, पृ. क्र. ७४१).

भारतामध्ये आयसीटी संज्ञेची सर्वसमावेशक व्याख्या शालेय शिक्षणामधील माहिती आणि संप्रेषण तंत्रज्ञानावरील २०१२ च्या राष्ट्रीय धोरणानुसार आढळते. त्यानुसार, या संज्ञेचे स्पष्टीकरण असे देता येते:

> सर्व साधने, सामग्री, संसाधने, व्यासपीठ आणि सेवा, डिजिटल आणि जे डिजिटल स्वरूपात रूपांतरित करता येते किंवा डिजिटल स्वरूपात वितरित करता येते, ते शिकवतात कसे, ते शिकण्याचे ध्येय समजण्यासाठी, प्रत्यक्ष कृतीत आणण्याकरिता, संसाधनांकडे पोहोचण्याचा मार्ग आणि तिथे पोहोचणे प्रशस्त बनवण्याकरिता, क्षमतांची निर्मिती; याचबरोबर शैक्षणिक यंत्रणांच्या व्यवस्थापनाकरिता त्याचे उपयोजन केले जाते. यामध्ये केवळ संगणकाला जोडलेल्या हार्डवेअरच्या साधनांचा आणि सॉफ्टवेअरच्या ॲप्लिकेशनचा समावेश नसतो, तर परस्परसंवाद साधणारी डिजिटल सामग्री, इंटरनेट आणि इतर उपग्रह संप्रेषणाची साधने, रेडिओ आणि टेलिव्हिजन सेवा, वेबवर आधारित सामग्री भांडार, परस्परसंवाद साधणारे मंच, अध्ययन व्यवस्थापन यंत्रणा आणि माहिती व्यवस्थापन यंत्रणांचाही समावेश असतो. यामध्ये डिजिटायझेशनच्या प्रक्रिया, सामग्रीचे व्यवस्थापन व उपयोजन, व्यासपीठांचा विकास आणि त्यांचे उपयोजन आणि क्षमता विकासाच्या प्रक्रिया आणि संवाद आणि विनिमयासाठी मंचांची निर्मिती करण्याचाही समावेश असतो.[१]

---

[१] केंद्र सरकारच्या केंद्रीय मनुष्यबळ विकास मंत्रालयाच्या शालेय शिक्षण आणि साक्षरता विभागाने तयार केलेल्या शालेय शिक्षणातील माहिती संप्रेषण तंत्रज्ञानावरील (आयसीटी) राष्ट्रीय धोरण (२०१२) पहा. http://mhrd.gov.in/sites/upload_files/mhrd/files/upload_document/revised_policy%20document%20ofICT.pdf (२५ डिसेंबर २०१४ रोजी प्राप्त केले), या ठिकाणी उपलब्ध.

शिक्षण आणि प्रशिक्षण देण्यावर जरी या व्याख्येचे लक्ष केंद्रित असले, तरी आयसीटीमध्ये मुळात सामाजिक विकासामधील प्रत्येक पैलूची वृद्धी होण्याच्या उद्दिष्टांचाही समावेश असू शकतो.

आधुनिक काळातील परस्परसंवादी संप्रेषण यंत्रणांच्या दृष्टिकोनातून पाहिले असता आयसीटीमध्ये दोन मुख्य प्रकारच्या संप्रेषण यंत्रणांचा समावेश होतो, हे यापूर्वीच्या व्याख्यांमधून लक्षात आले आहे: इंटरनेट संप्रेषण तंत्रज्ञान आणि डिजिटल संप्रेषण तंत्रज्ञान या त्या दोन यंत्रणा होत. यातील पहिल्या प्रकारच्या संप्रेषण तंत्रज्ञानात संप्रेषण, माहितीचे आदानप्रदान इत्यादी इंटरनेटच्या माध्यमातून करणारी साधने आणि तंत्रज्ञान यांचा समावेश होऊ शकतो. यामध्ये सामाजिक माध्यमांची संकेतस्थळे, व्यावसायिक अथवा सरकारी संकेतस्थळे, वेब पोर्टल, ब्लॉग, इंटरनेट आणि व्यासपीठे यांचा समावेश होतो. दुसऱ्या प्रकारच्या संप्रेषण तंत्रज्ञानामध्ये, संदेशांचा किंवा संप्रेषणांचा विनिमय एन्क्रिप्टेड, डिक्रिप्टेड केलेले बायनरी डिजिट फॉर्म्स (बिट्स), डिजिटल अब्स्ट्रॅक्शन पद्धत, अनॉलॉग आणि संबंधित स्वरूपातील तंत्रज्ञानाद्वारे करणारी साधने किंवा तंत्रज्ञानाचा समावेश होऊ शकतो. यामध्ये ई-मेल, एसएमएस (SMS – लघु संदेश सेवा), स्काइप, चॅट यांसारखे व्हॉइस ओव्हर इंटरनेट प्रोटोकॉल, व्हॉट्सॲपसारख्या जलद संदेश देणाऱ्या सेवा यातून होणाऱ्या संप्रेषणांचा समावेश होऊ शकतो. आयसीटीमध्ये डिजिटल संप्रेषण तंत्रज्ञानाचाही समावेश होऊ शकत असल्याने या दोन्ही संज्ञांची कदाचित सरमिसळ झाल्यासारखी वाटेल. मात्र, इंटरनेट संप्रेषण आणि डिजिटल संप्रेषण तंत्रज्ञान शक्य करणारी साधने आणि ॲप्लिकेशन्स यांच्यामध्ये या दोन्ही संज्ञातील सूक्ष्म फरक दडला आहे. यातील पहिल्यामध्ये मूलतः इंटरनेटचा वापर होतो. त्याकरिता संगणक,[२] संगणक नेटवर्क[३], संगणक संसाधने[४] इत्यादींची गरज भासू शकते. अशा ठिकाणी इंटरनेट सेवा देणाऱ्यांकडून किंवा मध्यस्थांकडून सर्व्हर्सवर[५]

---

[२] माहिती तंत्रज्ञान कायदा २००० (२००८ मध्ये सुधारित) मधील कलम २ (आय) संगणक नेटवर्कची व्याख्या अशी स्पष्ट करते, एक किंवा अधिक संगणक किंवा संगणक यंत्रणा किंवा संप्रेषण साधनांमध्ये (i) उपग्रह, सूक्ष्मलहरी, स्थानिक रेषा, वायर, वायरलेस किंवा इतर संप्रेषण माध्यमांचा वापर; आणि (ii) एकमेकांना जोडलेल्या दोन किंवा अधिक संगणक किंवा संप्रेषण साधनांनी, त्यांचा परस्परसंबंध कायम असो अथवा नसो, बनलेले टर्मिनल किंवा कॉम्प्लेक्स यांच्या माध्यमातून झालेला परस्परसंबंध.

[३] माहिती तंत्रज्ञान कायदा २००० (२००८ मध्ये सुधारित) मधील कलम २ (जे) संगणक नेटवर्कची व्याख्या अशी स्पष्ट करते, एक किंवा अधिक संगणक किंवा संगणक यंत्रणा किंवा संप्रेषण साधनांमध्ये (i) उपग्रह, सूक्ष्मलहरी, स्थानिक रेषा, वायर, वायरलेस किंवा इतर संप्रेषण माध्यमांचा वापर; आणि (ii) एकमेकांना जोडलेल्या दोन किंवा अधिक संगणक किंवा संप्रेषण साधनांनी, त्यांचा परस्परसंबंध कायम असो अथवा नसो, बनलेले टर्मिनल किंवा कॉम्प्लेक्स यांच्या माध्यमातून झालेला परस्परसंबंध.

[४] माहिती तंत्रज्ञान कायदा २००० (२००८ मध्ये सुधारित) मधील कलम २ (के) 'संगणक संसाधनां'ची व्याख्या अशी करते, 'संगणक, संप्रेषण साधने, संगणक यंत्रणा, संगणक नेटवर्क, डेटा, संगणक डेटाबेस किंवा सॉफ्टवेअर.'

[५] तांत्रिकदृष्ट्या 'सर्व्हर'ची व्याख्या अशी स्पष्ट करतात, 'इतर संगणकांना डेटा पुरवणारा संगणक. हे स्थानिक क्षेत्रातील

नियंत्रण ठेवले जाऊ शकते. सेवा देणाऱ्या कंपनीच्या आवारात ते प्रत्यक्ष उपस्थितही असू शकतात (विशेषतः वेब सेवा देणाऱ्या किंवा ई-मेल सेवा देणाऱ्यांच्या बाबतीत). सेवा देणाऱ्याचे राष्ट्रीयत्व कुठलेही असले, तरी ग्राहक किंवा खरेदीदारांमध्ये व्यक्तींचा किंवा कंपन्यांचा समावेश असू शकतो.

डिजिटल संप्रेषण तंत्रज्ञानामध्ये (इंटरनेट संप्रेषण तंत्रज्ञानांविना, यात डिजिटल संप्रेषण तंत्रज्ञानांचा समावेश असू शकतो) सामान्य साधने किंवा ॲप्लिकेशन्सचा; विशेषतः दूरसंचाराकरिता, मोबाइल फोन आणि वायरलेस दूरसंचार यंत्रणांसारख्यांचा समावेश होऊ शकतो. असे तंत्रज्ञान किंवा तंत्रज्ञान यांच्यामध्ये दूरसंचार सेवा ऑपरेटरकडून देण्यात आलेल्या सेवांचा समावेश होऊ शकतो. हे सरकारी किंवा सार्वजनिक क्षेत्रातील कंपनीचे उपक्रम असू शकतात. सेवा देण्यासाठी त्यांना केंद्र सरकारच्या आवश्यक परवान्यांची गरज भासू शकते. यामध्ये सरकारच्या धोरणांनुसार, विविध शहरांत आणि टेलिकॉम सर्कलमध्ये मूलभूत आणि मूल्यवर्धित सेवांचा समावेश असतो.[६] असे तंत्रज्ञान उपग्रह यंत्रणांच्या माध्यमातून मूलभूत दूरसंचार सेवा देऊ शकते. याकरिता भारताच्या अधिकारक्षेत्रातील परवाना देण्याचा योग्य अधिकार असणाऱ्यांनी त्याला मंजुरी देणे गरजेचे असते. संपूर्ण आयसीटी आणि डिजिटल संप्रेषण तंत्रज्ञानात परस्परसंवादी सायबर स्पेसचा समावेश होतो, जी आज भारतीय युवकांच्या जीवनाचा अविभाज्य घटक बनली आहे.

१९९० च्या दशकाच्या आधीसारखी आता परिस्थिती नाही. भारतामध्ये स्वस्त संप्रेषण साधनांमुळे[७] २००० च्या दशकात दूरसंचार माध्यमातून संप्रेषण सर्वांसाठी सोपा पर्याय बनले आहे. यात मोबाइल फोन आणि एअरटेल, बीएसएनएल (BSNL – भारत संचार निगम लिमिटेड) इत्यादी दूरसंचार सेवा देणाऱ्यांनी प्रस्तावित केलेल्या परवडणाऱ्या 'टॉकिंग

नेटवर्कमधील (LAN) किंवा विस्तृत क्षेत्रातील नेटवर्कमधील (WAN) यंत्रणांना इंटरनेटद्वारे डेटा देतात' (पहा– http://www.techterms.com/definition/server). सर्व्हरचे अनेक प्रकार असू शकतात. यामध्ये वेब सर्व्हर, मेल सर्व्हर, फाइल सर्व्हर इत्यादींचा समावेश होतो आणि यातील प्रत्येक सर्व्हरवर विशिष्ट हेतूंसाठी विशिष्ट सॉफ्टवेअर चालू शकते. ग्राहक-सर्व्हरच्या प्रोटोकॉलचा संबंध येतो, तेव्हा सी. सेबार्टिन-ब्लँक यांनी सर्व्हरची तांत्रिक क्रिया समजण्यासाठी एक सोपी पद्धत दिली आहे: ग्राहकाने प्रस्तावित केलेल्या विनंती सेवा (रिक्वेस्ट सर्व्हिस) सर्व्हर स्वीकारतो, विनंती सेवांवर प्रक्रिया करतो आणि ग्राहकांसाठीचा निकाल देतो (सिबर्टिन-ब्लँक, १९९३).

[६] भारत सरकारच्या माहिती तंत्रज्ञान व दळणवळण मंत्रालयाच्या दूरसंचार विभागाचा २०१३–१४ चा वार्षिक अहवाल पहा. http://www.dot.gov.in/sites/default/files/AR%202013-14%20English%20%282%29_1.pdf (२५ डिसेंबर २०१४ रोजी प्राप्त केले) या ठिकाणी उपलब्ध.

[७] माहिती तंत्रज्ञान कायदा २००० (२००८ मध्ये सुधारित) मधील कलम २ (एचए) 'संप्रेषण साधने' अशी स्पष्ट करते, की 'सेल फोन्स, वैयक्तिक डिजिटल साहाय्य (एसआयसी), किंवा दोघांचे संयोजन किंवा संप्रेषण करण्यासाठी, मजकूर, व्हीडिओ, ऑडिओ किंवा छायाचित्र पाठविण्यासाठी किंवा त्याचा प्रसार करण्यासाठी वापरले जाणारे इतर कुठलेही साधन.'

स्कीम्स'चाही समावेश होतो. त्यामुळे डिजिटल संप्रेषण तंत्रज्ञानाच्या माध्यमातून सामान्य नागरिकांना एकमेकांच्या संपर्कात (कनेक्टेड) राहणे, इंटरनेटची सुविधा मिळणे सोपे गेले (भारतीय बाजारपेठेत भारतीय ग्राहकांकरिता याहू, गुगल इत्यादी मोठ्या इंटरनेट कंपन्यांच्या प्रवेशामुळे आणि सरकारच्या पुरोगामी धोरणांमुळेही; यात इंटरनेट सेवा हा दूरसंचार सेवेचाच भाग आहे, या धोरणाचा समावेश आहे) आणि कामाच्या ठिकाणी किंवा सायबर कॅफे किंवा घरी इंटरनेटच्या जोडणीसह डेस्कटॉप, लॅपटॉपसह संगणकाची उपलब्धता सोपी झाली. अँड्रॉइडसारख्या मोबाइल ऑपरेटिंग यंत्रणांनी सुसज्ज टॅब्लेट्स, स्मार्ट फोन्समुळे संगणकाचे किमान पातळीवरील ज्ञान आणि आयसीटीची सुविधा असेल, तर सर्व प्रकारच्या आर्थिक स्तरांतील विद्यार्थी, पगारदार, बेरोजगार युवकांनाही संप्रेषण करणे सोपे झाले.

मोबाइल फोन आणि इंटरनेटच्या सुविधेचा (अॅक्सेसिबिलिटी) देशभरात प्रसार झाला आणि आयसीटी आणि डिजिटल संप्रेषण तंत्रज्ञानाच्या माध्यमातून झालेल्या संप्रेषणाने शहरी, निमशहरी आणि कमी विकसित ग्रामीण क्षेत्रांतही प्रवेश केला. याचा सकारात्मक परिणाम अतिशय प्रभावी आहे: भारतामध्ये २९ राज्ये आणि सात केंद्रशासित प्रदेशामध्ये सध्या ९३३.०२ दशलक्ष टेलिफोन जोडणी आहेत. यात ९०४.५२ दशलक्ष वायरलेस टेलिफोनच्या जोडणी आहेत;[८] आणि ब्रॉडबँड कनेक्शन्स आतापर्यंत ६०.८७ दशलक्ष;[९] पर्यंत पोहोचली आहेत. राज्य आणि केंद्रशासित सरकारांचे प्रशासनिक माहिती, फौजदारी न्यायिक यंत्रणा, वैद्यकीय सुविधा, पर्यटन, इतिहास इत्यादी दाखविण्याकरिता वेब पोर्टल आहेत. केंद्र सरकारने विविध योजनांसाठी वेब पोर्टल विस्तृत केली आहेत. यामध्ये महिला आणि मुलांना, आदिवासी लोकांना, दारिद्र्यरेषेखालील नागरिकांना साहाय्य करणे, विद्यार्थी, विद्यापीठे, शाळा इत्यादींच्या फायद्यासाठी शैक्षणिक वेब पोर्टल, सार्वजनिक वाहतुकीसाठी, तिकीट बुकिंग यंत्रणेसाठी तक्रारनिवारण कक्ष, नागरी पुरवठा, नागरिकत्व आणि ओळखपत्रांशी संबंधित माहितीचे वेब पोर्टलही आहेत. इंटरनेट संप्रेषण यंत्रणेमुळे हे सर्व शक्य झाले आहे. यात ई-फॉर्म किंवा ई-मेल किंवा टोल फ्री क्रमांकांच्या माध्यमातून पोर्टलमध्ये प्रवेश करण्याचा समावेश होतो. डिजिटल संप्रेषण तंत्रज्ञानातील प्रगतीमुळे हे शक्य झाले आहे. शहरी आणि निमशहरी भागातील विद्यमान आणि संभाव्य ग्राहकांमध्ये इंटरनेटचा प्रसार करण्यासाठी बँकिंग विभागाने आयसीटीचा यापूर्वीच लाभ घेतला असला, तरी आयसीटीच्या वापराने बँकिंग क्षेत्राला ग्रामीण भागातील बाजारपेठेतही प्रवेश करण्यास मदत झाली आहे. ई-व्यापारामध्ये मोठी वाढ झाली असली, तरी आयसीटी आणि डिजिटल संप्रेषण तंत्रज्ञानांचा खासगी व्यावसायिक उद्योगांनाही प्रचंड फायदा झाला आहे. २०१४ च्या दीपावली

[८] supra @ ६ पहा.

[९] supra @ ६ पहा.

उत्सवादरम्यान 'ऑनलाईन मेगा स्टोअर'च्या, विशेषतः फ्लिपकार्टच्या लोकप्रियतेत झालेल्या प्रचंड वाढीचा विचार करा (विजयकुमार, २०१४). अशा ऑनलाईन मेगा स्टोअरमुळे भारतातील महिला-पुरुषांसाठी खरेदीचा मार्ग प्रशस्त केला असला, तरी याचे विपरीत परिणामही दिसले आहेत. २०१३ मध्ये, OLX.com या आणखी एका खरेदीसाठीच्या पोर्टलवर कुणीतरी एका विशिष्ट महिलेची दोन हजार रुपयांना विक्री करण्याची जाहिरात टाकल्यामुळे, हे पोर्टल चर्चेत आले (गुप्ता, २०१३). सूचनेनंतर OLX ने ही जाहिरात काही तासांतच काढून टाकली. पण, इंटरनेटवर नराधमांकडून महिलांना कशा प्रकारची वर्तणूक दिली जाते, याचे हे एक उदाहरण.

आयसीटी क्षेत्रामधील विकासामुळे इंटरनेट हा संसाधनांचा संचय बनला आहे. आयडिया सेल्युलरच्या अलीकडील एका जाहिरातीचा विचार करू या.[१०] यामध्ये विशीतील एक मुलगा दाखवला आहे. त्याला एका ख्यातनाम विद्यापीठात विज्ञान आणि तंत्रज्ञानाचा अभ्यास करण्याची इच्छा असते. पण, वडिलांच्या दबावामुळे त्याला त्यांच्या कुटुंबाच्या बेकरी व्यवसायामध्ये सामील व्हावे लागले. सर्जनशील बनण्यासाठी, 'अधिक संकल्पना (आयडिया) मिळविण्यासाठी' त्याने 'आयडिया' नेटवर्कचा वापर केला. त्याने 'आयडिया इंटरनेट'च्या मदतीने आणि त्या माध्यमातून इंटरनेटवर शोध आणि संशोधन केले आणि उत्पादनांच्या वितरणासाठी वडिलांना मदत करण्यासाठी बोलणारा ड्रोन (टॉकिंग ड्रोन) तयार केला. ही जाहिरात सध्याच्या परिस्थितीचे प्रतिबिंब आहे. या ठिकाणी सर्व वयोगटांतील लोक नावीन्यपूर्ण कल्पना, शैक्षणिक संदर्भ आणि सामाजिक बांधीलकीसाठी इंटरनेटची मदत घेतात. सुरुवातीच्या काळात माहिती संप्रेषण तंत्रज्ञान मुख्यतः राष्ट्रीय संरक्षण, सुरक्षेकरिता तयार केले गेले होते. आयसीटी सर्वांसाठी, सामान्यतः सर्वत्र उपलब्ध झाल्यापासून इंटरनेट आणि डिजिटल संप्रेषण सेवांचा वापर संप्रेषणासाठी, सामग्री आणि ज्ञानाच्या देवाणघेवाणीसाठी होण्यास सुरुवात झाली. मात्र, विज्ञानातील, विशेषतः माहिती संप्रेषण तंत्रज्ञानातील प्रगतीचे विपरीत परिणामही आहेत.

तंत्रज्ञान आणि मानवाकडून तंत्रज्ञानाचा वापर नेहमीच समाजाच्या सकारात्मक विकासाकरिता होत नसतो. आयसीटीच्या गैरवापराचे ठळक उदाहरण म्हणजे इंटरनेटवर नियोजित केलेले आणि इंटरनेट, डिजिटल संप्रेषण तंत्रज्ञान आणि यंत्रणांच्या माध्यमातून अमलात आणलेले विविध दहशतवादी हल्ले आणि सुरक्षा विस्कळित करणाऱ्या योजना. दहशतवादी संघटनांनी केलेला अमेरिकेमधील ९/११चा हल्ला किंवा भारतामधील २६/११चा हल्ला यांचा विचार करू या. या ठिकाणी इंटरनेट आणि डिजिटल संप्रेषण

[१०] पहा, आयडिया सेल्युलर ही (कंपनीच्या वेबसाइटनुसार) संपूर्ण भारतात एकात्मिक जीएसएम ऑपरेटर असून २जी, ३जी सेवा देऊ करते आणि त्यांचे स्वतःचे एनएलडी आणि आयएलडी ऑपरेशन्स आणि आयएसपी परवाना आहेत. http://www.ideacellular.com/aboutus/aboutidea या ठिकाणी उपलब्ध.

तंत्रज्ञानांचा हॉटस्पॉट ओळखणे आणि हल्ल्याच्या अंमलबजावणीकरिता उपयोग करण्यात आला. अवैध सावकारी, आर्थिक घोटाळे आणि फिशिंग हल्ले हे आयसीटीच्या नकारात्मक वाढीचा परिणाम दर्शवणारे इतर श्रेणीतील गुन्हे आहेत. इंटरनेटच्या युगात हे दोन्ही, म्हणजे दहशतवाद्यांची कृत्ये आणि आर्थिक गुन्हे हे गंभीर गुन्हे मानले जातात ज्यांच्यात मानवी वंशाच्या सकल विकासात अडथळा निर्माण करण्याची क्षमता आहे. युरोपीय संघाच्या बुडापेस्ट येथे २००१ मध्ये झालेल्या सायबर गुन्ह्यांवरील अधिवेशनाने—हे सायबर गुन्ह्यांशी संबंधित समस्यांना श्रेणीबद्ध करणारे पहिले आंतरराष्ट्रीय अधिवेशन म्हणता येईल—याची दखल घेतली आणि त्यांना गुन्हेगारी कृत्ये म्हणून श्रेणीबद्ध केले. सायबर विश्वातील ही दोन गुन्हेगारी कृत्ये (ही भौतिक विश्वातही सायबर विश्वाच्या मदतीने केल्या जातात.) सरकारविरोधातील गुन्हे आणि कार्पोरेटविरोधातील गुन्हे म्हणूनही ओळखली जातात. व्यक्तींसाठी हानिकारक असलेल्या सामग्रीशी संबंधित आणखी एका प्रकारच्या इंटरनेटवरील कृत्याला युरोपीय संघाच्या अधिवेशनाने मान्यता दिली; इंटरनेट आणि एसएमएस, एमएमएस (MMS – बहुमाध्यमे संदेश सेवा), वेबवर आधारित संदेश सेवा इत्यादींसारख्या डिजिटल संप्रेषण तंत्रज्ञानाच्या माध्यमातून किशोरवयीन तरुणांसाठी लैंगिक कृत्ये चालतात, त्यांना सामान्यतः चाइल्ड पॉर्नोग्राफी म्हणून संबोधले जाते.[११] या अधिवेशनाच्या आधारावर इंटरनेट आणि दूरसंचार आणि गुन्ह्यांच्या काही श्रेणींना हाताळण्यासाठी भारतासह अनेक देशांनी त्यांचे स्वतःचे कायदे आणि धोरणात्मक मार्गदर्शक तत्त्वे विकसित केली. गुन्हेगारीकरणाच्या या अंतिम श्रेणीबरोबर भारतात आणि जगामध्ये इंटरनेटवर मुलांवरील होणाऱ्या अत्याचाराविरोधात अनेक संशोधने झाली. मात्र, महिला आणि मुलींवरील ऑनलाईन अत्याचाराविरोधाशी संबंधित संशोधने आणि कायद्यांची आजही वानवा आहे.

पार्श्वभूमी

२०११ पर्यंत, महिलांविरोधातील सायबर गुन्ह्यांच्या समस्येसाठी समर्पित पुस्तक किंवा दीर्घ संशोधन नव्हते. २०११ मध्ये, आम्ही *'सायबर गुन्हे आणि महिलांविरोधातील अत्याचारः कायदे, हक्क आणि नियमन'* या नावाचे पुस्तक प्रकाशित केले.

यामध्ये आम्ही महिलांविरोधातील सायबर गुन्ह्यांचे विविध प्रकारे केलेले प्रकारविचार (टायपॉलॉजी), हेतू आणि संभाव्य केंद्र यांची विस्तृतपणे चर्चा केली आहे. या पुस्तकात

---

[११] सायबर गुन्ह्यावरील युरोपीय संघाचे अधिवेशन पहा. http://conventions.coe.int/Treaty/en/Treaties/Html/185.htm या ठिकाणी उपलब्ध आणि संगणक यंत्रणांच्या माध्यमातून, वंशद्वेषी, परकीयांचा तिरस्कार करण्याच्या स्वरूपातील कृतींच्या गुन्हेगारीकरणासंबंधी, केलेल्या सायबरगुन्ह्यांवरील अधिवेशनासाठीचा अतिरिक्त प्रोटोकॉल, स्ट्रासबर्ग, २८ जानेवारी २००३. http://conventions.coe.int/Treaty/en/Treaties/Html/189.htm या ठिकाणी उपलब्ध.

महिलांविरोधातील सायबर गुन्ह्यांना प्रतिबंध करण्यासाठी भारतासह पाच देशांतील कायद्यांची चर्चा केली आहे. महिलांविरोधातील सायबर गुन्ह्याची सगळ्यात पहिली व्याख्या या पुस्तकात दिली आहे. ती खालीलप्रमाणे: सायबर गुन्हे हे 'पीडितेची हेतुपूर्वक हानी करण्याच्या उद्देशाने, इंटरनेट (चॅट रूम्स, ई-मेल्स, सूचना फलक आणि गट) आणि मोबाइल फोन्स (एसएमएस/एमएमएस) यांसारख्या आधुनिक दूरसंचार नेटवर्कचा वापर करून महिलांना लक्ष्य करण्यासाठी केलेले गुन्हे' (पृ. क्र. १५). मात्र, महिलांविरोधातील इंटरनेटवरील गुन्ह्यांच्या समस्येकडे सायट्रनचे 'सायबर सिव्हिल राइट्स' (२००९ए) आणि 'लॉज एक्स्प्रेसिव्ह व्हॅल्यू इन कॉम्बॅटिंग सायबर जेंडर हॅरासमेंट' (२००९बी), बार्टोचे 'इंटरनेट डीफेमेशन ॲज प्रॉफिट सेंटर: मॉनिटायझेशन ऑफ ऑनलाईन हरॅसमेंट' (२००९), किम यांचे 'वेबसाइट प्रोप्रायटरशिप अँड सायबर हरॅसमेंट' इत्यादींसारख्या विद्वत्तापूर्ण लेखांच्या माध्यमातून अमेरिकेचे शैक्षणिक क्षेत्र लक्ष वेधू लागले. डॅनिएल सायट्रन यांचे अलीकडील *हेट क्राइम्स इन सायबर स्पेस* (२०१४) हे पुस्तकही इंटरनेटवर महिलांना लक्ष्य करणाऱ्या गुन्ह्यांच्या संदर्भात आहे. अशा कृतींमधून महिलांना इंटरनेटवर लक्ष्य करणाऱ्या विविध समस्या ठळकपणे दाखवल्या गेल्या असल्या, तरी भारतामध्ये महिलांना लक्ष्य करणारे इंटरनेटवरील गुन्हे आणि डिजिटल दूरसंचार गुन्हे आणि त्यासंबंधीच्या कायद्यांची विशेषतः चर्चा करणारे कुठलेही पुस्तक मात्र नाही.

आमच्या सुरुवातीच्या संशोधनात, भारतामधील महिलांना इंटरनेटवर लक्ष्य करणाऱ्या गुन्ह्यांचा वर्तमानातील कल काय आहे, यावर आम्ही चर्चा केली आहे. (हालदर आणि जयशंकर, २०११ए). महिला आणि मुलांना इंटरनेटवर लक्ष्य करणाऱ्या गुन्ह्यांच्या संदर्भातील विशिष्ट कायदे, कायद्यातील पोकळी आणि धोरणात्मक मार्गदर्शक तत्त्वे यांची गरजही आम्ही ठळकपणे दाखवली आहे (हालदर, २०१३; हालदर आणि जयशंकर, २००९, २०११बी, २०१३, २०१४ए, २०१४बी). मात्र, भारतातील महिला आणि मुले यांना लक्ष्य करणाऱ्या इंटरनेट आणि डिजिटल, दूरसंचार गुन्ह्यांच्या समस्येवर लक्ष केंद्रित करणारे अधिक संकलित आणि व्यापक काम करण्याची गरज आहे, असे आम्हाला वाटले. 'मुले' या संज्ञेतून या पुस्तकाची व्याप्ती केवळ मुलींपुरती मर्यादित करण्याचा आमचा हेतू आहे. भारतामध्ये अशा गुन्ह्यांचा वाढता कल आणि प्रत्यक्ष आयुष्यातही महिलांना फसवण्यासाठी आयसीटीचा केला जात असलेला वापर आणि कायदाही या संदर्भात कधीच स्थिर नसल्याचे वास्तव लक्षात घेता आम्ही भारतीयांच्या दृष्टिकोनातून समस्यांवर लक्ष केंद्रित केलेले हे पुस्तक लिहिण्याचा निर्णय घेतला. माहिती आणि संप्रेषण तंत्रज्ञानासाठी भारताला अतिजलद वाढणारी बाजारपेठ म्हणून, तसेच माहिती तंत्रज्ञानांचा सर्वांत मोठ्या विकसकांपैकी असणारे मानले जात असले, तरी या देशातील सामाजिक रचना पाश्चिमात्यांप्रमाणे नाही.

भारताच्या राज्यघटनेने महिलांना आणि पुरुषांना समान हक्कांची शाश्वती दिली असली, तरी समाजातील पितृसत्ताक व्यवस्थेमुळे महिलांना दुय्यम दर्जाचे नागरीक गणले गेले आहे. आमच्या सुरुवातीच्या संशोधनात आम्ही हे दाखवून दिले आहे की या विशिष्ट सामाजिक रचनेमुळे, तरुण महिलांची भविष्यातील लग्नाची संभावना नष्ट करण्यासाठी पुरुष इंटरनेटवर अनेकदा महिलांच्या प्रोफाइलचे नुकसान करतात. सध्याची परिस्थिती अधिक भयानक आहे: 'इंटरनेट ट्रोल्स द्वेषाचे वातावरण' (hate wave) तयार करण्यासाठी त्यांच्या स्वतःच्या दुष्ट हेतूंकरिता महिला कार्यकर्त्या, पत्रकार, सेलिब्रिटी, शिक्षणतज्ज्ञ इत्यादींना लक्ष्य करण्यासाठी सामाजिक माध्यमांची संकेतस्थळे आणि व्हॉट्सअॅपसारख्या जलद संदेश पुरवणाऱ्या सेवांची मदत घेतात. कविता कृष्णन, महिलांच्या हक्कांसंबंधी काम करणाऱ्या ख्यातनाम कार्यकर्त्या किंवा विख्यात पत्रकार सागरिका घोष यांच्या प्रकरणांचा विचार करू या; या सर्व महिलांवर इंटरनेटवर दुष्टपणे प्रहार करण्यात आले. यातील काही महिलांचे 'सेक्स अपील' आणि त्यांच्या पुरुषांच्या लैंगिकतेचे समाधान करण्याच्या क्षमतेच्या स्तराचे वर्णन करण्यासाठी ट्रोल्समध्ये अत्यंत अश्लील भाषेचा वापर करण्यात आला. पाश्चिमात्य समाजापेक्षा ही परिस्थिती वेगळी आहे. विशेषतः रूढिवादी सामाजिक नियम आणि कायदे, जे अशा सामाजिक नियमांचे समर्थन किंवा विरोध करतात.[१२] खरे पाहता, इंटरनेट ट्रोल्ससारख्या अनेक प्रकरणांचे अद्यापही निराकरण झालेले नाही आणि यामुळे महिलांना इंटरनेट किंवा डिजिटल दूरसंचार तंत्रज्ञानाच्या माध्यमातून पीडित करू इच्छिणाऱ्या अनेकांसाठी हे उत्तेजन देणारे उदाहरण तयार झाले आहे.

तसेच, बलात्कार, विनयभंग, ब्लॅकमेल, स्टॉकिंग यांसारख्या पारंपरिक भौतिक विश्वातील गुन्ह्यांना माहिती आणि संप्रेषण तंत्रज्ञानाच्या विकासामुळे नवे महत्त्व प्राप्त झाले आहे. बलात्कार आणि त्यानंतर बलात्कार करतानाच्या छायाचित्रांचा मोबाइल फोनवर साठा करून, बलात्कार करतानाची छायाचित्रे प्रसिद्ध करण्याची धमकी देऊन पैसे उकळणे, त्यानंतर ऑनलाईन पॉर्न बाजारांत वापरासाठी महिलांना तयार करणे, शिक्षकांकडून किशोरवयीन विद्यार्थिनींना मोबाइल फोन किंवा संगणक यंत्रणांवर अश्लील छायाचित्रे दाखवून त्यांचे शारीरिक लैंगिक शोषण करण्याच्या घटना घडल्या आहेत. डिजिटल दूरसंचार

[१२] भारतीय दंड संहितेतील कलम ५०९ नुसार, कुठलाही शब्द, हावभाव इत्यादींनी महिलांचा विनयभंग होत असेल, तर ते दंडनीय आहे. तसे पाहता 'महिलेच्या विनया'चा स्तर हा समाजावर आणि वकील म्हणून असलेल्या आघाडीच्या लेखिका आणि सेंटर फॉर सायबर व्हिक्टिम काउन्सेलिंग संघटनेच्या व्यवस्थापकीय संचालकांवर मोठ्या प्रमाणावर अवलंबून असतो. यांच्यासमोर अशी विविध प्रकरणे समोर आली आहेत, की जेथे पीडितांना पोलीस अधिकाऱ्यांनीच दोषी ठरवले आहे, ज्यांनी स्वतःच त्यांच्या छायाचित्रांचे इंटरनेटवर आदानप्रदान केले होते. पोलिसांमध्ये ते 'आक्षेपार्ह' समजले जाते.

यंत्रणांच्या माध्यमातून घडलेल्या अशा शेकडो घटना आहेत, जेथे आक्षेपार्ह फोन कॉल, एसएमएस, एमएमएस आणि जलद संदेश देणाऱ्या सेवांद्वारे महिलांचा सातत्याने छळ केला जातो. किशोरवयीन मुली, विद्यापीठातील विद्यार्थी, गृहिणी, नोकरदार महिला, सेलिब्रिटी, लेखिका, कार्यकर्त्या, लिंगपरिवर्तित महिला आणि अगदी अंदमान जारवासारख्या आदिवासी महिला (हालदर आणि जयशंकर, २०१४ए), ज्यांचा कधीही आधुनिक दूरसंचार तंत्रज्ञानाशी संबंध आलेला नाही, या सर्वांना भारतातील सायबर विश्वामध्ये विविध प्रकारे पीडित केले गेले आहे. गावातील खाप पंचायतींकडून (हालदर, २०१२) महिलांना डिजिटल संप्रेषण तंत्रज्ञान आणि इंटरनेट वापरापासून रोखण्याच्या घटनाही आहेत आणि डिजिटल युगात, विशेषतः अनैतिक 'मॉरल पोलिसिंग'मुळे महिलांचा इंटरनेट किंवा डिजिटल संप्रेषण वापरण्याचा हक्क संपुष्टात आणला जातो, तेव्हा हेदेखील महिलांच्या विरोधातील गुन्ह्यांच्या श्रेणीअंतर्गतच समाविष्ट केले जावे, असे आम्हाला वाटते.

लोकप्रिय समजानुसार, इंटरनेट आणि डिजिटल संप्रेषण तंत्रज्ञानावर भारतातील महिला या त्यांचा लिंगभाव आणि भारतातील महिलांच्या छायाचित्रांची अश्लील सामग्री म्हणून उपभोग्यता यांमुळे सर्वांत असुरक्षित लक्ष्य बनतात. याखेरीज, डिजिटल विश्वात महिलांना सॉफ्ट टारगेट बनवण्यासाठी अस्तित्वात असणारे सामाजिक नियम मोठी भूमिका बजावतात. देशाच्या पितृसत्ताक समाजरचनेमध्ये त्यांची जागा त्यांना कुटुंबाच्या चांगल्या अथवा वाईट प्रतिष्ठेसाठी अधिक जबाबदार बनवते. या वास्तवाचा विचार करता, विशेषतः 'चांगल्या चारित्र्याची विनयी महिला' अशा ख्यातीची महिला पूर्ण कुटुंबाच्या चांगल्या प्रतिष्ठेची नेहमी खात्री देते, तेव्हा अनेक उपद्रव करणाऱ्यांच्या पीडित महिलेच्या प्रोफाईलचे नुकसान करण्याचे लक्ष्य केवळ महिलेची प्रतिष्ठा संपुष्टात आणणे इतकेच नसते तर वडील, भाऊ, बहीण आणि नवऱ्यासह नजीकच्या कौटुंबिक सदस्यांचीही प्रतिष्ठा हनन हेही असते.

पण, भारतामध्ये अशा स्वरूपाच्या काही प्रकरणांची प्रत्यक्षात नोंद झाली आहे आणि ती चालवली गेली आहेत. सामाजिक नियम आणि रूढिवादी मूल्ये या ठिकाणी मोठी भूमिका बजावतात. विशेषतः सामाजिक प्रतिष्ठेला तडा जाईल, या भीतीमुळे पीडित महिला आणि तिच्या कुटुंबाचे सदस्य गुन्ह्याची नोंद करण्यास नाखूश असतात. त्याचप्रमाणे, अशा प्रकारच्या फिर्यादींची संख्या कमी असण्यामागे विविध वास्तविक कारणे आहेत. यामध्ये (अशा प्रकारच्या समस्यांवर) केंद्रीभूत कायद्यांचा अभाव, भारतातील गुन्हेगारी न्यायिक यंत्रणेत योग्य पायाभूत सुविधांचा अभाव आणि या सर्वांहून (महत्त्वाचे म्हणजे) भारताच्या अधिकारक्षेत्रात सर्व्हरची अनुपस्थिती आणि विशेषतः भारतीय कायदे आणि इंटरनेट कंपन्या असलेल्या देशांतील कायद्यांतील संघर्ष यांचा समावेश आहे. भारतामध्ये महिलांविरोधातील सायबर गुन्ह्यांचे प्रमाण वाढते आहे. २०१३ मधील राष्ट्रीय गुन्हे नोंदी ब्युरोच्या अहवालात

महिलांविरोधातील पोलिसांत नोंदविलेली सायबर गुन्ह्यांची संख्या पहिल्यांदा प्रसिद्ध झाली. अश्लील पोस्टद्वारे महिलांना लक्ष्य करणारी १२०३ प्रकरणे होती.[१३] अशा वाढत्या आलेखामागील महत्त्वाचे कारण म्हणजे पीडित, सामान्य नागरीक आणि गुन्हेगारी न्यायिक यंत्रणेकडून विषयाच्या योग्य समजाचा अभाव, हे आहे. सेंटर फॉर सायबर व्हिक्टिम काउन्सिलिंगच्या (हालदर आणि जयशंकर, २०१३) अलीकडील पथदर्शक सर्वेक्षणावरून ही बाब सिद्ध होत आहे. या ठिकाणी दाखवून दिले आहे की इंटरनेटवरील खासगी नियमांची समज, उपद्रवी संप्रेषणांच्या संदेशांबाबतची समज, सार्वजनिक ठिकाणी छायाचित्रणासाठीच्या धोरणात्मक मार्गदर्शक तत्त्वांच्या समजेचा अभाव आणि वास्तविक जगात बेकायदा पद्धतीने किंवा परवानगीविना व्यक्तींची काढलेली छायाचित्रे आणि आदानप्रदानाद्वारे खासगीपणाचे केलेले उल्लंघन यांची समज निमशहरी आणि ग्रामीण भागातील (हालदर आणि जयशंकर, २०१३) तरुणांमध्ये अत्यंत कमी आहे.

महिलांना लक्ष्य करणाऱ्या इंटरनेट किंवा डिजिटल गुन्ह्यांचे नियमन करण्यासाठी भारतामध्ये एकसमान कायदा कुठलाही नाही, हे समजून घेण्याची गरज आहे. या संदर्भात भारतातील सायबर न्यायशास्त्राविषयी चर्चा आवश्यक बनते. २००० मध्ये, भारतामध्ये सायबरसंबंधी समस्यांना नियंत्रित करण्यासाठी माहिती तंत्रज्ञान कायदा, २००० (आयटी ॲक्ट) प्रस्तावित केला गेला आणि तो १७ ऑक्टोबर २००० पासून लागू झाला. मात्र, या कायद्यातील तरतुदीची व्याप्ती इलेक्ट्रॉनिक व्यापार, इलेक्ट्रॉनिक नोंदींचे ई-फायलिंग आणि डिजिटल सहीची निर्मिती आणि व्यवस्थापनाला कायद्याने मान्यता देणे आणि भारतीय पुरावा कायदा, १८७२, बँकर्स बुक एव्हिडन्स कायदा, १८९१ आणि रिझर्व्ह बँक ऑफ इंडिया कायदा, १९३४ या भारतीय दंड संहितेमध्ये सुधारणा करण्यापुरती मर्यादित राहिली. याखेरीज, आयटी कायद्यामध्ये काही प्रकारच्या गुन्ह्यांमध्ये शिक्षा देण्यासाठी मर्यादित तरतुदी आहेत. यामध्ये संगणक यंत्रणेचे नुकसान, हॅकिंग, डिजिटल स्वरूपात अश्लील सामग्रीचे प्रकाशन इत्यादींचा समावेश होतो. आयटी कायद्याच्या या आवृत्तीमध्ये अतिरिक्त न्यायाधिकारक्षेत्राची व्याप्ती आहे. तसेच, सेवा देणाऱ्याला माहीत नसताना केल्या गेलेल्या गुन्ह्यांच्या प्रकरणांमध्ये तिसऱ्या पक्षाच्या जबाबदारीपासून नेटवर्क सेवा देणाऱ्यांना यात संरक्षणही दिले गेले आहे. हा कायदा सुरळीत चालण्यास मदत व्हावी, याकरिता विविध नियम तयार केले गेले. मात्र, आयटी कायद्यातील या आवृत्तीमध्ये अनेक त्रुटी होत्या. यामध्ये महिलांविरोधातील सायबर गुन्ह्यांना नियंत्रित करण्यासंबंधी (हालदर आणि जयशंकर, २००८),

[१३] तक्ता १८.६ पहा: २०१३ दरम्यान नोंदविलेली सायबर गुन्हे प्रकरणे (आयटी कायदा २०००), राष्ट्रीय गुन्हे नोंदी, राष्ट्रीय गुन्हे नोंदी ब्यूरोतर्फे प्रकाशित. यूआरएल: http://ncrb.nic.in/ (२६ डिसेंबर २०१४ रोजी प्राप्त केले).

सायबर दहशतवाद, ओळख चोरण्यासंबंधीचे गुन्हे (आयडेंटिटी थेफ्ट), डेटाच्या सुरक्षेकरिता कार्पोरेटची जबाबदारी इत्यादी यांचा समावेश होतो. यात सुधारणा करण्यासाठी आयटी कायद्याची नवी आवृत्ती आली. २००८ पासून ती कार्यरत झाली. सुधारित तरतुदी तसेच नव्याने घातलेल्या तरतुदी आणि २०११ मधीलही प्रस्तावित नियम यांमुळे नंतरचा कायदा (माहिती तंत्रज्ञान कायदा, २००० (२००८ मध्ये सुधारित; आयटी कायदा, २००८) म्हणून ओळखला जातो) काही प्रमाणात पोकळी भरून काढण्यात सक्षम ठरला. ई-व्यापाराशी संबंधित समस्या, सायबर दहशतवाद आणि संबंधित टेहळणीच्या समस्या, कॉर्पोरेटना खासगी डेटाचे संरक्षण करण्यात आलेल्या अपयशामुळे झालेल्या नागरी नुकसानासंबंधीच्या समस्या आणि काही प्रकरणांत लैंगिकतेसंबंधी आणि अश्लील सामग्री आणि चाइल्ड पॉर्न सामग्री नियंत्रित करण्यासाठी आणि आयटी कायद्याच्या परिणामकारक अंमलबजावणीकरिता या सुधारित आवृत्तीचा वापर आता केला जात असला, तरी हा कायदा द्वेषयुक्त भाषण[१४] किंवा महिलांविरोधातील सायबर गुन्ह्यांवर परिणामकारक उपाय देण्यात पूर्णपणे अपयशी ठरला.

२०१२ च्या अखेरीस 'निर्भया'वरील क्रूर सामूहिक बलात्कारानंतर, महिलांविरोधी गुन्ह्यांत अनेक नव्या दंडनीय तरतुदी आणण्यासाठी संसदेने भारतीय दंड संहितेत सुधारणा केल्या: काही महत्त्वाच्या समस्यांमध्ये, दुसऱ्यांना नग्न किंवा लैंगिक कृती करताना पाहून, परपीडानंद (व्हॉइअरिझम) आणि स्टॉकिंग यांचा समावेश आहे. यात सायबर स्टॉकिंगचाही समावेश आहे. पण, भारतामध्ये, आतापर्यंत महिलांविरोधी सायबर गुन्हे नियंत्रित करण्यावर लक्ष केंद्रित करणारा कुठलाही एकसंध कायदा नाही. तसेच, विद्यमान आयटी कायद्यातही अनेक त्रुटी आहेत, ज्यातून सायबर न्यायशास्त्राची संकल्पना अद्यापही अर्ध्या कच्च्या कायदेशीर तत्त्वज्ञानाप्रमाणे राहिली आहे.

गुन्ह्यांचे वाढते प्रमाण आणि गुन्हेगारांना शिक्षा होण्याचे प्रमाण यांच्यातील गुणोत्तर या ठिकाणी म्हणून नेहमीच असंतुलित आहे. जोपर्यंत एकसमान कायदा नाही, तोपर्यंत पोलीस, अभियोक्ता आणि न्यायालयांना अस्तित्वातील कायद्यांकडेच पाहावे लागेल; जे भारतीय दंड संहिता, पुरावा कायदा यांसारख्या किंवा पीडितांना न्याय देण्याकरिता अलीकडे विकसित झालेल्या आयटी कायद्यांसारख्या पारंपरिक गुन्हेगारी कायद्यांत विखुरलेले आहेत. तसेच, अनेक संशोधकांनी, न्यायालयातील प्रकरणांत आणि पोलिसांच्या अहवालांनी याची नोंद करून ठेवली आहे की अनेक संकेतस्थळांचे सर्व्हर भारताबाहेर आहेत आणि पीडित करणारा त्याचा मोठा फायदा घेतो. आयटी कायद्याचे अधिकारक्षेत्र भारताच्या भौतिक सीमांपलीकडे विस्तारलेले जरी असले, तरी भारत देश, भारतीय नागरीक किंवा जेथे दोषी भारतीय असेल,

---

[१४] यावर सविस्तर चर्चेकरिता प्रकरण २ पहा.

यांच्या संदर्भातील पीडित झाल्याच्या प्रकरणांमध्ये, विशेषतः महिलांविरोधी गुन्ह्यांचा समावेश असलेली अशी शेकडो प्रकरणे आहेत की जेथे पीडित करणाऱ्याला अतिरिक्त न्यायाधिकारक्षेत्राच्या समस्यांमुळे पकडले जात नाही. यालाच जोडून, इंटरनेट प्रोफाइलचे निनावी स्वरूपही पीडित करणाऱ्यांना किंवा पाळत ठेवणाऱ्यांना मोठ्या प्रमाणावर फायदा देते.

इंटरनेट आणि डिजिटल संप्रेषण तंत्रज्ञानाने शहरी आणि ग्रामीण भारतामध्ये प्रवेश केला आहे, पण, अनेक शहरांतील पोलीस स्थानकांतील सायबर क्राइम सेलचे कार्य फारच निराशाजनक राहिले आहे. अनेक नॉन-मेट्रो शहरे, निमशहरी, ग्रामीण क्षेत्रांत सायबर क्राइम सेल नाहीत, महिलांच्या ऑनलाईन छळाचा सामना करण्यासाठी कार्यक्षम पोलीस दलाचा आणि इंटरनेट आणि डिजिटल गुन्ह्यांचा सामना करण्यासाठी मूलभूत पायाभूत सुविधांचा तेथे अभाव आहे. नंतरच्या दोन गोष्टींनी पोलिसांसह पूर्ण गुन्हेगारी न्यायिक यंत्रणेला महिलांविरोधी सायबर गुन्ह्यांच्या प्रकरणांचा सामना करण्यासाठी अत्यंत अनिच्छुक बनवले आहे. आपल्याकडे युरोपीय संघातील किंवा कॅनडातील कायद्याप्रमाणे एकसमान डेटा गोपनीयता कायदा नाही, आपल्याकडे डॅनिएल सायट्रन यांनी अमेरिकेमध्ये प्रस्तावित केलेल्या सायबर नागरी हक्कांसारखी एकसंध जाणीवही नाही, विशेषतः इंटरनेट आणि डिजिटल गुन्ह्यांनी पीडित असलेल्या आणि ज्यांचे नोकरी किंवा सामाजिक प्रतिष्ठेचे यामुळे नुकसान झाले आहे, अशा महिलांकरिता हे लक्षात ठेवणे गरजेचे आहे. भारतामध्ये महिलांना लक्ष्य करणाऱ्या सायबर गुन्ह्यांचा सामना करण्यासाठी पारंपरिक गुन्हेगारी कायदे आणि आयटी कायदा तसेच इतर काही लिंगसंबंधी कायद्यातील केवळ काही तरतुदी सध्या वापरल्या जात आहेत. पोलिसांत गुन्ह्याची नोंद करणे किंवा न्यायालयात थेट न्याय मागण्याबाबत पीडितांची अनिच्छुकता ही अधिक अस्वस्थ करणारी आहे. या सर्वांमागचे मुख्य कारण म्हणजे, महिलांविरोधातील सायबर गुन्ह्यांच्या सध्याच्या प्रवृत्तींच्या संदर्भातील जागरूकतेची, योग्य आणि केंद्रीभूत कायद्यांसंबंधातील दरी आणि पोलीस अधिकारी, वकील आणि सामान्य जनतेमधील जाणिवेचा अभाव असे आम्हाला वाटते. ही दरी भरून काढण्याचे या पुस्तकाचे उद्दिष्ट आहे.

विशेषतः इंटरनेटवरील आणि डिजिटल संप्रेषण तंत्रज्ञानाच्या माध्यमातून होणाऱ्या महिलांविरोधातील गुन्ह्यांच्या वाढीबरोबर, ही समस्या समजून घेण्याकरिता गुन्हेगारी न्याय अधिकाऱ्यांसाठी या पुस्तकाची गरज आवश्यक बनली होती. हे पुस्तक केवळ ही गरज पूर्ण करीत नाही, तर कायद्याचे विद्यार्थी, लिंगविषयक अभ्यास, गुन्हेगारांचा अभ्यास, समाजशास्त्र, मानसशास्त्र आणि माहिती तंत्रज्ञानाकरिता संसाधन सामग्री म्हणूनही काम करील; पोलीस अधिकारी, वकील, न्यायाधीश आणि सामान्य जनता यांना महिलांविरोधातील सायबर गुन्हे आणि संबंधित समस्यांविषयी जाणून घेण्यामध्ये स्वारस्य आहे. या पुस्तकाची अनेक उद्दिष्टे आहेत: भारतामधील महिलांविरोधातील सायबर गुन्ह्यांचे समग्र चित्र सादर करणे, या समस्यांशी

सामना करण्यासाठी वापरता येऊ शकणाऱ्या कायद्यांची चर्चा करणे, यामध्ये भारतीय दंड संहिता, फौजदारी प्रक्रिया संहिता आणि भारतीय पुरावा कायदा यांच्यासह माहिती तंत्रज्ञान कायदा (२०००, २००८ मध्ये सुधारित), महिलांचे असभ्य सादरीकरण (प्रतिबंधक) कायदा (१९८६), मुलांचे लैंगिक गुन्ह्यांपासून संरक्षण कायदा (२०१२), कामाच्या ठिकाणी महिलांची लैंगिक छळवणूक (रोखणे, प्रतिबंध आणि निराकरण) कायदा (२०१३) इत्यादींसारख्या विशेष कायद्यांचा समावेश होतो, भारतामधील महिलांविरोधातील इंटरनेट आणि डिजिटल संप्रेषण गुन्ह्यांतील पीडितांना यातील तरतुदी कशा फायद्याच्या ठरतील हे जाणून घेणे, महिलांविरोधातील इंटरनेट आणि डिजिटल गुन्हे वाढण्यामागील सामाजिक-सांस्कृतिक-गुन्हेगारी यांची कारणे शोधणे आणि अंतिमतः या समस्यांच्या उपायांकरिता एक मार्ग ठरविणे.

हे पुस्तक नऊ प्रकरणांत विभागले गेले आहे. यात परिचयाचाही समावेश आहे. दुसऱ्या प्रकरणात भारतीय दृष्टिकोनातून महिलांविरोधातील गुन्ह्यांच्या विशेष संदर्भासह, इंटरनेटवरील भाषण आणि अभिव्यक्ति स्वातंत्र्याची चर्चा केली आहे. मुक्त इंटरनेटबाबतीत सध्याचा वादविवाद असा युक्तिवाद करतो की इंटरनेटवर भाषणासाठी कायद्याने कुठलेही बंधन किंवा किमान नियमन नसावे. भारतामध्ये कलम ६६ए आयटी कायदा, २००० (२००८ मध्ये सुधारित) चा वापर विविध प्रसंगी ऑनलाईन भाषणांचे नियमन करण्यासाठी केला आहे. राज्यघटनेतील १९(१)(ए) ने भाषण स्वातंत्र्याच्या हक्काची हमी दिली असली, तरी राज्यघटनेतील कलम १९(२) नुसार काही कारणास्तव ती प्रतिबंधित केली आहे. पोलिसांकडून मोठ्या प्रमाणात गैरवापर होत असल्यामुळे आयटी कायद्याच्या कलम ६६ए च्या संवैधानिकतेवर प्रश्नचिन्ह उपस्थित केले गेले आहे. मात्र, हे समजून घेण्याची गरज आहे की इंटरनेटवरील अभिव्यक्ती आणि भाषण स्वातंत्र्यावरील निर्बंध आणि मुक्त इंटरनेटच्या वाढत्या समर्थनासंदर्भातील अशा गोंधळाने निनावी राहण्याच्या आणि कायदा आणि न्यायिक यंत्रणेपासून दूर राहण्याच्या प्रचंड अपेक्षांना जन्म दिला आहे. यामुळे उलट अनेक गुन्हेगारांना पीडितांना, विशेषतः इंटरनेटवरील महिलांना, पीडित करण्याचे प्रोत्साहन मिळते. सागरिका घोष किंवा कविता कृष्णन यांच्या प्रकरणांचा विचार करू या; विशेषतः इंटरनेटचे निनावी स्वरूप आणि इच्छा असेल ते बोलण्याचे स्वातंत्र्य या कारणांमुळे त्यांचा अपमान केला गेला, ट्रोल्सकडून धमकावण्यात आले. कालकी सुब्रह्मण्यम प्रकरणाचाही विचार करू या, लिंगपरिवर्तित कार्यकर्त्या, अभिनेत्री आणि लिंगपरिवर्तित महिलांसाठी काम करणाऱ्या सहोदरी फाउंडेशन संघटनेच्या संस्थापिका, इंटरनेटवर, विशेषतः फेसबुकवर पीडित झाल्या. त्यांची छायाचित्रे संभोगासाठी आकर्षित करणारी व्यक्ती म्हणून पोस्ट केली गेली; त्यांच्याशी भावनिक नाते तयार करण्याची मनीषा बाळगणाऱ्या पुरुषांकडून त्यांना मोबाइलवरूनही छळण्यात आले. या महिला इतर शेकडो महिलांचा चेहरा आहेत, ज्या गुन्हेगारांकडून, ज्या

गुन्हेगारांना असे वाटते की इंटरनेट आणि डिजिटल संप्रेषण तंत्रज्ञान त्यांना स्वतःला व्यक्त होण्याची शक्ती देते, इंटरनेटवर लक्ष्य केल्या गेल्या आहेत. भौतिक विश्वात हे कदाचित केले गेले नसते. याच वेळी इंटरनेटवर, विशेषतः भारतीय सामाजिक वातावरणात स्त्रीवादाच्या दुसऱ्या आणि तिसऱ्या लहरींसदर्भात वाढती चिंता आहे. महिलांच्या स्वातंत्र्याबाबत चिंता व्यक्त करण्यासाठी अनेक महिला इंटरनेटचा आधार घेतात. भारतीय रूढिवादी पोशाखाच्या संकेतास विरोध करून त्या सेल्फीज किंवा छायाचित्रे पोस्ट करतात. हे राज्यघटनेतील कलम १९(१)(ए) ने हमी दिलेल्या अभिव्यक्त होण्याच्या हक्कांतर्गत हे येऊ शकत असले, तरी इंटरनेटवर त्यांच्या फसवणुकीचे हेसुद्धा मुख्य कारण होते. आम्ही हे नमूद केले आहे की इंटरनेटचा वापर करणारे अनेक पुरुष महिलांची अशी छायाचित्रे दृश्य स्वरूपातील लैंगिक समाधानाचे विषय म्हणून घेतात आणि अशा छायाचित्रांचा, प्रोफाईल आणि महिलांच्या माहितीचा केवळ इंटरनेटवर नाही, तर प्रत्यक्ष आयुष्यातही गैरवापर करू शकतात. पोलीस तसेच सायबर गुन्हेतज्ज्ञांनी महिला आणि मुलींना स्वतःच्या सुरक्षेचे प्रथम रक्षण करण्यासाठी माहिती आणि छायाचित्रे पोस्ट करण्याविषयी सातत्याने सावध केले आहे. या ठिकाणी भाषण आणि अभिव्यक्ती हक्क आणि लैंगिक कल्पना यांच्यात संघर्ष उद्भवतो. दुसऱ्या प्रकरणात अशा समस्यांना सविस्तर विचार केला आहे.

तिसऱ्या प्रकरणात जेंडर बुलिंग आणि ट्रोलिंग, भारतामधील महिलांना लक्ष्य करणे, यांवर चर्चा केली आहे. जेंडर बुलिंग हेसुद्धा कार्यालयीन ठिकाण किंवा संस्था याअंतर्गत भौतिक विश्वापुरते मर्यादित राहिलेले नाही. महिलांना लक्ष्य करणारे नराधम इंटरनेट आणि डिजिटल संप्रेषण तंत्रज्ञानाचा आधार घेतात आणि केवळ पीडितेचे नव्हे, तर तिच्या पूर्ण कुटुंबाची प्रतिष्ठा, नोकरीच्या शक्यता आणि सामाजिक आयुष्य संपुष्टात येऊ शकते. भारतातील शैक्षणिक आणि कायद्याची अंमलबजावणी करणाऱ्या संस्थांकडून ट्रोलिंग आणि जेंडर बुलिंग हे दोन्ही विषय खूप गैरसमजाचे राहिले आहेत. भारतामधील मुक्त भाषणासंबंधी आणि आयटी कायद्याच्या कलम ६६ए च्या घटनात्मकतेबद्दल सतत चाललेल्या वादविवादाने इंटरनेट आणि डिजिटल संप्रेषण तंत्रज्ञानावरील 'चांगले भाषण' समजून घेण्याच्या गरजेवर अत्यंत नकारात्मक परिणाम झाला आहे. यांसारख्या प्रकरणांमध्ये काय करावे? शक्य उपाय काय आहेत? याची चर्चा तिसऱ्या प्रकरणात केली आहे.

चौथे प्रकरण ऑनलाईन ग्रूमिंगचा शोध घेते. संशोधकांनी दाखवून दिले आहे की महिला आणि मुलींना इंटरनेटवर लक्ष्य करण्याच्या गुन्ह्यामध्ये पीडितांना सापळ्यात अडकवण्यामध्ये ऑनलाईन ग्रूमिंग महत्त्वाची भूमिका बजावते. सायबर गुन्हे करण्याच्या दिशेने लबाडीचे संबंध स्थापित करण्यामध्ये ग्रूमिंग हा पहिला टप्पा आहे. अशी अनेक कारणे आहेत, ज्यामुळे गुन्हेगाराला त्याच्या पीडितेला सापळ्यात अडकवण्याची आणि ग्रूम करण्याची प्रेरणा मिळू

शकते. यामध्ये, सर्वाधिक महत्त्वाचे म्हणजे एकटेपणाची भावना. भारतामध्ये एकत्रित कुटुंबव्यवस्था संपुष्टात येत असताना आणि छोट्या कुटुंबांची वाढ होत असताना लोक अधिकाधिक स्वयंकेंद्रित होत चालले आहेत. आयुष्याच्या अनेक टप्प्यांवर महिलांना खूप एकटेपणा जाणवू शकतो. उदा. दोन्ही पालक नोकरी करीत असतील आणि आजी-आजोबांसह कुणाशीही तिचा योग्य संवाद नसेल, तर विशीतील एखाद्या मुलीला एकटेपणा जाणवू शकतो; एखादी तरुण महिला नोकरी करीत नसेल किंवा मुलांच्या जन्मानंतर आलेल्या नैराश्यामुळे लग्नानंतर तिला लगेचच गंभीर तणाव आणि एकटेपणा येऊ शकतो. पस्तिशीतील महिलेलाही, जेव्हा तिच्या मुलांना शाळेमध्ये त्यांचे मित्र मिळतात आणि नवरा त्याच्या कार्यालयीन कामकाजात वेळ घालवतो, तेव्हा अशी निर्विकारपणाची भावना येऊ शकते. अशा महिला जुन्या मित्रांशी किंवा अनोळखींसोबत (साहा आणि श्रीवास्तव, २०१४) संवाद साधण्यासाठी इंटरनेटचा आधार घेऊ शकतात. ऑनलाईन नराधम अशा महिलांना लक्ष्य करू शकतात. पण या एका घटकाव्यतिरिक्त, इतर अनेक घटक असू शकतात की जे सुप्त हेतूंकरिता ग्रूमिंगला प्रोत्साहन देऊ शकतात. ऑनलाईन ग्रूमिंगमध्येही विविध टप्पे असू शकतात. भारतामध्ये ऑनलाईन ग्रूमिंग तुलनेने अज्ञात घटक आहे. चौथ्या प्रकरणात ऑनलाईन ग्रूमिंगची व्याख्या दिली असून ग्रूमिंगच्या पद्धतींची आणि ग्रूमिंगमुळे होणाऱ्या संभाव्य परिणामांची चर्चा केली आहे आणि या समस्यांकरिता अस्तित्वातील कायद्यांतून कायदेशीर उपाय त्यात बघता येतील.

पाचव्या प्रकरणात सायबर विश्वातील खासगीपणाच्या उल्लंघनाचा विचार केला आहे. सायबर विश्वात महिला आणि मुलींच्या खासगीपणाच्या उल्लंघनाचे विविध नमुने असू शकतात. यामध्ये हॅकिंग, स्टॉकिंग, परपीडानंद इत्यादींचा समावेश होतो. भारतामधील आताच्या कायद्यांमध्ये हॅकिंग संज्ञेची कायदेशीर व्याख्या नाही. या समस्येला 'अनधिकृत प्रवेश' या संज्ञेखाली असलेल्या कायद्याने संबोधित केले आहे. अशा कृत्यांमुळे महिलांवर कसा परिणाम होतो आणि याकरिता कायद्याचे काय उतारे आहेत याची पाचव्या प्रकरणात चर्चा केली जाईल. तसेच, २०१२ मध्ये दिल्लीमध्ये तरुण नर्सवरील बलात्काराच्या निर्घृण प्रकरणानंतर, भारत सरकारने महिलांच्या लैंगिक छळासाठी कठोर शिक्षेचा समावेश करण्याकरिता भारतीय दंड संहितेमध्ये सुधारणा करण्याचा निर्णय घेतला. यामध्ये सुधारणांचा आराखडा केलेल्या वर्मा समितीने स्टॉकिंग, तसेच ऑनलाईन स्टॉकिंग (हालदर, २०१४) आणि परपीडानंदाचा पहिल्यांदा समावेश केला. जगभरातील अनेक संशोधनात, सायबर स्टॉकिंगला अत्यंत नीच प्रकारांपैकी एक छळ मानले जाते. हे सायबर स्टॉकिंग इंटरनेट आणि डिजिटल संप्रेषण तंत्रज्ञानाच्या माध्यमातून महिलांच्या बाबतीत घडू शकते. भारतामध्ये स्टॉकिंगला सुरुवातीला गुन्हा म्हणून मान्यता नव्हती. त्यामुळे, ऑनलाईन स्टॉकिंगची पोलीस

आणि वकील किंवा सामान्य जनता यांना (हालदर आणि जयशंकर, २०१०) स्पष्ट समज नव्हती. तसेच, कुठल्या संदर्भातून व्हॉइअरिझम महिलांच्या खासगीपणाला गंभीर धोका बनू शकतो? महिला आणि मुलींना लक्ष्य करणाऱ्या खासगीपणाच्या उल्लंघनाचे काय प्रकार आहेत? हे प्रकरण या समस्यांची सविस्तर चर्चा करील.

सहावे प्रकरण ऑलनाईन लैंगिक गुन्ह्यांशी संबंधित आहे. भारतामधील महिलांविरोधातील सायबर गुन्ह्यांबाबत बोलले जाते, तेव्हा पॉर्नोग्राफी आणि ऑनलाईन अश्लीलता हे सर्वाधिक चर्चिले जाणारे विषय आहेत, हे आपल्याला माहीत आहे.[१५] हे विविध माध्यमांतील अहवालातही दिसले आहे की पॉर्नोग्राफी आणि अश्लीलता या सर्वाधिक त्रासिक प्रवृत्ती आहेत, ज्यांचा त्रास देणाऱ्यांकडून महिलांना पीडित करण्यासाठी आधार घेतला जातो.[१६] इंटरनेटवर मुक्त भाषण, महिलांकरिता सायबर सुरक्षा आणि इंटरनेटवर मुलींची सुरक्षा यावर जेव्हा चर्चा होते, तेव्हा अनेक कायदेशीर वादविवादांत, न्यायालयाच्या निर्णयांत आणि शैक्षणिक वादविवादांत पॉर्नोग्राफी आणि अश्लीलता केंद्रस्थानी असतात. मात्र, आम्ही असा युक्तिवाद करतो की इंटरनेटवरील लैंगिक गुन्ह्याची संकल्पना विस्तृत आहे. इंटरनेट आणि डिजिटल संप्रेषण तंत्रज्ञानावरील लैंगिक गुन्ह्याच्या समस्येमध्ये पॉर्नोग्राफी आणि अश्लीलता अपरिहार्यपणे असू शकतात, पण भारतीयांच्या दृष्टिकोनातून पॉर्नोग्राफी म्हणजे काय, अश्लीलता म्हणजे काय, या दोन संज्ञा इंटरनेटवर लैंगिक गुन्ह्यांच्या संदर्भातील चर्चांमध्ये केंद्रस्थानी का येतात, लैंगिक गुन्ह्यांवरील चर्चेत इतर कुठल्या मुद्द्यांचा समावेश आहे आणि भारतामध्ये इंटरनेट आणि डिजिटल संप्रेषण तंत्रज्ञानावरील लैंगिक गुन्ह्यांच्या संदर्भात कायदेशीर भूमिका काय आहे, यावर विस्तृतपणे चर्चा करण्याची गरज आहे. याखेरीज, सहावे प्रकरण सेक्स्टिंगशीही संबंधित आहे. किशोरवयीनांमधील वर्तणुकीची समस्या म्हणून अमेरिकेसारख्या पाश्चिमात्य देशात काही काळाकरिता सेक्स्टिंगवर संशोधन केले गेले आहे, या गोष्टीची नोंद घ्यावी लागेल. काही विद्वानांकडून आणि माध्यमांच्या अहवालातून[१७]

---

[१५] २०१३ च्या एनसीआरबी अहवालावरून हे स्पष्ट होते, तक्ता १८.६: सायबर गुन्ह्यांच्या प्रकरणांच्या २०१३ दरम्यान झालेल्या नोंदी (आयटी कायदा २०००) यात प्रसिद्ध, राष्ट्रीय गुन्हे नोंदणी, भारताच्या राष्ट्रीय गुन्हे नोंदणी ब्यूरोकडून प्रसिद्ध. http://ncrb.nic.in/ २६ डिसेंबर २०१४ रोजी प्राप्त केले.

[१६] आणखी एक बाब नमूद करता येईल, की भारतामध्ये पॉर्न वेबसाईटवर बंदी घालण्यासाठी अनेक जनहित याचिका आहेत. विशेषतः जनहित मंच आणि इतर विरुद्ध भारतीय संघराज्य, २००९ ची पीआयएल नं. १५५, बॉम्बे हायकोर्टात ३ मार्च २०१० रोजी निर्णय, जेथे बॉम्बे हायकोर्टाने निर्णय दिला, की पॉर्न वेबसाईटवर पूर्ण बंदी घालता येणार नाही.

[१७] विविध वृत्तमाध्यमांनी सेक्स्टिंगवर आघाडीच्या लेखकांच्या मुलाखती घेतल्या आहेत. पहा मधुमिता श्रीनिवासन (२०१३), बुली इन सायबर स्पेस, १८-१०-२०१३ रोजी द *हिंदू* मध्ये प्रकाशित. http://www.thehindu.com/todays-paper/tp-in-school/bully-in-cyber-space/article5245174.ece (२९ डिसेंबर २०१४ रोजी प्राप्त केले).

याला चिंताजनक समस्या मानले गेले असले (ऑगस्टिना आणि गोमेझ-दुरान, २०१२; अहर्न आणि मेकलिंग, २०१३; डोअरिंग, २०१४ हालदर आणि जयशंकर २०१४बी; जयशंकर २००९), तरी भारतामध्ये सेक्स्टिंगकडे शैक्षणिक दृष्टिकोनातून किंवा कायदेशीर दृष्टिकोनातून फारसे कुणाचे लक्ष गेले नाही. एखाद्याच्या स्वतःच्या लैंगिक भावनांच्या भावविश्वाच्या दृष्टिकोनातून पाहिले, तर सेक्स्टिंगचा गुन्हा म्हणून विचार करावा असे वाटणार नाही. पण, कायद्याच्या दृष्टिकोनातून पाहिले असता, विशेषतः सध्याच्या सामाजिक-कायदेशीर पार्श्वभूमीवर, सेक्स्टिंगसाठी कायद्याने विविध शिक्षा होऊ शकतात. हे असे का? सेक्स्टिंग काय आहे? किशोरवयीन मुलींवर तसेच प्रौढ महिलांवर याचा कसा विपरीत परिणाम होतो? त्यात काही कायदेशीर तरतुदी आहेत का? सहावे प्रकरण या सर्व विषयांची चर्चा करेल.

सहावे प्रकरण इंटरनेटवरील 'बनावट अवतारा'शीही (हालदर, २०१३) संबंधित आहे. सामाजिक माध्यमांच्या संकेतस्थळांवर आणि प्रौढांच्या संकेतस्थळांवर महिलांची बीभत्स प्रोफाइल तयार करणे, हा इंटरनेटवर ज्याची सर्वाधिक तक्रार होते अशा गुन्ह्यांपैकी एक गुन्हा आहे. अशा प्रोफाइल पीडितेबाबत जगभरात चुकीचा समज निर्माण करतात. याला 'बनावट अवतार' म्हणतात (हालदर, २०१३). 'बनावट अवतारा'चे विविध प्रकार आहेत. महिलांना आणि किशोरवयीन मुलींना पीडित करण्यासाठी त्यांची निर्मिती झाली आहे. आयटी कायद्याच्या कलम ६७ आणि ६७ए सारख्या तरतुदी असल्या की ज्या बनावट अवताराच्या निर्मितीच्या प्रकरणांच्या नोंदीवर जास्त अवलंबून आहेत, अशा समस्यांना हाताळण्यासाठी इतर कुठले कायदे आहेत, ज्यांचा उपयोग करता येईल आणि केला पाहिजे, याची आपल्याला माहिती असणे गरजेचे आहे. त्रास देणारे बनावट अवतार का तयार करतात? पीडितांवर याचा कसा परिणाम होतो? या समस्यांकरिता कायदेशीर संसाधने काय आहेत? सहावे प्रकरण या प्रश्नांशी संबंधित आहे. सेक्स्टिंग आणि लैंगिक गुन्ह्यांशी संबंधित रिव्हेंज पॉर्नोग्राफीची चर्चा आवश्यक बनते. अमेरिकेमध्ये, रिव्हेंज पॉर्नोग्राफीने अनेक शैक्षणिक तसेच कायदेशीर वादविवाद निर्माण केले आहेत आणि आता रिव्हेंज पॉर्नोग्राफीस दंडनीय गुन्हा म्हणून घोषित करण्याचा विचार सुरू आहे. भारतामध्ये, शैक्षणिक दृष्टिकोनातून रिव्हेंज पॉर्नविषयी होणारी चर्चा अत्यंत दुर्मीळ आहे (हालदर आणि जयशंकर, २०१३). भारतातील किशोरवयीन मुलींसह महिलांच्या आंतरवैयक्तिक ऑनलाईन फसवणुकीच्या बहुतांश प्रकरणांमध्ये रिव्हेंज पॉर्नचा समावेश आहे. आपल्याकडे अद्यापही रिव्हेंज पॉर्नवर लक्ष केंद्रित केलेले कायदे नाही; या मुद्द्याच्या संदर्भात पोलीस अधिकारी आणि वकिलांतही संवेदनशीलता नाही. सहावे प्रकरण रिव्हेंज पॉर्न आणि त्याच्याशी संबंधित सामाजिक-कायदेशीर समस्यांविषयीसुद्धा चर्चा करेल.

आपण जेव्हा महिलांविरोधातील सायबर गुन्ह्यांविषयी चर्चा करतो, तेव्हा मानवी वर्तनाबाबतच्या समस्या समजून घेण्याची गरज आहे आणि अशी चर्चा कायदेशीर

उपाययोजना आणि कायद्यातील पोकळी यांच्यावरील चर्चेविना अर्थहीनही राहू शकते. आपल्याला इंटरनेट आणि डिजिटल संप्रेषण तंत्रज्ञान सेवा पुरवठादारांची जबाबदारीही समजून घेणे गरजेचे आहे. हे खरे आहे की बहुतांश लोकप्रिय सामाजिक माध्यमांची संकेतस्थळे आणि ई-मेल सेवा देणारे भारताच्या अधिकारक्षेत्राच्या बाहेर स्थित आहेत आणि त्यांचे सर्व्हर्स भारताच्या अधिकारक्षेत्रात येऊ शकत नाही. पण, यामुळे ते त्यांच्या जबाबदारीतून मुक्त होतात का? 'विस्मृतीत जाण्याचा हक्क' आणि त्यांची इंटरनेट कंपन्यांनी केलेली अंमलबजावणी, हे त्यांना कुठल्याही व्यक्तीबद्दल नको असलेला डेटा काढून टाकण्यास जबाबदार धरतो, यावरील कायदेशीर वादविवादांचा विचार करू या. भारतामध्ये, विशेषतः महिलांना लक्ष्य करणाऱ्या सायबर गुन्ह्यांच्या प्रकरणांत 'विसरण्याच्या हक्क' यांसारख्या हक्कांची अंमलबजावणी आता अगदी आवश्यक आहे. पण, अशा हक्कांची कुठपर्यंत अंमलबजावणी करता येईल? इंटरनेट सेवा पुरवठादार आणि डिजिटल संप्रेषण सेवा देणाऱ्यांच्या संदर्भात माहिती तंत्रज्ञान नियम आणि दूरसंचार नियामक प्राधिकरण नियमन यांनी भारतासाठी स्वतःची अशी मार्गदर्शक तत्त्वे आणि मूल्ये तयार केली आहेत. ही मार्गदर्शक तत्त्वे गुगल किंवा फेसबुकसारख्या आंतरराष्ट्रीय कंपन्यांकरिता कितपत उपयुक्त ठरतील? इंटरनेटमधील हे दिग्गज प्रौढांच्या करमणुकीसाठीच्या संकेतस्थळांपेक्षा महिलांच्या फसवणुकीबाबतीत कमी संवेदनशील आहेत का? भारतामध्ये असलेल्या डिजिटल संप्रेषण सेवा पुरवठादारांची जबाबदारी काय आहे? भारतातील इतर पारंपरिक गुन्हेगारी तसेच नागरी कायद्यांशी ते कसे बांधील होऊ शकतात? याची सातव्या प्रकरणात चर्चा केली आहे.

आठव्या प्रकरणात महिलांना लक्ष्य करणाऱ्या इंटरनेट गुन्ह्यांची चौकशी आणि खटला चालविण्याच्या प्रक्रियात्मक पद्धतींच्या समस्यांचा आपण विचार केला आहे. सायबर गुन्ह्यांवर कारवाई करताना, फौजदारी प्रक्रिया संहिता, भारतीय दंड संहिता आणि पुरावा कायद्यांसह पारंपरिक गुन्हेगारी कायद्यांचे आयटी कायदा यांसारख्या विशेष कायद्यातील नियम आणि नियमनांचे अनुसरण आवश्यक आहे. महिला आणि किशोरवयीन मुलींचा प्रश्न असतो तेव्हा हे कायदे वेगळी भूमिका स्वीकारतात. हे प्रकरण या समस्यांविषयी त्यांच्या त्रुटींसह, जेथे गुन्हेगारी न्यायिक यंत्रणा पीडितेला पूर्ण न्याय देऊ शकत नाही त्यांच्याविषयी, विस्तृतपणे चर्चा करते. महिलांविरोधातील सायबर गुन्ह्यांच्या देखरेखीला दोन मुख्य घटकांमुळे मोठा फटका बसला, हे समजून घेण्याची गरज आहे: (अ) पीडितेची सनातनी सामाजिक मनोवृत्ती, जी पीडितेला नोंद करण्यापासून किंवा नोंद केल्यानंतर खटला सुरू ठेवण्यापासून परावृत्त करते आणि (ब) महिला, मुलींना लक्ष्य करणाऱ्या सायबर गुन्ह्यांचा सामना करताना, विशेषतः सर्व्हर भारताच्या अधिकारक्षेत्राच्या बाहेर स्थित असतो किंवा आरोपी हा परकीय नागरीक असतो, तेव्हा परस्पर कायदेशीर साहाय्य करारांचा अभाव, आयपी ॲड्रेस

आणि प्रोफाइलची सविस्तर माहिती शोधण्यात अडचणी येणे, मेसेज लॉग्ज इत्यादींसारख्या काही वास्तवातील समस्या. या प्रकरणांमध्ये या विशिष्ट समस्याही ठळकपणे मांडल्या आहेत.

नवव्या प्रकरणाने या पुस्तकाचा समारोप होते. या प्रकरणात या पुस्तकाचा निष्कर्ष मांडलेला आहे. या प्रकरणात महिला आणि मुली यांच्या विरोधातील सायबर गुन्ह्यांशी सामना करताना कायदेशीर तसेच सामाजिक-गुन्हेगारीशास्त्रीय-पीडितशास्त्रीय अशा दोन्ही बाजूंनी विविध उपाययोजना मांडलेल्या आहेत.

संदर्भ

Agustina, J. R., & Gómez-Durán, E. L. (2012). Sexting: Research criteria of a globalized social phenomenon. *Archives of Sexual Behavior*, *41*, 1325–1328.

Ahern, N., & Mechling, B. (2013). Sexting: Serious problems for youth. *Journal of Psychosocial Nursing and Mental Health Services*, *51*(7), 22–30.

Bartow, A. (2009). Internet Defamation as Profit Center: The Monetization of Online Harassment. *Journal of Law and Gender*, *32*, 384–428.

Citron, D. K. (2014). *Hate crimes in cyber space*. Harvard: Harvard University Press.

Citron, D. (2009a). Cyber Civil Rights. Research Paper No 2008-41. Social Science Research Network Electronic paper collection, SSRN, (21st May 2010) from http://ssrn.com/abstract=1271900

———. (2009b). Law's Expressive Value in Combating Cyber Gender Harassment, *Michigan Law Review*, *108*, 373.

Döring, N. (2014). Consensual sexting among adolescents: Risk prevention through abstinence education or safer sexting? *Cyberpsychology: Journal of Psychosocial Research on Cyberspace*, *8*(1). Available at http://www.cyberpsychology.eu/view.php?cisloclanku=2014031401&article=9 (Accessed on 15 August 2014).

Gupta, J. (2013). Woman on Sale for `2,000. [Ad on popular portal] *The Times of India* (published on 30 October 2013). Available at http://timesofindia.indiatimes.com/india/Ad-on-popular-portal-Woman-on-sale-for-Rs-2000/articleshow/24898237.cms (Accessed on 25 December 2014).

Halder, D. (2011). Information Technology Act and cyber terrorism: A critical review. In P. Madhava Soma Sundaram, & S. Umarhathab (Eds.), *Cyber Crime and Digital Disorder* (pp. 75–90). Tirunelveli, India: Publication Division, Manonmaniam Sundaranar University.

———. (2012). 'Gagging the right to digital communication for girls', 3rd December, 2012. Available at http://debaraticyberspace.blogspot.com (Accessed on 26 December 2014).

———. (2013). Examining the scope of Indecent Representation of Women (Prevention) Act, 1986, in the light of cyber victimization of women in India. *National Law School Journal, 11*, 188–218.

Halder, D., & Jaishankar, K. (2008) Cyber crimes against women in India: Problems, perspectives and solutions. *TMC Academy Journal, Singapore*, *3*(1), 48–62.

———. (2009). Cyber socializing and victimization of women. *Temida—The Journal on Victimization, Human Rights and Gender*, *12*(3), 5–26.

———. (2011a). Cyber gender harassment and secondary victimization: A comparative analysis of US, UK and India. *Victims and Offenders, 6*(4), 386–398.

———. (2011b). *Cyber crime and the victimization of women: Laws, rights, and regulations*. Hershey, PA: IGI Global.

Halder, D., & Jaishankar K. (2013). Revenge porn by teens in the United States and India: A socio-legal analysis. *International Annals of Criminology, 51*(1–2), 85–111.

———. (2014a). Online victimization of Andaman Jarawa tribal women: An analysis of the 'human safari' YouTube Videos (2012) and its effects. *British Journal of Criminology, 54*(4), 673–688.

———. (2014b). Teen sexting: A critical analysis on the criminalization vis-à-vis victimization conundrums. *The Virtual Forum Against Cybercrime (VFAC) Review*, *1*(6), 26–43.

Jaishankar, K. (2009). Sexting: A new form of victimless crime. *International Journal of Cyber Criminology, 3*(1), 21–25.

Kim, N. S. (2009). Website Proprietorship and Online Harassment, *UTAH Law Review, 3*, 995–1059. (10 Feb 2011). Available at http://epubs.utah.edu/index.php/ulr/article/view/248/220.

Rahman, H. (2008). Interactive multimedia technologies for distance education in developing countries. In P., Margherita (Ed.), *Encyclopedia of Multimedia Technology and Networking*, Second Edition: Volume 3 Hershey, PA: IGI Global.

Saha, T., & Srivastava, A. (2014). Indian Women at Risk in the Cyber Space: A Conceptual Model of Reasons of Victimization. *International Journal of Cyber Criminology, 8*(1), 57–67.

Sibertin-Blanc, C. (1993). A client-server protocol for the composition of Petri nets, in Application and Theory of Petri Nets 1993: 14th International Conference Chicago, Illinois, USA, 21–25 June, 1993. Proceedings, Springer, pp. 377–396. DOI 10.1007/3-540-56863-8_57 (accessed on 26 December 2014).

Vijaykumar, S. (2014). Flip(ped)kart. *The Hindu* (published on October 7, 2014). Available at http://www.thehindu.com/business/Industry/flippedkart/article6476414.ece?homepage=true (Accessed on 25 December 2014).

२ सायबर स्पेसमध्ये भाषण आणि अभिव्यक्ती स्वातंत्र्य

जून २००० मध्ये मनीष कथुरिया हे नाव जवळपास सर्व वृत्तवाहिन्या, छापील माध्यमे आणि इंटरनेटवरही झळकले. रितू कोहली या तिशीतील महिलेचा 'छळ' केल्याबद्दल त्याला अटक करण्यात आली होती.[१] या प्रकरणात कुठला योग्य कायदा लागू करता येऊ शकतो, या संदर्भात पोलीस आणि न्यायालये पूर्णपणे गोंधळल्याने एक अद्वितीय अशी परिस्थिती निर्माण झाली होती. या प्रकरणाकडे तीन विशिष्ट कारणांमुळे लक्ष पुरविणे गरजेचे होते: (i) *त्रास देण्याचे माध्यम:* यामध्ये कथुरियाने कोहलीचे नाव वापरून संकेतस्थळांवर केलेल्या चॅट सत्राचा समावेश होता. यामध्ये कथुरियाने कोहलीचा दूरध्वनी क्रमांक प्रसृत केल्याचाही समावेश होता. त्यामुळे कोहलीला अश्लील फोन येणे सुरू झाले. (ii) *पीडनाचे स्वरूप:* भारताच्या गुन्हेगारी न्याययंत्रणेच्या इतिहासात हे पहिलेच असे प्रकरण होते, ज्यामध्ये पीडितेला त्रास देणाऱ्या व्यक्तीने नेहमीच थेट संपर्क साधला नाही; पण, त्रास देणाऱ्या व्यक्तीने उद्युक्त केल्याने इतरांद्वारे तिला दूरध्वनीवरून संपर्क केला जात होता. तसेच, तिच्या डिजिटल ओळखीचा, या अंतर्गत ई-मेल आयडी आणि वेबसाइट लॉग-इन आयडीचाही तिच्या संमतीविना वापर केला गेला. (iii) *कायदा:* सन २००० मध्ये आयटी कायदा प्रस्तावित केला गेला असला, तरी या विशिष्ट खटल्यामध्ये गुन्ह्याची नोंद होताना किंवा नंतरच्या वर्षांमध्ये या कायद्यातील तरतुदींचा वापर करण्यात आला नाही. याचे कारण म्हणजे कथुरियाने जे केले, ते आयटी कायद्यानुसार गुन्हा म्हणून ग्राह्य धरले जात नव्हते. असे असले तरी भारतीय दंड संहितेच्या कलम ५०९ अंतर्गत या खटल्याची नोंद करण्यात आली. या अंतर्गत कुठलाही शब्द, हावभाव अशा कुठल्याही प्रकारे महिलेचा विनयभंग होत असेल, तर शिक्षेची तरतूद केली आहे. भारतातील पहिले सायबर स्टॉकिंग प्रकरण[२] म्हणून कोहली प्रकरणाचा नेहमीच उल्लेख केला जातो; पण, कोहलीचे प्रकरण हे केवळ सायबर स्टॉकिंगचेच प्रकरण नव्हते, हे या पुस्तकातील नंतरच्या प्रकरणातील चर्चांमधून दिसेल. यामध्ये आणखी काही घटकांचा समावेश होतो: ओळखीची चोरी (आयडेंटिटी थेफ्ट), बनावट अवताराची निर्मिती इत्यादी.

---

[१] खटल्याच्या सविस्तर माहितीकरिता स्टाफ रिपोर्टर (२०००) पहा. दिल्लीतील पहिला सायबर लैंगिक गुन्हा, *'द हिंदू'* मध्ये १८-६-२००० मध्ये प्रसिद्ध, http://www.thehindu.com/thehindu/2000/06/18/stories/ 14182186.htm (१२ मार्च २०१५ रोजी प्राप्त केले) या ठिकाणी उपलब्ध.

[२] उदाहरणादाखल संकेस्थळांवर उपलब्ध असलेली काही अभ्यास सामग्री पहा. यात http://www.nalsarpro.org/CL/Modules/Module4/CHAPTER_6.pdf या संकेतस्थळाचाही समावेश होतो.

२००४ मध्ये, रवी राज, या आयआयटी खरगपूरच्या विद्यार्थ्याने १२५ रुपयांना एमएमएस व्हीडिओ विक्रीसाठी ठेवला. Baazee.com प्रकरणाच्या निकालात उद्धृत केल्यानुसार, 'इलेक्ट्रॉनिक संकेतस्थळ' Baazee.com ला भेट दिली तेव्हा संकेतस्थळावरील वस्तूचे खालील प्रकारचे वर्णन होते: 'आइटम २७८७७४०८-डीपीएस गर्ल्स हॅविंग फन!!! पूर्ण व्हीडिओ + बाझी पॉईंट्स'. किंमत १२५ रुपये. 'विक्रेत्या'च्या तपशिलात स्तंभात नाव दाखवले होते: 'ॲलिस एलेक' आणि ठिकाण: 'खरगपूर'. विक्रेत्याला २१ जुलै २००४ पासून सदस्य दाखवले गेले होते. वस्तूच्या वर्णनावर क्लिक केल्यावर, सूचीत वाचायला मिळते: डीपीएस गर्ल्स हॅविंग फन!!! पूर्ण दिल्लीत खळबळ करणारी आणि आता पूर्ण देशात चर्चेचे मुख्य केंद्र बनलेली चित्रफित तुम्हाला पाहायची आहे का? हो, तर तुम्ही वाट कशाची बघता आहात!!!! या उत्पादनाकरिता फक्त मागणी नोंदवा आणि काही तासांतच तुम्हाला ते वितरित केले जाईल. ही चित्रफित डीपीएस आरके पुरम येथील मुलीची होती. तिच्या प्रियकराने अत्यंत कामोत्तेजक स्थितीत ती चित्रित केली होती. कृपया नोंद करा: ही सुमारे २.३० मिनिटांची चित्रफित तुम्हाला ई-मेलला ॲटॅच करून पाठवली जाईल...' (परिच्छेद ३.३, अविनाश बजाज विरुद्ध राज्य, २००८)[३] ही चित्रफित सूचीमध्ये टाकल्यानंतर काही दिवसांतच, ज्यांनी ही जाहिरात नंतर बंद केली आहे, याची सूचना मिळण्याआधी इतर संकेतस्थळांवरील काही व्यक्तींनी या आयटमची (उत्पादनाची) खरेदी केली. अशी एमएमएस फितीची विक्री होत असल्याची माहिती मिळाल्यानंतर, दिल्ली पोलिसांनी माहितीचा पहिला अहवाल (एफआयआर) बनवला आणि तपासास सुरुवात केली. त्याच वेळी दिल्लीस्थित एका वृत्तपत्रानेही डीपीएस येथील मुलीच्या पॉर्नोग्राफी एमएमएसची संकेतस्थळाच्या माध्यमातून विक्री होत असल्याबाबतचे वृत्त प्रसिद्ध केले. पोलिसांनी नंतर रवी राज आणि अविनाश बजाजलाही विशेषतः भारतीय दंड संहितेच्या कलम २९२ (अश्लील पुस्तके, प्रकाशनांची विक्री इत्यादींकरिता शिक्षा), २९४ भारतीय दंड संहिता (इतरांसाठी संतापजनक अश्लील कृती आणि गाण्यांकरिता शिक्षा) आणि आयटी कायदा, २००० चे कलम ६७ (अश्लील साहित्याच्या प्रसिद्धीसाठी शिक्षा) याअंतर्गत अटक केली. तपासामध्ये आणखी आढळले की चित्रफित एका अल्पवयीन मुलाने रवी राजला पाठविली होती. त्याला नंतर शाळेतून निलंबित करण्यात आले. मात्र, या मुलाविरुद्ध खटला चालविल्याचे कुठलेही वृत्त नव्हते (हालदर आणि जयशंकर, २०१३, पृ. १००–१०१).

२०१२ मध्ये, पर्यटक, टूर ऑपरेटर, पोलीस यांच्या सांगण्यावरून नृत्य करणाऱ्या अंदमानच्या जारवा महिलांच्या चित्रफितींच्या वितरणाबाबत बीबीसीचे पत्रकार गेथिन

---

[३] दिल्लीचे अविनाश बजाज विरुद्ध राज्य (एन. सी. टी.) पहा. 2005 CompLJ364 (Del), 116(2005) DLT427, 2005(79) DRJ576. पूर्ण निकालाकरिता पहा. http://indiankanoon.org/doc/309722/ (२० मार्च २०१५ रोजी प्राप्त केले) या ठिकाणी उपलब्ध.

चेंबरलिन यांनी एक संवेदनशील वृत्त प्रसिद्ध केले. सामाजिक माध्यमे, विशेषतः यू-ट्यूब माध्यमातून चित्रफिती व्हायरल झाल्या. आजही सर्च इंजीनवर अंदमान जारवा नृत्य, आदिवासी नृत्य, अंदमानचे अश्लील नृत्य इत्यादी या शब्दांनी शोध घेतला तर अंदमानच्या जारवा महिलांच्या त्या चित्रफिती दिसू शकतील. आदिवासी गाण्यावर अंगविक्षेप करताना त्यांचे (चित्रफितीतील महिला या त्यांच्या आदिवासी पेहरावात होत्या आणि अर्धनग्न होत्या) चित्रण झाले होते. पाच ते आठ मिनिटांपेक्षा अधिक लांबीच्या या चित्रफिती नाहीत; पण, या महिलांच्या नीतिमत्तेचे खच्चीकरण करण्यासाठी या चित्रफिती लैंगिक टॅगलाइनसह इंटरनेटवर अद्यापही फिरत आहेत आणि या चित्रफितींवर अनेकांनी अश्लील, आक्षेपार्ह आणि असभ्य शब्दांत प्रतिक्रिया व्यक्त केल्या आहेत (हालदर आणि जयशंकर, २०१४).

काल्की सुब्रह्मण्यम, एक लिंगपरिवर्तित कार्यकर्त्या आणि लिंगपरिवर्तित नागरिकांसाठी कार्य करणाऱ्या सहोदरी या संघटनेच्या संस्थापिका. यांनी त्यांच्याबरोबर अश्लील लैंगिक चॅट करू इच्छिणाऱ्या पुरुषांना त्यांचा वैयक्तिक फोन नंबर देण्यास नकार दिल्यामुळे त्यांना त्यांच्या सोशल मीडियाच्या (सामाजिक माध्यमाच्या) प्रोफाइलमध्ये लोकांकडून धमकावणी आणि छळवणुकीचा अनुभव आला.[४]

या सर्व घटनांमध्ये आक्षेपार्ह भाषणाचे घटक आहेत. यांसारख्या काही आक्षेपार्ह भाषणांची भारतीय कायद्याने दखल घेतली आहे, तर काहींची दखल घेतलेली नाही. प्रश्न हा आहे की इंटनेटवरील महिलांविरोधातील गुन्हे म्हणून या घटनांनी सामान्य लोकांबरोबरच संशोधकांनांही का आकर्षून घेतले? या ठिकाणी चर्चा केलेल्या एखाद्या किंवा सर्व चार उदाहरणांसारख्या घटना भारतातील शेकडो महिला आणि मुलींबाबत दररोज घडत असतात. सहलीच्या किंवा पर्यटनाच्या ठिकाणी, सार्वजनिक स्नानगृहे, कपड्यांच्या दुकानातील ट्रायल रूम्स, हॉटेल किंवा अगदी न्यायालयातील प्रसाधनगृहांत गुप्त कॅमेऱ्याने किंवा मोबाइल फोनमधील कॅमेऱ्याने महिलांना टिपले जाते. लक्षावधींची लैंगिक तुष्टी करण्यासाठी इंटरनेट, डिजिटल संप्रेषण तंत्रज्ञानावर अशी अश्लील छायाचित्रे पूर्णपणे पसरली आहेत. त्यातील अनेक जण महिलांच्या प्रतिष्ठेचे नुकसान व्हावे, या हेतूने जाणीवपूर्वक करतात आणि ते विविध स्वरूपातील रिव्हेंज पॉर्न असू शकतात (हालदर, २०१३). अशी छायाचित्रे, मग ती रिव्हेंज पॉर्न सामग्री किंवा अश्लील व्हायरल झालेल्या चित्रफिती किंवा बलात्काराच्या चित्रफिती असोत, त्या अगणित मानवी संवेदना व्यक्त करतात. अशा चित्रफिती किंवा त्यांच्या प्रसारामुळे पीडितेच्या मानसिक स्थितीचे गंभीर नुकसान होऊ शकते, या वास्तवाकडे दुर्लक्ष

[४] या संदर्भात लेखकाने काल्की यांची २०१४ मध्ये मुलाखत घेतली आणि नंतर खात्री केली, की एकदा नाही तर सातत्याने त्यांना आणि त्यांच्या दुसऱ्या लिंगपरिवर्तित मैत्रिणींना त्यांच्या सामाजिक माध्यमांच्या प्रोफाइलवर असे त्रास देणारे संदेश यायचे.

करून काही जण त्यांचा जागरूकतेसाठी प्रसार करतात; काही जण लैंगिक आनंदाचे की एखाद्याला ते निरपराधी पीडितेच्या वेदनेच्या, भीतीच्या किंवा काही प्रकरणात तिच्या देहाच्या दिसणाऱ्या खासगी भागाच्या कल्पनेने मिळते, आदानप्रदान करण्यासाठी प्रसार करतात; काही चित्रफिती किंवा छायाचित्रांना अधिक रंजक बनवण्यासाठी त्यांच्याबरोबर मजकूरही असतात.

ट्रोल्स, नराधम, सोडलेले प्रियकर, सोडलेले नवरे, सासरकडील माणसे, क्षुब्ध नातेवाईक, इंटरनेटवर अपमानास्पद, बदनामीकारक, अपमानकारक आणि द्वेषमूलक भाषणे असणारे ईर्ष्या असणारे सहकारी महिलांना लक्ष्य करतात. महिला आणि मुली इंटरनेटशी जोडल्या गेल्या नसतील, तेव्हाही त्यांचा अनावश्यक फोन कॉल आणि एमएमएस यांद्वारे छळ आणि स्टॉकिंग (पाठलाग) होऊ शकतो. यातून कुठल्याही प्रकारच्या दूरसंचार सेवांच्या, अगदी त्यांच्या स्वतःच्या पालकांशी, शिक्षकांशी बोलणे किंवा डिजिटल दूरसंचार (टेलिकम्युनिकेशन) सेवेच्या माध्यमातून उपलब्ध होणारी कुठल्याही प्रकारची माहिती मिळवणे, यांच्या वापरापासून महिला पूर्णपणे प्रतिबंधित होण्यासारखी गंभीर समस्या पुढे निर्माण होऊ शकते.[५] इंटरनेटवरील भाषण आणि अभिव्यक्ती स्वातंत्र्याच्या अयोग्य हाताळणीच्या माध्यमातून महिला आणि मुलींच्या हक्कांच्या होणाऱ्या उल्लंघनाचे दोन प्रकार आपण आता पाहणार आहोत. ते आहेत (i) मूलभूत मानवी हक्कांचे उल्लंघन. यामध्ये राज्यघटनेतील अनुच्छेद १४ अंतर्गत हमी दिलेल्या समानतेचा हक्क आणि राज्यघटनेच्या अनुच्छेद २१ अंतर्गत हमी दिलेल्या प्रतिष्ठेने जगण्याच्या हक्काचा समावेश होतो. आणि (ii) माहिती करून देण्याच्या अधिकाराचा भंग. आश्चर्याची गोष्ट म्हणजे, श्रेया सिंघल विरुद्ध भारतीय संघराज्याच्या कलम ६६ए बाबतचे निर्णय घेताना सर्वोच्च न्यायालयाने मुक्त भाषणाद्वारे माहितीच्या अधिकारावर महत्त्व दिले, पण, त्याच वेळी एका मोठ्या त्रुटीकडे पूर्ण दुर्लक्ष झाले. ही त्रुटी म्हणजे इंटरनेटवर आणि इंटरनेटच्या माध्यमातून महिलांच्या पीडनाबाबत होती. या प्रकारचे पीडन इंटरनेटवरील भाषण आणि अभिव्यक्ती हक्काच्या गैरवापराच्या माध्यमातून केले जाते.[६] अशा प्रकारच्या हक्कांचा गैरवापर आणि इंटरनेटवरील अभिव्यक्ती महिलांकरिता अत्यंत धोक्याचे वळण घेऊ शकते. याचे विशेष कारण म्हणजे माहितीचे

---

[५] अधिक माहितीकरता हालदर, डी. (२०१२) पहा. 'मुलींकरिता डिजिटल संप्रेषणाच्या हक्कावर प्रतिबंध लावणे', ३ डिसेंबर २०१२. http://debaraticyberspace.blogspot.com. (२ फेब्रुवारी २०१५ रोजी प्राप्त केले) या ठिकाणी उपलब्ध.

[६] या ठिकाणी एक गोष्ट नमूद केली पाहिजे, की अमेरिकेच्या पहिल्या सुधारणांबद्दलच्या हमीसारखे हे नसून अनुच्छेद, १९ (१)(ए) नुसार भाषण आणि अभिव्यक्ती हक्काची हमी देते. (श्रेया सिंघल विरुद्ध भारतीय संघराज्य प्राधिलेख याचिका (फौजदारी) २०१२ मधील क्र. १६७. http://supremecourtofindia.nic.in/FileServer/2015-03-24_1427183283.pdf (४ मे २०१५ रोजी प्राप्त केले) या ठिकाणी उपलब्ध आणि भाषण स्वातंत्र्याच्या हक्काचे स्पष्टीकरण देण्याची गरज भासेल तेव्हा दोन्हींचा अर्थ वेगळेपणाने तसेच समग्रतेने लावता येईल.

माध्यम म्हणून इंटरनेटचे स्वरूप हे पारंपरिक छापील माध्यमांपेक्षा वेगळे आहे. श्रेया सिंघलच्या प्रकरणात, भारताचे अतिरिक्त सॉलिसिटर जनरल यांनी 'प्रतिबंधाच्या तर्कसंगतीच्या शिथिलीकरणाचा मानक', लागू करण्याकरिता युक्तिवाद केला, इंटरनेटचे खालील विशेष गुणधर्म त्यातून नमूद करण्यात आले:

(१) इंटरनेटला सीमा नाहीत आणि ते विश्वभरात ते पोहोचलेले आहे; त्याचा वापर करणाऱ्यांची संख्या मोठी आहे आणि लोकांना विविध भौगोलिक ठिकाणी बसून छळवणूक, शिवीगाळ पाहता येणे शक्य आहे.

(२) सुशिक्षित तसेच अशिक्षित लोक इंटरनेट आणि त्या माध्यमातून प्रसृत झालेली मिळवू शकतात. कारण आक्षेपार्ह सामग्री डाउनलोड करण्यासाठी केवळ एक क्लिक पुरेसे असते. यामध्ये मजकूर किंवा ध्वनी-चित्र सामग्री; तसेच, अपराधींना कुठलीही अपमानास्पद, प्रक्षोभक, हानिकारक सामग्री अपलोड किंवा पोस्ट करण्याकरिता खूप खर्च करण्याची गरज नसते. मोबाइल फोन किंवा लॅपटॉप किंवा टॅब्लेट यांसारखे एखादे साधे उपकरण—स्मार्ट डिव्हाइस, जे सगळीकडे घेऊन जाता येऊ शकते. त्याचा अपराधी कुठल्याही ठिकाणी बसून कुठल्याही निनावी ओळखीचा वापर करू शकतो. त्यामुळे इंटरनेट हे माध्यम छापील आणि दूरदर्शन माध्यमांच्या तुलनेत अफवा पसरवण्यासाठी आणि कुठल्याही छाननीविना अत्यंत कमी वेळेत असंख्य नागरिकांवर परिणाम करण्यासाठी अधिक चांगले आहे.

(३) इंटरनेटवर पूर्व सेन्सॉरशिप शक्य नाही. कारण अपलोड किंवा पोस्ट करणारी प्रत्येक व्यक्ती प्रकाशक, निर्माती, संचालक किंवा प्रसारक होऊ शकतो.

(४) इंटरनेटमध्ये अत्याधुनिक तंत्रज्ञानाच्या साहाय्याने छायाचित्रांचे रूप बदलण्याची, आवाज बदलण्याची इत्यादी क्षमता आहे. त्याने गंभीर सामाजिक अव्यवस्था निर्माण होऊ शकते.

(५) व्यक्तींच्या खासगीपणावर आक्रमण करण्याची मोठी संधी इंटरनेट देते आणि अनुच्छेद २१ अंतर्गत जी हमी दिलेली आहे, त्या मूलभूत जगण्याच्या, स्वातंत्र्याच्या आणि प्रतिष्ठेच्या हक्कांचे उल्लंघन करते.

(६) इंटरनेटवर, वृत्तपत्रे, टेलिव्हिजन इत्यादींसारख्या माध्यमांत जे शक्य होत नाही, तसे, अज्ञात राहून लैंगिक छळ करणे, इतरांच्या विनयाचे उल्लंघन करणे किंवा विशेषतः सामाजिक अव्यवस्था निर्माण करण्यासाठी अश्लील भाषा वापरणे शक्य होते.

(७) इंटरनेट अपराधींना अज्ञात राहून त्याचे/तिचे हल्ले सुरू ठेवण्यास मदत करते. अपराधींचे अज्ञात स्वरूप केवळ सखोल चौकशीअंती उघड होऊ शकते, जे

गुन्हेगारी न्यायिक यंत्रणेने संबंधित संकेतस्थळांच्या सहकार्याने पार पाडायला हवे असते.

(८) इंटरनेटवर मुक्त भाषण किंवा अभिव्यक्तीचा वापर किंवा इंटरनेट वापराचा ठरावीक नमुना, हा वैयक्तिक दृष्टिकोनावर अवलंबून आहे. यासंबंधी तपासणी आणि संतुलन आणि नैतिक मापदंड यासंबंधी मोठी त्रुटी आहे.[७]

इंटरनेटवरील महिला आणि मुलींविरोधातील गुन्ह्यांचा आपल्याला विचार का करायला हवा, याची जेव्हा चर्चा होते तेव्हा ही निरीक्षणे महत्त्वाची ठरतात.

न्यायालयांनी त्यांच्या अलीकडील विविध निर्णयांत माहितीचा हक्क हा प्रत्येक नागरिकाचा महत्त्वपूर्ण हक्क असल्याचे नमूद केले आहे; पण, विचार करा, महिलांचे बनावट अवतार (हालदर, २०१३)[८] अपराधी तयार करतात, किंवा धमकावणे किंवा ट्रोलिंगच्या रूपातील आक्षेपार्ह मजकुराचा संदेश प्रसिद्ध करतात, तेव्हा कुठल्या प्रकारची माहिती दिली जाते? ही माहिती अनेकांसाठी निश्चितच आवश्यक नसते, पण पीडितेकरिता ती धोकादायक ठरू शकते. दुसऱ्या बाजूला सॉलिसिटर जनरलच्या दुसऱ्या मुद्द्याचा विचार करा: महिला आणि संबंधित सामाजिक निषिद्धतेच्या विरोधातील गुन्ह्यांसंबंधी विस्तृत माहिती आणि दंतकथांमुळे, अनेक समाजांना वाटते की हे पीडितेच्या स्वतःच्या चुकीमुळेच तयार होतात, अनेक खाप पंचायती आणि कुटुंबे महिला आणि मुलींना माहितीचा हक्क देण्यास नकार देतात. सिंघल प्रकरणात भारताच्या सहायक सॉलिसिटर जनरल यांनी मांडलेल्या मुद्द्याचा पुन्हा विचार करू या, ते म्हणतात '...अनुच्छेद १९[१] अंतर्गत भाषण आणि अभिव्यक्ती स्वातंत्र्याचा वापर करण्यासाठी कोणतीही छाननी, संतुलन किंवा नियमन यांच्या नैतिक मापदंडाशिवाय प्रत्येक व्यक्तीच्या व्यक्तिगत दृष्टिकोनावर इंटरनेट पूर्णपणे आधारित आहे.' महिला आणि मुली यांना इंटरनेटवर लक्ष्य करण्याचा विषय येतो, तेव्हा भाषण आणि अभिव्यक्ती स्वातंत्र्याला कुठलीही मर्यादा नसते, असा विचार अनेक जण करीत असल्याचे आपण पाहतो. हे असे असल्यामुळे इंटरनेटवर महिला आणि मुलींविरोधातील आक्षेपार्ह भाषण म्हणजे काय असते आणि ते कसे घडते याविषयी क्वचितच एखाद्याला जाणीव असेल. श्रेया सिंघल विरुद्ध भारतीय संघराज्य प्रकरणात आयटी कायदा, २००० (२००८ मध्ये सुधारित) मधील कलम ६६ए असंवैधानिक असल्याचे सर्वोच्च न्यायालयाने जाहीर केल्यानंतर आम्हाला पत्रकार, संशोधक आणि पोलीस अधिकाऱ्यांसह अनेकांनी विचारले की इंटरनेटवर, विशेषतः महिलांना

---

[७] श्रेया सिंघल निकालातील पृ. २९–३१ पहा. http://supremecourtofindia.nic.in/FileServer/2015-03-24_1427183283.pdf (४ मे २०१५ रोजी प्राप्त केले)

[८] यावर प्रकरण ६ मध्ये सविस्तर चर्चा पहा.

लक्ष्य करणारे आक्षेपार्ह भाषण कसे नियमित करता येईल.[९] समाजहितासाठी भाषणाला नियंत्रित करण्यासाठी अनेक नियम आहेत, हे सांगण्याची गरजच नाही; पण, तरीही हे समजून घेण्यात एक कमतरता आहे, विशेषतः इंटरनेटवर महिला आणि मुलींविरोधातील गुन्ह्यांसंबंधी भाषण आणि अभिव्यक्ती हक्काचे मुक्तपणे वापर करण्याचे नेहमीच स्वागत होत नाही.

इंटरनेटवर महिलांना लक्ष्य करणारे आक्षेपार्ह भाषण आणि अभिव्यक्ती

भारतामध्ये, भाषण आणि अभिव्यक्ती हक्क हा अमर्यादित नाही. अनुच्छेद १९(१)(ए) देण्यात आलेला भाषण आणि अभिव्यक्ती हक्काचा अनुच्छेद १९(२) मध्ये[१०] नमूद केलेल्या आठ मर्यादित अर्थांतर्गत भारतातील न्यायालयाने वेळोवेळी विस्तार केला आहे. आणि यांसारखा सर्वांत ताजा निकाल हा श्रेया सिंघल प्रकरणाचा आहे की जेथे सर्वोच्च न्यायालयाने म्हटले आहे की आयटी कायदा २००० (२००८ मध्ये सुधारित) मधील कलम ६६ए सारखा अस्पष्ट कायदा की जो भाषणाच्या मर्यादांचा आधार स्पष्ट करीत नाही, तो भाषण आणि अभिव्यक्ती हक्काच्या, विशेषतः इंटरनेटवरील भाषणाच्या संदर्भात, वापर करण्याच्या मार्गात उपयोगी ठरत नाही. त्यामुळे न्यायालयाने भाषण आणि अभिव्यक्ती बेकायदा ठरू शकतील, असे निकष निर्दिष्ट केले. या निकषांतर्गत येणारे भाषण आणि अभिव्यक्ती ही आक्षेपार्हही असू शकते; पण, आक्षेपार्ह भाषण नेहमीच बेकायदा असू शकत नाही. या संदर्भातील योग्य उदाहरणाकरिता अमेरिकेमधील अलीकडील एक निकाल घेता येईल: इलॉनिस विरुद्ध संघराज्य अमेरिका,[११] येथे सर्वोच्च न्यायालयाने इलॉनिसच्या बाजूने आपला निकाल सुनावला, सुरुवातीला त्याला फेसबुकवर हिंसात्मक संदेश पोस्ट केल्यामुळे दोषी

---

[९] उदा. या समस्येवर अनेक वृत्त अहवाल प्रसिद्ध झाले आहेत, जेथे, कलम ६६ए असंवैधानिक जाहीर झाल्यानंतर लेखकाच्या मुलाखती घेण्यात आल्या. याविषयी अधिक समजून घेण्यासाठी वृत्त अहवाल पहा. तनेजा, कलम (२०१५). Cyber bullying: Nip it in the bud. २६ मे २०१५ रोजी लाइव्हमिंट ई-पेपरमध्ये प्रसिद्ध. http://www.livemint.com/Leisure/lpQCFqjgETbXachoWRxysO/Cyber-bullying-Nip-it-in-the-bud.html (२ जुलै रोजी प्राप्त केले) या ठिकाणी उपलब्ध; चौधरी, पी. (२०१५). Cry, you nasty trolls. द *टेलिग्राफ* मध्ये २६ एप्रिल २०१५ रोजी प्रसिद्ध. http://www.telegraphindia.com/1150426/jsp/7days/story_16661.jsp (२ जुलै २०१५ रोजी प्राप्त केले) या ठिकाणी उपलब्ध; डेक्कन हेराल्ड (२०१५). Cyber bullying rampant in India, legal vacuum persists. *डेक्कन हेराल्ड* मध्ये १९ एप्रिल २०१५ रोजी प्रसिद्ध. http://www.deccanherald.com/content/472554/cyber-bullying-rampant-india-legal.html (२ जुलै २०१५ रोजी प्राप्त केले) या ठिकाणी उपलब्ध.

[१०] ते आहेत (i) देशाची सुरक्षा, (ii) परकीय देशांशी मैत्रीचे संबंध, (iii) सार्वजनिक व्यवस्था, (iv) शिष्टाचार (v) नैतिकता, (vi) न्यायालयाचा अवमान करण्यासंदर्भातील भाषण, (vii) बदनामी (viii) गुन्हा करण्यासाठी उत्तेजन.

[११] इलॉनिस विरुद्ध संयुक्त राज्य अमेरिका, क्र. १३–९८३. डिसेंबर १, २०१४ रोजी युक्तिवाद केला—जून १, २०१५ रोजी निकाल दिला. http://www.supremecourt.gov/opinions/14pdf/13-983_7l48.pdf (२ जुलै २०१५ रोजी प्राप्त केले) या ठिकाणी उपलब्ध.

ठरवले गेले होते. त्याने त्याच्या विभक्त पत्नीला मारण्याचे कल्पनारंजन केले होते. इलॉनिसविरोधात तिच्याकडे 'संरक्षण आदेश' होता. त्याच्या पोस्ट (त्या कदाचित आता फेसबुकवर सापडणार नाहीत) यांसारख्या होत्याः 'तुझ्यावर वर प्रेम करण्याचा एक मार्ग आहे, पण तुला मारण्याचे हजार मार्ग आहेत'; 'तुझा संरक्षणाचा आदेश गुंडाळ आणि तुझ्या खिशात घाल. बंदुकीच्या गोळीला थांबवण्यासाठी हे पुरेसे आहे का?' त्याचे पत्नीसाठी हानिकारक ठरणारे विचार मांडून तो थांबला नाही, तर त्याने शाळेत गोळीबार करण्याची कल्पना केली आणि नंतर महिला एफबीआय एजंटलाही लक्ष्य केले. निकालामध्ये सूचित केले आहे की इलॉनिसच्या वरिष्ठाला याची माहिती कळली, तेव्हा त्याने त्याला नोकरीवरून काढले आणि एफबीआयलाही सतर्क केले. कारण, शाळांना लक्ष्य करणारे हिंसात्मक संदेश पोस्ट करण्याबरोबरच इलॉनिस त्याच्या कल्पनारंजनातून त्यांच्या विभागीय कर्मचाऱ्यांनाच लक्ष्य करीत असल्याच्या कारणावरून कदाचित त्याने केलेल्या पोस्टवर त्यांनी देखरेख ठेवण्यास सुरुवात केली आणि नंतर त्याला १८ यूएससी कलम ८७५(सी) अंतर्गत (यात म्हटले आहे की 'जो कुणी आंतरराज्य किंवा परदेशी व्यापारामध्ये, कुठल्याही व्यक्तीचे अपहरण करण्याची कुठलीही धमकी किंवा इतर कुठल्याही व्यक्तीला इजा पोहोचवण्याविषयी कुठल्याही धमकीचा समावेश असलेल्या संप्रेषणाचा प्रसार करतो, त्याला याअंतर्गत दंड आकारण्यात येईल किंवा पाच वर्षांपर्यंत तुरुंगवास किंवा दोन्ही होईल.') दोषी ठरवले. सर्वोच्च न्यायालयाचा निकाल इंटरनेटवर प्रसिद्ध झाल्यानंतर संबंधित जणांनी त्यावर आपले स्वतःचे विचार आणि मते प्रसिद्ध केली. तर, काही जणांना वाटले की या निकालाने इंटरनेटशी संबंधित भाषण स्वातंत्र्याची मूल्ये पुन्हा स्थापित झाली, काहींनी महिलांच्या सुरक्षेबाबत, विशेषतः घरगुती गैरवर्तन प्रकरणांत चिंता व्यक्त केली. अगदी अचूकपणे सांगायचे झाले, तर न्यायालयाला वाटले की इलॉनिसच्या पोस्ट हे त्याचे वैयक्तिक विचार होते आणि या पोस्ट स्पष्टपणे त्याच्या पत्नीला धमकीच्या संदेश देणाऱ्या वाटल्या किंवा या संदेशातून शाळेतील गोळीबाराकरिता त्याची इच्छा उघड होत असली किंवा महिला एफबीआय एजंटला नुकसान पोहोचवावेसे वाटले, तरी या धमक्या प्रत्यक्ष आयुष्यात अमलात आणण्याचा वक्त्याचा (इलॉनिस) व्यक्तिगत हेतू सिद्ध करण्यात सरकार अपयशी ठरले. यावर शेमाली आणि फ्रँक (२०१५) यांनी मुद्दा उपस्थित केला की 'वक्त्याला त्याच्या हेतूने काय साध्य करायचे होते, याबाबत खरा धोका सुरू झाला होता, असे न्यायालयाने सांगितले नसले, तरी हा निकाल सूचित करतो की धोका कशापासून तयार होतो, याबद्दलची कटिबद्धता वक्त्यावर अवलंबून असते, ते पाहणाऱ्यावर नाही.'[१२]

---

[१२] पहा शेमाली आणि फ्रँक्स, Supreme Court may have online abuse easier, ३ जून २०१५ रोजी प्रसिद्ध. http://time.com/3903908/supreme-court-elonis-free-speech/?xid=tcoshare (३ जुलै २०१५ रोजी प्राप्त केले) या ठिकाणी उपलब्ध.

आमचे लक्ष या विशिष्ट निकालाकडे आकर्षित झाले कारण इलॉनिस हा महिलांना (त्याची पत्नी आणि महिला एफबीआय एजंट) आणि मुलांना (शाळेतील गोळीबारासंदर्भात त्याने केलेल्या पोस्टचा विचार करा) प्रत्यक्षात लक्ष्य करीत होता. त्यांच्या सविस्तर निकालात, हे पाहता येईल की न्यायालयाला इलॉनिसच्या बचावाबद्दलची खात्री पटली आहे, जेथे त्याने म्हटले आहे की त्याने प्रत्यक्षात ते संदेश उडत्या चालीच्या गाण्याच्या धर्तीवर पोस्ट केले होते; त्याच्या पोस्ट या थेट धमक्या नव्हत्या की ज्या अमलात आणल्या गेल्या होत्या, जसे की ब्लॉगर अभिजित रॉयसह इतर अनेकांच्या निर्दयी हत्या किंवा हल्ल्यांच्या बाबतीत केल्या गेल्या होत्या, ज्यामध्ये कट्टरतावादी अतिरेक्यांनी त्याला धमकीवजा संदेश दिले होते आणि त्याला अंतिमतः बांगला देशात मारण्यात आले होते.[१३] हे नमूद केले पाहिजे की हा निकाल श्रेया सिंघल निकालानंतर आला, ज्यामुळे कलम ६६ए रद्द करण्यात आले की जो भाषणावर नियंत्रण आणणारा कायदा म्हणून कुप्रसिद्ध होता. भविष्यात, इलॉनिससारखे इतर अनेक भारतीय निकाल आपल्याला पाहायला मिळतील जेथे न्यायालय आक्षेपार्ह भाषणाची अवैधता तक्रारदारावरील, समाजावरील त्याच्या एकूण परिणामकारकतेच्या आणि अनुच्छेद १९(१)(ए) ला अपवाद ठरणाऱ्या आठ मुद्द्यांच्या आधारावर ठरवू शकते. कारण अमेरिकेप्रमाणे भारतामध्येही, आक्षेपार्ह भाषण बेकायदा ठरण्यासाठी, विशेषतः अश्लील समजले जात असेल, तर त्यासाठी समकालीन समुदाय दर्जा चाचणीसह विविध चाचण्यांमधून जाणे गरजेचे असते. मात्र, हे गृहीत धरावे की न्यायालयांनी महिलांच्या तक्रारींच्या स्थितीचा भारतीय दृष्टिकोनातून पूर्ण विचार केला नाही तर तत्सम निर्णयांचे परिणाम विनाशकारी होण्याची शक्यता आहे.

हे नमूद केले पाहिजे की भारतामध्ये आक्षेपार्ह भाषणाची एकसमान व्याख्या नाही. हालदर (२०१५) यांनी आक्षेपार्ह भाषणासाठी 'वाईट बोलणे' अशी संज्ञा वापरली आहे आणि ती खालीलप्रमाणे स्पष्ट केली आहे:

> द्वेषयुक्त भाषण, असभ्य भाषण इत्यादींवर व्यापक संशोधन आणि ऑनलाइन पीडनाकडे वाढीचा कल यांचा विचार करता, यात सायबर धमकावणी, ट्रोलिंग, फिशिंग, व्हिशिंग, स्मिशिंग, बनावट अवताराची निर्मिती, सायबर स्टॉकिंग, ग्रूमिंग, वैयक्तिक माहिती फोडून गोपनीयतेचे उल्लंघन इत्यादी दिशाभूल संप्रेषणाच्या आधारे हॅकिंग इत्यादींचा समावेश होतो. ऑनलाईन संप्रेषण किंवा भाषण पीडनाच्या अशा सर्व प्रकारांत महत्त्वाची भूमिका

[१३] हा परिच्छेद यापूर्वी पहिल्या मुख्य लेखकाच्या ब्लॉगमध्ये प्रसिद्ध झाला होता. मुख्य लिखाण पाहायचे असेल, तर पहा हालदर, डी. (२०१५), 'The Elonis decision: Why would Indian women feel bothered?' ६ जून २०१५ रोजी प्रसिद्ध, http://debaraticy-berspace.blogspot.com (२ जुलै २०१५ रोजी प्राप्त केले.) या ठिकाणी उपलब्ध.

बजावते हे इथे दिसून येते. अशा भाषणाला 'वाईट बोलणे' असे म्हटले जाऊ शकते. आकृती २.१ मधील ग्राफिकच्या माध्यमातून ते स्पष्ट केले जाऊ शकते.

'वाईट बोलणे' ही संज्ञा त्यामुळे अशी स्पष्ट करता येईल की बोलणे किंवा भाषण, ज्यांच्यापर्यंत ते पोहोचते त्यांची जे छळवणूक करतात किंवा जे सामूहिक हिंसेसारख्या, ज्यामुळे सामूहिक हत्या, धार्मिक किंवा वांशिक दंगली इत्यादी होऊ शकतात, हिंसक कृतींसाठी लोकांना उत्तेजित करते, किंवा जे प्रत्यक्षात दहशतवादाला मदत करू शकते. मी याला 'वाईट बोलणे' म्हणतो कारण असे भाषण नकारात्मक भावनिक उत्तेजना तयार करू शकते. एखादी व्यक्ती वाईट स्पर्शाचा अनुभव घेते तेव्हाही असेच होण्याची शक्यता असते.[१४]

आकृती २.१ 'वाईट बोलण्या'चे स्वरूप

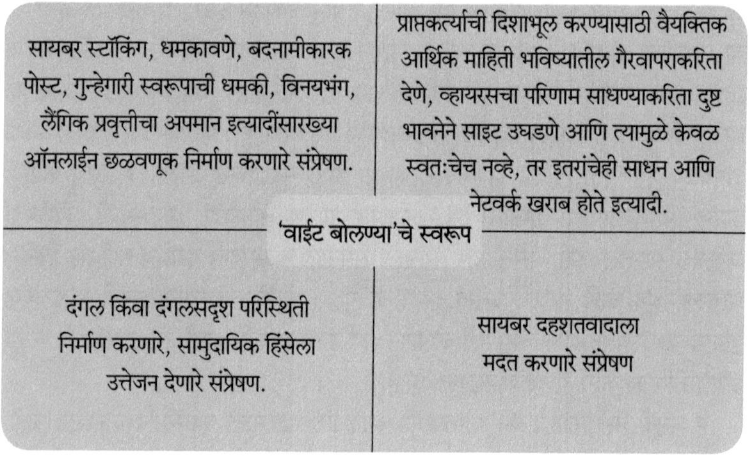

स्रोत: लेखक.

हे नमूद करणे गरजेचे आहे की 'वाईट बोलणे' ही संज्ञा आक्षेपार्ह भाषणास समानार्थी म्हणूनही वापरता येऊ शकते आणि नमूद केलेल्या व्याख्येनुसार 'वाईट बोलण्या'च्या वैशिष्ट्यानुसार ते आक्षेपार्ह भाषण परिभाषित करण्यासाठीही लागू ठरते.

महिलांविरोधातील आक्षेपार्ह भाषणाचे आकृतिबंध

भारतीय कायद्यांतर्गत, आंतरवैयक्तिक आक्षेपार्ह भाषण आणि अभिव्यक्तीच्या काही श्रेणी बेकायदा म्हणून ओळखल्या जातात. राज्यघटनेतील अनुच्छेद १९(२) अंतर्गत प्रतिबंधित

[१४] हालदर, डी. (२०१५). कलम ६६ए चे एक पूर्वव्यापी विश्लेषण: इंटरनेटवरील 'वाईट बोलण्या'चे नियमन करण्यासाठी माहिती तंत्रज्ञान कायद्यातील कलम ६६एचा पुनर्विचार करणे शक्य आहे का? *इंडियन स्टुडंट लॉ रिव्ह्यू*, १ (१), ९८–१२८.

भाषण श्रेणीतून त्या आल्या आहेत आणि यातील काही लिंगविशिष्ट असतात, तर काही नसतात; या खालीलप्रमाणे:

(i) *अश्लील भाषण:* अश्लील भाषणाला आणि अभिव्यक्तीला अश्लील म्हणण्याचे मुख्य मार्गदर्शक तत्त्व भारतीय दंड संहितेतील कलम २९२ ने स्थापित झाले आहे. जर ते कामुक किंवा लैंगिक इच्छांना आवाहन करणारे असेल किंवा त्याचा परिणाम—किंवा (ज्या ठिकाणी दोन किंवा अधिक वेगळ्या प्रकारच्या घटकांचा समावेश असतो) त्याच्या कुठल्याही घटकाचा परिणाम—हा, पूर्णपणे पाहता, जसे की व्यक्तींना भ्रष्ट आणि अनैतिकतेकडे प्रवृत्त करण्यासाठी की जे, सर्व संबंधित परिस्थितीच्या संदर्भात, त्यातील अंतर्भूत किंवा समाविष्ट बाबींना वाचण्याची, पाहण्याची किंवा ऐकण्याची शक्यता असते. त्यामुळे, अश्लील भाषण आणि अभिव्यक्तीला माहिती तंत्रज्ञान कायद्यातील कलम ६७ सह विविध नियमनांतर्गत बेकायदा ठरवले गेले आहे.[१५]

(ii) *कामोत्तेजक स्वरूपातील किंवा लैंगिकदृष्ट्या छळवणुकीच्या रूपातील भाषण किंवा अभिव्यक्ती:* इंटरनेटवरील कामोत्तेजक कृतींचे, भाषणांचे आणि अभिव्यक्तीचे आयटी कायदा, २००० (२००८ मध्ये सुधारित) मधील कलम ६७ए नियमन करते.[१६] या श्रेणीत येऊ शकणारे काही निकाल भाषणाचे आणि

---

[१५] माहिती तंत्रज्ञान कायदा, २००० (२००८ मध्ये सुधारित) मधील कलम ६७ए द्वारा इलेक्ट्रॉनिक स्वरूपातील अश्लील सामग्रीच्या प्रसिद्धीसाठी किंवा प्रसारासाठी शिक्षेची तरतूद केली आहे. त्यात म्हटले आहे, 'कुणीही इलेक्ट्रॉनिक स्वरूपातील प्रसिद्धी केली किंवा प्रसार केला किवा प्रसिद्धीसाठी कारणीभूत ठरले, कुठलीही सामग्री की जी अश्लील किंवा कामुक भावनांना आवाहन करते किंवा त्याचा परिणाम व्यक्तींना भ्रष्ट आणि अनैतिकतेकडे प्रवृत्त करण्यासाठी, की जे, सर्व संबंधित परिस्थितीच्या संदर्भात, त्यातील अंतर्भूत किंवा समाविष्ट बाबींना वाचण्याची, पाहण्याची किंवा ऐकण्याची शक्यता असते, त्यांना शिक्षा दिली जाईल, जी व्यक्ती पहिल्यांदा दोषी ठरले, तर दोन ते तीन वर्षांपर्यंतचा तुरुंगवास आणि पाच लाख रुपयांपर्यंतचा दंड होऊ शकतो आणि दुसऱ्यांदा किंवा त्यानंतर दोषी ठरले, तर पाच वर्षांपर्यंतचा तुरुंगवास आणि दहा लाख रुपयांपर्यंतचा दंड होऊ शकतो.'

[१६] माहिती तंत्रज्ञान कायदा, २००० (२००८ मध्ये सुधारित) मधील कलम ६७ ए इलेक्ट्रॉनिक स्वरूपातील अश्लील सामग्रीच्या प्रसिद्धीसाठी किंवा प्रसारासाठी इत्यादी शिक्षेची तरतूद केली आहे. त्यात म्हटले आहे, 'कुणीही इलेक्ट्रॉनिक स्वरूपातील प्रसिद्धी केली किंवा प्रसार केला किवा प्रसिद्धीसाठी किंवा प्रसारासाठी कारणीभूत ठरले, कुठलीही सामग्री की ज्यामध्ये कामोत्तेजक कृती किंवा आचरणाचा समावेश असतो, त्यांना शिक्षा दिली जाईल, ज्यायोगे पहिल्यांदा दोषी ठरले, तर पाच वर्षांपर्यंतचा तुरुंगवास आणि दहा लाख रुपयांपर्यंतचा दंड होऊ शकतो आणि दुसऱ्यांदा किंवा त्यानंतर दोषी ठरवले गेले, तर सात वर्षांपर्यंतचा तुरुंगवास आणि दहा लाख रुपयांपर्यंतचा दंड होऊ शकतो.' याला अपवादाच्या मुद्द्यात म्हटले आहे: 'हा विभाग आणि विभाग ६७ इलेक्ट्रॉनिक स्वरूपातील कुठलेही पुस्तक, पत्रक, पेपर, लेखन, चित्रकला, रंगकला, आकृतीचे सादरीकरण यांना लागू नाही.'–(i) असे पुस्तक, पत्रक, पेपर, लेखन, चित्रकला, रंगकला, आकृतीचे सादरीकरण हे विज्ञान, साहित्य, कला किंवा शिकणे किंवा इतर सामान्य वस्तूंच्या संबंधी हिताच्या असतात; या आधारावर याची प्रसिद्धी सार्वजनिक हितासाठी असल्याचे सिद्ध झाले आहे किंवा (ii) ज्या धार्मिक हेतूंसाठी प्रामाणिकपणे ठेवलेल्या असतात किंवा वापरल्या जातात.'

अभिव्यक्तीचे स्वरूप स्थापित करणारे असले,[१७] तरी या प्रकारचे भाषण आणि अभिव्यक्ती अश्लील भाषण आणि अभिव्यक्ती यांपेक्षा वेगळ्या असू शकतात. येथे नमूद करण्याची गरज आहे की दिलेले दोन्ही नियम हे लिंगभेद करीत नसले तरी; काही कायदे असे आहेत की जे अश्लील आणि कामोत्तेजक भाषण आणि आक्षेपार्ह भाषणास लैंगिक छळवणुकीच्या स्वरूपात लिंगविशिष्ट बनवतात. यात भारतीय दंड संहितेतील कलम ३५४ए(१),[१८] आणि या विभागातील जवळपास पुन्हा त्याच ओळीत, महिलांची कार्यालयीन ठिकाणी होणारी लैंगिक छळवणूक (रोखणे प्रतिबंध, आणि निवारण) कायदा (२०१३) च्या कलम २(एन), ज्या ठिकाणी विशेष प्रकारचे भाषण आणि अभिव्यक्ती यांना लैंगिकदृष्ट्या छळवणुकीच्या श्रेणीमध्ये गणले जाते. यामध्ये अश्लील टिप्पणी करणे, महिलांना पॉर्नोग्राफी (अश्लील साहित्य) दाखवणे, लैंगिक मुभांसाठी विचारणा करणे, इत्यादींचा समावेश होतो. भारतीय दंड संहितेचे कलम कलम ३५४सी[१९] कुठलेही विशिष्ट असे भाषण किंवा अभिव्यक्ती दर्शवित नाही, पण परपीडानंदाची (व्हॉएरिझम) विकृती आणि वितरण, याचेच इंटरनेटवर किंवा इतर कुठल्याही माध्यमांत इत्यादी प्रसिद्धी आणि निर्मिती सूचित करते. हे अवश्य नमूद केले पाहिजे की लैंगिक गुन्ह्यांपासून मुलांचे संरक्षण

---

[१७] या विषयावर नंतरच्या प्रकरणात सविस्तर चर्चा पहा.

[१८] भारतीय दंड संहितेतील कलम ३५४ए लैंगिक छळवणूक आणि त्यासाठीच्या शिक्षेचे स्वरूप सांगते. उपविभाग (१) मध्ये लैंगिक छळवणुकीच्या गुन्ह्याचा समावेश असलेली कृती किंवा वर्तन सांगितले आहे. ते आहेतः (i) शारीरिक स्पर्श आणि गैरफायदे, यामध्ये अयोग्य आणि खुले लैंगिक हावभाव किंवा (ii) लैंगिक सुखाची मागणी किंवा विनंती किंवा (iii) अश्लील टिप्पणी करणे किंवा (iv) बळपूर्वक पॉर्नोग्राफी दाखवणे किंवा (v) लैंगिक स्वरूपातील इतर कुठलीही अयोग्य शारीरिक, तोंडी किंवा मूक वागणूक यांचा समावेश होतो.

[१९] भारतीय दंड संहितेतील कलम ३५४सी नुसार परपीडानंदाकरिता (व्हॉइअरिझम) शिक्षेची तरतूद केली आहे आणि म्हटले आहे 'जो कुणी महिलांना खासगी कृती करीत असताना, अशा परिस्थितीत, की तिला अपराध्यांकडून किंवा त्यांच्यामार्फत कुणाकडूनही नेहमी पाहण्याची शक्यता नसते, पाहतो, ते पहिल्यांदा दोषी ठरले, तर एका वर्षापेक्षा कमी नसलेला पण तीन वर्षांपर्यंत वाढवता येणारा तुरुंगवास आणि दंड, आणि दुसऱ्यांदा किंवा त्यानंतर दोषी ठरले, तर तीन वर्षांपेक्षा कमी नसलेला पण सात वर्षांपर्यंत वाढवता येणारा तुरुंगवास आणि त्यासह दंडाची शिक्षा ठोठावण्यात येईल.' स्पष्टीकरण १: या विभागाच्या हेतूकरिता, ''खासगी कृती''मध्ये, पाहण्याची अशा जागी केलेली कृती, की त्या परिस्थितीत खासगीपणा देण्याची माफक अपेक्षा आहे, आणि जेथे पीडितेचे जननेंद्रिय, पुढील भाग किंवा स्तन दिसतात किंवा ते अंतर्वस्त्रांनी झाकलेले असतात; किंवा पीडित शौचालय वापरत असताना; किंवा पीडित सामान्यतः सार्वजनिक ठिकाणी करीत नाहीत, अशी लैंगिक कृती करीत असतानाचा समावेश होतो. स्पष्टीकरण २: ज्या ठिकाणी पीडित छायाचित्रे किंवा कुठलीही कृती टिपायला अनुमती देते, पण त्यांच्या तिसऱ्या व्यक्तीपर्यंतच्या प्रसाराला नाही आणि अशी छायाचित्रे किंवा कृतींचा जेथे प्रसार होतो, तो प्रसार या विभागांतर्गत गुन्हा म्हणून समजला जातो.

करणारा कायदा (२०१२)[२०] च्या कलम ११ नुसार कुठलेही भाषण, अभिव्यक्ती किंवा लैंगिक स्वरूपाची असू शकणारी आणि मुलांना (मुले/मुली) लक्ष्य करणारी वागणूक प्रतिबंधित केली आहे.

(iii) अपमानजनक, अमानवी आणि विनयभंग करणारे भाषण आणि अभिव्यक्ती: या प्रकारच्या वागणुकीसह असलेली आक्षेपार्ह भाषणे आणि अभिव्यक्ती कलम ५०९ भारतीय दंड संहिता,[२१] कलम २(सी),[२२] ३[२३] आणि ४ या महिलांचे असभ्य सादरीकरण (प्रतिबंधित) कायद्या (१९८६)[२४] अंतर्गत गुन्हेगारीचे ठरविले आहे.

---

[२०] पॉक्सो कायद्याचे कलम ११ लैंगिक छळवणुकीसंदर्भात सांगते, ते म्हणते 'लैंगिक छळवणूक–एखादी व्यक्ती मुलांचा लैंगिक छळ करण्यासाठी सिद्ध झाली आहे, असे म्हटले जाते, जेव्हा अशी व्यक्ती लैंगिक भावनांसह (i) कुठलाही शब्द पुटपुटते किंवा कुठलाही आवाज काढते किंवा कुठलेही हावभाव करते किंवा कुठलीही वस्तू किंवा शरीराचा एखादा भाग दाखवते, असा शब्द किंवा आवाज ऐकू येईल किंवा असे हावभाव किंवा वस्तू मुलांना दिसतील हा उद्देश असतो; किंवा (ii) मुलांना त्यांचे शरीर किंवा शरीराचा एखादा भाग दर्शवला जातो, जेणेकरून अशा व्यक्तीकडून किंवा इतर व्यक्तींकडून तो पाहिला जातो किंवा (iii) पॉर्नोग्राफिक हेतूने मुलांना कुठलीही वस्तू किंवा माध्यम कुठल्याही स्वरूपात दाखवणे किंवा (iv) पुन्हापुन्हा किंवा सातत्याने अनुसरण करणे किंवा पाहणे किंवा मुलांना थेट किंवा इलेक्ट्रॉनिक, डिजिटल किंवा इतर कुठल्याही अर्थाने संपर्क केला; किंवा (v) इलेक्ट्रॉनिक, चित्रपट किंवा डिजिटल किंवा इतर कुठलाही प्रकाराच्या माध्यमातून मुलांच्या शरीराच्या कुठल्याही भागाचे खरे किंवा बनावट चित्रण किंवा मुलांचा लैंगिक कृत्यातील सहभाग माध्यमाच्या कुठल्याही प्रकारातून वापराची धमकी देणे; किंवा (vi) पॉर्नोग्राफिक हेतूंसाठी किंवा म्हणून आनंद देण्याकरिता मुलांना मोहित करणे. स्पष्टीकरण: 'लैंगिक हेतू'चा समावेश असलेला कुठलाही प्रश्न हा लक्ष देण्याजोगा प्रश्न असेल.'

[२१] भारतीय दंड संहितेचे कलम ५०९ (सुधारित, गुन्हेगारी कायदा सुधारणा कायदा, २०१३ मधील सुधारित) सांगते, 'महिलेचा विनयभंग करण्याच्या उद्देशाने शब्द, हावभाव किंवा कृती—कुणीही, कुठल्याही महिलेचा विनयभंग करण्याचा उद्देशाने, कुठलाही शब्द पुटपुटला, कुठलाही आवाज किंवा हावभाव केला किंवा कुठलीही वस्तू दाखवली, अशा महिलेकडून असा शब्द किंवा आवाज ऐकू जाईल किंवा तशा प्रकारचा हावभाव किंवा वस्तू पाहिली जाईल, या उद्देशाने किंवा अशा महिलेच्या खासगीपणामध्ये आक्रमण होत असेल, तर साधा तुरुंगवास की जो तीन वर्षांपर्यंत वाढवता येईल किंवा दंड किंवा दोन्ही शिक्षा होतील.

[२२] हे सांगते, की 'महिलांचे असभ्य सादरीकरण' म्हणजे महिलेच्या आकृतीचे, तिच्या स्वरूपाचे किंवा शरीराचे किंवा कुठल्याही भागाचे कोणत्याही प्रकारे अशा पद्धतीने केलेले चित्रण, की त्याचा असभ्य किंवा अपमानजनक किंवा बदनामीचा महिलेवर परिणाम होतो किंवा ज्यामुळे सार्वजनिक नैतिकता भ्रष्ट होते किंवा बाधा पोहोचू शकते.'

[२३] महिलांचे असभ्य सादरीकरण असलेल्या जाहिरातींवरील प्रतिबंधाविषयी यात सांगितले आहे. त्यात म्हटले आहे, 'कुठलीही व्यक्ती महिलांचे कुठल्याही स्वरूपात असभ्य सादरीकरणाचा समावेश असलेली कुठलीही जाहिरात प्रसिद्ध करणार नाही किंवा प्रसिद्धिचे कारण बनणार नाही किंवा संयोजन किंवा प्रकाशन किंवा प्रदर्शनात सहभाग घेणार नाही.'

[२४] हे महिलांचे असभ्य सादरीकरणाचा समावेश असलेल्या प्रकाशनावर किंवा पुस्तके, पत्रके इत्यादी पोस्टाद्वारे पाठविण्यावर प्रतिबंधाविषयी सांगते आणि म्हणते, 'कुठलीही व्यक्ती महिलांचे कुठल्याही स्वरूपात असभ्य सादरीकरणाचा समावेश असलेली निर्मिती करणे किंवा निर्मितीचे कारण बनणे, विक्री, भाड्याने घेणे, वितरण, प्रसार किंवा पोस्टाद्वारे कुठलेही पुस्तक, पत्रक, पेपर, स्लाइड, चित्रपट, लेखन, रंगकला, छायाचित्र, सादरीकरण किंवा आकृती पाठवणे हे काहीही करणार नाही.':

असे असेल, तर या विभागातील काहीही यांच्यावर लागू होऊ शकत नाही (a) कुठलेही पुस्तक, पत्रक, पेपर, स्लाइड, चित्रपट, लेखन, चित्रकला, रंगकला, छायाचित्र, सादरीकरण किंवा आकृती,-(i) यांची प्रसिद्धी सार्वजनिक हिताकरिता योग्य सिद्ध झाली आहे. अशा धर्तीवर, की असे पुस्तक, पत्रक, पेपर, स्लाइड फिल्म, लेखन, चित्रकला,

हे नमूद केले पाहिजे की हे नियम लिंगविशिष्ट असून त्यांची निर्मिती महिलांना लक्ष्य करणारी अशा प्रकारची भाषणे आणि अभिव्यक्ती यांना अपराधी ठरविण्यासाठी झाली आहे.

(iv) *धमकी देणे, छळवणूक करणे, घाबरवणे, भाषणाची दिशाभूल करणे:* भारतीय दंड संहितेत धमकावणे आणि घाबरवणाऱ्या भाषणाला कलम ५०३ (फौजदारी धमकी),[२५] ५०६ (फौजदारी धमकीसाठी शिक्षा)[२६] आणि ५०७ (निनावी संप्रेषणाकडून फौजदारी धमकी)[२७] या अंतर्गत अपराधी ठरवण्यात आले आहे. या लिंगनिरपेक्ष तरतुदी आहेत, भारतीय दंड संहितेतील कलम ३५४ डी (पाठलाग आणि पाठलागासाठीची शिक्षा) महिलांविरोधातील भाषण आणि अभिव्यक्ती अपराधी ठरवते, जेव्हा असे भाषण, अभिव्यक्ती आणि संबंधित वर्तन पाठलागाकरिता केले जाते; यात इंटरनेट स्टॉकिंगचाही समावेश होतो; हे समजून

रंगकला, छायाचित्र, सादरीकरण किंवा आकृती हे विज्ञान, साहित्य, कला किंवा शिकण्याच्या बाजूने किंवा इतर सामान्य वस्तूंचे हित पाहणाऱ्या असतात किंवा (ii) ज्या प्रामाणिक धार्मिक हेतूंसाठी ठेवलेल्या असतात किंवा वापरल्या जातात. (b) शिल्प केलेले, कोरीव काम केलेले, रंग दिलेले कुठलेही सादरीकरण किंवा इतरवेळी यावर किंवा यामध्ये सादर होतात, (i) प्राचीन स्मारक आणि पुरातत्त्व ठिकाणे आणि अवशेष कायदा, १९५८ (१९५८च्या २४) अंतर्गत अर्थ असलेले कुठलेही प्राचीन स्मारक; किंवा (ii) कुठलेही मंदिर किंवा मूर्ती वाहून नेण्यासाठी वापरण्यात येणारी किंवा ठेवलेली किंवा कुठल्याही धार्मिक हेतूंकरिता वापरलेली कार; (c) कुठलाही चित्रपट, की ज्याला सिनेमॅटोग्राफ कायदा, १९५२ च्या भाग-२मधील तरतुदी लागू होतात.'

[२५] भारतीय दंड संहिता कलम ५०३ फौजदारी धमकीबाबत सांगते आणि म्हणते, 'कुणीही दुसऱ्याला त्याची व्यक्ती, प्रतिष्ठा किंवा संपत्तीला कुठलीही इजा करून धमकावतो किंवा त्या व्यक्तीला किंवा कुणाचीही प्रतिष्ठा की त्यामध्ये त्या व्यक्तीला रुची असते, त्या व्यक्तीला इशारा देण्याचे कारण बनण्याच्या हेतूने किंवा त्या व्यक्तीला कुठलीही कृती करण्याचे कारण बनते, की जी कायद्याने करण्यास तो बांधील नसतो किंवा अशी कुठलीही कृती वगळणे की जी करण्याचे त्या व्यक्तीला कायद्याने अधिकार असतात, असे करणे टाळले, तर अशी धमकी अमलात येते, तेथे तो फौजदारी धमकी देतो. स्पष्टीकरण: कुठल्याही मृत व्यक्तीच्या प्रतिष्ठेला इजा पोहोचवण्यासाठी दिलेली धमकी की ज्यामध्ये धमकी देणाऱ्याला रुची असते, हे या विभागांतर्गत येते.'

[२६] भारतीय दंड संहिता कलम ५०६ नुसार 'फौजदारी धमकीचा गुन्हा कुणीही केला, तर त्याला दिलेल्या मुदतीकरिता, की जी दोन वर्षांपर्यंत वाढवता येते किंवा दंड किंवा दोन्ही शिक्षा व्हाव्यात.

जर धमकी मृत्यूचे किंवा गंभीर जखमी होण्याचे इत्यादींचे कारण बनली असेल आणि जर धमकी मृत्यूचे किंवा गंभीर जखमी होण्याचे कारण बनली असेल किंवा आगीमुळे मालमत्तेचे नुकसान होण्याचे कारण बनली असेल किंवा मृत्युदंडाची किंवा जन्मठेपेची शिक्षा असलेल्या गुन्ह्याचे किंवा एखाद्या मुदतीकरिता तुरुंगवास की जो सात वर्षांपर्यंत वाढवता येऊ शकतो किंवा एखाद्या महिलेला थोपवणे, अस्वस्थ करण्याचे कारण बनली असेल तर एखाद्या मुदतीकरिता तुरुंगवास की जो सात वर्षांपर्यंत वाढवता येऊ शकतो किंवा दंड किंवा दोन्ही शिक्षा व्हाव्यात.'

[२७] भारतीय दंड संहिता कलम ५०७ म्हणते कुणीही निनावी संप्रेषणाद्वारे किंवा नाव किंवा जेथून धमकी येते त्या व्यक्तीचे निवासस्थान लपवून ठेवण्याची काळजी घेऊन फौजदारी धमकीचा गुन्हा केला, तर एखाद्या मुदतीकरिता तुरुंगवास की जो दोन वर्षांपर्यंत वाढवता येऊ शकतो, याव्यतिरिक्त यात मागील विभागामधील गुन्ह्याकरिता तरतूद केलेल्या शिक्षेचीही तरतूद, या शिक्षा व्हाव्यात'.

घेणे गरजेचे आहे की छळवणूक आणि धमकीयुक्त भाषणाची व्याप्ती अनेक वर्तनांपर्यंत विस्तारलेली आहे. यात तमिळनाडूतील छेडछाड प्रतिबंध कायदा, १९८८ इत्यादींसारख्या विविध प्रादेशिक कायद्यांतर्गत तरतूद केलेल्या छेडछाडीचा आणि महिलांचे घरगुती हिंसाचारापासून संरक्षण कायदा, २००५[२८] अंतर्गत मानसिक छळाला कारण ठरणाऱ्या भाषण आणि अभिव्यक्तींचा समावेश आहे. दुसऱ्या बाजूला दिशाभूल करणारे भाषण किंवा अभिव्यक्तींना बहुतांश रीत्या भारतीय दंड संहितेच्या कलम ४१६ (रूपकात्मक फसवणूक)[२९] आणि आयटी कायद्याच्या कलम ६६डी (कम्प्युटर संसाधनाचा वापर करून रूपकात्मक फसवणुकीकरिता शिक्षा)[३०] च्याही अंतर्गत अपराधी ठरवले गेले आहे. या लिंगनिरपेक्ष तरतुदी असून त्याचा आर्थिक गुन्ह्यांकरिता अधिक वापर केला जातो.

---

[२८] उदाहरणासाठी कायद्यातील कलम ३ पहा. या कायद्याचे कलम ३ घरगुती हिंसाचाराची व्याख्या देते. या कायद्याच्या हेतूकरिता, प्रतिवादीची कुठलीही कृती, वगळणे, कृतीत आणणे किंवा वर्तन, घरगुती हिंसाचारात येईल, जर ते (a) व्यथित व्यक्तीचे आरोग्य, सुरक्षा, आयुष्य, चांगली स्थिती, मग ती मानसिक असो किंवा शारीरिक, तिला हानी पोहोचवत असेल किंवा जखमी किंवा धोक्यात आणत असेल किंवा त्याची तसे करण्याची प्रवृत्ती आहे आणि यात शारीरिक दुरुपयोग, लैंगिक दुरुपयोग, मौखिक किंवा भावनात्मक दुरुपयोग आणि आर्थिक दुरुपयोग यांचे कारण बनणे, यांचाही समावेश होतो; किंवा (b) कुठला हुंडा किंवा अन्य संपत्ती किंवा मौल्यवान प्रतिभूति यांच्याकरिता कुठलीही बेकायदा मागणीसाठी तिला किंवा तिच्याशी संबंधित कुठल्याही व्यक्तीला जबरदस्ती करण्याच्या दृष्टीने व्यथित व्यक्तीचा छळ करतो, हानी करतो, इजा पोहोचवतो किंवा धोक्यात टाकतो; किंवा (c) खंड (a) किंवा खंड (b) मध्ये वर्णन केलेल्या कुठल्याही वर्तनाद्वारे व्यथित व्यक्ती किंवा तिच्याशी संबंधित कुठल्याही व्यक्तीवर धमकीचा परिणाम साधते; किंवा (d) व्यथित व्यक्तीला अन्यथा इजा पोहोचवतो किंवा हानीचे कारण बनतो, मग ती शारीरिक किंवा मानसिक असो. स्पष्टीकरण I (iii) पुढे सांगते, 'मौखिक किंवा भावनात्मक दुरुपयोग'मध्ये अंतर्भूत होते:

(a) अपमान, उपहास, पाणउतारा, शिवी किंवा विशेषतः मूल किंवा मुलगा न झाल्यासंबंधी अपमान किंवा उपहास; आणि (b) कुठल्याही अशा व्यक्तीला शारीरिक वेदना होतील इतक्या धमकी सतत देणे, ज्यामध्ये व्यथित व्यक्ती हितबद्ध आहे.'

[२९] भारतीय दंड संहिता कलम ४१६ सांगते 'जर एखाद्या व्यक्तीने आपण दुसरीच एखादी व्यक्ती असल्याचे भासवून, किंवा जाणीवपूर्वक एखाद्या व्यक्तीची जागा घेऊन, किंवा ती स्वतः किंवा दुसरी एखादी व्यक्ती तिच्यापेक्षा किंवा त्याच्यासारखी किंवा दुसरी एखादी व्यक्ती आहे असे भासवून फसवणूक केली असता तिने 'तोतयागिरी' केली असे म्हटले जाते. स्पष्टीकरण: ज्या व्यक्तीचे सोंग घेऊन तोतयेगिरी केली गेली ती व्यक्ती खरी किंवा कल्पित व्यक्ती असली, तरी गुन्हा घडतो. उदाहरण: (a) सारखेच नाव असलेल्या कुठल्यातरी श्रीमंत बँकरचा बनाव करून केलेली फसवणूक. तोतयेगिरीने केलेली फसवणूक. (b) जी व्यक्ती मृत झाली आहे, अशा बी व्यक्ती असल्याचे ढोंग करून केलेली फसवणूक. तोतयेगिरीने केलेली फसवणूक.

[३०] माहिती तंत्रज्ञान कायदा, २००० (२००८ मध्ये सुधारित) चे कलम ६६डी सांगते, कुणीही, कुठल्याही संप्रेषणाच्या साधनांच्या किंवा कम्प्युटर संसाधनाच्या माध्यमातून तोतयेगिरी करून फसवणूक झाली, एखाद्या मुदतीकरिता तुरुंगवास, की जो तीन वर्षांपर्यंत वाढविला जाऊ शकतो आणि दंडासाठीही तो जबाबदार असेल, की जो एक लाख रुपयांपर्यंत आकारला जाऊ शकतो.

(v) बदनामीकारक भाषण आणि अभिव्यक्ती: पारंपरिकरीत्या बदनामीकारक भाषण आणि अभिव्यक्तींना भारतीय दंड संहितेच्या कलम ५००, कलम ४९९ सह अपराधी ठरविले गेले आहे. कलम ४९९ बदनामीकारक भाषणाची सविस्तर व्याख्या देते. ती खालीलप्रमाणे:

> कुणीही, बोललेल्या किंवा वाचण्याच्या उद्देशाने केलेल्या शब्दांनी किंवा खुणांनी किंवा दृश्यात्मक सादरीकरणांनी, जर कुणी कुठल्याही व्यक्तीच्या संदर्भात कोणताही आरोप केला किंवा प्रसिद्ध केला आणि अशा आरोपांमुळे अशा व्यक्तीच्या प्रतिष्ठेला नुकसान व्हावे, असा त्याचा हेतू असेल किंवा ते त्याला माहीत असेल किंवा तसा विश्वास ठेवण्याचे त्याला कारण असेल, तर यापुढे अपवाद केलेल्या प्रकरणांव्यतिरिक्त, त्याने त्या व्यक्तीची बदनामी केली, असे म्हणता येईल.
>
> स्पष्टीकरण १–मृत व्यक्तीच्या बाबतीत केलेला आरोप की ती व्यक्ती जिवंत असती, तर तिच्या प्रतिष्ठेस हानिकारक ठरला असता आणि तिच्या कुटुंबीयांच्या किंवा इतर जवळच्या नातेवाइकांच्या भावना दुखावण्याच्या उद्देशाने केलेला असेल, तर ते बदनामीच्या सदरात जमा होईल.
>
> स्पष्टीकरण २–जसे की एखादी कंपनी किंवा व्यक्तींची संघटना किंवा समूहाशी संबंधित आरोप करणे, हे बदनामीच्या सदरात जमा होऊ शकतो.
>
> स्पष्टीकरण ३–पर्यायी स्वरूपातील किंवा वक्रोक्तीच्या माध्यमातून अभिव्यक्त केलेला आरोप बदनामीच्या सदरात जमा होऊ शकतो.
>
> स्पष्टीकरण ४–एखाद्या आरोपामुळे इतरांच्या नजरेत प्रत्यक्ष किंवा अप्रत्यक्षपणे एखाद्या व्यक्तीच्या नैतिक किंवा बौद्धिक व्यक्तिमत्त्वाला कमीपणा आला, किंवा त्या व्यक्तीची जात किंवा व्यवसाय यासंबंधी त्या व्यक्तीच्या व्यक्तित्वाला कमीपणा आला, किंवा त्या व्यक्तीच्या विश्वासपात्रतेला कमीपणा आला, किंवा त्या व्यक्तीचे शरीर घृणास्पद अवस्थेत किंवा सर्वसामान्यपणे जी लाजिरवाणी म्हणून मानली जाते अशा अवस्थेत आहे असा समज निर्माण झाला, असे झाल्याशिवाय त्या आरोपाने त्या व्यक्तीच्या प्रतिष्ठेचे नुकसान झाले, असे मानले जात नाही.

या तरतुदीची व्याप्ती अनेक घटनांत विस्तारित केली गेली आहे. आतापर्यंत चर्चा केलेली जवळपास सर्व प्रकारची भाषणे आणि अभिव्यक्ती यामध्ये येतात.

इंटरनेटवरील आक्षेपार्ह भाषण आणि अभिव्यक्तीचे महिला आणि मुलींवरील होणारे परिणाम

यापूर्वी नमूद केल्याप्रमाणे, आपण काही प्रकारची आक्षेपार्ह भाषणे पाहू शकतो की जी बेकायदा असतात. चर्चेतून पुढे पाहायला मिळू शकते की यापूर्वी केलेल्या चर्चांतील श्रेणीअंतर्गत हे भाषण किंवा अभिव्यक्ती येते केवळ तेव्हाच भारतीय कायद्यांतर्गत महिलांविरोधी आक्षेपार्ह भाषण बेकायदा ठरू शकते. इंटरनेटच्या संदर्भात, आक्षेपार्ह भाषण आणि अभिव्यक्तीची संकल्पना वर्तनाच्या समावेशासह ध्वनित करणे आवश्यक आहे; पण, आम्ही असा युक्तिवाद करतो की बेकायदा भाषणाचा समावेश असलेल्या वरील वर्गवारीत जे दाखवून दिले आहे महिलांना लक्ष्य करणाऱ्या आक्षेपार्ह भाषणाची व्याप्ती, त्यापेक्षा अधिक आहे. असे म्हणून आम्ही या वास्तवावर भर देतो की प्राप्तकर्ता/पाहणाऱ्याच्या स्वत:च्या आक्षेपार्ह वाटण्याच्या समजेवर आक्षेपार्ह भाषण मोठ्या प्रमाणात अवलंबून असते, ते नेहमी भाषण सेन्सॉरिंग कायद्यांचे लक्ष वेधून घेऊ शकत नाहीत. हालदर (२०१५) यांनी त्यांच्या आयटी कायदा (२०००, २००८ मध्ये सुधारित) च्या कलम ६६ए वरील लेखात, अशा आक्षेपार्ह भाषणाची तुलना नको असलेल्या स्पर्शाशी केली आहे आणि असे भाषण किंवा अभिव्यक्ती प्राप्तकर्ता/पाहणाऱ्याबरोबर अस्वस्थ भावना का निर्माण करते, असे निरीक्षण केले आहे; त्यांनी खालीलप्रमाणे निरीक्षण केले आहे:

> जाणूनबुजून केलेल्या स्पर्शाचा अर्थ ज्याप्रमाणे एखाद्या व्यक्तीमधील रस असा लावला जातो त्याचप्रमाणे, तसे भाषण हे मतांची मौखिक अभिव्यक्ती असते.[३१] जसे, स्पर्शाचे सकारात्मक आणि नकारात्मक परिणाम असू शकतात,[३२] अगदी तसेच भाषणाचेही नकारात्मक आणि सकारात्मक परिणाम असू शकतात. भाषणाचा आणि अभिव्यक्तीचा हक्क हा माहिती देण्याचा तसेच स्वीकारण्याच्या हक्काशी बराच मिळताजुळता समजला जातो.[३३] पण सर्व स्पर्श जसे चांगले नसतात, तसे संभाषणाचे सर्व प्रकारही चांगले नसतात. याच समजावर आधारित असे नागरी आणि राजकीय हक्कांवरील आंतरराष्ट्रीय करारातील अनुच्छेद १९ विशेष कर्तव्ये आणि जबाबदाऱ्या प्रदान करतो; तसेच मत बाळगण्याची आणि अभिव्यक्ती स्वातंत्र्याची हमी देतो. ही कर्तव्ये आणि जबाबदाऱ्या यांच्यामध्ये

---

[३१] पहा फिशर. (१९७६). Hands touching hands: Affective and evaluative effects of an interpersonal touch, Sociometry, ३९ (४), ४१६-४२१ http://www.communicationcache.com/uploads/1/0/8/8/10887248/hands_touching_ hands-_affective_and_evaluative_effects_of_an_interpersonal__touch.pdf (१० एप्रिल २०१५ रोजी प्राप्त केले) या ठिकाणी उपलब्ध.

[३२] तथैव.

[३३] पहा सकाळ पेपर्स (पी) लिमिटेड अँड ओआरएस. विरुद्ध भारताचे संघराज्य, [१९६२] ३ एस. सी. आर. ८४२.

इतरांचे हक्क किंवा प्रतिष्ठेचा, आणि राष्ट्रीय सुरक्षेला बाधा न आणणे किंवा सार्वजनिक व्यवस्थेचे उल्लंघन न करणे किंवा प्रस्थापित सार्वजनिक आरोग्याचे नियम आणि नैतिकतेला अडथळा आणणारे भाषण आणि अभिव्यक्ती स्वातंत्र्य न करणे यांचा समावेश होतो.[३४] येथे नमूद करणे आवश्यक आहे की मानवी हक्कांच्या सार्वत्रिक जाहीरनाम्यातील अनुच्छेद २९ कुठल्याही हक्कांच्या त्यात दिलेल्या हमीबद्दल यांसारख्याच मर्यादा नमूद करतो. परिच्छेद (२) आणि (३) मध्ये सांगितले आहे:

(२) 'हक्क आणि स्वातंत्र्याचा उपभोग घेताना, प्रत्येक जण लोकशाही समाजातील नैतिकता, सार्वजनिक सुव्यवस्था, जनकल्याण या आवश्यक गरजा पूर्ण व्हाव्यात आणि इतरांच्या हक्क आणि स्वातंत्र्याकरिता योग्य मान्यता आणि आदर मिळावा, या एकमेव हेतूसाठी कायद्याने निर्धारित केलेल्या केवळ अशा मर्यादांशी बांधील असतो.

(३) संयुक्त राष्ट्रांची तत्त्वे आणि हेतू यांच्याविरुद्ध कधीही या हक्क आणि तत्त्वांचा उपभोग घेता येणार नाही.[३५] भारताच्या राज्यघटनेतील अनुच्छेद १९(२) मध्ये नमूद केलेल्या मर्यादा यावर आधारित आहेत. हे नमूद करता येईल की वैयक्तिक मते मांडण्यासाठी इंटरनेट उपलब्ध झाल्यानंतर, सर्व जगातील न्यायव्यवस्था तसेच कायदेमंडळाकडून, विशेषतः नागरी आणि राजकीय हक्कांवरील आंतरराष्ट्रीय करारातील अनुच्छेद १९ मध्ये नमूद केलेल्या आधारावर भाषण आणि अभिव्यक्तीच्या हक्कांकडे खूप समजुतीने पाहिले गेले.

अनुच्छेद १९(१)(ए) अंतर्गत दिलेल्या हमीप्रमाणे भाषण आणि अभिव्यक्तीच्या मूलभूत हक्कांकरिता सर्वोच्च न्यायालय तसेच विविध उच्च न्यायालयांनी दिलेल्या निर्णयांतून जो अर्थ सांगितला आहे, त्याच अर्थाने भारतीय दृष्टिकोनातून इंटरनेटवरील भाषण आणि अभिव्यक्तीचा हक्क समजून घेता येईल.[३६] अशा प्रकारे, इंटरनेटवरील भाषण आणि

---

[३४] नागरी आणि राजकीय हक्कांवरील आंतरराष्ट्रीय करारातील अनुच्छेद १९ पहा. //treaties.un.org/doc/Publication/UNTS/Volume%20999/volume-999-I-14668-English.pdf (१० एप्रिल २०१५ रोजी प्राप्त केले) या ठिकाणी उपलब्ध.

[३५] मानवी हक्कांविषयीचा सार्वत्रिक जाहीरनाम्यातील अनुच्छेद २९ पहा. http://www.un.org/en/documents/udhr/ (१० एप्रिल २०१५ रोजी प्राप्त केले) या ठिकाणी उपलब्ध.

[३६] अधिक माहितीकरिता सकाळ पेपर्स (पी) लिमिटेड आणि इतर विरुद्ध भारतीय संघराज्य, (१९६२)३ एस.सी.आर. ८४२ पहा.

रोमेश थापर विरुद्ध मद्रास राज्य, १९५० एआयआर १२४, १९५० एससीआर ५९४, प्रस्थापित करते, की भाषण स्वातंत्र्य लोकशाहीच्या स्थापनेमध्ये स्थित आहे; बेनेट कोलेमन अँड कंपनी आणि इतर विरुद्ध भारतीय संघराज्य आणि इतर (१९७३) २एस. सी. आर. ८२९च्या ठिकाणी ७५७, सांगते की सार्वजनिक टीका हा लोकशाहीचा पायाच आहे; एस. खूशबू विरुद्ध कानिआमल आणि एएनआर., (२०१०) ५, एससीसी ६००, भाषण आणि अभिव्यक्ती स्वातंत्र्याचे महत्त्व सांगते आणि लोकप्रिय नसलेल्या विचार इत्यादींबाबत सहिष्णुतेबाबतही सुचवते.

अभिव्यक्ती हक्क हा स्वतःचे मत मेल, संदेश किंवा ब्लॉगवर मजकूर तयार करण्याच्या माध्यमातून अभिव्यक्त करणे, ध्वनी-चित्र सामग्रीची, सोशल नेटवर्किंग अपडेट्सची निर्मिती किंवा कुठलाही शब्द लिहिलेली अथवा न लिहिलेली स्थिर छायाचित्रे आणि इत्यादींपर्यंत विस्तारलेला आहे. इंटरनेटवरील भाषण आणि अभिव्यक्ती हक्कामध्ये *मनुभाई शाह* विरुद्ध *लाइफ इन्शुरन्स कॉर्प. ऑफ इंडिया* (१९९२)[३७] मध्ये ज्याप्रमाणे सांगितले होते, त्यानुसार प्रत्युत्तर देण्याच्या हक्काचाही समावेश आहे. म्हणून भाषण आणि अभिव्यक्ती हक्कामध्ये त्यामुळे राज्यघटनेच्या अनुच्छेद १९(२) मध्ये नमूद केलेल्या मर्यादांमध्ये टीकांना प्रत्युत्तर देण्याच्या हक्काचाही समावेश होऊ शकतो. मात्र, भारतामध्ये सायबर स्पेसमधील भाषणाच्या हक्काचे सेन्सॉरिंग २००० च्या सुरुवातीला, आयटी कायदा, २००० ची अंमलबजावणी झाल्यानंतर दिसले. प्रतिबंधित भाषणाचे एक मुख्य उदाहरण म्हणजे प्रसिद्धी, प्रसार किंवा कुठल्याही अश्लील माहितीच्या प्रसिद्धीचे कारण बनणे आहे.[३८]

तसेच हेदेखील नमूद केले पाहिजे, भारतामध्ये स्वातंत्र्यापासूनच भाषणाचे सेन्सॉरिंग करण्यास मान्यता आहे. इंडियन टेलिग्राफ ॲक्ट, १८८५ च्या कलम ५ नुसार, संदेशांमध्ये अडथळा आणून आणि परवानाधारक टेलिग्राफ ताब्यात घेऊन आणि टेलिग्राफच्या माध्यमातून संदेश पोहोचवण्यात हस्तक्षेप करण्याच्या माध्यमातून सरकार भाषणाचे सेन्सॉर करण्याकरिता प्रतिबंधित अधिकाराचा वापर करू शकते. ही तरतूद १९७२ मध्ये नंतर दुरुस्त केली गेली. २००८ मधील सुधारित कायदा लागू झाल्यानंतर, या विशिष्ट तरतुदीची व्याप्ती चार गटांत विभागली गेली. त्यात परपीडानंदाच्या (व्हॉइअरिझम) माध्यमातून खासगी भागाच्या छायाचित्रांचा केलेला प्रसार इत्यादी (कलम ६६ई), अश्लील सामग्रीची प्रसिद्धी, प्रसार, निर्मिती इत्यादी (कलम ६७), कामोत्तेजक सामग्रीची प्रसिद्धी, प्रसार इत्यादी (कलम ६७ए) आणि कामोत्तेजक कृती करतानाचे मुलांचे चित्रण असलेल्या सामग्रीची प्रसिद्धी, निर्मिती, प्रसार इत्यादी (कलम ६७बी) यांचा समावेश होतो.

---

[३७] मनुभाई शाह विरुद्ध लाइफ इन्शुरन्स कार्पोरेशन ऑफ इंडिया, [१९९२] ३ एससीसी ६३७.

[३८] पूर्वाश्रमीचा माहिती तंत्रज्ञान कायदा, २०००चे कलम ६७, 'इलेक्ट्रॉनिक स्वरूपामध्ये असलेल्या अश्लील माहितीचे प्रकाशन' या मथळ्याखाली अश्लील सामग्रीच्या प्रकाशनाला संबोधित करते. त्यानुसार: 'कुणीही इलेक्ट्रॉनिक स्वरूपातील प्रसिद्धी केली किंवा प्रसार केला किवा प्रसिद्धीसाठी कारणीभूत ठरले, कुठलीही सामग्री की जी अश्लील किंवा कामुक भावनांना आवाहन करते किंवा त्याचा परिणाम व्यक्तींना भ्रष्ट आणि अनैतिकतेकडे प्रवृत्त करण्यासाठी, की जे, सर्व संबंधित परिस्थितीच्या संदर्भात, त्यातील अंतर्भूत किंवा समाविष्ट बाबींना वाचण्याची, पाहण्याची किंवा ऐकण्याची शक्यता असते, त्यांना पहिल्यांदा दोषी ठरले, तर एखाद्या मुदतीकरिता तुरुंगवास की जो पाच वर्षांपर्यंत वाढवता येऊ शकतो आणि दंड की जो एक लाख रुपयांपर्यंत वाढविता येऊ शकतो आणि दुसऱ्यांदा किंवा त्यानंतर दोषी ठरवले गेले, तर एखाद्या मुदतीकरिता तुरुंगवास की जो दहा वर्षांपर्यंत वाढविता येऊ शकतो आणि दंड की जो दोन लाख रुपयांपर्यंत वाढविता येऊ शकतो, ही शिक्षा दिली जाईल.'

> राज्यघटनेच्या अनुच्छेद १९(२) मध्ये नमूद केल्यानुसार हे सर्व सभ्यता, नैतिकता, बदनामी आणि सार्वजनिक आरोग्याच्या परिभाषेत येऊ शकतात. विशेष म्हणजे, इतर प्रकारच्या ऑनलाईन भाषणांचा समावेश किंवा त्यांचे स्पष्टीकरण करण्याकरिता कुठलीही तरतूद केली गेली नाही. जी संरक्षित भाषणाच्या व्याप्तीच्या बाहेर येते. यात द्वेषयुक्त भाषण, आर्थिक गुन्ह्यांना साहाय्य म्हणून प्राप्तिकर्त्यांची दिशाभूल करणारे भाषण किंवा ओळख चोरी (आयडेंटिटी थेफ्ट) प्रकरणे, बदनामी करणारे भाषण, अत्यंत वांशिक भाषण, सायबर दहशतवादाच्या समस्येला साहाय्य ठरू शकेल किंवा दंगल पेटवू शकेल असे भाषण, महिलेचा विनयभंग करणारे भाषण, व्यक्तीच्या प्रतिष्ठेला इजा पोहोचविणारे किंवा अपमान करणारे भाषण, धमकावणीचे भाषण इत्यादींचा समावेश होतो. योग्य पद्धतीने स्पष्ट करण्यापेक्षा किंवा या प्रत्येकाकरिता वेगवेगळ्या तरतुदी करण्यापेक्षा, अनेक प्रकारच्या भावनिक समस्या तयार करू शकणाऱ्या सर्व प्रकारच्या भाषणांचा समावेश करण्यासाठी कलम ६६ए तयार केले गेले. हे परिस्थिती जशी असेल, त्यानुसार वेळोवेळी कायद्याच्या कक्षेत आणले जाऊ शकते. याच कारणाकरिता श्रेया सिंघल प्रकरणात कलम ६६ए ला कोर्टाने अस्पष्ट आणि असंवैधानिक म्हटले.[३९]

वरील प्रकरणावरून हे समजते की आक्षेपार्ह भाषण महिला आणि मुलींकरिता उद्ध्वस्त करणारे ठरू शकते. एका प्रमुख लेखकाने तयार केलेल्या वाईट बोलण्याच्या व्याख्येचा संदर्भ घेऊ या: आपण जेव्हा महिलांविरोधी वाईट बोलण्याबाबत किंवा आक्षेपार्ह भाषणाबाबत बोलतो तेव्हा आपण हे समजून घेतले पाहिजे की असे भाषण प्राप्तकर्ता किंवा पाहणाऱ्याकरिता छळ तयार करणारे भाषण किंवा अभिव्यक्ती असू शकते की ज्यामुळे महिलांविरोधी सामाजिक गुन्हे होऊ शकतात की ज्यामुळे प्राप्तकर्त्यांच्या मनात नकारात्मक भाव तयार होऊ शकतात आणि त्यामध्ये समाजातील तिची प्रतिष्ठा संपुष्टात आणण्याची किंवा हानी पोहोचविण्याची क्षमता असू शकते. इंटरनेटवरील वर्तणुकीच्या समावेशासह विविध भाषणे आणि अभिव्यक्ती आहेत की ज्या या स्पष्टीकरणांतर्गत येतात; यामध्ये लैंगिक स्वरूपातील धमकी, ट्रोलिंग, महिला आणि मुलींच्या खासगीपणाचे उल्लंघन करणारे भाषण आणि अभिव्यक्ती, स्टॉकिंग आणि ग्रूमिंग आणि लैंगिक गुन्ह्यांच्या श्रेणींमध्ये येणाऱ्या भाषण आणि अभिव्यक्तीचा समावेश होऊ शकतो. या सर्व वर्गवारीतील कृतींची चर्चा या पुस्तकात केली जाईल. मात्र, ही यादी सर्वांगीण नसावी, तर समावेशक असावी. लिंगपरिवर्तित महिलांसह महिला आणि मुलींसाठी ही सर्व आक्षेपार्ह भाषणे असू शकतात. कारण असे भाषण

---

[३९] हालदर, डी. (२०१५) कलम ६६ए चे पूर्वलक्षी विश्लेषण: Could S.66A of the Information Technology Act be reconsidered for regulating 'bad talk' on the internet? *Indian Student Law Review (ISLR)*, 1(1), 98–128.

सार्वजिनिकरीत्या पाहण्यायोग्य बनले, तर महिला, प्राप्तकर्ता, पाहणाऱ्याच्या तसेच बहुतांश समाजाच्या मनामध्ये विविध प्रकारचे नकारात्मक परिणाम साधू शकतात. मात्र, दुर्दैवाने हे नमूद करावे लागेल की या पुस्तकात चर्चा केली जाणारी आणि उल्लेख केली गेलेली सर्व आक्षेपार्ह भाषणे बेकायदा नाहीत. दुर्दैवाने, आक्षेपार्ह भाषण आणि अभिव्यक्तीची मजकूर सामग्री म्हणून किंवा वर्तन म्हणून असलेली भूमिका कायमच गुन्हेगारी स्वरूपाची मानणे योग्य ठरत नाही. असे यासाठी आहे, कारण पोलिसांसह सूचना अधिकाऱ्यांना कायदा तसेच यासंबंधी तांत्रिक उपाययोजनांबाबत माहिती नाही किंवा ते अशा घटनांना किरकोळ मानतात किंवा पीडितांना याची तक्रार देण्यामध्ये खूप संकोच वाटतो. त्यामुळे ही समस्या महिलांकरिता अत्यंत भेदभावयुक्त बनते.

फ्रँक्स (२०१०) यांनी ऑनलाईन छळाच्या प्रकाराबाबत सांगितले आहे की ज्यांचे वर्गीकरण खालील शब्दांत भेदभावयुक्त म्हणून केले जाऊ शकते:

> वादग्रस्त छळ ऐतिहासिकदृष्ट्या मर्यादित गटांना अशा पद्धतीने निर्देशित करतो की त्यांच्या मर्यादितपणामध्ये त्यामुळे अधिक वाढ होते आणि समाजहिताकरिता त्यांच्या असलेल्या समान सहभागाला दुय्यम करते केवळ तेव्हाच अशा छळांना भेदभावयुक्त मानले गेले पाहिजे. या ठिकाणी, कुठल्या गटांना मर्यादित गट मानले जावे, यांबाबत काही कठीण प्रश्न आहेत, यात शंका नाही, पण भेदभावावर आधारित कायद्याने वांशिक अल्पसंख्य, धार्मिक अल्पसंख्य, अपंग, आणि महिला यांना किमान या गटाचे मानले आहे. हे भेदभावाचे प्रकरण असून प्रत्येक वेळी महिला किंवा आफ्रिकी-अमेरिकींचाच ऑनलाईन छळ होईल, असे नाही; पण, जेव्हा, उदाहरणार्थ, एखाद्या महिलेवर तिच्या नावाने अयोग्य, ग्राफिकच्या रूपात लैंगिक किंवा हिंसक टिप्पणीसह हल्ला केला की जो अपमानजनक आणि लैंगिक रूढिवादी गोष्टींना आमंत्रण देतो आणि त्याचा आनंद साजरा करतो, त्याचा परिणाम म्हणून तिच्या काम करण्याच्या, अभ्यास करण्याच्या किंवा पुरुषांना उपलब्ध असलेल्या संसाधनांचा आणि संधींचा फायदा घेण्याच्या क्षमतेत लक्षणीय हस्तक्षेप केला जातो, तर तो भेदभाव असतो आणि तसे त्याला मानले गेले पाहिजे... मर्यादित गटांचा छळ त्यांची या गटांचा सदस्य म्हणून असलेल्या ओळखीच्या आधारावर होणे ही केवळ चुकीची कृती नसून, किंवा काही प्रकरणात गुन्हा आहे, असे मानणे का महत्त्वाचे आहे? कारण चुकीच्या कृती आणि फौजदारी कायदे हे प्राथमिकदृष्ट्या अशा व्यक्तींना लक्ष्य केलेल्या असतात की ज्यांची गटाचा सदस्य म्हणून नव्हे, पण व्यक्ती म्हणून हानी झाली असते. जेव्हा महिलेवर महिला असण्याच्या आधारावर हल्ला केला जातो, तेव्हा महिलांना एक गट म्हणून तो संदेश जातो: तुम्ही या ठिकाणच्या नाहीत, तुम्हाला या ठिकाणी असण्याचा हक्क नाही, तुम्हाला तुमच्यातील हुषारींवरून आणि क्षमतांवरून नव्हे, तर तुमच्या लैंगिकतेवरून, तुमचा देखावा, तुमच्या पारंपरिक लैंगिक भूमिकांचे पालन यानुसार

> ओळखले जाईल. सर्वांना परिचित अन्यायपूर्ण सामाजिक भेदाच्या प्रक्रियेतून—मग ते लिंग, वंश किंवा धार्मिक मार्गांवरील असो—संपुष्टात आणण्यासाठी आपल्या कायदेशीर प्रतिसादात कुठलीही वैयक्तिक हानी आणि त्यापलीकडे जाऊन निषेध अभिव्यक्त करणे अवश्य आहे.

भारतामध्ये, दुर्दैवाने, महिलांना लैंगिक अल्पसंख्य गटातील मानले जाते. लिंगपरिवर्तित महिलांच्या बाबतीतही हीच परिस्थिती आहे. या पुस्तकातील विविध प्रकरणांत पाहता येईल की अशा बऱ्याच घटना आहेत की जेथे एकट्या महिलांचे पीडन होते. हे धमकावणे किंवा ट्रोलिंग किंवा ग्रूमिंग असो, पुरुषांपेक्षा महिला, मुली आणि लिंगपरिवर्तित महिला यांना अधिक प्रमाणात लक्ष्य केले जाते. भाषण आणि अभिव्यक्तीचा त्यात समावेश असतो, प्रस्थापित कायद्याच्या नजरेत बेकायदा नसले, तर अशा आक्षेपार्ह भाषणातून निर्माण झाल्यानंतरचे वर्तन नेहमीच त्रासदायी असते. इंटरनेटवरील खासगीपणाच्या उल्लंघनाच्या घटना महिलांना समाजामध्ये नेहमी अत्यंत धोकादायक स्थानी नेतील अशी शक्यता असते. महिला किंवा तिच्या खासगी आयुष्याबद्दलचे एक आक्षेपार्ह भाषण एक व्यावसायिक महिला म्हणून तिच्या पूर्ण आयुष्याचे केवळ वाटोळे करू शकतो, इतकेच नाही, तर तिच्या वैवाहिक समस्येचेही कारण बनण्याची शक्यता राहते. आम्ही अशीही प्रकरणे पाहिली आहेत की जिथे त्रास देणाऱ्या व्यक्तींकडून सततच्या नको असलेल्या मिस्ड् कॉलमुळे महिलेला कौटुंबिक हिंसेला सामोरे जावे लागते. सायबर स्टॉकिंगची पीडित म्हणून तिला पाठिंबा देण्याऐवजी, कुटुंबाचे सदस्य तिला विश्वासघात करणारी म्हणून मानू शकतात; तिला तिच्या मुलांना भेटण्यापासून प्रतिबंध केला जाऊ शकतो किंवा तिच्या नवऱ्याकडून किंवा वडिलांकडून कुठलेही आर्थिक साहाय्य मिळण्यास नकारही येऊ शकतो. अशा प्रकरणांचा पुन्हा विचार करा की जिथे जुन्या प्रेमप्रकरणाचा बदला घेण्यासाठी इंटरनेटवर बनावट अवतार (हालदर, २०१३) तयार केले जातात. बदला घेण्यासाठी पॉर्न लोकांमध्ये पसरवले जाते, पीडितेचे नाव आणि वैयक्तिक माहिती उघड करतात आणि ती तसेच तिचे कुटुंबीय तिच्या स्वतःच्या समाजात बहिष्कृत गणले जाऊ शकतात. असे बनावट अवतार महिलांवर जितके परिणाम साधू शकतात, तितका परिणाम पुरुषांवर साधू शकत नाहीत, कारण महिलांप्रमाणे पुरुषांना उपभोग्य वस्तूच्या रूपात पाहिले जात नाही. आम्ही अशीही प्रकरणे पाहिली आहेत की जिथे ट्रोलिंग किंवा लैंगिक स्वरूपातील धमकावणीच्या रूपातील चिथावणीखोर शब्दांमुळे महिलांनी आत्महत्या करण्याचा प्रयत्न केला आहे. कारण संकेतस्थळाच्या संबंधितांनी तिला मदत करण्यास किंवा अगदी पोलिसांनी किरकोळ प्रकरण असल्याचा विचार करून त्याविरोधात कृती करण्यास नकार दिला असू शकतो. उलट, अशा अशा पीडनात जरी त्यांनी थेट सहभाग घेतला नसला, तरी त्यात सहभागी झाल्याबद्दल पीडितेवरच आरोप केले जाऊ शकतात. पीडित महिलांना

तक्रार करण्यापासून नेहमी परावृत केले जाते. कारण पोलीस त्यांचा उपहास करू शकतात आणि त्यांना अधिक अपमानित झाल्यासारखे वाटते. स्पष्टपणे, अनेक पीडित महिला आणि त्यांचे कुटुंबीयही दोन्ही बाजूंनी पीडनाला सामोरे जाऊ शकत नाहीत, कारण त्यांना भीती, उपहास आणि अपमानित झाल्यासारखे वाटते.

दुसऱ्या बाजूला इंटरनेटवरील अशा आक्षेपार्ह भाषण आणि अभिव्यक्तीचा परिणाम महिलांप्रमाणे पुरुषांवर होत नाही. यामागे मूलतः दोन कारणे आहेत: (i) धमकावणे किंवा ट्रोलिंग किंवा धमकीची पोस्ट किंवा फोन कॉलमुळे बदनामी किंवा खासगीपणाचे उल्लंघन होऊ शकते, पण भारतीय समाजात महिलांवर लावले जातात, त्याप्रमाणे पुरुषांवर सामाजिक प्रतिबंध लावले जात नाहीत. या पुस्तकातील पुढील प्रकरणांतून चर्चा केल्याप्रमाणे लैंगिक गुन्ह्याच्या मार्गाने पुरुषाला सहजपणे लक्ष्य करता येत नाही. याचे कारण भारतीय समाजामध्ये, पारंपरिकरीत्या पुरुष उपभोग्य वस्तू नसतात. (ii) सायबर पीडनासह पीडनाचा सामना करण्यासाठी पुरुषांना सामान्यतः आर्थिक तसेच सामाजिक स्वातंत्र्य अधिक असते.

अंबिकेश महापात्रा आणि इतर विरुद्ध पश्चिम बंगाल राज्य आणि इतर या प्रकरणाचा विचार करा,[४०] या ठिकाणी महापात्रा तत्कालीन मुख्यमंत्री ममता बॅनर्जी यांना लक्ष्य करणारे व्यंगचित्र काढल्याबद्दल आणि प्रसिद्धी केल्याबद्दल करण्यात आलेल्या एकतर्फी अटकेविरोधात रिट याचिकेद्वारे उभे राहू शकले. त्याउलट, शाहीन धाडा प्रकरणाचा विचार करा, शिवसेना प्रमुख बाळ ठाकरे यांच्या मृत्यूमुळे झालेल्या मुंबई बंदवर फेसबुकवर पोस्ट टाकल्यामुळे तिला अटक करण्यात आली होती. तिला तिची पोस्ट मागे घ्यावी लागली, तिला अटक केली गेली आणि ऑनलाईन तसेच ऑफलाइन अपमानित केली गेली. अपमानासाठी ती प्रथम विरोध करू शकली नाही. तिला वैयक्तिकरीत्या प्राधिलेख याचिका दाखल करता आली नाही, पण प्रथितयश वृत्तपत्रांनी आणि टीव्ही चॅनेल्सनी तिच्या अटकेचे क्लिपिंग प्रसिद्ध करण्यास सुरुवात केल्यानंतर तिला जनतेतून मोठा पाठिंबा मिळाला. तिचा चेहरा ओढणीने झाकलेला होता. इंटरनेटवर ज्यांनी तिच्या चारित्र्याचे नुकसान केले असते अशा संभाव्य ट्रोल आणि लैंगिक त्रास देणाऱ्या नराधमांकडून लक्ष्य ठरण्यापासून वाचण्यासाठी तसेच माध्यमातील प्रसिद्धीपासूनही स्वतःला वाचविण्यासाठी तिने दिलेली ही त्वरित प्रतिक्रिया होती. तिचा चेहरा झाकण्याचा तिने केलेला प्रयत्न हा अपवाद नव्हता. इतर लक्षावधी भारतीय महिला स्वतःच्या पीडनाबद्दल आक्षेपार्ह पोस्ट पाहतात किंवा ऐकतात, तेव्हा त्यांनाही यासारखीच भीती असते. तिला झालेली अटक ही कायद्याचा अत्यंत गैरवापर

---

[४०] अभिषेक महापात्रा विरुद्ध पश्चिम बंगाल आणि इतर. WP no.33241(W) of 2013. http://indiankanoon.org/doc/38644431 (३० जानेवारी २०१६ रोजी प्राप्त केले) या ठिकाणी उपलब्ध..

आहे, अशी टीका दुसऱ्या कुणी नव्हे, तर न्यायाधीश मार्केंडेय काटजू यांनी केली होती, ते यापूर्वी सर्वोच्च न्यायालयात न्यायाधीश म्हणून होते. फौजदारी न्यायिक यंत्रणेने तिच्याबाबत केलेल्या चुकीकरिता तातडीने प्रसिद्धी मिळण्याबाबत ती नशीबवान होती; पण अनेक महिला त्यांच्या कुटुंबाकडून तसेच जनतेकडून मोठा पाठिंबा मिळण्याबाबत तिच्यासारख्या नशीबवान नसतात. अशा कारणांमुळे महिलांना लक्ष्य करणारे आक्षेपार्ह भाषण आणि अभिव्यक्तींचा समावेश असलेले सायबर गुन्हे संशोधनासाठी योग्य ठरतात.

संदर्भ

Franks, M. A. (23 February 2010). The banality of cyber discrimination, or, the eternal recurrence of September. *Denver Law Review Online*, *87*, 5. Available at SSRN: http://ssrn.com/abstract=1569202. Accessed on 2 May 2015.

Halder, D. (2013). Examining the scope of Indecent Representation of Women (Prevention) Act, 1986, in the light of cyber victimization of women in India. *National Law School Journal, 11*, 188–218.

Halder, D., & Jaishankar, K. (June, 2011) *Cyber crime and the victimization of women: Laws, rights, and regulations.*

Hershey, PA: IGI Global.

———. (2013). Revenge porn by teens in the United States and India: A socio-legal analysis. *International Annals of*

Criminology, 51(1–2), 85–111.

———. (2014). Online victimization of Andaman Jarawa tribal women: An analysis of the 'human safari' YouTube videos

(2012) and its effects. *British Journal of Criminology, 54*(4), 673–688.

३ ट्रोलिंग आणि लैंगिक स्वरूपातील दादागिरी

भारतामध्ये महिलांविरोधातील सायबर गुन्ह्यांच्या क्षेत्रात इंटरनेटवर लैंगिक स्वरूपातील दादागिरी (जेंडर बुलिंग) आणि ट्रोलिंग, या दोन समस्यांविषयी सर्वांत कमी संशोधन झाले आहे. आम्हाला माहीत आहे, की ऑनलाईन स्वरूपातील दादागिरी (ऑनलाईन बुलिंग), विशेषतः शाळेचे विद्यार्थी, किशोरवयीन विद्यार्थी इत्यादींच्या संबंधित, संशोधकांचे बरेचसे लक्ष वेधून घेते (हिंदुजा आणि पॅचिन, २०१५; जयशंकर, २००९; पॅचिन आणि हिंदुजा, २०१०). एका ढोंगीने, जी मेगनच्या मैत्रिणीची आई होती, धमकावल्याच्या (बुलिंग) कारणावरून मेगन मायर हिने केलेल्या आत्महत्येनंतर सामान्य इंटरनेट वापरकर्ते तसेच कायदेमंडळातील सदस्य, संशोधक यांना संगणकाच्या माध्यमातून केलेल्या संप्रेषणामधील सायबर दादागिरी (सायबर बुलिंग) आणि ओळखीशी (आयडेंटिटी) खेळण्यातील धोक्यांसह इंटरनेटवरील भीषण वास्तवाची जाणीव झाली. आश्चर्य म्हणजे, मेगनला तिच्या वयाच्या मुलाने धमकावले नव्हते, पण एका प्रौढ महिलेने एक काल्पनिक 'उत्तान मुलगा' तयार करून धमकावले होते, जिने नंतर काल्पनिक अकाउंटच्या माध्यमातून इतर काही मुलांना मेगनला आक्षेपार्ह संदेश पाठविण्यासाठी उद्युक्त केले होते.[१] तरीही, धमकावणाऱ्या प्रौढेला मुलांना कुठल्या प्रकारचे संदेश नुकसान पोहोचवू शकतात, हे माहीत होते—जसे की धमकावणाऱ्या महिलेला मेगनला तिच्या दिसण्यामुळे आधीच नैराश्याची पार्श्वभूमी होती,[२] आणि इतरांमध्ये भांडणे कशी लावायची, हे माहीत होते. धमकावणारे आणि त्याचा/तिचा पीडित, दोघेही मुले असतील तेव्हा सायबर दादागिरीमुळे आत्महत्या हा एक समान अंतिम जोखमीचा घटक असल्याचे आढळून आले असले तरी, असे गृहीत धरता येऊ शकते की, मुलांच्या तुलनेत प्रौढ हे त्यांच्या परिपक्वतेमुळे आणि जगाशी असलेल्या संपर्कामुळे अधिक धोकादायक पद्धतीने धमकावणारे असतात. प्रत्यक्षात, दादागिरी प्रौढ द्वेषमूलक गुन्ह्याचे (hate crimes) कारण ठरू शकते (सायट्रन, २०१४).

कॅथा सिएरा किंवा ॲना मेयर यांच्या प्रकरणांचा विचार करा. दोघींना इंटरनेटवर जबर धमकी देण्यात आली होती आणि ती त्या दोघींवरील मोठ्या द्वेषमूलक हल्ल्यामध्ये रूपांतरित झाली (सायट्रन, २०१४). दोन्ही प्रकरणांत धमकावणाऱ्यांचे प्राथमिक लक्ष्य दोन्ही

---

[१] मेगनच्या कथेवरून पुनर्प्राप्त केलेले. http://www.meganmeierfoundation.org/megans-story.html (१४ जानेवारी २०१५ रोजी प्राप्त केले) या ठिकाणी उपलब्ध.

[२] तथैव.

महिलांची बदनामी करणे आणि त्यांची चुकीची प्रतिमा तयार करणे, हे होते. भारतात, इंटरनेटवरील प्रौढ दादागिरी (ॲडल्ट बुलिंग), विशेषतः लैंगिक स्वरूपाची दादागिरी यांना आतापर्यंत किमान प्रसिद्धी मिळाली आहे. पण, इंटरनेटवर लैंगिक स्वरूपाची दादागिरी हा चिंतेचा विषय होत आहे. सायबर पीडित समुपदेशन केंद्राने २०१० मध्ये घेतलेल्या मूलभूत सर्वेक्षणानुसार (हालदर आणि जयशंकर, २०१०), पूर्ण भारतातील ६० प्रौढ प्रतिवादी महिलांपैकी, ३३.३ टक्के महिलांनी त्यांना इंटरनेटवर धमकावण्यात येत असल्याचे सांगितले आणि १० टक्के जणींनी याविषयी त्यांना माहीती नसल्याचे सांगितले.

२०१० पासून, वाढत्या सोशल नेटवर्किंग साइट्स, व्हॉट्सॲपसारख्या मोबाइल संप्रेषण ॲप यांच्या दृष्टिकोनातून विचार केला तर संगणकाच्या माध्यमातून होणारी संप्रेषण यंत्रणा जलदगतीने विकसित झाली आहे. लैंगिक स्वरूपाच्या दादागिरीचे स्वरूपही साध्या संदेशापासून त्रासदायी किंवा अपमानजनक संदेशांपर्यंत ते इमोटिकॉन्ससह छायाचित्रांबरोबरच्या मजकुरापर्यंत बदलले आहे.[३] लैंगिक स्वरूपातील दादागिरी इमोटिकॉन्स किंवा स्माइलीच्या वापरामुळे अगदी सोपी झाली आहे. सायबर पीडित समुपदेशन केंद्राने भारतामधील व्हॉट्सॲपवरील छळवणूक (हालदर आणि जयशंकर, २०१५ए), यावर घेतलेल्या नुकत्याच झालेल्या सर्वेक्षणामध्ये, एकूण १३१ प्रतिवादीपैकी (९९ महिला आणि ३२ पुरुषांसह) कोलकाता, दिल्ली आणि तिरुनेलवेली येथील १०.७ टक्के जणांनी सांगितले, की त्यांना व्हॉट्सॲपवर छळवणुकीचे, दादागिरीचे संदेश येतात आणि ९.९ टक्के जणांनी सांगितले की त्यांना छळवणुकीचे इमोटिकॉन्स आले आहेत. लैंगिक स्वरूपातील दादागिरी कुठल्याही व्यासपीठावर, सोशल नेटवर्किंग साइट्स आणि मोबाइल संप्रेषण यंत्रणा किंवा ई-मेलच्या माध्यमातून येऊ शकतात. लैंगिक स्वरूपातील दादागिरी साध्या एसएमएसच्या माध्यमातूनही होऊ शकते. लैंगिक स्वरूपातील दादागिरी सार्वजनिक व्यासपीठांवर किंवा खासगी चॅटरूममध्ये लिंगपरिवर्तित महिलांनाही लक्ष्य करू शकते, ही गोष्ट जास्त औत्सुक्यपूर्ण आहे (हालदर आणि जयशंकर, आगामी).

दादागिरीच्या समस्येबरोबरच, अलीकडे, सायबर स्पेसमधील ट्रोलिंगच्या समस्येने संशोधकांचे लक्ष वेधून घेतले आहे. ट्रोलिंग आणि दादागिरीमध्ये समानता असली तरी हेतू आणि अंमलबजावणीच्या पद्धतीच्या दृष्टिकोनातून (केवळ काही बाजू, त्यांची चर्चा नंतर करण्यात येईल) विचार केला तर आमच्या मते असे ट्रोलिंग, ज्यात विशेषतः महिलांना लक्ष्य केले गेले असेल तर ते अधिक घातक आहे. ट्रोलिंग द्वेषमूलक गुन्ह्यांसाठी जबाबदार ठरते (सायट्रन, २०१४) आणि महिलांची प्रतिष्ठा क्रूरपणे नष्ट करू शकते (सायट्रन, २०१४;

[३] इमोटिकॉन्स (इमोशन + आयकॉन्स) मानवी चेहऱ्याच्या विविध भावनिक छटा, हावभाव यांचे मेटासंप्रेषण स्वरूपातील गैरमौखिक सादरीकरण असतात.

हालदर, २०१३). बऱ्याचदा, स्त्रीवादी, राजकीय पक्ष, पर्यावरणवादी, मानवी हक्कांचे कार्यकर्ते आणि इत्यादी ट्रोलचे मुख्य लक्ष्य ठरू शकतात. त्याचप्रमाणे, इंटरनेटवर धर्म-रक्षक, कला समीक्षक, सामाजिक समस्यांवर टीका करणारे, मानवी हक्क ट्रोल्स, मुक्त भाषणाचे रक्षक आणि खासगी ट्रोल्स असे विविध प्रकार आहेत, की जे स्वतःच्या मनोरंजनासाठी संदेश तयार करतात. भारतामध्ये, संगणकाच्या माध्यमातून झालेल्या संप्रेषणातून झालेले ट्रोलिंग ही एक नवी घटना म्हणून उदयास आली आहे, जिच्यामध्ये नागरी समाजामध्ये मोठ्या प्रमाणावर अंदाधुंदी माजवण्याची क्षमता आहे.

न्यायाधीश मार्केंडेय काटजू, यांनी फेसबुक किंवा ट्विटर पेजवर समलिंगी संबंध आणि विवाह याविषयींच्या पोस्टच्या माध्यमातून संवेदनशील विषयांवर प्रतिक्रिया नोंदवली, तेव्हा प्रत्येक वेळी दिसणाऱ्या ट्रोल्सचा विचार करा, यामधील काही भाग खालीलप्रमाणेः

> सध्या समलिंगी संबंध आणि समलिंगी विवाह यावर बरीच चर्चा होत आहे. माझ्या मते हे सर्व पाखंडी आणि मूर्खपणाचे आहे. समलिंगी संबंध किंवा समलिंगी विवाह प्रजाती पुढे चालू ठेवण्याची निसर्गाची गरज पूर्ण करील का? नाही, हे केवळ ज्यामुळे मुलाचा जन्म होतो त्या पुरुष आणि महिला यांच्यामधील समागमामुळे शक्य होते; पुरुष आणि पुरुष किंवा महिला आणि महिला यांच्यातील लैंगिक संबंधामुळे नाही.[४]

त्यांच्या या पोस्टनंतर फेसबुक आणि ट्विटरवर त्यांना ट्रोल करणाऱ्या अनेक पोस्ट होत्या आणि काटजू यांनी सुरुवातीला त्यांना लक्ष्य करणाऱ्या अधिक अपमानजनक आणि निंदाजनक पोस्टना प्रतिबंध घालण्याकरिता यातील काहींना ब्लॉक केले तेव्हा त्यांनी त्यांचा संताप जाहीरपणे व्यक्त केला. पण तरीही, पुरुषांपेक्षा महिला आणि स्त्रीवादी पेजेस ट्रोलिंगसाठी अधिक संवेदनशील असतात. तीन प्रथितयश महिलांच्या प्रकरणावरून हे स्पष्ट होतेः कविता कृष्णन, एक कार्यकर्त्या, सागरिका घोष आणि बरखा दत्त, प्रसिद्ध पत्रकार. स्त्रीवाद, राजकीय परिस्थिती आणि सध्याची सामाजिक परिस्थिती, ज्यामुळे महिलांना क्रमशः खाली खेचले जात होते, यासंबंधी त्यांनी दिलेल्या प्रतिक्रियांमुळे तिघींनाही ट्रोल केले गेले. विशेष म्हणजे, या कुठल्याही प्रकरणांत न्यायालयाने कुठलाही ठोस आदेश दिला नाही किंवा पोलिसांनी कुठलीही कारवाई केली नाही, की ज्यामुळे सायबर स्पेसमध्ये महिलांचे नुकसान होऊ शकते, अशा ट्रोलिंगला प्रतिबंध घालण्याकरिताचे ते उदाहरण बनू शकले असते.

भारतामध्ये, इंटरनेटवरील लैंगिक स्वरूपातील दादागिरी किंवा ट्रोलिंगमुळे महिलांवर प्रत्यक्ष हल्ला होण्याची शक्यता आणि पारंपरिक पितृसत्ताक सामाजिक मानसिकता या

---

[४] पहा The News Minute (२०१४). न्यायाधीश काटजू म्हणाले, की एलजीबीटी संबंध हे पाखंडी आहेत कारण 'त्या प्रकारचे लैंगिक संबंध' मुलांना जन्म देऊ शकत नाहीत. http://www.thenewsminute.com/socials/४५८ (१२ जानेवारी २०१५ रोजी प्राप्त केले) या ठिकाणी उपलब्ध.

कारणांमुळे संगणकाच्या माध्यमातून होणाऱ्या संप्रेषण यंत्रणेतील लैंगिक स्वरूपातील दादागिरी आणि ट्रोलिंग हे विशेष महत्त्वाचे आहेत. आपण नेहमी पाहिले आहे, की महिलांना फेसबुकवरील किंवा प्रौढ मनोरंजनाच्या संकेतस्थळांवरील 'बनावट अवतारां' मुळे (हालदर, २०१३)[५] विवाहाच्या कथित बाजारपेठेमध्ये प्रवेश नाकारला जातो. संगणकाच्या माध्यमातून होणाऱ्या संप्रेषणातून होणाऱ्या लैंगिक स्वरूपाच्या दादागिरीमुळे पीडितेचा स्वतःच्या कुटुंबीयाकडून, कार्यालयीन सहकार्याकडून आणि सासरच्यांकडून उपहास झाल्याचाही घटना आहेत.[६] मात्र, भारतामध्ये ट्रोलिंगचा सामान्य महिलांवर तुलनेने कमी परिणाम झाला आहे, पण ट्रोलिंगचे विनाशकारी रूप लक्षात घेता आणि स्त्रीवादी विचारसरणीवर आणि काही प्रथितयश महिलांवर झालेला परिणाम गृहीत धरून भारतातील महिलांच्या ऑनलाईन पीडनाच्या दृष्टिकोनातून ट्रोलिंग अधिक नीट समजून घेण्याची गरज आहे, असे गृहीत धरता येईल.

महिलांना लक्ष्य करणारे अपमानास्पद शब्द, हावभाव इत्यादींचा प्रतिबंध करण्याकरिता विशिष्ट कायदे असले, तरी–जसे की भारतीय दंड संहितेच्या कलम ५०९ मध्ये निर्दिष्ट केले होते, किंवा कार्यालयीन ठिकाणांसाठी, जसे कार्यालयीन ठिकाणी महिलांची लैंगिक छळवणूक (प्रतिबंध, मनाई आणि निवारण) कायदा, २०१३ मध्ये निर्दिष्ट केले आहेत, किंवा किशोरवयीन मुलींसह मुलींसाठी जसे मुलांचे लैंगिक गुन्ह्यापासून संरक्षण कायदा–२०१२ मध्ये निर्दिष्ट केले आहेत–या ठिकाणी, भारतामध्ये सायबर दादागिरी आणि ट्रोलिंग विशेषतः महिलांना लक्ष्य करणारी सायबर दादागिरी आणि ट्रोलिंग यांचे नियमन करण्यासाठी विशिष्ट कायदे नाहीत, हे समजून घेण्याची गरज आहे. जरी यापूर्वी उल्लेख केलेल्या कायद्यांसह प्रतिबंधात्मक नियमन विविध कायद्यांमध्ये विखुरलेले असले, तरी बऱ्याचशा प्रकरणांत, असे कायदे आयटी कायदा, २००० (२००८ मध्ये सुधारित) च्या कलम ६६ए सह किंवा त्याच्याशिवायही, विविध कारणांमुळे फलदायी सिद्ध होऊ शकच नाहीत. परिणामतः, भारतीय समाजात महिलांना लक्ष्य करणारी लैंगिक स्वरूपातील दादागिरी आणि ऑनलाईन ट्रोलिंग कायमचा धोका बनण्याची शक्यता आहे. हे प्रकरण या महत्त्वाच्या विषयाचा सामाजिक-वैधानिक (सोशो-लीगल) दृष्टिकोनातून शोध घेईल.

या प्रकरणात, आमचे लैंगिक स्वरूपातील दादागिरी आणि ट्रोलिंग या दोन विशिष्ट मुद्द्यांची चर्चा करण्याचे उद्दिष्ट आहे. पहिल्यांदा, भारतातील महिला आणि लिंगपरिवर्तित

---

[५] हालदर (२०१३) बनावट अवताराची व्याख्या पुढीलप्रमाणे करतात,

> पीडितेचे चुकीचे सादरीकरण, की जे अपराधीने डिजिटल संप्रेषणाच्या माध्यमातून पीडितेच्या दृश्य छायाचित्रांसह किंवा त्याविना तयार केले आहे आणि ज्यात पीडितेबाबत शाब्दिक माहिती आहेजी पूर्णपणे खरी असू शकते किंवा नसते आणि पीडितेचे चारित्र्य सहेतुकपणे खराब करण्याच्या उद्देशाने आणि पीडितेच्या मूळ ओळखीबाबत दर्शकांची दिशाभूल करण्यासाठी त्याची निर्मिती केली जाते आणि इंटरनेटवर प्रसारित केले जाते.

[६] सायबर पीडित समुपदेशक म्हणून काम करणाऱ्या प्रमुख लेखिकेच्या वैयक्तिक अनुभवातून.

महिला यांना लक्ष्य करणाऱ्या लैंगिक स्वरूपातील दादागिरीचे चित्र उभारण्याचा आमचा उद्देश आहे आणि लैंगिक स्वरूपातील दादागिरीची संभाव्य कारणे आणि त्यांचा भारतातील महिलांवर होणाऱ्या परिणाम यांवरही प्रकाश टाकू. लैंगिक स्वरूपातील दादागिरीची समस्या पद्धती आणि विविध व्हर्च्युअल हबवरील चर्चेच्या माध्यमातून आणखी पुढे नेली आहे. दुसरी गोष्ट म्हणजे, आम्ही संगणकाद्वारे होणाऱ्या संप्रेषण यंत्रणेतील ट्रोलिंगला कविता कृष्णन, सागरिका घोष आणि बरखा दत्त या तीन घटनांच्या अभ्यासाद्वारे (केस स्टडीज) हाताळणार आहोत. आम्ही खालील प्रश्नांची उत्तरे देण्याचा प्रयत्न करू: लैंगिक स्वरूपातील दादागिरीसारख्या ट्रोलिंगमुळे महिलांवर फार खोलवर आणि दीर्घकालीन परिणाम होतो का? संगणकाद्वारे होणाऱ्या संप्रेषण यंत्रणेतील ट्रोलिंग ही एक धोकादायक प्रवृत्ती आहे, असे भारतातील महिलांना वाटते का? शेवटी, महिलांविरोधील ऑनलाईन गुन्ह्यांच्या संदर्भात, आम्ही लैंगिक स्वरूपातील दादागिरी आणि ट्रोलिंगविरोधात वापरता येऊ शकतील, अशा भारतामध्ये अस्तित्वात असणाऱ्या कायद्यांची चर्चा करणार आहोत.

भारतामधील महिला आणि लिंगपरिवर्तित महिलांना लक्ष्य करणाऱ्या लैंगिक स्वरूपातील ऑनलाईन दादागिरीचे स्वरूप

भारतातील मुलांमध्ये पारंपरिक स्वरूपातील दादागिरी प्राचीन काळापासून अस्तित्वात आहे. पांडव आणि कौरवांच्या मुलांमधील पहिल्या काही भांडणांचा विचार करा, जेव्हा कुंती तिचा पती पांडूच्या आणि त्याची दुसरी पत्नी माद्रीच्या मृत्यूनंतर पाच छोट्या पांडवांना घेऊन वनवासातून परत येते, कौरवांचा राजपुत्र दुर्योधन आणि पांडवांचा दुसऱ्या क्रमांकाचा भाऊ भीम यांच्यामधील दादागिरीचे प्रसंग, कुटुंब किंवा शाळेमध्ये नव्याने कुणाचा केलेला समावेश इतर मुलांमध्ये ईर्ष्या कशी उत्पन्न करू शकते, हे दाखवून देतात (जयशंकर, २००९). आधुनिक काळातील संशोधकांनी दादागिरीकडे आक्रमक वर्तणुकीचा प्रकार (कोलोरोसो, २००३) आणि नकारात्मक कृती (ऑलविअस, १९९३) म्हणून पाहिले आहे, की ज्यामध्ये धमकी देणारा आणि त्याचा/चे पीडित यामध्ये असंतुलित शक्ती, नुकसान करण्याचा हेतू, अधिक आक्रमकपणा आणि भीतीचा धोका यांचा समावेश असू शकतो (कोलोरोसो, २००३). तर बहुतांश संशोधकांनी मान्य केले आहे की यामध्ये मुलांचा समावेश असतो (जेव्हा दोघेही धमकी देणारा आणि पीडित १८ वर्षांच्या आतील असतात, तसेच जेव्हा पीडित किंवा धमकी देणारा यांपैकी कुणी १८ वर्षांखालील असतो) तेव्हा अशा वर्तणुकीला 'दादागिरी' असे म्हटले जाते आणि असे म्हटले पाहिजे; पण त्यांनी असाही युक्तिवाद केला आहे, की यामध्ये प्रौढांचा समावेश असतो तेव्हा, याला वेगळे संबोधले पाहिजे. उदाहरणार्थ, धमकावणारा पुरुष असतो आणि महिला लक्ष्य असते तेव्हा त्याला

छेडछाड म्हणता येऊ शकते आणि पीडितेवर लैंगिक टिप्पणी करणे, अश्लील हावभाव करणे किंवा सार्वजनिक ठिकाणी किंवा संस्थांमध्ये पीडितेला स्पर्श करण्याचा प्रयत्न करणे, यांचा वर्तनामध्ये समावेश होतो (रामासुब्रह्मण्यम आणि ऑलिव्हर, २००३), किंवा शाब्दिक किंवा गैरमौखिक छळवणूक किंवा लैंगिक छळ, की ज्याची विस्तृतपणे व्याख्या दिली गेली आहे की 'वारंवार, अयोग्य आणि स्वाभाविकरीत्या बळजबरीची कृती' (काट्झ, हॅनॉन आणि व्हिटन, १९९६, पृ. क्र. ३५) आणि 'जेथे सर्वाधिक छळ ज्यांचा होतो त्या महिला असतात' (मॅककिनॉन, १९७९, पृ. क्र. १९३), किंवा काही गंभीर प्रकरणात, घरगुती हिंसा, जेव्हा जोडीदारावर केलेली कठोर टिप्पणी अत्यंत अपमानजनक, मानहानी करणारी, अपमानास्पद ठरते. पण, आम्ही युक्तिवाद करतो की दिलेल्या सर्व व्याख्येवरून दादागिरी या संज्ञेचा भाषिक परिणाम पाहिला, तर नमूद केलेल्या सर्व वर्तणुकी या दादागिरीचे विविध प्रकार आहेत आणि म्हणून प्रौढांबाबतही दादागिरी होते. सायबर स्पेस त्याहून वेगळी नाही.

इंटरनेट आणि डिजिटल संप्रेषण तंत्रज्ञानावर, महिला आणि लिंगपरिवर्तित महिला दादागिरीला अधिक सामोरे जातील, अशी शक्यता असते. मात्र, सायट्रनसह (२०१४) अनेक संशोधकांनी सायबर दादागिरीला सायबर छळवणूक असे संबोधले आहे. सायट्रन (२०१४) यांच्या मते 'सायबर छळवणुकीमध्ये हिंसेची धमकी, खासगीपणाचे उल्लंघन, प्रतिष्ठेला नुकसान पोहोचवणारा खोटेपणा, पीडितेचे शारीरिक नुकसान करण्यासाठी अनोळखी लोकांचे कॉल आणि तांत्रिक स्वरूपातील हल्ल्यांचा समावेश होतो. पीडितेचे इन-बॉक्सेस धमकीच्या ई-मेल्सने भरलेले असतात' (सायट्रन, २०१४, पृ. ४). आता सायबर दादागिरीच्या काही ठळक व्याख्यांचा विचार करू: पॅरी आफताब यांच्या मते,

> सायबर दादागिरी म्हणजे अल्पवयीनाने इन्संट मेसेंजरवर, ई-मेल, संकेतस्थळ, डायरी साइट, ऑनलाईन प्रोफाइल, परस्परसंवादी खेळ, हातातील साधन (हॅंडहेल्ड डिव्हायसेस), सेल फोन किंवा इतर परस्परसंवादी साधने यांच्याद्वारे ऑनलाईन पोस्ट केलेले किंवा पाठविलेले कुठलेही सायबर संप्रेषण किंवा प्रकाशन, ज्याचा हेतू दुसऱ्या अल्पवयीनास घाबरवण्याचा, गोंधळवून टाकण्याचा, छळण्याचा किंवा अन्यथा लक्ष्य करण्याचा असतो.[७]

या व्याख्येमध्ये पुढील भागात नमूद करण्यात आले आहे, 'जर दोन्ही बाजूंच्या संप्रेषणामध्ये अल्पवयीन नसतील, तर त्याला सायबर छळवणूक मानले जाते लैंगिक स्वरूपातील दादागिरी नव्हे.'[८] शरीफ आणि हॉफ (२००७) यांनी सांगितले की, 'सायबर दादागिरी ही मौखिक

---

[७] http://www१.toysrus.com/assets/uploads/fact_sheets/A_Parents_Guide_to_Cyberbullying.pdf (७ सप्टेंबर २०१६ रोजी प्राप्त केले) या ठिकाणी उपलब्ध.
[८] तथैव.

आणि लेखी स्वरूपातील दादागिरीचा छुपा आणि कपटी प्रकार आहे. हे प्रौढ आणि किशोरवयीन मुलांनी सेल फोन, वेबसाइट, वेब कॅम्स, चॅट रूम्स आणि ई-मेल यांसारख्या इलेक्ट्रॉनिक माध्यमातून पोहोचवले आहे.' हिंदुजा आणि पॅचिन (२०१४) यांच्या मते, सायबर दादागिरी म्हणजे 'संगणक, सेल फोन्स आणि इतर इलेक्ट्रॉनिक साधनांच्या वापराच्या माध्यमातून पोहोचवलेले, हेतुपुरस्सर आणि वारंवार झालेले नुकसान.' विलार्ड (२००७), मात्र सायबर दादागिरीकडे व्यापक रूपात पाहतात. ज्यामध्ये सात वेगळे प्रकार आहेत; यात प्रक्षोभक संदेश, छळवणूक, बदनामी, ढोंगीपणा, उल्लंघन आणि लबाडी आणि बहिष्कार आणि सायबर स्टॉकिंग यांचा समावेश होतो. या ठिकाणी नमूद केलेले जवळपास सर्व संशोधकांनी हे मान्य केले आहे, की सायबर दादागिरीमध्ये 'पॉवर गेम'चा मूलतः उपयोग होतो की जेथे धमकावणाऱ्याला अधिक सामर्थ्यवान वाटते आणि त्याला/तिला त्याचे/तिचे वर्चस्व दाखवून देण्याची इच्छा असते, या मुख्य कारणामुळे कदाचित तो अशा पीडितेवर हल्ला करतो जिचा आत्मसन्मान कमी असू शकतो आणि संप्रेषणाच्या माध्यमामुळे, म्हणजे, इंटरनेट आणि डिजिटल संप्रेषण तंत्रज्ञान यांच्यामुळे ही गोष्ट पारंपरिक स्वरूपातील दादागिरीपेक्षा वेगळी आहे (फेगेनबुश आणि ऑलिव्हिअर, २००९). वर्चस्व स्थापित करण्याकरिता डिजिटल संप्रेषणाच्या माध्यमातून केलेल्या अपमानजनक, निंदाजनक टिप्पणीच्या अधिक बारकाईच्या दृष्टिकोनातून त्याकडे (ऑनलाईन छळवणूक) पाहिले, तर या सर्व व्याख्यांनी खात्री होते, की सायबर दादागिरी ही ऑनलाईन छळवणुकीच्या आतमध्ये दडलेली संज्ञा आहे; म्हणून सायबर दादागिरी प्रौढांबाबतही होते. या संदर्भात, जयशंकर (२००९) यांनी भारतीय दृष्टिकोनातून सायबर दादागिरीची व्याख्या अशी विस्तृत केली आहे

> मोबाइल फोन्स (एसएमएस/एमएमएस) आणि इंटरनेट (चॅट रूम्स, ई-मेल्स, सूचना फलक आणि गट) यांसारख्या आधुनिक संप्रेषण नेटवर्कचा वापर करून छेडछाड, किंवा शरीराचा आकार, बुद्धी, कौटुंबिक पार्श्वभूमी, वेशभूषेची जाणीव, मातृभाषा, मूळ ठिकाण, वृत्ती, वंश, जात, वर्ग, शिवीगाळ यांद्वारे पीडितेचा अपमान याद्वारे झालेला अपमान/छळवणूक.

ऑनलाईन लैंगिक स्वरूपातील दादागिरी ही प्रौढांना लक्ष्य करणाऱ्या सायबर दादागिरीचा स्त्रीवादी दृष्टिकोन आहे. इंटरनेटवर धमकावणाऱ्यांकडून महिलांना ज्या प्रमाणात लक्ष्य केले जाते तितकेच तरुण किशोरवयीनांना धमकावणाऱ्यांकडून लक्ष्य केले जाते. 'ॲना मायर' प्रकरणाचा विचार करू या, लैंगिक कल्पनेबद्दल तिच्या मित्राने ब्लॉगवर टाकलेल्या पोस्टचा बचाव केल्यामुळे तिला सुरुवातीला ब्लॉग पोस्टमध्ये धमकावण्यात आले (सायट्रन, २०१४, पृ. २). मात्र, दादागिरी अधिक चिघळत गेली आणि मायरविरोधातील एका मोठ्या पातळीवरील द्वेषाच्या मोहिमेत त्याचे रूपांतर झाले (सायट्रन, २०१४). सायबर गुन्ह्यांनी पीडितांसाठी काम समुपदेशक आणि संशोधक म्हणून काम करताना आलेल्या अनुभवांनुसार,

आम्ही भारतातील विविध भागांतील अशी अनेक प्रकरणे पाहिली आहेत, की जिथे महिलांना गटांमध्ये, चॅट सत्र, फेसबुक प्रोफाइल्स आणि पेजेस, ई-मेल्स आणि व्हॉट्सॲप आणि एसएमएस यांसारख्या मोबाइल ॲप्सवर धमकावण्यात आले आहे. एक तरुण महिला 'उजाला'च्या प्रकरणाचा विचार करू या[९] जिला व्हॉट्सॲपवर धमकावण्यात आले होते. तिचे व्यवस्थापकीय काम ती खूपच चांगल्या पद्धतीने करीत होती. संचालक मंडळाच्या बैठकीत तिने आपले सादरीकरण पूर्ण केले तेव्हा, व्हॉट्सॲपवरील तिच्या कार्यालयीन 'ग्रुप चॅट'वर तिला अश्लील संदेश आले,[१०] त्यात प्रादेशिक भाषेत आणि इंग्रजीतूनही लैंगिक संदर्भ असलेल्या द्वयर्थी शब्दांत तिचे वर्णन करण्यात आले होते. धमकावणाऱ्याला तिने तीव्र प्रतिक्रिया दिली आणि प्रत्युत्तरादाखल धमकावणाऱ्याने अधिक अपमानजनक टिप्पण्या (लैंगिक नव्हे) केल्या. प्रमुख लेखिकेबरोबरील तिच्या मुलाखतीमध्ये, ती म्हणाली की ही घटना तिने वरिष्ठ अधिकाऱ्यांपर्यंत नेली नाही; कारण तिच्या इतर सहकाऱ्यांनी तिला सल्ला दिला, जे महिलांकडे दुर्बल स्पर्धक म्हणून पाहतात अशा पुरुष सहकाऱ्याचे हे एक सामान्य प्रकारचे वर्तन समजले पाहिजे आणि एक भारतीय महिला असल्याने तिने पुरुषांनी केलेल्या अशा 'लैंगिक विनोदां'ची सवय करून घेतली पाहिजे आणि शांत राहिले पाहिजे. ती नंतर ग्रुपमधून बाहेर पडल्याचे प्रमुख लेखिकेला तिने सांगितले.

कार्यालयीन ठिकाणी महिलांची लैंगिक छळवणूक (प्रतिबंध, मनाई आणि निवारण) कायदा, २०१३ मधील कलम २(एन) (iii) आणि (v) नुसार वरील प्रकारच्या मौखिक संप्रेषणाला 'लैंगिक छळवणूक' म्हटले गेले आहे, यांची नोंद घेणे गरजेचे आहे.[११] मात्र,

---

[९] खासगीपणा आणि अनामिकत्व जपण्यासाठी पीडितेचे नाव हेतुतः बदलण्यात आले आहे.

[१०] व्हॉट्सॲपवर, चॅट करण्यासाठी विशिष्ट गटामध्ये लोकांना टाकण्यासाठी एखादा 'ग्रुप चॅट' तयार करू शकतो. कुटुंब, सहकारी, मित्र इत्यादींकरिता एखादा ग्रुप चॅट तयार करू शकतो. ग्रुप चॅट तयार करणारा तो/ती स्वतः ॲडमिन असू शकते आणि त्याच्या/तिच्या संपर्कांतून नव्या लोकांची त्यात भर घालू शकते. ॲडमिन दुसऱ्या सहभागींना ॲडमिन बनवू शकतो. या ग्रुप चॅटमधून एखादा सहभागी बाहेर पडू शकतो, पण ॲडमिनने पुन्हा त्याला/तिला पुन्हा ग्रुपमध्ये घेतल्याशिवाय सहभागी किंवा पुन्हा सहभागी होऊ शकत नाही. याचप्रमाणे, ब्लॉक केलेला संपर्क हा त्याच ग्रुपमधील सहभागी असेल, तर ब्लॉक केलेल्या संपर्कांचे संदेश सहभागी ग्रुप चॅटमध्ये पाहू शकतो आणि तो संपर्कही सहभागीने पोस्ट केलेले संदेश प्राप्त करू शकतो की ज्याने कदाचित तो संपर्क ब्लॉक केला असता. (पहा https://www.whatsapp.com/faq/en/general/2107337).

[११] कार्यालयीन ठिकाणी महिलांची लैंगिक छळवणूक (प्रतिबंध, मनाई आणि निवारण) कायदा, २०१३ मधील कलम २(एन) मध्ये सांगितले आहे,

> लैंगिक छळवणुकीमध्ये खालीलपैकी एक किंवा अधिक अयोग्य कृती किंवा वर्तनाचा (थेट किंवा संदर्भाने केलेल्या) समावेश होतो, ते असे आहेत:
>
> (i) शारीरिक स्पर्श किंवा प्रयत्न किंवा,
>
> (ii) लैंगिक सुखासाठी केलेली मागणी किंवा विनंती, किंवा
>
> (iii) लैंगिक स्वरूपातील केलेल्या टिप्पणी, किंवा

कायद्यामध्ये सातत्याने किंवा पुनःपुन्हा दादागिरीच्या वर्तनाबद्दल काहीही उल्लेख केलेला नाही, ज्यामध्ये अशा प्रकारच्या संवादात्मक छळाचा समावेश असतो. पुढे जाऊन हे लक्षात ठेवण्याची गरज आहे की हा कायदा केवळ पुरुषांपुरता मर्यादित नाही. छळवणूक करणारा कोण असू शकतो, याची वर्गवारी करण्याकरिता तेथे कुठलीही तरतूद नाही (उदा. पुरुष, महिला, एलजीबीटी (LGBT – लेस्बियन, समलिंगी, उभयलिंगी, लिंगपरिवर्तित) समुदायातील व्यक्ती). म्हणून, हे गृहीत धरता येईल, की महिला महिलांना कार्यालयीन ठिकाणीही धमकी देऊ शकतात आणि हेदेखील लैंगिक छळवणुकीच्या प्रकारात मोडू शकते जर धमकावणाऱ्या संप्रेषणामध्ये कलम २(एन) मध्ये उल्लेख केलेल्यांपैकी कुठल्याही एक किंवा सर्व बाबींचा समावेश असेल. तसेच, ऑनलाईन लैंगिक स्वरूपातील दादागिरी केवळ कार्यालयीन ठिकाणी होते किंवा त्यामध्ये केवळ लैंगिक संदर्भ असावेत, हे आवश्यक नाही, असे असले, तरी आमच्या अनुभवानुसार आम्ही पाहिले आहे, की भारतामध्ये कर्मचारी महिला ई-मेल, खासगी चॅट सत्र किंवा अधिकृत ग्रुप चॅटवर सहकारी किंवा वरिष्ठ अधिकाऱ्यांकडून सर्वाधिक लक्ष्य केल्या जातात आणि अशा संदेशांमध्ये लैंगिक संदर्भ असतातच. महिलांना त्यांचे स्वयंपाकाचे कौशल्य, वेशभूषेची जाणीव, बालसंगोपन, महिला एकटी राहण्याच्या भूमिकेचे समर्थन आणि अगदी त्यांची राजकीय विचारसरणी यांसह इतर किरकोळ विषयांसाठी (हालदर आणि जयशंकर, २०११, पृ. क्र. २६–२७) फेसबुक आणि ट्विटर यांच्यासारख्या सामाजिक माध्यमांच्या साइटवर ब्लॉग पोस्टमध्ये, मोबाइल कम्युनिकेशन ॲप आणि इत्यादींवर धमकी दिली जाते.

काही प्रकरणांत, दादागिरीमध्ये पीडितेवर निंदास्पद, लैंगिकतेने रंगलेल्या, अपमानास्पद टिप्पणी करण्याचा समावेश होऊ शकतो. बऱ्याच प्रकरणांत, लैंगिक स्वरूपाची दादागिरी खासगी चॅट सत्र, खासगी ग्रुप किंवा ग्रुप चॅट, ई-मेल, एसएमएस आणि इत्यादींचे खासगी आदानप्रदान यांसारख्या खासगी सत्रांमध्ये होऊ शकते. तिशीच्या सुरुवातीस असणाऱ्या आणखी एका अविवाहित महिलेच्या प्रकरणाचा विचार करूयात, जिला तिच्या सहकाऱ्याने फेसबुकवरील चॅट सत्रात धमकी दिली होती. तिला आपण 'स्नेहा' म्हणू.[१२] प्रमुख लेखिकेबरोबरील मुलाखतीत तिने सांगितले, की तिच्या पूर्वीच ठरलेल्या बांधीलकींमुळे तिने सहकाऱ्याला पाठिंबा देणे थांबवले, तेव्हा दादागिरीला सुरुवात झाली. तिला तिच्या इनबॉक्समध्ये त्या संतापलेल्या दादागिरी करणाऱ्याकडून संतापजनक आणि अपमानास्पद दादागिरीचे संदेश सतत येत राहिले. ज्याने तिच्यावर अकाउंटमध्ये फेरफारीचा चुकीचा

(iv) पॉर्नोग्राफी दाखवणे, किंवा

(v) इतर कुठलीही अयोग्य शारीरिक, मौखिक किंवा गैरमौखिक लैंगिक स्वरूपातील वागणूक.

[१२] खासगीपणा आणि अनामिकत्व जपण्यासाठी पीडितेचे नाव बदलले आहे.

आरोप केला. लैंगिक स्वरूपातील दादागिरीची मुख्य उदाहरणे महिला शिक्षकांची प्रकरणे असू शकतात. त्यांच्यावर पुरुष विद्यार्थ्यांकडून (मुले तसेच प्रौढ) दादागिरी केली जाते. अशा एका महिला शिक्षिकेच्या प्रकरणाचा विचार करा, जिने खासगी सत्राच्या माध्यमातून विद्यार्थ्यांनी केलेल्या दादागिरीची पीडिता म्हणून आमच्याशी संपर्क साधला. धमकी देणाऱ्याकडून तिचा उपहास करण्यात आला. त्याने तिला म्हटले की महिला काही विशिष्ट विषय शिकवू शकत नाहीत आणि एक महिला शिक्षक म्हणून पुरुष विद्यार्थ्यांना शिकवण्याइतकी ती हुशार नाही.[१३]

हेदेखील नमूद केले पाहिजे, की लैंगिक स्वरूपातील दादागिरी करणारा पुरुष असतो आणि पीडित महिला असते, असेच असते, असे नाही. महिलाही धमकी देणाऱ्या असू शकतात, ज्या दुसऱ्या महिलांना लक्ष्य करतात. पूजा बेदी प्रकरणाचा विचार करा, मुंबईतील अभिनेत्री आणि प्रभावी व्यक्ती. माध्यमांनी दिलेल्या वृत्तांनुसार, बेदी यांची सतरा वर्षांची मुलगी तिच्याच वयाच्या दुसऱ्या मुलीबरोबर, जी बॉलिवूड फिल्म उद्योगातील एका प्रथितयश कुटुंबातील होती, दादागिरीमध्ये गुंतली होती. दोन्ही मुलींच्या संबंधांमध्ये दादागिरीची पार्श्वभूमी होती आणि अखेर सामाजिक माध्यमांच्या साइट्सवर दादागिरी झाली. कथित वृत्तानुसार बेदी यांच्या मुलीने दुसऱ्या मुलीला धमकावल्याचा आरोप केला (माध्यमांतील वृत्तांनुसार) आणि दुसऱ्या मुलीच्या आईने बेदी यांच्या मुलीला संतापजनक मजकूर पाठवला. दोन्ही मातांमध्ये शाब्दिक वादावादी झाली ज्यात त्यांनी स्वतःचा आणि आपापल्या मुलींचाही बचाव करण्याचा प्रयत्न केला; ज्याची परिणती बेदींविरोधात तक्रार नोंदवण्यात झाली. वृत्तामध्ये म्हटले आहे, की बेदी यांनीही ती दुसरी मुलगी आणि तिच्या आईविरोधात सायबर दादागिरी आणि छळवणुकीची विरुद्ध तक्रार केली.[१४] विशेष म्हणजे, या प्रकरणात वापरलेल्या गेलेल्या तरतुदी या पॉक्सो (POCSO – लैंगिक गुन्ह्यांपासून मुलांचे संरक्षण कायदा) कायद्यातील कलम ११ मधील होत्या—की ज्याने मुलांच्या लैंगिक स्वरूपातील छळवणुकीची संकल्पना विस्तृत केली आहे. ज्यात कुठलाही शब्द किंवा हावभाव, किंवा मुलांनी ऐकावा असा आवाज किंवा अशा गोष्टी पाहाव्यात या हेतूने शरीराचा कुठलाही भाग दाखवणे, मुलांना त्यांच्या शरीराचे भाग त्याला/तिला किंवा इतरांना दाखवण्यास तयार करणे, मुलांना अश्लील

---

[१३] पीडितेने तिच्या प्रकरणाचा या पुस्तकाकरिता वापर करण्यास अनुमती दिली आहे आणि अज्ञात राहण्यास प्राधान्य दिले आहे.

[१४] पहा सईद, एन. (डिसेंबर १९, २०१४). पूजा बेदी यांच्यावर पॉक्सो कायदा लागू. *The Times of India* मध्ये प्रसिद्ध. http://timesofindia.indiatimes.com/entertainment/hindi/bollywood/news/Pooja-Bedi-booked-under-POCSO-Act/articleshow/45570074.cms (२९ जानेवारी १४ रोजी प्राप्त केले) या ठिकाणी उपलब्ध.

सामग्री दाखवणे, अश्लील हेतूंकरिता मुलांना मोहित करणे, स्टॉकिंग (शारीरिक किंवा सायबर मार्गाने) आणि इत्यादींसह विविध आक्षेपार्ह वर्तनाचा समावेश करण्यात आला आहे.—आणि भारतीय दंड संहिते मधील कलम १२ ज्यामध्ये याकरिता शिक्षेची तरतूद करण्यात आली आहे आणि कलम ५०० (बदनामीसाठी शिक्षा), ५०६ (फौजदारी धमकी) आणि ५०९ (शब्द, हावभाव इत्यादींचा महिलांच्या विनयभंगासाठी वापर).

लैंगिक स्वरूपाच्या ऑनलाईन दादागिरीमध्ये लिंगपरिवर्तित महिलांचाही समावेश केला जाऊ शकतो (हालदर आणि जयशंकर, आगामी; प्राइब आणि स्वीडिन, २०१२). यांसारख्या दादागिरीच्या प्रकरणांत निंदाजनक लैंगिक टोमण्यांचा अवश्य समावेश असू शकतो. कल्की सुब्रह्मण्यम प्रकरणाचा विचार करू या. कल्की सुब्रह्मण्यम या तमिळनाडूतील लिंगपरिवर्तित लोकांसाठी काम करणाऱ्या सहोदरी या संस्थेच्या संस्थापिका एक लिंगपरिवर्तित कार्यकर्त्या. प्रमुख लेखिकेबरोबरील त्यांच्या मुलाखतीमध्ये, कल्की यांनी त्यांना फेसबुकवरील प्रोफाइल पेजवर तसेच चॅटवर अज्ञात लोकांनी कसे धमकावले, याबाबत सांगितले. त्यांनी सांगितले, की त्यांचे अकाउंट सर्वांना पाहता येत होते आणि त्यांचे अपडेट आणि फोटो अल्बम हे सर्वांसाठी खुले होते. त्यांपैकी त्यांच्या एका लिंगपरिवर्तित महिलेबरोबरच्या फोटोवर, त्यांना अनोळखी व्यक्तीकडून संभोगासाठी आपण उपलब्ध आहात का आणि त्यांचा दर तासाला भाव काय, अशी विचारणा करणाऱ्या प्रतिक्रिया आल्या. पण, हा केवळ एकच प्रसंग नव्हता जेव्हा त्यांना धमकावले गेले होते. दुसऱ्या घटनेत, अनोळखी व्यक्तीने त्यांच्या फेसबुक पेजवर त्यांच्या फोन नंबरची विचारणा केली. यावर प्रत्युत्तर दिले नाही, म्हणून ती व्यक्ती रागावली आणि त्यांच्या प्रोफाइल पेजवर त्यांना धमकी दिली. या दोन्ही प्रसंगांमध्ये त्यांनी या प्रतिक्रियांची माहिती फेसबुकला दिली आणि त्यांनी पुन्हा संपर्क करू नये, म्हणून त्या व्यक्तींना ब्लॉक केले. 'लिंगपरिवर्तित महिलांच्या बाबतीतही इतर महिलांप्रमाणे ऑनलाईन दादागिरी सहज होऊ शकते आणि अशा प्रतिक्रिया त्यांच्या लैंगिक ओळखीमुळे अधिक अपमानजनक असू शकतात' (हालदर आणि जयशंकर, आगामी) असे मत त्यांनी व्यक्त केले.

इंटरनेट आणि डिजिटल संप्रेषण तंत्रज्ञानाच्या माध्यमातून क्रोधित, अपमानजनक, छेडछाड आणि शाब्दिक तर्कवितर्कांचे संदेश देऊन ऑनलाईन लैंगिक स्वरूपातील दादागिरीसह सायबर दादागिरी नेहमी होते, असे मात्र नाही. सुरुवातीच्या परिच्छेदात नमूद केल्याप्रमाणे, दादागिरीच्या अनेक प्रसंगांत भाषिक भावनांकरिता इमोटिकॉन्स पर्याय झाला आहे. यापूर्वी नमूद केलेल्या कुठल्याही प्रकरणांत इमोटिकॉन्सचा वापर दादागिरीकरिता जरी झाला नसला, तरी दादागिरीच्या संप्रेषणाचा एक भाग म्हणून क्रोधित मूड, तिरस्कारात्मक मूड, किसिंग लिप्स, मिठी मारण्याच्या खुणा, मारण्याच्या खुणा, डोळे मारणे इत्यादी सारख्या

खाणाखुणा आणि इत्यादींसह इमोटिकॉन्सचा लैंगिक स्वरूपातील दादागिरीकरिता वापर केला तर ते अत्यंत संतापजनक असू शकते, असे सेंटर फॉर सायबर व्हिक्टिम काउन्सेलिंगने घेतलेल्या ताज्या सर्वेक्षणाने दाखवून दिले आहे (हालदर आणि जयशंकर, २०१५ए).

भारतामध्ये, कुठल्याही वैधानिक तरतुदीमध्ये आतापर्यंत सायबर दादागिरीची संकल्पना स्पष्ट करण्यात आलेली नाही, तर मग ऑनलाईन स्वरूपातील लैंगिक दादागिरी दूरच राहू द्या, हे अवश्य समजून घेतले पाहिजे. हे नमूद करता येईल, की आयटी कायदा, २००० (२००८ मध्ये सुधारित) चे कलम ६६ए (बी) संप्रेषणाची आक्षेपार्ह म्हणून वर्गवारी करते, तेव्हा त्यानुसार,

> कुठलीही व्यक्ती जी संगणक संसाधन किंवा संप्रेषण साधनांद्वारे...कुठलीही माहिती, जी चुकीची आहे हे माहीत आहे, पण चिडचिडेपणा, गैरसोय, धोका, अडथळा, अपमान, इजा, फौजदारी धमकी, शत्रुत्व, द्वेष निर्माण करण्याच्या हेतूने हेतुपुरस्सर पाठविते किंवा अशी संगणक संसाधने किंवा संप्रेषण साधने यांच्या वापराने सतत केले बाळगली जाणारी दुर्भावना.

या तरतुदीचा झालेला अधिक विस्तार आणि पोलिसांकडून तसेच नैतिक टेहळणी करणाऱ्या गटांकडून या तरतुदीच्या मोठ्या प्रमाणात होणाऱ्या गैरवापरामुळे सध्या या विशिष्ट तरतुदीला पूर्णपणे असंवैधानिक म्हणून लक्ष्य केले जात असले,[१५] तरी ही तरतूद सुरुवातीला इतर तज्ज्ञांनी चर्चा केलेल्या संकल्पनांप्रमाणे काही प्रमाणात सायबर दादागिरीच्या संकल्पनेचा विचार करते. पण सायबर दादागिरी, विशेषतः लैंगिक स्वरूपातील दादागिरीला भारतीय दृष्टिकोनातून समजून घेणे कसे शक्य आहे आणि कसे घ्यायला हवे, हे नमूद केलेली प्रकरणे आणि संबंधित कायदेशीर तरतुदी अधिक चांगल्या पद्धतीने समजून घेता येऊ शकतात. याकरिता, अशा गुन्ह्यांच्या नोंदींसाठी पोलीस साधारणपणे कोणत्या तरतुदींचा मेळ घालतात, याची नोंद घेणे औत्सुक्यपूर्ण ठरेल.[१६]

एका बाजूला, लैंगिक छटा असणाऱ्या अपमानास्पद शब्दांसाठी आयटी कायद्यातील कलम ६७ सारख्या तरतुदींचा विचार होऊ शकतो. ज्यामध्ये इलेक्ट्रॉनिक स्वरूपात अश्लील सामग्रीचा प्रसार करण्यासाठी शिक्षा दिली आहे, किंवा आयटी कायद्यातील कलम ६७ए की ज्यामध्ये इलेक्ट्रॉनिक स्वरूपातील कामोत्तेजक सामग्रीचा प्रसार करण्यासाठी शिक्षा दिली आहे, (विशेषतः जेव्हा दादागिरीमध्ये छायाचित्रांचाही वापराचा समावेश असतो) आणि महिलांची कार्यालयीन ठिकाणी लैंगिक छळवणूक (प्रतिबंध, मनाई, निवारण) कायदा (२०१३) यानुसार लैंगिक छळवणुकीच्या संबंधित तरतुदीही (प्रौढांच्या बाबतीत, जेव्हा दादागिरी कार्यालयीन ठिकाणी होते); लैंगिक संदर्भातून मुलांच्या दादागिरीच्या बाबतीत, मुलांचे लैंगिक गुन्ह्यापासून संरक्षण कायदा (२०१२) नुसार याची लैंगिक छळवणूक

[१५] या विषयावर दुसऱ्या प्रकरणात विस्तृत चर्चा केली आहे.

[१६] एक वकील म्हणून तसेच सायबर गुन्हे सल्लागार म्हणून हे प्रमुख लेखिकेचे वैयक्तिक अनुभव आहेत.

म्हणूनही वर्गवारी करता येईल. तसेच, दादागिरीच्या मजकुरात कामोत्तेजक छायाचित्रे किंवा रिव्हेंज पॉर्न छायाचित्रे असतील तर, आयटी कायद्याच्या कलम ६७बी (इलेक्ट्रॉनिक माध्यमातून कामोत्तेजक कृती करतानाचे मुलांचे चित्रण असलेल्या सामग्रीची प्रसिद्धी, निर्मिती, प्रसार इत्यादींकरिता शिक्षा देते) चा विचार होऊ शकतो. याच वेळी पारंपरिक दंड संहितेनुसार तेथे इतर तरतुदी आहेत ज्या अशा प्रकारच्या अपमानास्पद शब्दांना प्रतिबंध करण्याकरिताही उपयोगी पडू शकतात:

(i) भारतीय दंड संहितेमधील कलम ४९९ बदनामीची व्याख्या स्पष्ट करते आणि मांडते,

> कुणीही, बोललेल्या किंवा वाचण्याच्या उद्देशाने लिहिलेल्या शब्दांनी किंवा खुणांनी किंवा दृश्यात्मक सादरीकरणांनी, जर कुणी कुठल्याही व्यक्तीच्या संदर्भात कोणताही आरोप केला किंवा प्रसिद्ध केला आणि अशा आरोपांमुळे अशा व्यक्तीच्या प्रतिष्ठेला नुकसान व्हावे, असा त्याचा हेतू असेल किंवा ते त्याला माहीत असेल किंवा तसा विश्वास ठेवण्याचे त्याला कारण असेल, तर यापुढे अपवाद केलेल्या प्रकरणांव्यतिरिक्त, त्याने त्या व्यक्तीची बदनामी केली, असे म्हणता येईल.[१७]

पुढे जाऊन या गोष्टीचीही नोंद घ्यायला हवी की, भारतीय दंड संहितेच्या कलम ५०१ने कलम ४९९ ची व्याप्ती लिखित शब्दांपर्यंत वाढवली आहे. त्यात म्हटले आहे, 'कुठल्याही व्यक्तीची बदनामी होईल अशी सामग्री अंतर्भूत आहे, हे माहीत असूनही, कुणीही ही सामग्री छापली अथवा लिहिली, तर त्याला दोन वर्षांपर्यंतच्या मुदतीच्या साध्या कारावासाची, किंवा दंडाची, किंवा दोन्ही शिक्षा होतील.

(ii) भारतीय दंड संहिता कलम ५०३ फौजदारी धमकीच्या व्याख्येनुसार,

> 'कुणीही दुसऱ्या एखाद्या व्यक्तीस त्याची प्रतिष्ठा किंवा संपत्ती यांस कुठलीही इजा करून धमकावतो किंवा त्या व्यक्तीला किंवा अशा कुणाचीही प्रतिष्ठा ज्यात त्या व्यक्तीला रुची असते, त्या व्यक्तीला इशारा देण्याच्या हेतूने, किंवा त्या

---

[१७] कलम ४९९ च्या स्पष्टीकरण १ मध्ये म्हटले आहे:

मृत व्यक्तीच्या बाबतीत केलेला आरोप, ती व्यक्ती जिवंत असती, तर तिच्या प्रतिष्ठेस हानिकारक ठरला असता आणि तिच्या कुटुंबीयांच्या किंवा इतर जवळच्या नातेवाइकांच्या भावना दुखावण्याच्या उद्देशाने केलेला असेल, तर ते बदनामीच्या सदरात जमा होईल. स्पष्टीकरण २ मध्ये म्हटले आहे: जसे की एखादी कंपनी किंवा व्यक्तींची संघटना किंवा समूहाशी संबंधित आरोप करणे, हे बदनामीच्या सदरात जमा होऊ शकते. स्पष्टीकरण ३ मध्ये म्हटले आहे: पर्यायी स्वरूपातील किंवा उपहासाच्या माध्यमातून व्यक्त केलेला आरोप बदनामीच्या सदरात जमा होऊ शकतो. स्पष्टीकरण ४ मध्ये म्हटले आहे: एखाद्या आरोपामुळे इतरांच्या नजरेत प्रत्यक्षपणे किंवा अप्रत्यक्षपणे एखाद्या व्यक्तीच्या नैतिक किंवा बौद्धिक व्यक्तिमत्त्वाला कमीपणा आल्याखेरीज, किंवा त्या व्यक्तीची जात किंवा व्यवसाय यासंबंधी त्या व्यक्तीच्या व्यक्तिमत्त्वाला कमीपणा आल्याखेरीज, किंवा त्या व्यक्तीच्या विश्वासपात्रतेला कमीपणा आल्याखेरीज, किंवा त्या व्यक्तीचे शरीर घृणास्पद अवस्थेत किंवा सर्वसामान्यपणे जी लाजिरवाणी म्हणून मानली जाते अशा अवस्थेत आहे असा समज निर्माण झाल्याखेरीज, त्या व्यक्तीच्या प्रतिष्ठेचे नुकसान झाले, असे मानले जात नाही.

व्यक्तीस, जी कृती करण्यास तो कायद्याने बांधील नसतो अशी कुठलीही कृती करण्यास उद्युक्त केले असता किंवा त्या व्यक्तीला कायद्याने जी कृती करण्याचे अधिकार असतात अशी अशी कुठलीही कृती करणे टाळले, तर अशी धमकीस फौजदारी धमकी म्हणता येते.

(iii) भारतीय दंड संहितेचे कलम ५०९ नुसार कुणीही, कुठल्याही महिलेचा विनयभंग करण्याचा उद्देशाने, कुठलाही शब्द पुटपुटला, कुठलाही आवाज किंवा हावभाव केला, किंवा कुठलीही वस्तू दाखवली, अशा महिलेकडून असा शब्द किंवा आवाज ऐकला जाईल, किंवा तशा प्रकारचा हावभाव किंवा वस्तू पाहिली जाईल, या उद्देशाने किंवा अशा महिलेच्या खासगीपणावर अतिक्रमण होत असेल, तर साधा तुरुंगवास की जो एक वर्षांपर्यंत वाढवता येईल, किंवा दंड, किंवा दोन्ही शिक्षा होतील.

मात्र, असेही काही प्रसंग आहेत, जेथे धमकावणाऱ्याने पीडितेची जाहीर बदनामी करून आणि सार्वजनिक व्यासपीठावर किंवा इंटरनेटवर प्रसंग नेऊन तो मोठा करण्याचा निर्णय घेतलेला असतो. अशा प्रकरणांत, आक्षेपार्ह वर्तनाचा हेतू कुठला आहे, पीडितेला झालेल्या इजेचा प्रकार आणि गंभीरता[१८] यावरून धमकावणाऱ्याचे वर्तन बदनामीकारक किंवा छळवणुकीचे ठरते. आम्ही असा युक्तिवाद करतो जर पीडित आणि अपराधी अहंकार सांभाळण्यात गुंतले असतील (इगो पॉवर गेम) तर सायबर दादागिरी लैंगिक छळवणूक आणि धमकी देण्यासह छळवणुकीसारख्या आंतरवैयक्तिक संघर्षाचा पाया ठरू शकते. कुठल्या प्रकाराच्या भाषेचा वापर केला जात आहे या दृष्टिकोनातून सायबर दादागिरीकडे पाहिले, तर हे दिसेल. विलार्ड (२००३, पृ. ६६) यांनी सायबर दादागिरीची व्याख्या केली आहे, 'बदनामीकारक, दादागिरी, छळवणूक किंवा भेदभाव यांचा समावेश असणारी, वैयक्तिक माहिती उघड करणारी किंवा आक्षेपार्ह, अश्लील किंवा अपमानास्पद प्रतिक्रियांची असते, अशी भाषा.'

या अनुषंगाने ऑनलाईन लैंगिक स्वरूपातील दादागिरीमध्ये कठोर, संतापजनक, अपमानास्पद, शाब्दिक तसेच लिखित शब्द, छायाचित्रे, इमोटिकॉन्स आणि इत्यादीतून लैंगिक स्वरूपातील टोमण्याच्या माध्यमातून ई-मेल्स, चॅट, सोशल नेटवर्किंग प्रोफाइल, एसएमएस, मोबाइल व्हॉइस संप्रेषण तंत्रज्ञान आणि संदेश संप्रेषण तंत्रज्ञानाच्या माध्यमातून महिलांना लक्ष्य करणारे इगो पॉवर गेम आणि लिंगपरिवर्तित महिलांसह लैंगिक अल्पसंख्य गटाचा समावेश होऊ शकतो. मात्र, आम्ही ऑनलाईन ग्रूमिंग, सायबर स्टॉकिंग, रिव्हेंज पॉर्न, बनावट अवताराच्या निर्मितीतून पीडन (हालदर, २०१३) आणि इत्यादी आक्षेपार्ह वर्तन

[१८] हे नमूद केले पाहिजे, की भारतीय दंड संहितेचे कलम ४४ 'इजा' या संज्ञेचा कायद्याचा अर्थ पीडितेच्या चारित्र्यहननाचाही समावेश करून विस्तृत करते. त्यात म्हटले आहे, 'इजा' हा शब्द कुठल्याही व्यक्तीला, तिचे शरीर, मन, प्रतिष्ठा किंवा मालमत्ता यांच्या बाबतीत अवैधपणे घडवून आणलेला कोणताही अपाय दर्शवतो.'

म्हणजेच 'ऑनलाईन लैंगिक स्वरूपातील दादागिरी' असे म्हणू शकत नाही, जरी या सर्वांमध्ये सायबर दादागिरीचा समावेश असू किंवा नसू शकतो. ही संज्ञा 'महिलांबाबतची सायबर दादागिरी' या संज्ञेला समानार्थक संज्ञा म्हणून वापरली जाऊ शकते आणि ऑनलाईन छळवणुकीच्या संकल्पनेबरोबर त्याची सरमिसळ होऊ शकते. पण, पुन्हा, ऑनलाईन छळवणूक ही केवळ ऑनलाईन लैंगिक स्वरूपातील दादागिरीच नसते. ऑनलाईन छळवणूक या संज्ञेचा सायबर दादागिरी किंवा ऑनलाईन लैंगिक स्वरूपातील दादागिरीसह इतर अनेक आक्षेपार्ह वर्तनांचा समावेश करणाऱ्या व्यापक अर्थाने अवश्य विचार केला पाहिजे.

पुढे जाऊन या गोष्टीची नोंद घ्यायला हवी की, आफताब (सटनमध्ये २०११)[११] यांनी मुलांमधील सायबर दादागिरीशी संबंधित दादागिरीचे चार प्रकारांत वर्गीकरण केले आहे, ते म्हणजे, *सूड उगवणारे देवदूत (व्हेंजफुल एंजेल्स)* जे 'चुका दुरुस्त करीत असतात' आणि ते सायबर दादागिरीला स्वतः सामोरे गेलेले असू शकतात आणि आता ते त्याचे प्रत्युत्तर देत आहेत; *शक्तीचे भुकेले (पॉवर हंग्री)* आणि *सूडबुद्धीचे मूर्ख (रिव्हेंज नर्ड्स)* की जे आक्रमकपणा दाखविण्यासाठी 'जे समोरासमोर सामना करू शकतात', *मीन गर्ल्स* या इतर महिलांवर दादागिरी करणाऱ्या महिला असू शकतात; दादागिरी करणाऱ्यांचे हे चार प्रकारांतील वर्गीकरण प्रौढ दादागिरी करणाऱ्यांसाठीही असू शकते. अनेक संशोधकांनी हे मान्य केले असले, की महिलांवर पुरुषांपेक्षा अधिक दादागिरी (दोन्ही ऑफलाइन तसेच ऑनलाईन) होते (आफताब, २००८; बॉमन, डीअरिंग, जिआमार्को आणि व्हरनॉन, २०१२; शरिफ, २००८; विमर, २००९), तरी सायबर दादागिरीद्वारे महिलांना लक्ष्य करणाऱ्या महिला या लबाड असू शकतात या आफताब (२००८) आणि विमर (२००९) यांच्या निरीक्षणाशी आम्ही सहमत आहोत. विमर (२००९) यांनी सांगितले आहे, महिला अत्यंत साध्या 'टीकाटिप्पणी'द्वारे किंवा पीडितेबाबत अफवा पसरवण्यासाठी किंवा आवई उठवण्यासाठी किंवा व्यावसायिक ईर्ष्येपोटी दादागिरी करतात. मात्र, बेदी यांच्या प्रकरणावरून लक्षात येईल, महिला त्यांच्या मुलांचे किंवा कुटुंबातील इतर सदस्यांचे समर्थन करण्याकरिताही दादागिरी करू शकतात. याचप्रमाणे, महिला क्वचित लिंगपरिवर्तित महिलांवर दादागिरी करू शकतात. असे म्हणताना, आम्हाला हे वास्तव स्थापित करायचे आहे,की लैंगिक स्वरूपातील दादागिरीमध्ये महिलाही दादागिरी करणाऱ्या असू शकतात.

कारणे, परिणाम आणि आव्हाने

प्रौढांच्या सायबर दादागिरीची कारणे आणि पद्धती किशोरवयीन मुलांनी केलेल्या सायबर दादागिरीसारखीच असतात (बॉमन आणि इतर, २०१२). ऑनलाईन लैंगिक स्वरूपातील

---

[११] आफताब यांच्याप्रमाणे, etcjournal.com बरोबरच्या मुलाखतीमध्ये प्रसिद्ध झाल्याप्रमाणे

धमक्याही काही वेगळ्या नाहीत. मात्र, सायबर दादागिरीची जी प्रकरणे आम्ही पाहिली आणि सायबर दादागिरीच्या साहित्याचा आढावा घेतला, त्यापासून विशेषतः भारतीय संदर्भातून सायबर लैंगिक दादागिरी होऊ शकेल अशा तांत्रिक आणि सामाजिक-कायदेशीर मानसिक पैलूंचा समावेश असलेल्या दोन मुख्य घटकांची खात्री आम्ही करू शकलो. ते खालीलप्रमाणे आहेत:

१. संप्रेषणाचे माध्यम म्हणून इंटरनेट अज्ञात राहण्याचा विशेषाधिकार देते (सायट्रन, २०१४). एखाद्याचे मवाळ व्यक्तिमत्त्व लपवून आणि प्रभावी अधिकारी प्रोफाइलचे ढोंग करण्याची मोठी संधी ते देते. इतर मुले आणि प्रौढ (विशेषतः शिक्षक) यांना धमकावण्यासाठी मुलांना (किशोरवयीन आणि तरुण) सशक्त बनविण्यासाठीचा मुख्य घटक म्हणून स्वीकारले गेले असले, तरी (शरिफ, २००८), प्रौढदेखील ही संधी केवळ सहकाऱ्यांच्या सायबर दादागिरीकरिता नव्हे, तर ग्रूमिंग, चाइल्ड पॉर्नोग्राफी यांसह इतर अनेक आक्षेपार्ह वर्तनांकरिता घेतात. आयसीटीच्या आगमनाबरोबरच संप्रेषणाच्या व्यासपीठांची उपलब्धताही वाढली आहे. म्हणून वापरकर्ता एकतर त्याच्या/तिच्या नावाने आणि माहितीने किंवा निनावी ओळखीने प्रोफाइल तयार करू शकतो. ई-मेल आयडी प्रोफाइल्स किंवा सोशल नेटवर्किंग साइट प्रोफाइल्सची पडताळणी वापरकर्त्याचे संबंधित ई-मेल आयडी किंवा फोन क्रमांकाबरोबर जोडली जाऊ शकते; पण पुन्हा, भारतामध्ये पडताळणीच्या दोन्ही प्रक्रिया या वाईट सुरक्षा पडताळणी ठरू शकतात; कारण भारतामध्ये अनेक ग्रामीण तसेच शहरी भागात मोबाइल फोन क्रमांकाकरिता सिम कार्ड मिळविण्यासाठी खरी ओळख सादर करताना चुकीच्या ओळखीचे सादरीकरण होऊ शकते.[२०] त्याचप्रमाणे, एखादा वापरकर्ता इतर/इतरांचा चांगला ऑनलाईन मित्र बनतो, तेव्हा हा आभासी मित्र कितपत विश्वसनीय आहे, हे समजण्यासाठी ऑनलाईन संबंध उपयोगी पडू शकत नाहीत (जयशंकर, २००९). माहिती आणि संप्रेषणाचे आदानप्रदान इतर वापरकर्त्यांत वरचढ झाल्याची भावना तयार करते आणि जेव्हा दुसऱ्या बाजूचा वापरकर्ता तिचा मुद्दा स्थापित करण्याचा किंवा दाखवण्याचा प्रयत्न करते की ज्यामुळे दादागिरी करणाऱ्याच्या वरचढ वाटणाऱ्या अशा अहंकाराला इजा पोहोचते. जे

[२०] ही माहिती प्रमुख लेखिकेने राष्ट्रीय महिला आयोगाने नवी दिल्ली येथे २३ जुलै २०१४ रोजी प्राप्त केलेल्या भारतातील सायबर गुन्हेगारीपासून महिलांच्या सुरक्षिततेसाठीचे मार्ग आणि साधने या विषयावरील एकदिवसीय राष्ट्रीय सल्लामसलतीमधून मिळवली आहे जेथे प्रमुख लेखिकेस तिथे तज्ज्ञ आणि माहिती देण्यासाठी नेमलेला प्रमुख म्हणून आमंत्रित करण्यात आले होते.

दीर्घ काळानंतर इंटरनेटवर भेटले आहेत किंवा डिजिटल संप्रेषणाच्या माध्यमातून पुन्हा जोडले गेले आहेत अशा खऱ्या आयुष्यातील परिचितांच्या बाबतीत, 'ती व्यक्ती पूर्वी होती तशीच असावी' ही अपेक्षा परिचितांपैकी कुणी आयुष्यातील विविध अनुभवांमुळे मृदू स्वभाव, मवाळ व्यक्तिमत्त्वापासून उद्धट आणि असभ्य व्यक्तिमत्त्वामध्ये बदलला असेल, तर ती पूर्ण होऊ शकत नाही. इंटरनेट त्यामुळे केवळ ओळखीवर नव्हे, तर व्यक्तिमत्त्वावरही बुरखा पांघरते. अशा व्यासपीठांमुळे सशक्त झाल्याने, सेवा देणाऱ्यांनी ब्लॉक किंवा गाळणी न लावल्याने दादागिरी करणारे, त्यांच्या मनास अशा पद्धतीने अभिव्यक्त होण्यास प्रवृत्त करतात. आक्षेपार्ह मजकूर असलेली सामग्री, ज्यामध्ये ट्विटरसारख्या सोशल नेटवर्किंग साइट्सवर हॅशटॅगच्या मदतीने (कॅलव्हिन, बेलमोर, शू आणि झू, २०१५) लैंगिक शोषण (पॅरापर, लोसाडा आणि बॅरेइरो, २०१४) किंवा दादागिरीचे शब्द असतात, हे शोधण्यासाठी संशोधकांनी काही विशिष्ट पद्धती तयार केल्या असल्या, तरी अमेरिकेच्या संविधानाच्या पहिल्या सुधारणा हमीनुसार, जी फेसबुक, गुगल, ट्विटर आणि इत्यादींसह अमेरिकास्थित सर्व वेबवर आधारित कंपन्यांमध्ये मुक्त भाषण आणि सामग्रीच्या धोरणाचे नियमन करते, भाषण स्वातंत्र्याच्या वाढलेल्या व्याप्तीमुळे आणि दादागिरीचे शब्द, विशेषतः ते प्रौढांमधील संभाषण असते तेव्हा त्याला भेदणे आणि हटवणे यांमध्ये कशालाही पूर्ण यश येत नाही. दादागिरीविरोधी किंवा लैंगिक सामग्रीविरोधात सॉफ्टवेअर तयार करणाऱ्यांकरिता, विशेषतः प्रादेशिक भाषांमधील आक्षेपार्ह भाषेचा अतिरिक्त प्रवाह आणि प्रादेशिक भाषेमधील दादागिरीचे शब्द शोधण्यासाठी लोकांची किंवा सॉफ्टवेअरची कमी संख्या यांच्यातील मोठ्या असंतुलनामुळे हे अधिक गुंतागुंतीचे झाले आहे.

२. इंटरनेट दादागिरीकरिता विस्तृत व्यासपीठ आणि यंत्रणा देऊ शकत असले, तरी सामाजिक-मानसिक घटकांचीही अवश्य नोंद घ्यायला हवी. प्रौढपणामधील दादागिरीचा नेहमी बालपणातील दादागिरीच्या सवयींशी सहसंबंध असतो (बॉमन इतर, २०१२). सायबर दादागिरीवरील साहित्याच्या आढाव्यानुसार हे पाहता येऊ शकते की व्यक्तींमध्ये असणाऱ्या विशिष्ट मानसिक गुणधर्मांमुळे सायबर दादागिरी होऊ शकते. यामध्ये आत्मप्रीतिवाद आणि परिणामतः आक्रमकता यांचाही समावेश होऊ शकतो (बॉमन आणि इतर, २०१२). धमकावणाऱ्याला जेव्हा कळते पीडिता स्वभावाने मवाळ, नैराश्यग्रस्त आहे, त्याच्यापेक्षा खालच्या पदावर आहे किंवा तिच्या दिसण्यामुळे किंवा शैक्षणिक पात्रतेमुळे किंवा

धमकावणाऱ्याप्रमाणे तिला धीटपणे आपल्या भावना व्यक्त करता येत नसल्याने, धमकावणाऱ्याला तिला कमी लेखता येईल, असे लक्षात आले असता धमकावणारी व्यक्ती तिला स्वतःच्या समान दर्जा देण्यास नकार देतो. अनेक प्रकरणांत आम्ही पाहिले आहे की पीडितेने स्वतः दिलेल्या ऑनलाईन माहितीवरून किंवा पीडितेशी ओळख करून घेण्याच्या त्याच्या स्वतःच्या आयुष्यातील अनुभवावरून तो हे शोधून काढतो. या कारणामुळे सायबर दादागिरी या संकल्पनेची सायबर स्टॉकिंगच्या संकल्पनेशी सरमिसळ होते, की ज्याचा अर्थ असतो की सततच्या संप्रेषणातून इजा करण्याकरिता पीडितेची केलेली देखरेख. पण पुन्हा, प्रत्येक संज्ञा अधिक चांगली समजावी, याकरिता दोन्ही संज्ञा आपण वेगळ्या ठेवू या. धमकावणारा पीडितेवर त्याचे वर्चस्व प्रस्थापित करण्यासाठी दादागिरीकडे 'पॉवर गेम' (शरीफ, २००८) म्हणून पाहतो आणि याची अंमलबजावणी हेतुतः अपमान करणे, टोमणे मारणे, छायाचित्रे आणि इमोटिकॉन्ससह किंवा त्यांच्याविना निंदात्मक भाषेच्या वापराने उत्तम रीत्या होऊ शकते. पीडितेचा भावनिकदृष्ट्या बंध फुटतो किंवा स्वतःचा बचाव करण्यात अपयशी ठरते तेव्हा धमकावणाऱ्याचा आक्रमकपणा शांत होतो. सायबर दादागिरीला प्रेरित करणारा आणखी एक मुख्य घटक म्हणजे विविध संस्कृतींमधील सामाजिक मूल्यांची यंत्रणा (सन आणि इतर, २००५). भारतामध्ये जात आणि वर्ग स्वरूपातील दादागिरी ही दीर्घ काळापासूनची जुनी सामाजिक-सांस्कृतिक घटना राहिली आहे आणि इंटरनेटवरील दादागिरीच्या प्रकारावरही याचा परिणाम झाला असल्याची शक्यता आहे. अनेक सोशल नेटवर्किंग साइट्स वापरकर्त्यांना त्यांची वांशिकता किंवा धार्मिक विश्वास दाखवू देतात. भारतीय तरुणांनी सोशल नेटवर्किंग साइट्सवर आपली ओळख निर्देशित केली होती किंवा त्यांच्या जातींना पाठिंबा दर्शवला होता (बॉइड, २००७). तसेच, पुरुषांकडून महिला आणि लिंगपरिवर्तित महिलांसह दुय्यम लिंगावर झालेल्या दादागिरीवर पारंपरिक पितृसत्ताक सामाजिक रचनेचा प्रभाव असू शकतो. यामुळे भारतीय प्रौढांमधील सायबर दादागिरीच्या प्रकारावरही परिणाम झाला आहे. महिला या पुरुषांपेक्षा दुय्यम कशा असतात किंवा सामाजिकदृष्ट्या किंवा बौद्धिकदृष्ट्या किंवा शारीरिकदृष्ट्या त्या पुरुषांची बरोबरी करू शकत नाहीत, हे दाखवून देण्यासाठी मर्दानगीचा ऑनलाईन लैंगिक स्वरूपातील दादागिरीमधील 'पॉवर गेम'मध्ये अवश्य समावेश असू शकतो. मात्र, पूर्वी नमूद केल्याप्रमाणे, दादागिरी करणाऱ्या महिलाही इतर महिलांना सायबर दादागिरीमध्ये विशेषतः वर्चस्व प्रस्थापित

करण्यासाठी, त्यांची मुले आणि कुटुंबातील इतर सदस्य यांचे समर्थन करण्यासाठी किंवा त्यांच्या स्वतःच्या कृतीचे समर्थन, की जी सायबर स्पेसमध्ये किंवा खऱ्या आयुष्यात पीडितेला 'चुकीची' वाटली आहे याकरिता 'पॉवर गेम'चा वापर करतात.

ऑनलाईन लैंगिक स्वरूपातील दादागिरीचे प्राथमिक परिणाम मुलांमधील सायबर दादागिरीच्या प्रकरणामध्ये आढळून आलेल्या परिमामांपेक्षा फार वेगळे असतात, असे नाही. तरीही टोकाच्या प्रकरणांत पीडितेच्या मनावर आघात होऊ शकतो, तिच्या मनात आत्महत्येचे विचार येऊ शकतात आणि निष्क्रियतेची लक्षणे तिला ग्रासू शकतात. सध्या ऑनलाईन सुरक्षेवर वेब साहित्य पुष्कळ उपलब्ध असल्यामुळे अनेक वापरकर्ते सायबर दादागिरीसह आयसीटीमधील समाविष्ट धोक्यांबाबत जागरूक झाले असतील, या गोष्टीची नोंद घेतली जावी. पण, सर्व संभाव्य पीडित (विशेषतः महिला), विशेषतः त्या इंटरनेट संप्रेषण तंत्रज्ञानाला नव्या असतील, तर ऑनलाईन लैंगिक स्वरूपातील दादागिरीसह अत्याचारांचा सामना करू शकतील याची खात्री देता येत नाही. छळवणूक कायमची पूर्णपणे थांबावी या अपेक्षेने काही प्रकरणांत पीडित उलटबाजूने करण्यात येणारी दादागिरी (रिव्हर्ट बुलिंग) किंवा हॅकिंग यंत्रणेवरील अवलंबून राहणे यांसारख्या असंजमस प्रतिवाद (इररॅशनल कोपिंग) यंत्रणेचा आधार घेतात (हालदर आणि जयशंकर, २०१५बी). पण, यामुळे पीडितेसाठी नव्या समस्या निर्माण होऊ शकतात आणि दादागिरी करणारे पीडितेला छळण्यासाठी अधिक मोठ्या योजनेसह परतू शकतात.

आम्ही यापूर्वी नमूद केलेल्या कायद्यातील तरतुदी, ऑनलाईन लैंगिक स्वरूपातील दादागिरीवरचे उपाय पुरवू शकत असल्या, तरी, अनेक प्रकरणांत जिच्यावर दादागिरी झाली आहे अशी पीडिता प्रकरणाची तक्रार करीत नाही, हे समजून घेण्याची गरज आहे. पीडित आणि साहित्याच्या आढावा यांतून समजल्यानुसार, भारतामध्ये महिलांना त्यांच्या बालपणापासून दादागिरीच्या प्रकारांबद्दल तक्रार न करण्याचे आणि घरातील पुरुष आणि वयाने मोठ्या आणि मजबूत महिलांच्या दादागिरीच्या सवयींशी जुळवून घेण्यास शिकविले जाते. ही संस्कृती प्रौढांच्या ऑनलाईन लैंगिक स्वरूपातील दादागिरीच्या प्रकरणांतही प्रचलित आहे. ऑनलाईन लैंगिक स्वरूपातील दादागिरीच्या नियमनाकरिता या ठिकाणी नमूद केलेले कायदे वापरता येणे शक्य असले, तरी हे नमूद करता येईल की अनुसूचित जाती आणि अनुसूचित जमाती (अत्याचार प्रतिबंध) दुरुस्ती विधेयक, २०१४, की ज्याने अनुसूचित जाती आणि जमाती (अत्याचार प्रतिबंध) कायदा, १९८९ मध्ये सुधारणा केली आहे आणि जाती इत्यादींवरून शिवीगाळ करण्यास किंवा लेखनातून किंवा द्वेषाला प्रोत्साहन मिळेल, असे काहीही प्रसिद्ध करण्यास (कलम ३यू) किंवा कुठल्याही शब्दाचा, लैंगिक स्वरूपातील हावभावाचा अनुसूचित जाती किंवा जमातीतील (कलम ३ डब्ल्यू (ii)) महिलेचा अपमान करण्यासाठी हेतुतः वापर करण्यास प्रतिबंध घातला आहे, यांसह इतर विशिष्ट कायदे आहेत

की जे जात किंवा वंशाच्या आधारावर दादागिरी किंवा शिविगाळ करण्यास प्रतिबंध घालतात. भारतीय दंड संहितेमध्ये कलम ५०९ए च्या समावेशाकरिता प्रस्तावही ठेवले गेले आहेत, ज्यामुळे कुठलाही अपमानास्पद शब्द, हावभाव आणि इत्यादी कुठल्याही वंशांच्या सदस्याचा अपमान करण्याच्या हेतूने वापरले, तर ते आक्षेपार्ह वर्तन ठरेल (जैन, २०१५). पण, प्रत्यक्षात क्वचितच असा एखादा कायदा आहे ज्याचा ऑनलाईन लैंगिक स्वरूपातील दादागिरीच्या नियमनाकरिता वापर होतो. नाखूश पीडितांबरोबरच पोलीस आणि वकील यांच्यासह जागरूक नसलेली फौजदारी न्यायिक यंत्रणाही असते, की जी महिलांना त्यांचे अकाउंट एकतर बंद करण्यास सांगते किंवा धमकावणाऱ्याकडे दुर्लक्ष करण्यास सांगते (हालदर आणि जयशंकर, २०११) आणि त्याद्वारे दुसऱ्या मानसिक आघाताचे कारण बनते.

लिंगपरिवर्तित महिलांना सोशल नेटवर्किंग साइट्स, ई-मेल्स, चॅट सत्रे यांच्यावर आणि मोबाइल संप्रेषण ॲपसह डिजिटल संप्रेषण तंत्रज्ञानाच्या माध्यमातून लैंगिक स्वरूपातील दादागिरीचे लक्ष्य अवश्य केले जाऊ शकते. लिंगपरिवर्तित महिलांच्या ऑनलाईन लैंगिक दादागिरीकरिता कारणीभूत ठरणारा मुख्य घटक त्यांची लैंगिक प्रवृत्ती (एनसीटीई, २०११) आणि त्यांचा आत्मसन्मान, तसेच पुरुषांना त्यांच्या लैंगिक प्रवृत्तीचा उपहास करू देण्याबाबत त्यांची असलेली अनिच्छा आहे (हालदर आणि जयशंकर, आगामी). कल्की प्रकरणाचा पुन्हा विचार करू या, जेव्हा काही पुरुषांची लैंगिक समाधानाकरिता त्यांना संपर्क साधण्याची इच्छा होती आणि त्यांनी फोन क्रमांकासाठी वारंवार येणाऱ्या त्यांच्या संदेशांकडे दुर्लक्ष केले. त्यांना मेसेज बॉक्समध्ये तसेच त्यांच्या प्रोफाइल पेजवर धमक्या दिल्या गेल्या. सामान्यतः, अशा प्रकारच्या दादागिरीमध्ये लिंगपरिवर्तित महिलांना त्यांच्या भूतकाळातील 'पौरुषत्वा'चे आणि पुरुष म्हणून महिलांचे समाधान करण्यास सक्षम नसल्याचे स्मरण करून देणाऱ्या शब्दांचा किंवा पुरुषांना अपेक्षित समाधान देणाऱ्या त्या 'पूर्ण महिला'ही नाहीत हे कठोर वास्तव दर्शवणाऱ्या शब्दांचा समावेश अवश्य असतो. ऑनलाईन दादागिरीच्या माध्यमातून सायबर स्पेसमध्ये लिंगपरिवर्तित महिलांच्या अपमानासाठीच्या कायदेशीर घटकांकडेही दुर्लक्ष होता कामा नये. पारंपरिक भारतीय मनोवृत्ती एलजीबीटी समुदायाचा उपहास करण्याजोगा समुदाय म्हणूनच विचार करते, ही अत्यंत दुर्दैवाची गोष्ट आहे. या मानसिकतेला सगळ्यात वाईट पद्धतीने बळी पडतात त्या या लिंगपरिवर्तित महिला ज्यांच्याकडे केवळ दुय्यम लैंगिक साथीदार म्हणूनच पाहिले जात नाही, तर समाजासाठी त्रासदायक ठरणाऱ्या अशा दृष्टिकोनातूनही त्यांच्याबद्दल विचार केला जातो. त्यामुळे त्यांनी जरी स्वतःचे हक्क प्रस्थापित करण्यासाठी कायदा आणि न्यायव्यवस्थेकडे धाव घेतली तरी पूर्ण समाजास याच गोष्टीमुळे त्यांना सामाजिकदृष्ट्या बहिष्कृत करण्यासाठी, त्यांच्यावर दादागिरी करण्यासाठी आणि अमानवी पद्धतीने त्यांना वागवण्यासाठी प्रेरणा मिळते. एलजीबीटी समुदायास भारतीय

दंड संहिता कलम ३७७चे[२१] सध्याचे स्वरूपही प्रतिकूल कायदेशीर दृष्टिकोन देते, हेसुद्धा त्यामागचे कारण आहे. लिंगपरिवर्तित महिलांना अगदी कायद्याचाही पाठिंबा नाही, या वास्तवाबाबत नागरी समाजातील सदस्य जेव्हापासून जागरूक झाले आहेत तेव्हापासून सायबर स्पेसमध्येही त्यांना वाईट पद्धतीने लक्ष्य केले जात आहे.

ऑनलाईन दादागिरीस बळी पडणाऱ्या लिंगपरिवर्तित महिलांना खऱ्या आयुष्यातही अशा फौजदारी न्यायिक यंत्रणेपासून कुठलाही दिलासा मिळत नाही, कारण अशा प्रकरणांमध्ये, पोलीस त्यांच्या आभासी घरांतून त्यांना बाहेर काढण्यासाठी कलम ३७७ ची व्याप्ती आणखी वाढवू शकतात आणि त्यांची मते अभिव्यक्त होण्यासाठी अमेरिकेच्या कायद्यावर जगत असलेले 'बेकायदा अस्तित्व' म्हणून त्यांना अपशब्द वापरू शकतील, ही उपरोधाची गोष्ट आहे. कारण दिल्ली उच्च न्यायालयाने नाझ फाउंडेशनवरील[२२] निर्णयात एलजीबीटी लोकांच्या हक्कांस मान्यता जरी दिली असली तरी, सर्वोच्च न्यायालयाने हा निकाल मान्य केला नाही, त्यामुळे असे नक्कीच घडू शकते. जसे की बॅक्सी (२०१३) यांनी ठळकपणे मांडले आहे, या संदर्भात नाझ फाउंडेशनच्या निकालामधील विशिष्ट भागाने आमचे लक्ष वेधले; सर्वोच्च न्यायालयाने म्हटले आहे, '...भारतीय दंड संहितेचे कलम ३७७ कुठल्याही विशिष्ट लोकांना, ओळखीला किंवा अभिमुखतेस गुन्हेगार ठरवत नाही. हा विभाग केवळ अशा कृतींचा विचार करतो ज्या केल्या तर त्यांचा गुन्ह्यामध्ये समावेश होईल. लैंगिक ओळख आणि स्वाभाविक अभिमुखता कुठलीही असली, तरी लैंगिक कृतींचे नियमन करतो.'[२३] अनेक लिंगपरिवर्तित महिला समाजीकरणासाठी त्यांच्या प्रोफाइलचा वापर करतात आणि यामध्ये टाइमलाइन अपडेटच्या माध्यमातून थेट संदेश पाठविणे तसेच छायाचित्रांच्या माध्यमातून साथीदार शोधण्यासाठी निहित संदेशांचा समावेश असू शकतो. एनएएलएसए निकालाने नंतर जे दाखवून दिले आहे,[२४] सर्वोच्च न्यायालयाच्या नाझ फाउंडेशनच्या

[२१] भारतीय दंड संहितेचे कलम ३७७ मध्ये म्हटले आहे

जो कुणी, निसर्गक्रमाविरुद्ध कोणत्याही पुरुषाशी किंवा स्त्रीशी किंवा प्राण्यांशी इच्छापूर्वक शरीरसंभोग करील, त्याला आजीव कारावासाची, किंवा दहा वर्षांपर्यंत असू शकेल इतक्या मुदतीची यापैकी एका वर्णनाच्या कारावासाची शिक्षा होईल व तो दंडासही पात्र होईल. या विभागाला जोडलेल्या स्पष्टीकरणात स्पष्ट केले आहे की या कलमामध्ये वर्णन केलेल्या अपराधाकरिता आवश्यक तो शरीरसंभोग घडण्यास योनिप्रवेश पुरेसा आहे.

[२२] सुरेश कुमार कौशल आणि इतर विरुद्ध नाझ फाउंडेशन आणि इतर, २०१३चा सिव्हील अपील क्र. १०९७२, मा. सर्वोच्च न्यायालयाने ११ डिसेंबर २०१३ रोजी निर्णय घेतला.

[२३] बॅक्सी, पी. (१६ डिसेंबर २०१३). सुरेश कौशल विरुद्ध नाझ फाउंडेशन: प्रतीक्षा बॅक्सी. http://kafila.org/2013/12/16/suresh-koushal-v-naz-foundation-pratiksha-baxi. (५ जुलै २०१६ रोजी प्राप्त केले) या ठिकाणी उपलब्ध.

[२४] २०१२मधील नॅशनल लीगल सर्व्हिस ऑथॉरिटी विरुद्ध युनियन ऑफ इंडिया रिट याचिका (नागरी) क्र. ४०० बरोबर २०१३ची रिट याचिका (नागरी) क्र. ६०४.

निकालाचा लिंगपरिवर्तित महिलांच्या भाषण आणि अभिव्यक्तीचा समावेश करण्यासाठी व्यापक रूपात अर्थ लावला, तर अशा प्रकारचे अभिव्यक्तीचे मार्ग कलम १९(१)(a) च्या क्षेत्रांतर्गत येतात आणि यामध्ये व्यापक अर्थातून 'प्रतिबंधित कृतींचा' अवश्य समावेश होऊ शकतो. आम्हाला अपेक्षा आहे की सर्वोच्च न्यायालयाच्या नाझ फाउंडेशन निकालाच्या बाबतीत जी न्यायिक गैरसमजूत झाली आहे त्यामुळे फौजदारी न्यायिक व्यवस्था तसेच नैतिक पोलीसगिरी करणाऱ्या गटांना लैंगिक अल्पसंख्याक समुदायास त्यांच्या आभासी उपस्थितीबद्दल छळण्यास आणखी उत्तेजना मिळेल.

भारतामधील महिलांना लक्ष्य करणारे ट्रोलिंग

ट्रोलिंग आणि ट्रोलचे प्रोफाइल करणे

सायबर दादागिरीशी तुलना करता, ट्रोलिंग ही भारतातील नवी घटना आहे. सायबर दादागिरी आणि ट्रोलिंग यांच्यात अत्यंत सूक्ष्म फरक असू शकतो: एक मुख्य फरक या वास्तवात आहे की ट्रोल्स त्यांच्या पीडितांचे भाषण किंवा कृतीने प्रत्यक्ष किंवा अप्रत्यक्षपणे प्रभावित होऊ शकत नाहीत (हालदर, २०१३). ते ट्रोल करतात कारण त्यांना मुख्यतः 'प्रकाशना'चे लक्ष वळविण्याची इच्छा असते (स्टेटस अपडेट, पीडितेची प्रतिक्रिया किंवा मजकुरात्मक अभिव्यक्ती किंवा स्टेटसवरून किंवा सार्वजनिक व्यासपीठावरील मुख्य समालोचकाच्या प्रतिक्रियेवरून चर्चा यांसह) आणि पीडितेबाबतच्या त्यांच्या स्वतःच्या वाईट विचारांकडे वाचकांचे लक्ष वेधून घ्यायचे असते. ट्रोलिंग हा 'ओळखीच्या फसवणुकीचा एक खेळ' असतो (डोनॅथ, १९९९, पृ. ४५) की ज्यामध्ये त्याच्या/त्यांच्या पीडित/पीडितांना लक्ष्य करण्यासाठी ट्रोल करणाऱ्यांच्या (हार्डकर, २०१०) उर्मट भाषेचा अवश्य समावेश असतो. 'ट्रोल पोस्ट' मूलतः 'मोठ्या प्रमाणावर निष्फळ प्रतिसाद तयार करण्याच्या हेतू असलेल्या प्रक्षोभक पोस्ट' असतात (हर्रिंग आणि इतर, २००२). हर्रिंग आणि इतर, (२००२) पुढे सांगतात की ट्रोलिंग मुख्यतः ऑनलाईन गटामध्ये होते, की ज्यामध्ये एलजीबीटी विभाग किंवा धार्मिक किंवा भाषिक अल्पसंख्याक गट आणि विशेषतः महिलांचे गट किंवा मूलतः स्त्रीवादी असणाऱ्या गटांसारख्या उपेक्षित लोकांचा समावेश असण्याची शक्यता असते. याचे मुख्य कारण म्हणजे यांसारख्या स्त्रीवादी गटांच्या वेगळे राहण्याच्या स्वभावाच्या कारणामुळे पुरुष त्यांच्याबद्दलच्या संतापाने प्रक्षोभक होऊ शकतात (हॉल, १९९६; हर्रिंग आणि इतर, २००२). पण हे विसरून चालणार नाही की हर्रिंग आणि इतरांनी हे संशोधन २००२मध्ये केले आहे आणि आता संगणकाच्या माध्यमातून होणाऱ्या संप्रेषणाच्या प्रकाराने सोशल नेटवर्किंगच्या साइट्समधील मोठ्या वाढीमुळे होणारा असा बदल पाहिला आहे ज्यामुळे महिला कुठल्याही विशिष्ट वृत्तगटावर अवलंबून न राहता त्यांचे मत अभिव्यक्त करण्याच्या हक्काची मजा घेऊ शकतात.

महिला त्यांची मते त्यांच्या स्वतःच्या फेसबुक किंवा ट्विटरवरील प्रोफाइलच्या माध्यमातून मांडू शकतात आणि त्यांना त्यांच्या विचारांकरिता 'लाइक्स' आणि प्रतिक्रिया, री-ट्विट्स 'शेअरिंग'च्या माध्यमातून सकारात्मक टिप्पणीसह आभासी पाठिंबा मिळू शकतो. अशा प्रकरणात, महिला एका विशिष्ट व्यक्तीशी किंवा व्यक्तींच्या गटांबरोबर संप्रेषण करण्यासाठी त्यांचे स्टेटस अपडेट करत नाहीत तर स्टेटस पण त्यांचे स्टेटस ट्विटरच्या संदर्भात १४० अक्षरांचे छोटेसे स्वगत मोनोलॉग ठरते आणि फेसबुकच्या संदर्भात, यांसारखी स्वगते काही परिच्छेदांची पण असू शकतात. त्यांचे साहित्य, त्यांच्या वृत्त माध्यमांमधील लिखाण यांचा सारांश हायपरलिंकद्वारे जगाला दाखवण्याचे स्वातंत्र्य त्यांना असते. जी हायपरलिंक वाचकांना तिच्या प्रसिद्ध झालेल्या कामाकडे नेऊ शकते. हर्रिंग आणि इतर यांनी (२००२) दाखवून दिल्याप्रमाणे सध्या ट्रोल्स त्यांच्या ट्रोलिंगच्या कृती वृत्तगटांपुरत्या मर्यादित ठेवत नाहीत. पीडितेच्या स्टेटस मेसेजच्या ठिकाणी असलेल्या प्रतिक्रिया देण्याच्या जागी प्रतिक्रिया पोस्ट करून किंवा स्वतःच्या प्रोफाइलच्या माध्यमातून पीडितेसंबंधी त्यांची नाराजी अभिव्यक्त करण्याचे स्वातंत्र्यही ते घेतात. सध्याच्या काळात ट्रोलिंग असे स्पष्ट करता येईल, की 'भाषण स्वातंत्र्याचा अतिरेकी वापर की जो सोशल नेटवर्किंग साइट्सवरील सामुदायिक चर्चा बिघडवण्यासाठी वापरला जातो आणि स्त्रीवाद, धर्मनिरपेक्षता इत्यादींसारख्या विचारधारांचा हेतुतः अपमान करण्यासाठी केला जातो; विषयाची सुरुवात करणाऱ्यांचे किंवा विषयाची सुरुवात करणाऱ्यांच्या समर्थकांचे' (हालदर, २०१३). मात्र, स्त्रीवादी गटात ट्रोलिंग अद्यापही अस्तित्वात आहे. संप्रेषणाकरिता व्हॉट्सॲपसारख्या मोबाइल ॲपच्या वाढीबरोबर, ट्रोल्स स्त्रीवादी गटात तसेच त्यांच्या स्वतःच्या गटात ट्रोल करणाऱ्या पोस्ट सुरू ठेवण्याकरिता आणखी मार्ग काढू शकतात, जेथे ते त्यांच्या निवडक पीडितेला लक्ष्य करणारे ट्रोलिंग सुरू ठेवू शकतात. व्हॉट्सॲपवरील ट्रोल गटात सहभागी नसलेल्या इतर वापरकर्त्यांमधील संदेशांसह डिजिटाइज्ड केलेल्या कार्टूनच्या माध्यमातून ट्रोल पोस्टच्या जलद वितरणामुळे ट्रोल करणाऱ्यांकरिता ट्रोलिंग अधिक आसुरीपणाचे बनले आहे. याद्वारे ते त्यांच्या ट्रोल पोस्टचा सोशल नेटवर्किंग साइट्स जे वापरू शकत नाहीत त्यांच्यापर्यंत प्रसार करू शकतात.

मात्र, आता महिला वापरकर्त्या खासगीपणाच्या सेटिंगबद्दल अधिक जागरूक झाल्या आहेत आणि अशा गटांच्या यजमान साइट्सही पोस्टचे व्यवस्थापन करण्याच्या अधिक संधी देतात; 'उथळ पोस्ट'कडे खूप जणांचे लक्ष जाण्यापूर्वी असे ट्रोलिंग नियंत्रित केले जाऊ शकते. कविता कृष्णन या कार्यकर्तीच्या प्रकरणाचा विचार करू या, ज्यांच्यावर Rediff.in वर ट्रोल करणाऱ्यांनी हल्ला चढविला. २०१३ मध्ये, रेडिफवर एका लाइव्ह चॅटमध्ये महिलांविरोधी हिंसेवर बोलण्याकरिता त्यांना आमंत्रित केले होते तेव्हा, 'रेपिस्ट' या ट्विटर हँडलवरून त्यांना असे ट्विट मिळाले ज्याद्वारे त्यांना पहिल्यांदा विचारणा करण्यात आली की

महिलांनी वेशभूषा योग्य रीतीने करावी म्हणजे बलात्कार करणारे त्यांना लक्ष्य करणार नाहीत, असे सांगण्याचा जरा विचार करा आणि नंतर ट्विट हँडलने पुन्हा थेट धमकी दिली त्यात म्हटले आहे, 'कविता मला सांग की मी कुठे येऊ आणि कंडोम वापरून तुझ्यावर बलात्कार करू.' तिने माध्यमांना सांगितले, की ते लाइव्ह चॅट असल्यामुळे, 'रेपिस्ट'द्वारे आलेले ट्विट ठळक अक्षरात आले आणि इतर प्रेक्षकांचे लक्ष वेधले आणि त्यामुळे तिला चॅट एकाएकी लॉग ऑफ करणे भाग पडले.[२५] त्याचप्रमाणे, २०१६ मध्ये, तिच्यावर फेसबुकवर पुन्हा हल्ला केला गेला, जेथे तिला समालोचकाबरोबर खुला संभोग करून दाखवण्याकरिता येण्याची विचारणा केली. माध्यमातील वृत्तांनुसार, तिने मात्र यासंबंधी लैंगिक छळवणुकीअंतर्गत तरतुदींनुसार पोलिसांत तक्रार दाखल केली.[२६]

ट्विटरवर आणि फेसबुकवर ट्रोल्स सध्या अधिक कार्यरत आहेत कारण त्यांना सोशल नेटवर्किंग साइट्सवर हॅशटॅगच्या (#) वापरातून डेटा माइनिंगने ट्रेंडिंग न्यूज समजण्याची शक्यता असते, ज्या वापरकर्त्यांना त्यांचे अपडेट सार्वजनिक करायला आवडतात, त्यांनी योगदान दिलेला महत्त्वाचा मेटा डेटा समोर आणतात.

सागरिका घोष प्रकरणाचा पुन्हा विचार करा, एक वरिष्ठ महिला पत्रकार, की जी सीएनएन-आयबीएनसारख्या वृत्तवाहिन्यांबरोबर काम करते. ट्रोल्सनी तिला विशेषतः तिने काश्मीरसाख्या संवेदनशील समस्येवर एका विशिष्ट राजकीय परिस्थितीवर आणि राजकीय मतांवर आणि विशिष्ट राजकीय पक्षांच्या ढोंगी धर्मनिरपेक्षतेपणावरील तिच्या मतांवर तिने दिलेल्या बातमीनंतर ट्विटरवर लक्ष्य केले. जी वृत्तवाहिन्यांकडून तसेच तिच्याकडून स्वतः खूपदा क्रॉस पोस्ट झाल्यामुळे व्हायरल झाली. ट्विटरवर तिच्या नावाच्या ट्रेंडिंगला सुरुवात झाली आणि ट्रोल्सनी तिचे नाव हॅशटॅग करून ट्रोल पोस्ट करण्यास सुरुवात केली; ज्यात, जिने काँग्रेस पक्षाशी अधिक घनिष्टता दाखवली होती अशी एक पक्षपाती पत्रकार म्हणून तिचे वर्णन केले होते. सागरिकाने तिच्या ट्विट प्रोफाइलमध्ये तिची स्वतःची वाक्ये टाकली आणि काही तासांत इंटरनेटवर सागरिकाच्या नावाने 'सिंपल जोकर्स' कडून ट्रोल्स वाईट ट्रोल्स आले ज्याद्वारे तिला तसेच तिच्या शाळेत जाणाऱ्या मुलीला मृत्यूची धमकी आणि बलात्काराच्या धमकीसह द्वेषयुक्त संदेशाच्या पोस्ट टाकण्यास सुरुवात झाली. द्वेषयुक्त संदेशांचा सागरिकावर 'अपेक्षित' परिणाम झाला, तिने तिच्या मुलीला स्वतःच्या कारमधून शाळेत

---

[२५] या प्रकरणाच्या अधिक माहितीकरिता, पहा सहाय, पी. (२६ एप्रिल २०१३). Trolls threaten activist with rape during chat. DNA. http://www.dnaindia.com/india/report-troll-threatens-activist-with-rape-during-chat-1827134 (१० फेब्रुवारी २०१५ रोजी प्राप्त केले) या ठिकाणी उपलब्ध.

[२६] शंकर, ए. (मे २६, २०१६). Delhi Women's rights activist files sexual harassment complaint against former journalist. https://in.news.yahoo.com/delhi-women-rights-activist-files-044600695.html (३ जून २०१६ रोजी प्राप्त केले) या ठिकाणी उपलब्ध.

सोडण्याचा निर्णय घेतला; कारण तिला भीती होती की काही ट्रोल्स खरेच तिच्या मुलीला नुकसान पोहोचवतील ज्यांत म्हटले होते की सागरिका आणि तिचे कुटुंबीय कुठल्या रस्त्याने प्रवास करतात याची त्यांना माहिती होती. या प्रकरणातील ट्रोल्सने सागरिका केवळ प्रथितयश पत्रकार असल्यामुळे नव्हे, तर त्या ट्रोल्समधील यशस्वी महिलांप्रतिच्या, विशेषतः प्रथितयश लेखिका, पत्रकार, सिनेक्षेत्राशी संबंधित व्यक्तिमत्त्वे आणि इत्यादींप्रति त्यांच्या अतिरेकी 'उदारमतवादविरोधी' वृत्तीमुळे या ट्रोल्सनी, वृत्तवाहिन्यांना आकर्षित केले.[२७]

त्याचप्रमाणे, बरखा दत्त प्रकरणाचा विचार करा. एक अनुभवी महिला पत्रकार, जिने स्वतःचे *This Unquiet Land: Stories from India's Fault Lines हे पुस्तक प्रकाशित केले तेव्हा तिला ट्रोल्सनी जोरदार लक्ष्य केले. बरखाला तिच्या पत्रकारितेवरून यापूर्वीही ट्रोल्सनी लक्ष्य केले होते. तिला ट्रोल करणाऱ्या अनेकांच्या मते, भारताबद्दल स्पष्टपणे नकारात्मक प्रभाव तयार करते असे वाटते.* पण तिच्या पुस्तकाच्या प्रकाशनानंतर, ज्या पुस्तकामध्ये तिने तिच्या बालपणीचा लैंगिक अत्याचार, तिच्या कारगिल युद्धादरम्यानचे अनुभव आणि इत्यादींबद्दल सांगितले होते, तिच्यावर ट्रोल्सनी पुन्हा एकदा हल्ला केला, त्यांनी तिला नाव विचारले आणि अगदी हेदेखील विचारले की तिचे लग्न झाले आहे का आणि हो तर किती वेळा?[२८]

नमूद केलेल्या प्रकरणांतून जे दिसते त्याप्रमाणे, या दोन्ही प्रकरणांत ट्रोलिंगची तीन विशिष्ट स्वरूपे (डोनॅथ, १९९९; हालदर, २०१३; हरिंग आणि इतर, २००२ यांनी स्पष्ट केल्याप्रमाणे) आढळून येतातः (a) महिला लेखिकांचे साहित्य किंवा लेखन किंवा प्रत्यक्ष बातमी यापासून वर्ल्ड वाइड वेबमधील वाचकांचे लक्ष वळवण्यात ट्रोल्स यशस्वी ठरले (b) ट्रोल्स महिलेबद्दल काय चर्चा करतात आणि उद्धट, अपमानजनक आणि निंदास्पद भाषेद्वारे ते कसा उपहास करतात याकडे मोठे लक्ष दिले गेले. (c) खुद्द ट्रोल्स नसणाऱ्या, पण ट्रोलिंगचा निषेध करण्यासाठी आलेल्या किंवा समस्याग्रस्त महिलेला ते पाठिंबा देणाऱ्या पोस्ट्सना वाचकांचा क्षुब्ध प्रतिसाद मिळाला. लैंगिक स्वरूपातील दादागिरीप्रमाणे या प्रकरणांतील ट्रोलिंगमध्ये स्वतः पीडितेबरोबर निंदात्मक संप्रेषणाच्या सातत्याने होणाऱ्या आदानप्रदानाची गरज नसते, पण त्यात एकापेक्षा अधिक वाचकांचा समावेश असतो, जे ट्रोल पोस्टवर एक किंवा दोन प्रतिक्रिया पोस्ट करून थांबलेले असतात आणि ज्यांना ट्रोल करणाऱ्यांकडून पुन्हा संदेश दिला गेलेला नसतो.

---

[२७] सागरिका घोष ट्विटर ट्रोल अपशब्द प्रकरणावर बीबीसीवर या पुस्तकाच्या लेखकांची मुलाखत घेतली गेली.

[२८] आणखी माहितीकरिता पाहा रामनी, पी. (एप्रिल २३, २०१६). Why everybody loves to hate Barkha Dutt. http://www.livemint.com/Leisure/C3zY1Y1ycBJYDNRmNPCmHK/Why-everybody-loves-to-hate-Barkha-Dutt.html (२४ एप्रिल २०१६ रोजी प्राप्त केले) या ठिकाणी उपलब्ध..

कारणे, परिणाम आणि आव्हाने

लैंगिक स्वरूपातील दादागिरीप्रमाणे, ट्रोल आणि त्याची पीडित यांच्यातील सध्याच्या आंतरवैयक्तिक शत्रुत्वामुळे ट्रोलिंग होते, असे नाही. ट्रोलिंगविषयीच्या विविध साहित्यामध्ये नमूद केल्याप्रमाणे, गंभीर विषयांवरील डेटा मायनिंगद्वारे ट्रोल्स मोकळ्या वेळात स्वतःचे मनोरंजन करून घेतात (हर्रिंग आणि इतर, २००२) आणि बरखा आणि सागरिका यांच्याबरोबर झाले त्याप्रमाणे ज्यांनी ते वृत्त किंवा लेखन तयार केले आहे अशा विशिष्ट व्यक्तीबद्दल अचानक स्वतःची मते मांडून त्यामध्ये अडथळा आणतात. असे डेटा मायनिंग ट्रेंडिंग बातम्या, व्हायरल पोस्टना फॉलो करून किंवा ज्यांच्या पोस्ट किंवा स्टेटस अपडेट लगेचच सर्वांचे लक्ष आकर्षित करून घेतात अशा महिला आणि पुरुष सेलिब्रिटींना फॉलो करून करण्याची शक्यता असते. अमेरिकेच्या संविधानातील पहिल्या सुधारणेने हमी दिल्याप्रमाणे आणि जी अमेरिकास्थित सोशल नेटवर्किंग साइट्सची मार्गदर्शक तत्त्वे आहेत त्यानुसार, ट्रोल्स भाषण आणि अभिव्यक्ती स्वातंत्र्याच्या व्यापक अर्थामध्ये त्यांच्या मतांच्या अभिव्यक्तीसंबंधी इंटरनेटच्या वापराबद्दल 'उदार आणि उदारमतवादी मते' वापरतात (हर्रिंग आणि इतर, २००२). ऑनलाईन स्वरूपातील दादागिरीप्रमाणे, प्रोफाइलचे निनावी स्वरूप ट्रोल करणाऱ्यांना दिसणे, संभाषणामध्ये अडथळा आणणे आणि लुप्त होण्याची आणि शक्यतो दुसऱ्या कुठल्या अवतारात पुन्हा दिसण्याची आणखी 'शक्ती' देते. तसेच, सायबर स्पेसमध्ये ट्रोलिंगचा सामना करण्यासाठी भारतामध्ये कायद्यात पोकळी आहे.

भारतामधील भाषण स्वातंत्र्याच्या वाढत्या संकल्पनेचा विचार करा. वांशिक सामाजिक-सांस्कृतिक पार्श्वभूमीचा विचार करून, संविधानाचे कलम १९(२) ने काही विशिष्ट आधार दिले आहेत ज्यायोगे भारतामधील खऱ्या तसेच आभासी अवकाशामधील (जागांमधील) भाषण आणि अभिव्यक्तिस्वातंत्र्य अडवू किंवा कमी केले जाऊ शकते. या आधारांमध्ये राष्ट्रीय एकता आणि देशाच्या सुरक्षेला अडथळा आणणे, इतर राज्यांशी मैत्रीचे संबंध, गुन्ह्याला चिथावणी देणे, न्यायालयाचा अवमान आणि भारतातील नागरिकांची नैतिकता आणि सभ्यता यांना हानी पोहोचविणे या गोष्टींचा समावेश होतो. पण भारतातील न्यायालयांनी अनेक ऐतिहासिक निकालांमध्ये भाषण हक्कावर गदा आणण्यास नकार दिला आहे आणि त्यामुळे भारतामध्ये पत्रकारितेच्या स्वातंत्र्याकरिताही 'प्रसिद्ध हक्क' आहे.[२१] कलम १९(२) मध्ये नमूद केलेल्या आधारावर आयटी कायदा, २००० (२००८ मध्ये सुधारित) चे कलम ६६ए तयार केले गेले ज्यायोगे खूपच आक्षेपार्ह, धमकीयुक्त माहिती आणि/किंवा दिशाभूल करणारी माहिती आणि/किंवा पाठवणाऱ्याला जी माहिती चुकीची आहे हे माहीत आहे, पण चिडचिडेपणा, गैरसोय,

---

[२१] उदाहरणाकरिता, पहा, इंडियन एक्स्प्रेस विरुद्ध युनियन ऑफ इंडिया (१९८५). १ SCC 641, किंवा रोमेश थापर विरुद्ध स्टेट ऑफ मद्रास, AIR 1950 SC 124.

धोका, अडथळा, अपमान, इजा, फौजदारी धमकी, शत्रुत्व, द्वेष किंवा इलेक्ट्रॉनिक आणि डिजिटल संप्रेषण सेवांच्या माध्यमातून वाईट इच्छांसह नकारात्मक मानसिक आणि सामाजिक परिणामांच्या मालिकेचे कारण बनण्याच्या हेतूने संदेश देण्यास प्रतिबंध करते. पण, यापूर्वी नमूद केल्याप्रमाणे, हा कायदा त्याच्या गैरवापरामुळे तसेच व्यापक विस्तारामुळे वादग्रस्त ठरला.

अलीकडील एका प्रकरणाचा विचार करू, ज्यात न्यायालयाने एका त्रस्त जोडप्याला बेंगलोरमध्ये वाहतूक पोलीस अधिकाऱ्याकडून कशा पद्धतीने कथित त्रास देण्यात आला होता आणि पोलीस अधिकाऱ्यांनी केलेला त्यांच्याविरुद्धचा एफआयआर कसा रद्द केला होता, यासंबंधीची फेसबुक पोस्ट तशाच राहू देण्याची परवानगी दिली.[३०] ट्रोलिंगमध्ये मूलतः भाषण स्वातंत्र्याच्या अतिरेकी उदारमतवादी वापराचा समावेश असू शकतो त्यामुळे भारतातील न्यायालये जर ते ट्रोल विशिष्ट साहित्य किंवा चित्रपट किंवा बातमीशी संबंधित असेल आणि एखाद्याचे वैयक्तिक मत अभिव्यक्त करण्यापुरते मर्यादित असेल तसेच विनम्रता, सभ्यता आणि इत्यादींना हानी पोहोचवणे यांसारख्या वैयक्तिक हक्कांचे उल्लंघन करीत नाहीत तोपर्यंत ट्रोलवर बंदी आणू शकत नाहीत. पण, जेव्हा एक ट्रोल लेखक किंवा पत्रकार किंवा प्रथितयश सेलिब्रिटीच्या व्यक्तीवर हल्ला करणाऱ्या ट्रोल पोस्ट तयार करतो आणि विशेषतः बरखा आणि सागरिका या प्रकरणांत घडले त्याप्रमाणे त्या महिला असतील तिथे खऱ्या आव्हानांना सुरुवात होते. यापूर्वी आपण नमूद केल्याप्रमाणे, जर पोस्टमध्ये केवळ उद्धट आणि अपशब्द नव्हे तर महिलांना अश्लील स्वरूपात दाखवणारी ग्राफिक छायाचित्रेही असतील तर अशा प्रकरणात आयटी कायद्याचे कलम ६६ए आणि ६७ किंवा ६७ए यासह महिलांचा विनयभंग आणि/किंवा फौजदारी धमकी आणि बदनामीकरिताचे कायदे लागू केले जाऊ शकतात. पुढे जाऊन या गोष्टीची नोंद घ्यावी लागेल की ट्रोल पीडितेच्या कामाच्या ठिकाणाशी संबंधित नसेल, तर ते ट्रोलिंग कामाच्या ठिकाणाशी संबंधित महिलांची लैंगिक छळवणूक (प्रतिबंध, मनाई आणि निवारण) कायदा २०१३ अंतर्गत येऊ शकत नाही.

या दोन प्रकरणांत अनेक वृत्तवाहिन्या तसेच इतर अनेक संशोधक आणि विद्यार्थ्यांकडून आम्हाला हा प्रश्न विचारला गेला, ट्रोल्सद्वारे भारतीय महिलांना ट्विटरवर आणि फेसबुक आणि आता व्हॉट्सॲपवर पुन्हा पुन्हा लक्ष्य केले का जात आहे? हर्रिंग आणि इतर (२००२) यांनी जे उत्तर दिले आहे त्याच्याशी साधर्म्य असणारेच आमचे उत्तर आहे: पुरुष ट्रोल्स महिलांवर हल्ला करू शकतात (विशेषतः प्रसिद्ध व्यक्ती) कारण त्यांना स्त्रीवाद आणि

---

[३०] पहा माणिक तनेजा विरुद्ध कर्नाटक राज्य, २०१५ SCC On Line SC 51, 20-01-2015. आणखी पहा चौधरी, ए. (२२ जानेवारी २०१५). Babu bashing no crime, SC says. *The Times of India.* http://timesofindia.indiatimes.com/tech/social/Online-babu-bashing-no-crime-SC-says/articleshow/45973495.cms (२३ जानेवारी २०१५ रोजी प्राप्त केले) या ठिकाणी उपलब्ध.

महिलांच्या सुरक्षेच्या समस्येच्या चर्चेतून बाजूला काढल्यासारखे वाटते. तसेच, भारतामध्ये पितृसत्ताक समाज असल्याने, अनेक पुरुष अद्यापही प्रथितयश महिलांना एक व्यक्ती म्हणून स्वीकारू शकत नाहीत; ज्यांना त्यांच्या समकक्ष पुरुषांना नाकारून माध्यमांत किंवा सामान्य लोकांत प्रसिद्धी मिळायला हवी. ते महिलांच्या सामाजिक, राजकीय आणि धार्मिक समस्या समजून घेण्याच्या पात्रतेवर प्रश्नचिन्ह उपस्थित करतात. इंटरनेटने त्यांना वास्तव आयुष्यात व्यक्तीचा सामना करण्याची भीती न बाळगता आणि तिच्या विचारपूर्वक केलेल्या बचावाची भीती न बाळगता असे करण्याची शक्ती दिली. यालाच जोड म्हणून, ट्रोलला मोठा प्रेक्षक आणि लक्ष मिळत असल्याने, हे ट्रोल्स नैतिक आत्मविश्वास आणि अहंकार यांना खतपाणी घालतात. मात्र, ट्रोल्सद्वारे पुरुषांवर हल्ले होत नाहीत, हे म्हणणे चुकीचे ठरेल. न्यायाधीश काटजू यांच्यावरील ट्रोलिंग हे याचे चांगले उदाहरण होऊ शकेल; त्यांच्या ट्विटर आणि फेसबुकवरील विशिष्ट पोस्टकरिता त्यांना महिला आणि पुरुषांनीही ट्रोल केले. संख्येने कमी असल्या, तरी महिला ट्रोल्स असू शकतात, पण त्या बंदिस्त गटात किंवा विशिष्ट समुदायात अस्तित्वात असतात, याची नोंद घेणे गरजेचे आहे.[३१] मात्र, यांसारखे ट्रोल्स एकतर नियंत्रकांकडून काढून टाकले जातात किंवा गटातील इतर सदस्यांकडून त्यांच्यावर प्रतिहल्ले केले जातात आणि त्या (महिला ट्रोल्स) सामान्यतः माघार घेतात किंवा काही अतिरेकी प्रकरणांत, त्याची परिणती सूड घेऊन त्रास देणाऱ्यांमध्ये होऊ शकते, असे आमच्या निदर्शनास आले आहे.

विशेषतः भारतीय समाजात महिलांना ट्रोल करण्याचा परिणाम भयानक असू शकतो. बहुतांश पुरुष आसुरी आनंद घेण्याकरिता ट्रोल करतात आणि या प्रकारचा आनंद मिळवण्यासाठी, ते पुन्हापुन्हा इतर महिलांना ट्रोल करतात. सागरिका प्रकरणाचा विचार करा; एका ट्रोलने तिला मारण्याची धमकी दिली, इतरांनी तिच्या मुलीला इजा पोहोचवण्याची धमकी दिली. बरखाच्या बाबतीत, ट्रोल्सनी तिच्यावर तिच्या कामाशी आणि वैयक्तिक आयुष्याशी संबंधित अश्लील शब्द वापरून हल्ला केला.[३२] महिलांना त्यांच्या सामाजिक प्रतिष्ठेबाबत, सुरक्षेबाबत आणि त्यांच्या मुलांच्या आणि कौटुंबिक सदस्यांच्या प्रतिष्ठेबाबत भीती वाटू शकत असल्याने ट्रोल्स

---

[३१] प्रमुख लेखिका सायबर गुन्हे पीडितांच्या सल्लागार पदावर असताना त्यांना आलेला हा अनुभव आहे.

[३२] या उपकलमाच्या तरतुदी (१) लागू होणार नाहीत जर: (अ) मध्यस्थाने धमक्या किंवा आश्वासने किंवा इतर कोणत्याही पद्धतीने बेकायदेशीर कृती करण्यासाठी (आयटीएए २००८) कट केला असेल किंवा गुन्ह्याला प्रोत्साहन दिले असेल किंवा उत्तेजन दिले असेल [आणि] (ब) ती गोष्ट उघडकीस आली असता, किंवा संबंधित सरकार किंवा सरकारी संस्था यांच्याकडून एखादी माहिती, डेटा किंवा संप्रेषणाचा दुवा जो मध्यस्थाकडून नियंत्रित करण्यात येणाऱ्या संगणक संसाधनामध्ये असेल किंवा त्याच्याशी संलग्न असेल, तो बेकायदेशीर कृत्य करण्यासाठी वापरण्यात येत आहे, असे सूचित करण्यात आले असता जर मध्यस्थ त्या संसाधनामधील संबंधित पुराव्यास कोणत्याही प्रकारचा धक्का न पोहोचवता त्या साहित्यापर्यंतचा प्रवेश त्वरित काढून टाकण्यात किंवा रद्द करण्यात अपयशी ठरला असता. स्पष्टीकरण: या कलमाच्या अनुषंगाने त्रयस्थ पक्षाकडून मिळालेली माहिती याचा अर्थ मध्यस्थ त्याच्या अखत्यारित मध्यस्थ म्हणून ज्या कोणत्या प्रकारची माहिती हाताळतो अशी माहिती.

महिलांना आयसीटीच्या माध्यमातून नेहमीचे काम करण्यास किंवा नियमित ब्लॉगिंग चालू ठेवण्यास आणि इंटरनेटचा वापर थांबविण्याची धमकीही देऊ शकतात. एकदा का हे साधे ट्रोलिंग मोठ्या 'द्वेषाच्या लहरीत' (hate wave) रूपांतरित झाले (सायट्रन, २०१४), तर केवळ ट्रोल द्वारे होणाऱ्या नाही तर विविध स्त्रोतांकडून होणाऱ्या दैनंदिन आभासी छळवणुकीतून टिकून राहणे ही बाब महिलांकरिता अशक्य होऊन बसते. अमेरिकेमध्ये, परिणामकारक फौजदारी न्यायिक यंत्रणेच्या मदतीने महिला द्वेषविषयक गुन्ह्यांचा सामना करू शकत असल्या तरी (सायट्रन, २०१४), भारतामध्ये पीडितेकरिता अगदी घडलेल्या गुन्ह्याच्या बाबतीत पोलिसांची खात्री पटवणे आणि फौजदारी प्रक्रियेला सुरुवात करणे अशक्य असू शकते. तिच्या ट्विटर पेजवर ट्रोल पोस्ट दिसत असल्या, तरी पोलीस ट्रोलिंग प्रकरणात तिला प्रभावीपणे मदत करू शकत नाहीत. अशा दयनीय अवस्थेचे एक मुख्य कारण म्हणजे ट्रोलिंगचे मूळचे स्वरूप, जे सायबर स्टॉकिंगसारखे दिसू शकते, पण प्रत्यक्षात, सायबर स्टॉकिंगपेक्षा वेगळे असते. नंतरच्या प्रकरणात, स्टॉकिंग करणारा पीडितेवर डिजिटल टेहळणीने सतत देखरेख ठेवू शकतो तसेच अशी डिजिटल देखरेख पीडितेचे नुकसान करणारी ठरू शकते, याचे त्याला पूर्ण भान असते. तो पीडितेला सतत नकोशा पद्धतीने छळण्याचा प्रयत्न करतो, यामध्ये ट्रोलिंग, दादागिरी, धमकीयुक्त मेल्स/संदेश पाठवणे, पीडितेच्या डिजिटल खासगीपणामध्ये आक्रमण करणे आणि इत्यादींचा समावेश असू शकतो. ट्रोलिंगमध्ये, पीडितेला हेतुतः नुकसान पोहोचविण्यामध्ये ट्रोल्सचा समावेश असतोच असे नाही. तसेच, सायबर स्टॉकिंगप्रमाणे, एकदा का त्यांचे स्वतःचे समाधान झाले आणि पीडितेमधला त्यांचा रस संपला की ते अचानक स्वतःची मते टाकणे थांबवू शकतात. सागरिका प्रकरणाच्या बाबतीतही असेच आमच्या लक्षात आले आहे. ट्रोलिंग अजूनही थांबलेले नाही, पण ज्या विशिष्ट मुद्द्याकरिता सागरिकावर हल्ला झाला होता त्यासंदर्भात ते निश्चितच कमी झाले आहे. तसे पाहायचे झाले तिने या पूर्ण प्रकरणाकडे नेहमीच्या छळवणुकीच्या दृष्टिकोनातून पाहिले, ज्या छळवणुकीला कुठल्याही इतर काम करणाऱ्या भारतीय महिलेला सामोरे जावे लागू शकते आणि त्याकरिता कुणी न्याय मागण्याचा आटापिटा करत नाही. मात्र, याचादेखील अवश्य उल्लेख करावा लागेल की काही प्रकरणांत, जेव्हा सोशल नेटवर्किंग साइट्स सहकार्य करण्यास आणि येथील कायद्याला बांधील राहण्यास नकार देतात तेव्हा पोलीस आणि भारतातील फौजदारी न्यायिक यंत्रणा पंगू होऊ शकतात विशेषतः आयटी कायद्याचे कलम ७९(३) (ज्यामध्ये मध्यस्थांकरिताच्या काही प्रकरणांत दायित्वाची सूट प्रस्तावित केली आहे), किंवा आयटीचे कलम १३ (माहितीचे अडथळा, देखरेख आणि डिक्रिप्शनकरिता प्रक्रिया आणि सुरक्षेचे उपाय) नियम, २००९ (सुविधा देण्यासाठी मध्यस्थांच्या दायित्वाबद्दल हे सांगते आणि इत्यादी).[३३]

[३३] एका पोलीस अधिकाऱ्याने नाव न सांगण्याच्या प्राधान्यावर ही माहिती दिली.

भारतीय फौजदारी न्यायिक यंत्रणा, नागरी कायदा न्यायशास्त्र तसेच सायबर न्यायशास्त्राकरिता सर्वांत मोठे आव्हान हे लैंगिक स्वरूपातील दादागिरीसह दादागिरी आणि ट्रोलिंगच्या नियमनाकरिता कडक नियमन तयार करण्याचे आहे, असे लेखकांना वाटते. आयटी कायदा, २००० (२००८ मध्ये सुधारित) च्या कलम ६६ ए ची योग्यपणे मांडणी करणे, अर्थाबाबतची अस्पष्टता दूर करणे आणि सायबर दादागिरी आणि ट्रोलिंगच्या व्याख्यांच्या समावेशासह अस्तित्वातील शब्दांच्या व्याप्तीचा विचार करणे अनिवार्य आहे (हालदर, २०१५). फौजदारी बदनामी किंवा बनावट अवतारांची निर्मितीएवढे सायबर दादागिरी आणि ट्रोलिंग विनाशकारी नसते; पण त्यांचे रूपांतर रिव्हेंज पॉर्नसारख्या समस्यांमध्ये झाले तर दादागिरी आणि ट्रोलिंग यांचे व्हायरल स्वरूप विनाशकारी होऊ शकते (हालदर, २०१५, पृ. क्र. ११६–११७). तसेच, सुधारित रूपातील कलम ६६ए तेव्हाच फायद्याचे ठरू शकेल जेव्हा तो प्रतिवादी कायद्यापासून (retributive law) पुनर्स्थापित कायद्यात (restorative law) बदलेल ज्याद्वारे गुन्हे अजामीनपात्र होऊ शकतील (विशेष कारण म्हणजे राजकारणी किंवा कट्टरपंथीयांकडून याचा गैरवापर होऊ नये की ज्याचा फौजदारी न्यायिक यंत्रणेवर प्रभाव पडू शकेल, विशेषतः पोलीस) आणि जामीनपात्र आणि शिक्षा म्हणून सार्वजनिक माफीचा समावेश असू शकतो आणि दादागिरी/ट्रोलिंगची सामग्री काढून नुकसानाला पूर्ववत करू शकतो (हालदर, २०१५, पृ. क्र. ११६–११७). याचवेळी नुकसानभरपाईच्या तरतुदीचा समावेशही अवश्य केला पाहिजे (हालदर, २०१५, पृ. क्र. ११६–११७). ही निरीक्षणे कायदे करणाऱ्यांनी लक्षात घेतली, तर सायबर दादागिरी आणि ट्रोलिंगच्या समस्यांचेच केवळ परिणामकारक व्यवस्थापन केले जाऊ शकते इतकेच नव्हे तर अल्पवयीन गुन्हेगारांसह अपराध्यांना कायद्याच्या सक्षम बनवणाऱ्या आणि उपचारात्मक परिणामांच्या व्याप्तीअंतर्गत आणले जाऊ शकते (हालदर, २०१५, पृ. क्र. ११६–११७).

मात्र, या संदर्भात गृहमंत्रालयाबरोबर महिला आणि बालकल्याण मंत्रालयाने महिलांना लक्ष्य करणारे ट्रोलिंग हा शिक्षेस पात्र असलेला गुन्हा ठरवण्यासाठी अलीकडे केलेल्या प्रयत्नाचा उल्लेख अवश्य केला पाहिजे. मंत्रालयांच्या नियोजनानुसार महिला आणि मुलांविरोधी सायबर गुन्हे प्रतिबंध योजना नावाची एक योजना निर्भया निधी (महिला आणि मुलांच्या सुरक्षेच्या संदर्भातील प्रयत्नांना पाठिंबा देण्यासाठी सरकारने तयार केलेला निधी) अंतर्गत तयार केली जाईल आणि अशा प्रकारे तयार होणारे पोर्टल ट्रोलिंगसह सायबर छळवणुकीच्या पीडित महिलांना मदत करील.[३४] हा प्रस्ताव ट्रोलिंगने पीडित महिलांकरिता हितकारक ठरेल, अशी अपेक्षा आहे.

---

[३४] यावर अधिक माहितीकरिता, पहा Madhukatulya. A (१९ मे २०१६). Maneka Gandhi to work on a portal with Home Ministry to punish online trolls. http://www.dnaindia.com/india/report-now-a-portal-to-deal-with-online-abuse-of-women-2213801 (१९ मे २०१६ रोजी प्राप्त केले) या ठिकाणी उपलब्ध.

संदर्भ

Baughman, H. M., Dearing, S., Giammarco, E., & Vernon, P. A. (2012). Relationships between bullying behaviours and the dark triad: A study with adults. *Personality and Individual Differences, 52*(2), 571–575.

Baxi, P. (2013). Suresh Koushal v. Naz Foundation: Pratiksha Baxi. Available at http://kafila.org/2013/12/16/suresh-koushal-v-naz-foundation-pratiksha-baxi (Accessed on 11 February 2016).

Boyd, D. (December 3, 2007). Why youth (heart) social network sites: The role of networked publics in teenage social Life. In: D. Buckingham (ed.), *Youth, identity, and digital media*. The John D. and Catherine T. MacArthur Foundation series on digital media and learning (pp. 119–142). Cambridge, MA: The MIT Press.

Calvin, A. J., Bellmore, A., Xu, J. M., & Zhu, X. (2015). #bully: Uses of hashtags in posts about bullying on Twitter. *Journal of School Violence, 14*(1), 133–153.

Citron, D. K. (2014). *Hate crimes in cyber space*. Harvard: Harvard University Press.

Coloroso, B. (2003). *The bully, the bullied, and the bystander*. New York, New York: Harper Collins.

Donath, J. S. (1999). Identity and deception in the virtual community. In M. A. Smith and P. Kollock (eds), *Communities in cyberspace* (pp. 29–59). London: Routledge.

Fegenbush, B., & Olivier, D. (2009). 'Cyberbullying: A Literature Review'. In Annual Meeting of the Louisiana Education Research Association [online], p. 8. Available at http://ullresearch.pbworks.com/f/Fegenbush_Cyberbullying_LERAConferencePaper.pdf (Accessed on 11 January 2016).

Halder, D. (2013). Examining the scope of Indecent Representation of Women (Prevention) Act, 1986 in the light of cyber victimisation of women in India. *National Law School Journal,* 11, 188–218.

34 For more on this, see Madhukatulya. A (19 May 2016). Maneka Gandhi to work on a portal with Home Ministry to punish online trolls. Available at http://www.dnaindia.com/india/report-now-a-portal-to-deal-with-online-abuse-of-women-2213801 (Accessed on 19 May 2016).

Halder, D. (2015). A retrospective analysis of S.66a: Could S.66a of the information technology act be reconsidered for regulating 'bad talk' in the internet? *Indian Student Law Review (ISLR), 3*, 91–118.

Halder, D., & Jaishankar, K. (2010). Cyber victimization in India: A baseline survey report. Tirunelveli, India: Centre for Cyber Victim Counselling. Available at http://www.cybervictims.org/CCVCresearchreport2010.pdf (Accessed on 11 January 2016).

———. (2011). Cyber crime and the victimization of women: Laws, rights, and regulations. Hershey, PA, USA: IGI Global.

———. (2015a). Harassment via WhatsApp in urban and rural India: A baseline survey report. Tirunelveli, India: Centre for Cyber Victim Counselling. Available at http://www.cybervictims.org/CCVCresearchreport2015.pdf (Accessed on 11 February 2016).

———. (2015b). Irrational coping theory and positive criminology: A frame work to protect victims of cyber crime. In N. Ronel and D. Segev (eds), *Positive criminology* (pp. 276–291). Abingdon, Oxon: Routledge.

———. (forthcoming). Bullying the bullied: A critical examination of the effect of the supreme court verdict on S.377 on the transgendered women in the cyberspace (Unpublished).

Hall, K. (1996). Cyber feminism. In S. C. Herring (ed.), *Computer-mediated communication: Linguistic, social and cross-cultural perspectives* (pp. 147–170). Amsterdam: John Benjamins.

Hardaker, C. (2010). Trolling in asynchronous computer-mediated communication: From user discussions to academic definitions. *Journal of Politeness Research, 6*(2), 215–242.

Herring, S. C., Job-Sluder, K., Scheckler, R., & Barab, S. (2002). Searching for safety online: Managing trolling in a feminist forum. *The Information Society, 18*(5), 371–384. Available at http://www-bcf.usc.edu/~fulk/620overview_files/Herring.pdf (Accessed 26 July 2016).

Hinduja, S., & Patchin, J. W. (2015). *Bullying beyond the schoolyard: Preventing and responding to cyberbullying*. Thousand Oaks, CA: SAGE Publications.

Jain, B. (January 2, 2015). Calling NE people 'chinki' will land you in jail. *Times of India*. Available at http://timesofindia.indiatimes.com/india/Calling-NE-people-chinki-will-land-you-in-jail/articleshow/45732987.cms (Accessed on 10 February 2015).

Jaishankar, K. (2009). *Cyber bullying: Profile and policy guidelines*. Tirunelveli, India: Department of Criminology and Criminal Justice, Manonmaniam Sundaranar University.

Katz, R. C., Hannon, R., & Whitten, L. (1996). Effects of gender and situation on the perception of sexual harassment. *Sex Roles, 34*(1), 35–42.

MacKinnon, C. (1979). *Sexual harassment of working women: A case of sex discrimination*. New Haven: Yale University Press.

National Centre for Transgender Equality (NCTE). (2011). Peer violence and bullying against transgender and gender nonconforming youth. Available at http://www.transequality.org/PDFs/US%20Civ%20Rts%20Commn%20NCTE%20statement%205%206%2011.pdf (Accessed on 9 February 2015).

Olweus, D. (1993). *Bullying at school: What we know and what we can do.* Cambridge, MA: Blackwell Publishers, Inc.

Parapar, J., Losada, D. E., & Barreiro, I. A. (2014). Combining psycholinguistic content based and chat based features to detect predation in chatrooms. *Journal of Universal Computer Science, 20*(2), 213–239.

Patchin, J. W., & Hinduja, S. (2010). Cyberbullying and self-esteem. *Journal of School Health, 80*(12), 614–621.

Patchin, J. W. (2014). What is cyber bullying? Available at http://cyberbullying.us/what-is-cyberbullying (Accessed on 9 February 2015).

Priebe, G., & Svedin, C. G. (2012). Online or off-line victimisation and psychological wellbeing: A comparison of sexual-minority and heterosexual youth. *European Child and Adolescent Psychiatry, 21*(10), 569–582.

Ramasubramaniam, S., & Oliver, M. B., (2003). Portrayals of sexual violence in popular Hindi films, 1997–99. *Sex Roles, 48*(7/8), 327–336.

Shariff, S. (2008). Cyber-bullying: Issues and solutions for the school, the classroom, and the home. Abington, Oxfordshire, UK: Routledge (Taylor & Francis Group).

Shariff, S., & Hoff, D. L. (2007). Cyber bullying: Clarifying legal boundaries for School supervision in cyber-space. *International Journal of Cyber Criminology, 1*(1), 76–118.

Sun, P., Unger, J. B., Palmer, P. H., Gallaher, P., Chou, C. P., Baezconde-Garbanati, L., Sussman, S., & Johnson, C. A. (2005). Internet accessibility and usage among urban adolescents in Southern California: Implications for web-based health research. *Cyberpsychology & Behavior, 8*(5), 441–453.

Sutton, B. (2011). Cyber bullying: An interview with Parry Aftab. Available at https://etcjournal.com/2011/02/17/7299/ (Accessed on 20 May 2016).

Willard, N. (2007). *Cyberbullying and cyberthreats: Responding to the challenge of online social aggression, threats, and distress.* Champaign, IL: Research Press.

Wimmer, S. (2009). Views on gender differences in bullying in relation to language and gender-role Socialisation. Griffith Working Papers in Pragmatics and Intercultural Communication, *2*(1), 18–26. Available at https://www.griffith.edu.au/__data/assets/pdf_file/0011/145289/2.-Wimmer---Gender-differences-in-bullying.pdf (Accessed on 12 February 2016).

४ ऑनलाईन ग्रूमिंग

ग्रूमिंग म्हणजे एखादे विशिष्ट काम, प्रोफाइल किंवा भविष्यातील शिक्षणाकरिता कुणालातरी तयार करणे असू शकते. मात्र या डिजिटल युगात, ग्रूमिंगचा अर्थ आणि व्याप्ती त्या आक्षेपार्ह कृतींचा समावेश करण्याइतकी विस्तृत आहे ज्या कृती इंटरनेटवर महिला आणि मुलींना लक्ष्य करणाऱ्या गुन्हेगारी कृतींना प्रत्यक्ष किंवा अप्रत्यक्षपणे मदत करतात. महिलांविरोधी सायबर गुन्ह्यांच्या संदर्भातील बहुतांश प्रकरणांत, ऑनलाईन ग्रूमिंग एक महत्त्वाचा भाग असू शकतो. फिशिंग, बळजबरीने केलेला लैंगिक छळ (sextortion), सायबर स्टॉकिंग किंवा लहान मुलांप्रति लैंगिक आकर्षणाची (paedophilia) निर्मिती अशी प्रकरणे लक्षात घ्या; जवळपास सर्व पीडित सांगू शकतील की ते अपराधींना इंटरनेटवर भेटले होते आणि या अपराधींनी यासारख्या पीडनात योगदान देण्यासाठी त्यांना प्रेरणा दिली. हे ऑनलाईन 'प्रेरणा देणारे' पीडितांना अधिक नुकसान पोहोचवण्यामध्ये घातक भूमिका बजावू शकतात. पीडनामध्ये योगदान देण्यासाठी ते पीडितांना तयार करतात; ज्याची रचना त्यांनी (ग्रूमर्स) केलेली असू शकते. निरपराध नेटिझन्सना आकर्षित करण्यासाठी इतर अनेक ग्रूमर्सचा समावेश करून ते त्यांचे स्वतःचे जाळे तयार करू शकतात. ज्यामुळे गुन्हा घडू शकतो. अशा कृती करण्यासाठी, शोधण्यासाठी आणि ग्रूम करण्यासाठी ग्रूमर्स वेगवेगळ्या पद्धतींचा वापर करतात. गुन्ह्याबाबत माहिती देताना, महिला पीडित अनेकदा ग्रूमरच्या भूमिकेबद्दल उल्लेख करणे टाळू शकतात, पण थेट छळवणुकीबद्दल बोलू शकतात. ग्रूमर्स स्वतः कदाचित गुन्हेगार असू शकतात, पण काही प्रकरणांत ते गुन्हेगार नसूही शकतात. अधिक प्रमाणात निरपराध नेटिझन्सना आकर्षित करणे, सामग्रीचे वितरण जे अंतिमतः इतरांकरिता धोकादायक ठरू शकते आणि इत्यादींसह ग्रूमर्सनी त्यांच्या पीडितांचा वापर अनेक आक्षेपार्ह कामे करण्यासाठी केलेला असू शकतो. विशेषतः इस्लामिक स्टेट (आयएस) ने केलेल्या धक्कादायक प्रचारांसारख्या प्रकरणांत ग्रूमर्सच्या राष्ट्रविरोधी किंवा दहशतवादी कारवायांमधील भूमिकाही सध्या पाहायला मिळत आहे. इंटरनेटच्या माध्यमातून भरती करण्याच्या त्यांच्या पद्धती आणि त्यांना तरुणांकडून मिळालेल्या प्रतिसादाचा विचार करा, जे आयएसमध्ये भरती करणाऱ्यांशी ऑनलाईन परिचित असलेल्यांच्या माध्यमातून त्यांच्यात सहभागी होण्यासाठी ग्रूम केले जातात.

असे असले तरी, ऑनलाईन ग्रूमिंग लहान मुले आणि तरुणांकरिता विशेषतः इंटरनेटवर लैंगिक गुन्हे करण्याकरिता केले जाते, असा एक मोठ्या प्रमाणावर विश्वास आहे. (ओकॉनेल), २००९; वॉल, २००७). ग्रूमर्स त्यांच्या संभाव्य पीडितेबाबतची माहिती कशी गोळा करू शकतात आणि त्यांच्या स्वतःच्या लैंगिक समाधानाकरिता किंवा आर्थिक फायद्याकरिता किंवा दोन्हीकरिता त्यांना संपर्क करतात आणि शोषण करतात, हे संशोधकांनी

दाखवून दिले आहे. (झीनेप, २००८; वॅक्स, वूल्फ आणि पॅन, २०१२). लहान मुलांचा विश्वास जिंकण्यासाठी कोणत्या प्रकारच्या भाषेचा वापर करण्यात येतो (वॅक्स आणि इतर, २०१२;) मुले ग्रूमर्सना बळी का पडतात आणि अशा ग्रूमिंगचे परिणाम काय असतात, हेदेखील काही अनुभवी संशोधनांनी दाखवून दिले आहे. पण त्याच वेळी डेटिंग घोटाळे (रेगे, २००९), बनावट अवताराची निर्मिती (हालदर, २०१३a), फिशिंग घोटाळे आणि आयएस भरतीच्या प्रकरणाप्रमाणे गुन्हेगार किंवा दहशतवादी टोळ्यांकरिता झालेल्या भरतीसारख्या घटना आहेत. या घटना दाखवून देतात की ऑनलाईन ग्रूमिंग लिंगपरिवर्तित महिलांसह महिलांविरोधी गुन्हे करण्यासाठीही होते. या प्रकरणात आपण महिलांविरोधातील सायबर गुन्ह्यांमध्ये ऑनलाईन ग्रूमिंगच्या भूमिकेबद्दल चर्चा करणार आहोत.

पद्धती, व्यासपीठे आणि ऑनलाईन ग्रूमिंगची व्याख्या

ऑनलाईन ग्रूमिंगमध्ये दोन किंवा त्यापेक्षा अधिक व्यक्तींचा समावेश अवश्य असू शकतो जे एकमेकांशी डिजिटल संप्रेषण तंत्रज्ञानाने जोडलेले असतात आणि जे यापूर्वी कधीही भेटलेले नसतात. वॉल (२००७), ओकॅनैल (२००९) आणि हॉफ आणि कूप (२०११) यांसारख्या संशोधकांनी, ऑनलाईन ग्रूमिंगची एक पद्धत निदर्शनास आणली जिचा लैंगिक गुन्ह्यांसाठी मुलांच्या शोषणाकरिता वापर होऊ शकतो. इंटरनेटवरून मुलांच्या आणि तरुणांच्या लैंगिक शोषणाकरिता ऑनलाईन ग्रूमिंग पद्धतीचा मोठ्या प्रमाणावर वापर होत असल्यामुळे, अलीकडील काळात, ऑनलाईन ग्रूमिंगचा अनेकदा लैंगिक आग्रहाशी (sexual solicitation) संदर्भ जोडला जातो. (श्रॉक आणि बॉइड, २००८). पण काही संशोधकांनी ग्रूमिंगची धमकावणीबरोबर (वॅक आणि इतर, २०१०) किंवा वेबकॅम ट्रोलिंगबरोबरील संगतही (कोपेकी, २०१५) दाखवून दिली आहे. संशोधकांनी त्यांच्या स्वतःच्या निष्कर्षांवर आधारित ऑनलाईन ग्रूमिंगच्या विविध व्याख्या तयार केल्या आहेत; वॅक आणि इतर (२०१२) यांनी ऑनलाईन ग्रूमिंगची व्याख्या तयार केली आहे जी सांगते,

> सायबर ग्रूमिंग म्हणजे लैंगिक हेतूंकरिता अल्पवयीनांना पद्धतशीरपणे लगट करण्यासाठी आणि लैंगिक शोषण करण्यासाठी आयसीटीचा वापर करून अल्पवयीन आणि बऱ्याचदा प्रौढ यांच्यामध्ये विश्वासावर आधारित संबंध प्रस्थापित करणे. एखाद्या वेळेस घडलेल्या लैंगिकतेच्या आग्रहास किंवा शोषणास सायबर ग्रूमिंगच्या घटनेपासून वेगळे ठरविण्यासाठी पुनरावृत्ती, विश्वासाचा दुरुपयोग, आणि पीडित आणि सायबर ग्रूमर यांच्यातील विशिष्ट संबंध या तीन घटकांचा अवश्य विचार केला पाहिजे.

श्रॉक आणि बॉइड (२००८) यांनी दाखवून दिले आहे की ऑनलाईन ग्रूमिंग प्रक्रियेमध्ये लैंगिक संभाषणाकरिता पीडितेला भाग पाडण्यामध्ये काही फसवणूक असू शकते, (पृ.१६),

आणि पीडितेला कामोत्तेजक (sexted) छायाचित्रे/चित्रफिती आणि इत्यादी पाठविण्यासाठी निर्देशित करण्यासाठी ऑनलाईन ग्रूमिंग प्रक्रियेमध्ये वेबकॅम्सच्या वापराचाही समावेश असू शकतो (पृ. ३५). असे असले तरी, ऑनलाईन ग्रूमिंग केवळ मुलांपुरते मर्यादित नसते आणि नसायला हवे असे, आम्ही म्हणतो. ग्रूमर्स नव्या वापरकर्त्यांना, त्यांचे लिंग कुठलेही असले तरी लक्ष्य करू शकतातः महिला, तरुण तसेच मुले जी नाजूक मानसिक स्थितीत असू शकतात (हालदर आणि जयशंकर, २०११; ओकॉनेल, २००९, श्रॉक आणि बॉइड, २००८; वॅक्स आणि इतर, २०१२), इंटरनेटवर अनोळखी व्यक्तींच्या धोकादायक दृष्टिकोनांप्रति संवेदनशील असतात. फिशिंगच्या प्रकरणांचा पुन्हा एकदा विचार करू या; आमच्या व्यावहारिक अनुभवांतून आम्ही पाहिले आहे की पीडितास (त्यांचे लिंग कुठलेही असले तरी) एसएमएसच्या माध्यमातून एखादे आकर्षित करणारे मेल किंवा संदेश यांच्याद्वारे संपर्क केला जातो. काही प्रकरणांत मेल्स किंवा संदेश यांचा नमुना साधा अर्ज भरण्याच्या प्रकारासारखा असू शकतो. जेथे पीडितास त्याचा/तिचा जन्मदिनांक, निवासी पत्ता आदींबद्दल विचारले जाऊ शकते. अशा प्रकरणात, पीडितेने अशा मेल्स/संदेश यांना प्रतिसाद दिला, तर त्यांना कदाचित नंतर कुठल्याही मेल/संदेश यांच्याद्वारे संपर्क साधला जाणार नाही; पण त्यांची माहिती त्यांच्या ऑनलाईन बँकिंग सुविधेमध्ये प्रवेश मिळविण्यासाठी किंवा अगदी मेल हॅकिंग करण्यासाठी वापरली जाऊ शकते. पण इतर काही प्रकरणांत, पीडितांना काही वैयक्तिक मेल/संदेश यांच्याद्वारे संपर्क केला जाऊ शकतो, जेथे त्यांना अपराधीकरिता पैसे पाठविण्याची विचारणा केली जाऊ शकते; जो चोरीचा शिकार झाल्याचे आणि विदेशात अडकल्याचा बनाव करू शकतो किंवा भरपूर मालमत्ता असलेले मेलर्स; ज्यांचा कुठलाही वारस नसल्याने ते स्वतःची काही संपत्ती दान करण्याची इच्छा प्रदर्शित करतात. लॉटरी घोटाळा किंवा नोकरी घोटाळा प्रकरणेही विचारात घ्या. स्मिशिंग, व्हिशिंग आदींच्या समावेशासह मेल/संदेश, दोन किंवा तीन संप्रेषणांच्या आदानप्रदानानंतर पीडितेला आकर्षित करण्यासाठी त्यांची रचना केलेली असू शकते, पीडितेकरिता त्यातील प्रत्येक अत्यंत आशावादी वाटू शकते. पण, अंतिमतः, पीडित पैसा घालवून बसू शकतो त्याला/तिला किती मूर्ख बनवण्यात आले हे केवळ त्यातून समजते. फिशिंग, व्हिशिंग, स्मिशिंग, नोकरी आणि लॉटरी घोटाळ्यांचे पुरुष आणि महिला दोघेही शिकार होऊ शकतात.

त्याचप्रमाणे, डेटिंग फसवणुकीचा विचार करू या (रेगे, २००९). अशा अनेक डेटिंग साइट्स आहेत जेथे एखादी व्यक्ती प्रोफाइल तयार करू शकते, छायाचित्र अपलोड करू शकते आणि लोकांना ऑनलाईन भावनिक संबंध तयार करू देते. अपराधी या संधींचा केवळ दुरुपयोग करण्याकरिता संभाव्य पीडितेशी संपर्क करण्यासाठी आणि तिचा विश्वास जिंकण्यासाठी वापर करू शकतो. अशीही उदाहरणे आहेत जेथे पीडितांची अपराधीकडून

फसवणूक होते जेव्हा ते अपराधींच्या आर्थिक साहाय्य करण्याच्या विनंतीस शरण जातात,[१] किंवा सेक्स्टिंगद्वारे की जेथे अपराधीला केवळ बळपूर्वक लैंगिक छळाकरिता पुढे जाण्यासाठी पीडितांची काही 'खासगी छायाचित्रे' सेव्ह करायची असतात,[२] किंवा जेथे पीडितांना वास्तवात खुनासारखा कुठला गंभीर गुन्हा करण्यासाठी ग्रूम केले जाते.[३] ग्रूमिंगच्या परिणामांच्या अशा नमुन्यांच्या आधारावर, आम्ही आमच्या यापूर्वीच्या 'सायबर क्राईम अँड व्हिक्टिमायझेशन ऑफ विमेन: लॉज, राईट अँड रेग्युलेशन्स' या प्रकाशनामध्ये प्रौढ महिलांविरोधातील गुन्ह्यांचा समावेश करण्यासाठी ऑनलाईन ग्रूमिंगच्या व्याप्तीचा विस्तार केला आहे. या पुस्तकात तयार केलेल्या आदर्श धोरणात्मक मार्गदर्शक तत्त्वांमध्ये, आम्ही ऑनलाईन ग्रूमिंगची एक आदर्श व्याख्या दिली आहे जिच्यानुसार, 'प्रतिवादीची स्वतःची ओळख आणि/किंवा डिजिटल अस्तित्वाचा किंवा तिने दिलेल्या वैयक्तिक माहितीचा गैरवापर करण्याच्या हेतूने गोपनीय पद्धतीने केलेली लैंगिक कृती किंवा इतर अनैतिक किंवा बेकायदा कृतींवर लक्ष केंद्रित करून कुठल्याही व्यक्तीबरोबरील सततचा संवाद/संप्रेषण म्हणजे सायबर ग्रूमिंग असू शकेल.' (हालदर आणि जयशंकर, २०११, पृ. १३१).

तथापि, सायबर स्टॉकिंग आणि सायबर ग्रूमिंग यांच्यात गोंधळ करता कामा नये. केवळ छळ करण्याकरिता सातत्याने संपर्क आणि पाळत ठेवणे (shadowing) यांसारख्या काही सामान्य घटकांचा समावेश दोन्ही संकल्पनांमध्ये असला तरी; मुख्य फरक हा पीडितेच्या मानसिक तणावाच्या पातळीच्या परिस्थितीमध्ये असतो. सायबर स्टॉकिंगमध्ये, पीडितेला सुरुवातीपासूनच अत्यंत अस्वस्थ, चिडचिडे किंवा धोक्याची चाहूल लागल्यासारखे वाट शकते किंवा धोक्याची जाणीव हळूहळू वाढत जाऊ शकते (बॉसिज, ग्रिफिथ्स आणि मॅक्फ्रार्लेन्स, २००२; ब्रेनेर, २००४; एलिसन आणि ॲकडेनिझ, १९९८). या महत्त्वाच्या आधारांवर अमेरिका, ब्रिटन, कॅनडा आणि भारतासह अनेक न्यायाधिकारक्षेत्रांत स्टॉकिंगविरोधी कायदे तयार केले आहेत (हालदर आणि जयशंकर, २०११). सायबर ग्रूमिंगच्या प्रकरणांत, पीडितेला ग्रूमरबरोबर अधिक आरामदायी आणि सुरक्षित वाटू शकते आणि ती त्याचे लक्ष सतत वेधून घेत असते, ज्याचा वापर तो ग्रूमर स्वतःच्या फायद्याकरिता करू शकतो. ग्रूमर्स त्यांच्या पीडितांची निवड एकतर कुठल्याही संपर्काद्वारे किंवा सोशल नेटवर्किंग साइट्सवर डेटा मायनिंगद्वारे कशीही करू शकतात. हालदर (२०१३बी, पृ. क्र. ८६–८९) यांनी निरीक्षण केले आहे की डेटा मायनिंगचे दोन मार्ग आहेत: (अ) पीडितेने स्वतः उघड केलेली माहिती आणि (ब) पीडितेचे मित्र आणि ओळखीच्यांबरोबर

---

[१] सायबर पीडित सल्लागार आणि संशोधक असलेल्या लेखकांच्या वैयक्तिक अनुभवातून.

[२] तथैव.

[३] तथैव.

सामाजीकरणाद्वारे आणि पीडितेच्या ऑनलाईन कृतींवर गुप्तपणे लक्ष ठेवणे. यातील नंतरचा मुद्दा सायबर स्टॉकिंगच्या घटनांकरिता मुख्यतः लागू ठरतो; जेथे ग्रूमर्स अधिक पीडितांना शोधण्याकरिता किंवा पीडितेचे नंतर स्टॉकिंग करण्याकरिता या पद्धतीचा वापर करतात. हे समजून घेण्याची गरज आहे की सोशल नेटवर्किंग साइट्स, विशेषतः, डेटा हाताळणाऱ्यांकडून, अर्थात, प्रोफाइलच्या वापरकर्त्यांकडून डेटा उघड करण्याच्या व्यापक संधी देतात. दोन्ही, फेसबुक आणि ट्विटर, वापरकर्त्यांना त्यांचे व्यावसायिक पद अपडेट करणे, खासगी छायाचित्रे प्रसिद्ध करणे, इमोटिकॉन्सचा वापर करून वैयक्तिक भावनांबद्दल बोलणे आणि इतर 'मित्रांच्या' टाइमलाइनवर त्यांचे मत शेअर करणे या गोष्टींची मुभा देतात. तसेच, ही सामाजिक माध्यमांची व्यासपीठे वापरकर्त्यांना त्यांच्या अल्बममधील लोकांना टॅग करण्याची आणि टाइमलाइन अपडेट, ग्रुप तयार करण्याची आणि लोकांचा प्रत्यक्षात त्यांच्या संमतिविना समावेश करण्याचीही परवानगी देतात. फेसबुक आणि ट्विटरसह सामाजिक माध्यमांची व्यासपीठे त्यांची गोपनीयतेबाबतची निवेदने वेळोवेळी सुधारत असली तरी, अंतर्निहित अर्थ स्पष्ट आहे: प्रोफाइल तयार करत असताना अकाउंटधारकाला संबंधित संकेतस्थळाच्या गोपनीयतेच्या धोरणाबाबत मार्गदर्शन केले जाते. अकाउंटधारकाला याचीही जाणीव करून दिलेली असते की जर त्याला/तिला की जे त्याचे/तिचे अपडेट्स, छायाचित्रे किंवा इतर कुठलीही माहिती प्रसिद्ध करताना प्रत्येक वेळी दिलेले सुरक्षेचे पर्याय वापरण्याची इच्छा नसेल तर जी माहिती इतरांच्या प्रोफाइलमधून शेअर करण्यास त्याने/तिने प्राधान्य दिले आहे ती वैयक्तिक माहिती त्रयस्थ पक्षाकडून भेदली जाऊ शकते. सुरक्षेच्या अशा पर्यायांमध्ये 'अत्यंत जवळच्या 'मित्रां'करिता किंवा 'सार्वजनिक'रीत्या अपडेट उपलब्ध करून देण्याच्या पर्यायांचा समावेश असतो.[४] पण, त्या ठिकाणी अनेक त्रुटी आहेत; उदाहरणार्थ, वापरकर्ता 'हायडिंग मोड' जोपर्यंत वापरत नाही (प्रोफाइलची पूर्ण लिंक दाखवण्यासाठी सर्च इंजीनना परवानगी देण्यास विशिष्ट संकेस्थळाला परवानगी न देण्याच्या पर्यायावर क्लिक करून), अगदी तिने तिच्या टाइमलाइन अपडेट्स, अल्बम्स आदींकरिता पर्सनल मोड निवडला तरी वापरकर्त्याचे स्क्रीनवरील नाव आणि प्रोफाइल छायाचित्र तिसऱ्या पक्षांना दिसू शकते. त्याखेरीज, गोपनीयतेचा पर्याय (privacy options) न वापरणाऱ्या जागरूक नसलेल्या किंवा बेपर्वा वापरकर्त्यांच्या प्रकरणांत, सोशल नेटवर्किंग साइट्स स्वतःचा 'बचाव करण्याण्याकरिता' वापरकर्त्यांवर जबाबदारी टाकून स्वतःला त्रासदायी दायित्वापासून दूर ठेवू शकतात. तसेच, भारतामध्ये, विवाहविषयक संकेतस्थळांवरही डेटा मायनिंग होऊ शकते. भारतामध्ये प्रौढांच्या डेटिंग साइट्स आणि संबंधित गुन्ह्यांसंदर्भात फारशा तक्रारी नाहीत, तरी

[४] आणखी माहितीकरिता, privacy basics of Facebook athttps://www.facebook.com/about/basics/ and of Twitter at https://support.twitter.com/articles/20170134 या ठिकाणी पहा.

विवाहविषयक संकेतस्थळे अनेक आहेत, की ज्या हा हेतू अंशतः पूर्ण करतात, जेथे संभाव्य वधू आणि वर त्यांचे प्रोफाइल अपलोड आणि समाजीकरण करू शकतात, असे आम्ही नमूद केले आहे. अशी अनेक संकेतस्थळे जोडीदाराचा शोध घेण्याकरिता वैयक्तिक माहितीसह त्यांच्याकडे नोंदणी करणे बंधनकारक करतात आणि त्यामुळे सदस्य नसलेल्यांकरिता शोधाच्या पर्यायास प्रतिबंध करते. यामुळे होणारी निनावी छळवणूक थांबू शकते. पण त्याच वेळी, माहितीच्या गोपनीयतेच्या सुरक्षिततेबद्दल अनेक पर्याय त्या ठिकाणी नसतात जी संभाव्य वधूने/वधूंनी त्यांच्या स्वतःच्या प्रोफाइलमध्ये उघड केलेली असू शकते. छळवणूक करणारे महिलांशी जोडले जाण्याकरिता, त्यांचा विश्वास मिळवण्यासाठी आणि आर्थिक आणि भावनिकदृष्ट्या फसविण्यासाठी बनावट नावे आणि ओळख अद्यापही वापरू शकतात. महिला आणि बालविकास मंत्रालयाने त्यांच्या अधिकृत वेबपेजवर अपलोड केलेल्या 'विवाहविषयक संकेतस्थळांच्या कामांसाठी सल्ला' हे स्पष्ट होते.[५]

असे असले, तरी ग्रूमरने केलेले डेटा मायनिंग आणि सामान्य आयसीटी वापरकर्त्यांनी उघड केलेला डेटा यांचा कल कुठल्याही आयसीटीवर आधारित व्यासपीठांवर आढळून येऊ शकतो. उदाहरणार्थ, फोन हॅकिंग, इतरांनी फोनचा केलेला अनधिकृत वापर किंवा सुरक्षेच्या मुद्द्याबाबत अनभिज्ञ असणाऱ्या मुलांनी मोबाइल संदेश सेवांशी बालिशपणे खेळणे,यांच्यासह अनेक तांत्रिक क्लृप्त्यांमुळे तिचा क्रमांक अनोळखी व्यक्तींना कसा वितरित होऊ शकतो हे न समजता त्यांच्या मित्रांमध्ये (महिला आणि किशोरवयीनांसह) त्यांचे फोन क्रमांक वितरित होऊ शकतात (हालदर आणि जयशंकर, २०१४). अनेक महिला त्यांचे व्हॉट्सॲप प्रोफाइल 'पब्लिक' ठेवतात किंवा एखादा विशिष्ट क्रमांक अनोळखी व्यक्तीपर्यंत पोहोचू शकतो ज्याने यादृच्छिकतेने लावलेले क्रमांक त्यांच्याकडील साधनांमध्ये साठवलेले असू शकतात (हालदर आणि जयशंकर, २०१५a) हे लक्षात आले आहे. गोपनीयतेसंबंधीचे असे वर्तनात्मक नमुने महिला आणि मुलींना ग्रूमरचा बळी बनण्याकरिता उद्युक्त करू शकतात. ज्याप्रमाणे इंटरनेटवरील बिग डेटा रिव्हॉल्युशनमुळे महिला आणि मुलांची गोपनीयताही संवेदनशील असू शकते.

यापूर्वी उल्लेख केल्याप्रमाणे, महिला आणि मुली 'डेटा नियंत्रक' म्हणून त्यांचा स्वतःचा डेटा आणि माहिती (कूप्स, २०११), त्यांच्या अपडेटसह इंटरनेट कंपन्यांच्या मोठ्या डेटाबेसला सातत्याने देऊ शकतात, ज्याचा वापर 'मेटा डेटा' म्हणून होऊ शकतो (कूप्स, २०११). ग्रूमर्स यादृच्छिक पद्धतीने त्यांच्या पीडितांचा शोध घेत असताना संभाव्य लक्ष्याच्या वर्तनात्मक नमुन्यांची नोंद करून घेऊ शकतात; उदाहरणार्थ, विविध भौगोलिक ठिकाणी घेतलेले सेल्फीज शेअर करण्यामधून महिला साहसी असू शकते, पण एकटीही असू

---

[५] हा सल्ला http://wcd.nic.in/acts/advisory-functioning-matrimonial-websites (७ जुलै २०१६ रोजी प्राप्त केले).

शकते आणि तिचे अनुभव शेअर करण्यासाठी एखाद्या आभासी साथीदाराची गरज असू शकते, हे ध्वनित होऊ शकते एकटेपणाचे, दुःखी किंवा निराश इमोटिकॉन्स शेअर करण्यामुळे संबंधित व्यक्ती नाजूक मानसिक अवस्थेत आहे; जिथे तिला नम्र, काळजीयुक्त शब्दांनी सापळ्यात अडकवता येईल, हे ध्वनित होऊ शकते; कामाच्या ठिकाणचा ताण शेअर केल्यामुळे संबंधित व्यक्तीला तिच्या परिस्थितीबाबत सहानुभूती दाखवणाऱ्या संभाषणाने आणि ग्रूमरकडून तत्सम अनुभव (विविध कथा रचण्याच्या मार्गाने) शेअर केल्याने कदाचित सापळ्यात अडकवता येईल. अशा असंख्य घटना आहेत की जिथे गृहिणींना अडकवले गेले आहे आणि अपराधींकडून ग्रूम केले आहे की ज्यांनी महिलांना त्यांचे स्टेटस, ग्रुप डिस्कशनमधील पोस्ट किंवा फोरम पाहिल्यानंतर संपर्क केलेला असू शकतो की जेथे त्यांनी त्यांच्या कुटुंबाबद्दल नाराजी अभिव्यक्त केलेली असू शकते.[६]

ग्रूमिंगची कारणे आणि परिणाम

बहुतांश संशोधक या मताचे आहेत की ऑनलाईन ग्रूमिंग अशा नराधमाकडून होऊ शकते जो लहान मुलांप्रति लैंगिक आकर्षणाने ग्रस्त (paedophile) असू शकतो; त्याच्या पीडित लक्ष्याला ग्रूमिंग करण्याचा त्याचा अंतिम उद्देश त्याचे स्वतःचे लैंगिक समाधान असू शकते (बर्सन, २००३; ओकॉनेल, २००९; श्रॉक आणि बॉइड, २००८; वॉल, २००७). ग्रूमर्स अशा टोळीशी संबंधित असू शकतात ज्या मुलांना आणि तरुणांना लहान मुलांप्रति लैंगिक आकर्षणाच्या सामग्रीकरिता (paedophilic contents) लक्ष्य करतात आणि अशा सामग्रीतून ते फायदा मिळवू शकतात, असेही मत या संशोधकांनी मांडले आहे. आमच्या यापूर्वीच्या प्रकाशनात आम्ही ऑनलाईन ग्रूमिंगची व्याप्ती प्रौढांच्या ग्रूमिंगपर्यंत विस्तारली आहे (हालदर आणि जयशंकर, २०११), त्यावरून आमच्या लक्षात आले की प्रौढ महिलाही ऑनलाईन ग्रूमर्सना बळी पडू शकतात की जे ग्रूमर्स अनैतिक मार्गाने स्वतःच्या लैंगिक समाधानाकरिता, प्राप्त झालेल्या सामग्रीतून झालेल्या आर्थिक फायद्याने किंवा फसवणूक किंवा लबाडीने आर्थिक फायद्याकरिता त्यांच्या पीडितांना ग्रूम करू शकतात. त्याचप्रमाणे, पीडितेच्या सहभागाच्या दृष्टिकोनातूनही ऑनलाईन ग्रूमिंगची कारणे पाहता येतील. वॉल (२००७), ओकॉनेल (२००९) आणि श्रॉक आणि बॉइड (२००८) यांच्यासह बहुतांश संशोधकांनी मत मांडले आहे की ऑनलाईन ग्रूमिंगच्या पीडित या ग्रूमरकरिता संवेदनशील बनतात कारण त्यांना कोणीतरी त्यांच्याकडे लक्ष द्यावे असे वाटत असते आणि ग्रूमर्स ते लक्ष चालाखीने आणि भरभरून देतात. जसे की, ग्रूमिंगला प्रेरणा देणारी दोन मुख्य कारणे असू शकतात (आकृती ४.१ पाहा).

---

[६] लेखकांच्या वैयक्तिक अनुभवानुसार.

आकृती ४.१ ग्रूमिंगला प्रेरणा देणारी कारणे

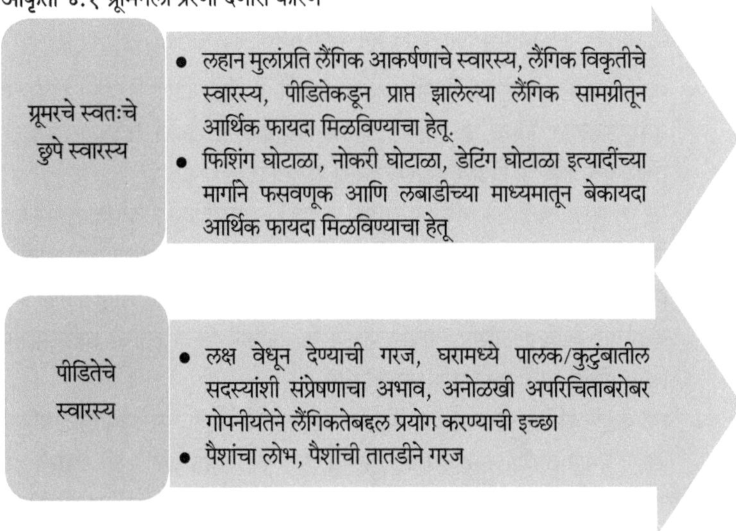

स्रोत: लेखक.

ग्रूमर्स असलेले अपराधी निनावी राहण्यासह डिजिटल संप्रेषण तंत्रज्ञानाच्या सर्व फायद्यांचा अवश्य वापर करू शकतात, हे समजून घेता येऊ शकते. अपराधी अशा पीडितांना संपर्क साधू शकतात ज्यांनी प्रत्यक्ष किंवा अप्रत्यक्षपणे त्यांचा एकटेपणा, लक्ष देण्याची गरज किंवा आर्थिक सहकार्याची गरज अभिव्यक्त केली असते. उदाहरणार्थ, किशोरवयीन किंवा तरुण महिला, यांच्याशी अपराधी ग्रूमर्स साध्या अलैंगिक पद्धतीने संभाषण सुरू करू शकतात जे नंतर नियमित संप्रेषणात रूपांतरित होऊ शकते. पीडितेला नग्न छायाचित्रे पाठविण्याबाबत विचारणा केली जाते किंवा स्काइपसारख्या वेबकॅमवर आधारित चॅटसाठी बोलावले जाते.[७] मुली आणि महिलाचा विश्वास जिंकून घेण्यासाठी अपराधी त्यांना काल्पनिक कथा सांगू शकतात. महिलेला, एकटी किंवा घटस्फोटित, तिच्या लैंगिक अपेक्षा, घरगुती हिंसा किंवा कार्यालयीन छळवणूक यांबद्दल बोलण्यास प्रवृत्त केले जाऊ शकते. जिथे पीडितांना फेसबुक किंवा स्काइप किंवा तत्सम वेबकॅमवर आधारित चॅट मेसेंजरवर व्हीडिओ चॅटसाठी बोलावले जाऊ शकते, पण अपराधी त्यांच्याकडील कॅमेराचे साधन सुरू करीत नाहीत, अशीही प्रकरणे आहेत. काही प्रकरणांत, महिलांना त्यांचा वैयक्तिक बँक खातेक्रमांक विचारला जाऊ शकतो, याचप्रमाणे फिशिंग किंवा स्मिशिंग किंवा व्हिशिंग घडते. स्वतःसाठी अनोळखी

[७] प्रमुख लेखिकेच्या अनुभवानुसार.

असणाऱ्या त्या ग्रूमर्सचे म्हणणे पीडित का ऐकतात, हा प्रश्न आहे. या प्रश्नाचे उत्तर देण्यासाठी, ग्रूमिंगच्या पीडितांचे तीन गटांत वर्गीकरण करता येऊ शकते:

- गट अ: जे इंटरनेट सुरक्षा नियमांबाबतीत अज्ञानी असतात आणि जे पहिले वापरकर्ते असू शकतात किंवा जे त्यांच्या कुटुंबातील इंटरनेट आणि डिजिटल संप्रेषण तंत्रज्ञानाचे पहिल्या पिढीचे वापरकर्ते असू शकतात.
- गट ब: मुख्यत्वे किशोरवयीन मुली, की ज्यांचे किशोरवयातून प्रौढत्वाकडे संक्रमण होत असते आणि त्यांना खासगी बाबी शेअर करण्यासाठी खऱ्या आयुष्यातील मित्रांपेक्षा आभासी मित्रांची अधिक गरज आहे असे वाटते, खऱ्या आयुष्यातील मित्र कदाचित त्यांच्या खासगी बाबी त्यांच्या पालकांकडे किंवा त्यांची वडीलमाणसे किंवा शिक्षकांकडे उघड करू शकतात.
- गट क: भावनिक आराम तसेच आर्थिक साहाय्याची गरज असलेल्या प्रौढ महिला आणि प्रेमाने आणि काळजीने बोलणाऱ्या, मग ती व्यक्ती अनोळखी असली तरी अशा कुठल्याही व्यक्तीकरिता सर्वस्व अर्पण करण्याइतक्या ज्या संवेदनशील असू शकतात.

भारतामध्ये, अशा महिला आणि मुली यांचे लैंगिक शोषण किंवा बेकायदा आर्थिक फायदा मिळविणे यांसह छुप्या हेतूंकरिता ग्रूमिंग करणे दोन मूलभूत कारणांमुळे सोपे झाले आहे: (अ) पारंपरिक पितृसत्ताक सामाजिक यंत्रणा आणि (ब) सोप्या मार्गाने पैसा मिळवण्याचा लोभ. भारतामध्ये, अनेक कुटुंबांतील मुली आणि मुलांना किशोरवयातील काळात लैंगिक शिक्षणाकरिता प्रोत्साहन दिले जात नाही. लहानपणापासून निर्माण झालेली उत्सुकता अनुत्तरितच राहते. अनेक शाळांमध्ये लैंगिक शिक्षण जीवशास्त्राच्या वर्गाचा एक भाग म्हणून जरी दिले जात असले तरी, विद्यार्थ्यांना त्याबद्दल पूर्णपणे जाणून घेण्याची परवानगी नसू शकते. बहुतांश कुटुंबात जेथे दोन्ही पालक कामावर जातात, मुले नेहमी जवळचे नातेवाईक किंवा आजी-आजोबा यांच्यासारखे काळजी घेणाऱ्यांऐवजी गॅझेट्सबरोबर राहतात. मुले, विशेषतः मुली, त्यांच्या अनुत्तरित प्रश्नांची उत्तरे इंटरनेटवर शोधतात. पालक आणि मुलांमधील संप्रेषणाच्या अभावामुळे निर्माण झालेली पोकळी अनोळखींसोबत संप्रेषणास प्रेरित करते.

तसेच, अनेक प्रकरणांत, आम्ही पाहिले आहे की मुलींना त्यांच्या किशोरवयातील लैंगिक अपेक्षांबद्दल आणि कल्पनांबद्दल घरामध्ये किंवा शाळेत न बोलणे शिकविले जाते. व्यग्र पालक त्यांच्या मुलीच्या मानसिकतेत होणारा हळुवार बदल कदाचित कधीच समजू शकत नाहीत. त्यांचा त्यांच्या पालकांबरोबर बोलण्याच्या प्रयत्नाला रागावणे किंवा घरामध्ये डांबून ठेवणे यांच्यासह कठोर प्रत्युत्तरांनी उत्तर दिले जाऊ शकते. ग्रूमर्स सर्वसामान्यपणे ज्या रूढ संप्रेषण शैलींचा वापर करतात त्याचा आपण विचार करू य. त्यात 'तुला ते जसे

वागवतात, त्याकरिता तू पात्र नाहीस' किंवा 'मलादेखील तुझ्यासारखेच वागवले गेले आहे' किंवा 'तू तुझ्या छायाचित्रांमध्ये सुंदर दिसत आहेस' अशा सहानुभूतियुक्त टिप्पण्यांचा समावेश असू शकतो—जे संभाषण ओळखीच्या हिंसक वातवारणापेक्षा बाहेरून मिळणाऱ्या वेगळ्या काळजी आणि प्रेमाच्या शोधात असणाऱ्या मुलींचा विश्वास सहज जिंकू शकते.

महिला विशेषतः विवाहित पण आर्थिकदृष्ट्या अवलंबून असलेल्या किंवा ज्या त्यांच्या जोडीदाराबरोबरील संबंधांमध्ये तीव्र नैराश्याला सामोरे जात आहेत, त्यादेखील तत्सम मानसिक अवस्थेतून जाऊ शकतात. वेगळे होण्याच्या प्रक्रियेमध्ये असणाऱ्या आणि फेसबुकसारख्या सामाजिक माध्यमांवर चॅट सत्रांच्या माध्यमातून काळजी आणि प्रेमाचा वर्षाव करणारा 'मित्र' बनवणाऱ्या महिलांच्या प्रकरणांचा विचार करू या. अशा महिलांची नेहमी अशी समजूत करून देण्यात येते की त्यांच्या स्वतःच्या कुठल्याही चुकीमुळे त्यांच्याशी गैरव्यवहार झालेला नाही आणि त्या आयुष्यात अधिक चांगला जोडीदार मिळण्यास त्या लायक आहेत. ज्यांचे ग्रूमर्स युनायटेड किंग्डम, कॅनडा, ऑस्ट्रेलिया आणि अमेरिका यांसारख्या देशांतील असल्याची शक्यता आहे अशा पीडितांना आम्ही हाताळले आहे. अशा प्रकरणातील महिलांना हे जाणून खूप बरे वाटते की विविध देशांतील पुरुष त्यांच्या सौंदर्याचे, लैंगिक अपिलाचे आणि व्यावसायिक कौशल्याचे कौतुक करीत आहेत. अशा परिस्थितीतील महिलांवर केवळ त्यांच्या शारीरिक दिसण्याकरिता कौतुकांचा आणि त्यांच्या मानसिक स्थितीकरिता सहानुभूतीचा वर्षाव होत नाही तर, त्यांना बनावट नोकरीच्या ऑफर्स किंवा व्यावसायिक प्रस्तावही दिले जातात.

ग्रूमर्सकरिता ग्रूमिंगचे परिणाम बेकायदा आणि अनैतिक लाभाचे अवश्य असू शकतात. ग्रूमर्स केवळ पीडितेला तिच्या नग्न आणि सेक्स्टेड छायाचित्रांसह खासगी छायाचित्रे स्वेच्छेने शेअर करण्यासाठी पटवतात इतकेच नाही तर, ते मुले तसेच प्रौढांचा वापर करून त्यांच्या मित्रांची छायाचित्रे त्या मित्रांना त्याबद्दल काहीही कळू न देता शेअर करण्यासाठी नेटवर्कही तयार करू शकतात. या पद्धतीने, ग्रूमर्स कामोत्तेजक छायाचित्रांचा सतत पुरवठा सुरू ठेवू शकतात. काही प्रकरणांत, ही छायाचित्रे प्रौढांच्या मनोरंजन साइट्सला दिली जाऊ शकतात. ग्रूमर्स बळपूर्वक लैंगिक छळाची (sextortion) पद्धतही अवश्य अवलंबू शकतात; म्हणजे जिथे पीडितांना त्यांची सेक्स्टेड किंवा सामान्य (regular) छायाचित्रे ग्रूमर्सकडे सुरक्षित ठेवण्यासाठी आणि कामोत्तेजक सामग्री म्हणून प्रौढांच्या मनोरंजन साइट्सकडे किंवा सामान्य सामाजिक माध्यमांकडे न पाठविण्यासाठी मोठी रक्कम देण्यासाठी धमकावले जाऊ शकते. अशा प्रकरणांमध्ये पीडितांना त्या व्यावसायिक प्रस्तावाचा स्वीकार करण्यास भाग पाडले जाऊ शकते आणि सेक्स्टॉर्शन किंवा ब्लॅकमेलिंगच्या नावाखाली त्यांच्याकडून सुरुवातीला खूप मोठी रक्कम आणि नंतरही मोठी रक्कम वसूल केली जाऊ शकते, नाहीतर ग्रूमर्स

संप्रेषणाचा तपशील नवरा किंवा कुटुंबाच्या जवळच्या सदस्यांजवळ किंवा त्यांच्या कामाच्या ठिकाणी खासगी डिजिटल संप्रेषण किंवा सामाजिक माध्यमांच्या माध्यमातून उघड करण्याची धमकी देऊ शकतात. त्यामुळे ग्रूमिंग केवळ इंटरनेटवरील लैंगिक गुन्ह्यांमध्येच परिवर्तित होते असे नाही तर स्टॉकिंग, बनावट अवतारांची निर्मिती, परपीडानंद (voyeurism) आणि अर्थातच फिशिंग आणि फसवणूक अशी रूपे धारण करते. हे ग्रूमर्स बहुतांश वेळा बनावट ओळखी आणि काही वेळा खऱ्या ओळखीचाही वापर करतात ज्या पीडितांना, विशेषतः महिलांना ग्रूम करण्यासाठी तयार केलेल्या असतात, विविध छुप्या हेतूंकरिता, फ्लर्टिंग, लैंगिक समाधान आणि आर्थिक फायदा मिळविणे; ग्रूमिंगच्या पद्धती तीन व्यष्टिअध्ययनांच्या आधारे आणखी स्पष्ट करता येतील:

(i) द टाइम्स ऑफ इंडियामध्ये प्रसिद्ध झालेल्या वृत्तानुसार, बेंगलोरमधील एका बावीस वर्षांच्या व्यक्तीने तरुण महिलेला फेसबुकच्या माध्यमातून जवळपास सात लाख रुपयांना फसविले. सुरुवातीला ती फेसबुकवरील एक स्वच्छ आणि साधी स्पष्ट मैत्री होती, जी नंतर पीडित आणि अपराधी यांच्यातील भावनिक बंधामध्ये परिणत झाली. ग्रूमरने पीडितेच्या मनात तो आगामी चित्रपटातील हिरो असल्याचा विश्वास निर्माण करून केवळ तिचा विश्वास जिंकला नाही तर, त्याने तिच्याकडून मोठी रक्कम काढूनही घेतली. खऱ्या आयुष्यात आपण भेटू आणि एकत्र छायाचित्रे काढू, असेही तो तिला सांगत राहिला. पीडितेला अशीही धमकी देण्यात आली की तिने त्याला आणखी पैसे दिले नाहीत तर त्याच्याकडील तिची छायाचित्रे उघड केली जातील. पीडितेच्या तक्रारीनंतर पोलिसांनी त्याला अटक केली आणि त्याच्याकडच्या साधनांमधून पीडितेची छायाचित्रे काढून टाकली. तथापि, वृत्तामध्ये आरोपीला अटक करण्यासाठी कुठल्या तरतुदींचा वापर केला याचा उल्लेख नव्हता.[८]

(ii) एनडीटीव्ही न्यूजमध्ये प्रसिद्ध झालेल्या दुसऱ्या एका वृत्तात, पोलिसांनी अशा रॅकेटचा पर्दाफाश केला होता जे विवाहविषयक साइट्सचा वापर संभाव्य वधूशी मैत्री करण्याकरिता करीत, जी मैत्री केवळ आर्थिकदृष्ट्या फसवणूक करण्यासाठी असे. फसवणूक करणारे एनआरआय असल्याचे भासवून महिलांशी संपर्क साधत असत. वृत्तात पुढे म्हटले आहे की अपराधींनी विदेशी सिम कार्डांसह

---

[८] पहा Kalkodi. R (June 19, 2016). फेसबुकवरील मित्राने महाविद्यालयीन तरुणीला ब्लॅकमेल करून सात लाख रुपयांची खंडणी वसूल केली. *टाईम्स ऑफ इंडिया.* http://timesofindia.indiatimes.com/city/bengaluru/Facebook-friend-blackmails-college-girl-extorts-Rs-7-lakh-from-her/articleshow/52815508.cms येथे उपलब्ध (१९ जून २०१६ रोजी प्राप्त केले).

व्हीओआयपीचाही (VoIP) वापर केला आहे. विदेशामध्ये काम करणाऱ्या डॉक्टरचे बनावट प्रोफाइल तयार करून फसवणूक करणाऱ्यांनी पीडित महिलेची फसवणूक केली होती. सततचा संपर्क ठेवून पीडितेचा विश्वास जिंकण्यात आला होता. पीडितेला (त्याने) आणखी 'जिंकून घेतले' जेव्हा फसवणूक करणाऱ्याने तिला सांगितले की तिच्या पत्त्यावर तो दागिन्यांसह भेटी पाठवित होता. पीडितेला कथित सीमाशुल्क अधिकाऱ्यांकडून पॅकेजचे सीमाशुल्क भरण्यासाठी फोन आला तेव्हा परिस्थिती ठरावीक प्रकारच्या आर्थिक फसवणुकीच्या प्रकरणासारखी किंवा फिशिंगसारखी बनली. पॅकेजेस सोडवून घेण्यासाठी मोठी रक्कम भरण्यासाठी तिला विचारणा झाली. पीडितेने नंतर पोलिसांकडे तक्रार केली. फसवणूक करणारे महिलांची अशा प्रकारे फसवणूक करीत होते, हे पोलिसांनी शोधून काढले.[१]

ग्रूमर्स पीडितांचा वापर त्यांचा विश्वास केवळ बेकायदा आर्थिक फायद्यासाठी कसा करतात, त्याची ही फक्त काही उदाहरणे असली तरी, ग्रूमर्स इलेक्ट्रॉनिक स्वरूपात तरुण मुलींना आणि महिलांना त्यांचे लैंगिक शोषण करण्यासाठी कसे लक्ष्य करू शकतात याची शेकडो उदाहरणे आहेत.

आव्हाने आणि नियमन

सायबर गुन्हे, विशेषतः महिलांविरोधातील गुन्हे हाताळणारे पोलीस, फिर्यादी किंवा समुपदेशक यांना ज्या आव्हानास सामोरे जावे लागते असे मुख्य आव्हान म्हणजे वैयक्तिकरीत्या ज्यांची गणना गुन्हा म्हणून होऊ शकते अशा वेगवेगळ्या घटना म्हणून ग्रूमर्सच्या भूमिकेची, ग्रूमिंगच्या तंत्राची आणि ग्रूमिंगच्या परिणामांची कबुली देणे होय. ग्रूमिंगचे पीडित पीडनाच्या प्रक्रियेत त्यांचा स्वतःचा स्वेच्छेने समावेश असल्याच्या भीतीमुळे पोलिसात तक्रार करण्यासाठी अत्यंत अनुत्सुक असतात, असे नेहमी पाहण्यात येते. पीडितांनी स्वतः दिलेली असू शकतात अशी छायाचित्रे तसेच चॅट लॉग्स, मजकूर, बँकेच्या तपशीलाच्या स्कॅन केलेल्या प्रती, वैयक्तिक ओळखपत्रे आदी सामग्री हटवण्यासाठी ट्रॅकिंग आणि हॅकिंग किंवा ग्रूमरचे प्रोफाइल्स किंवा ई-मेल आयडी हॅक करण्याचा प्रयत्न करण्यासारख्या असमंजस कृती तंत्राचा अवलंब करण्याची शक्यता असते. असे करण्याने ग्रूमर संतापू शकतो आणि अधिक नुकसान पोहोचविण्याचा प्रयत्न करू शकतो. त्यामुळे पीडितांसाठी प्रत्यक्षात असे करणे अधिक त्रासाला आमंत्रण देते (हालदर आणि जयशंकर, २०१५बी).

---

[१] पहा PTI. (6 July 2015). Woman duped of `48 lakh through matrimonial website, 3 arrested in Gurgaon. Available at http://www.ndtv.com/gurgaon-news/woman-duped-of-rs-48-lakh-through-matrimonial-website-3-arrested-in-gurgaon-778556 (१९ जून २०१६ रोजी प्राप्त केले) या ठिकाणी उपलब्ध.

अत्यंत दुःखाने हे नमूद करावे लागते की केवळ प्रौढ महिलांचे ग्रूमिंग भारतामधील अभियोग कशा पद्धतीने हाताळतो, हे दाखवून देणारे एकही नोंदवलेले कायदेशीर प्रकरण आतापर्यंत नाही. तथापि, लहान मुलांच्या बाबतीत परिस्थिती वेगळी आहे. आयटी कायदा, २००० (२००८ मध्ये सुधारित) मध्ये इंटरनेटवर लैंगिक शोषणाकरिता मुलांच्या ग्रूमिंगच्या समस्येचा विचार करणारी पहिली तरतूद केली होती. कलम ६७ बी (सी) नमूद करते की

> जो कुणी कामोत्तेजक कृतीकरिता एक किंवा अधिक मुलांबरोबर ऑनलाईन संबंधांसाठी मुलांना तयार करतो, आकर्षित करतो किंवा प्रेरित करतो किंवा अशा पद्धतीने जो एका प्रौढास संगणक संसाधनावर अपमानित करू शकतो, तो पहिल्यांदा दोषी आढळला तर पाच वर्षांपर्यंत असू शकेल इतक्या मुदतीच्या कारावासाची शिक्षा आणि दहा लाख रुपयांपर्यंतचा दंड आणि दुसऱ्यांदा किंवा त्यानंतर दोषी आढळला तर तो सात वर्षांपर्यंतच्या मुदतीची कारावासाची शिक्षा आणि दहा लाख रुपयांपर्यंतच्या दंडासही पात्र असेल.

त्यानंतर, मुलांचे लैंगिक गुन्ह्यांपासून संरक्षण कायदा, २०१२, ग्रूमिंगच्या समस्येचा विचार करतो. विशेषतः कलम ११ (VI) मध्ये (लैंगिक छळवणूक आणि शिक्षा म्हणून), ज्यात म्हटले आहे की व्यक्तीने मुलाची लैंगिक छळवणूक केली आहे, असे म्हटले जाते जेव्हा अशी व्यक्ती लैंगिक उद्देशांसह अश्लील हेतूंकरिता मुलांना आकर्षित करते. कलम १२ याकरिता शिक्षा निर्धारित करते, जी दंडासह तीन वर्षांपर्यंतच्या मुदतीचा कारावास तसेच, विशेषतः अश्लील हेतूंकरिता मुलांच्या वापराकरिता आरोप ठेवण्यासाठी पॉक्सो कायद्याच्या कलम १३ चाही वापर होऊ शकतो. कलम १५ चाही (मुलांचा समावेश असलेल्या अश्लील सामग्रीच्या साठ्याकरिता शिक्षा) यासंदर्भात समावेश होऊ शकतो कारण ग्रूमिंगमध्ये पीडित मुलाच्या कामोत्तेजक सामग्रीच्या साठ्याचा समावेश अवश्य असू शकतो. पण भारतामध्ये केवळ मुलींच्या नव्हे तर महिलांच्याही ग्रूमिंगच्या नोंद झालेल्या प्रकरणांची संख्या विरळ आहे. आयटी कायदा, २००० (२००८ मध्ये सुधारित) चे कलम ६६डी प्रोफाइलची नक्कल तयार करणे रोखण्यासाठी उपाय सुचवते. त्यात म्हटले आहे,

> जो कुणी, कुठलेही संप्रेषण साधन किंवा संगणक संसाधनाच्या मार्गाने प्रोफाइलची नक्कल करून फसवतो, तो तीन वर्षांपर्यंतच्या मुदतीच्या कारावासाची शिक्षा आणि एक लाख रुपयांपर्यंतच्या दंडासही पात्र असेल.

या विभागाचा उद्देश फसवणुकीकरिता ढोंगीपणाला रोखण्याचा आहे. पण जेथे कुठलाही बेकायदा आर्थिक फायदा किंवा तोटा झालेला नसतो, पण फसवणूक करणाऱ्याच्या भ्रामक संवादामुळे पीडितेला केवळ भावनिक इजा झालेल्या असतात अशा प्रकरणांकरिता याचा वापर होऊ शकतो की नाही हे या विभागाचा आराखडा सांगत नाही. आयटी कायदा, २००० (२००८ मध्ये सुधारित) च्या कलम ६६ डीमध्ये पीडितेला दिलासा मिळू शकतो; केवळ

हाच विभाग त्याच्या फसवणुकीचे भाषिक अर्थाने स्पष्टीकरण देऊ शकतो. पण याबरोबर, विभागामध्ये सध्या रद्द करण्यात आलेला विभाग ६६ए(बी) आणि ६६ए(सी) यांसारख्या तरतुदीही अवश्य आहेत, पाठविणाऱ्याला माहिती चुकीची आहे, हे माहीत असले तरी तो विशेषतः संताप, गैरसोय, धोका, अपमान, इजा आणि फौजदारी धमकी व्हावी याकरिता संगणक संसाधने, संप्रेषण साधने आणि/किंवा इलेक्ट्रॉनिक मेल्स/संदेश यांद्वारे पाठवतो. अशी कुठलीही माहिती पाठविण्यास हे विभाग प्रतिबंध करतात. तथापि, पुढे जाऊन या गोष्टीची नोंद घेणे गरजेचे की सर्वोच्च न्यायालयाने आयटी कायद्याचे कलम ६६ए(बी) २०१५ मध्ये श्रेया सिंघल विरुद्ध युनियन ऑफ इंडिया आणि इतर, २०१३ या प्रकरणात असंवैधानिक घोषित केले आहे, ज्याचे मुख्य कारण म्हणजे या तरतुदीने 'इजा' (भावनिक इजेसह) या संकल्पनेमध्ये समाविष्ट होणाऱ्या कुठल्याही संज्ञांची कुठलीही व्याख्या दिलेली नव्हती. ''इजा' हा शब्द कुठल्याही व्यक्तीच्या बाबतीत तिचे शरीर, मन, प्रतिष्ठा किंवा मालमत्ता यांच्याबाबतीत बेकायदेशीरपणे घडवून आणलेले कुठलेही नुकसान दर्शवतो,' असे सांगून 'इजा' ही संकल्पना तथापि भारतीय दंड संहितेच्या विभाग ४४ मध्ये स्पष्ट करण्यात आली आहे ज्याने या संज्ञेच्या अर्थाची व्याप्ती मानसिक त्रासालाही समाविष्ट करण्याकरिता विस्तारलेली आहे. पण वर सांगितल्याप्रमाणे, न्यायालयाना कायद्यांचा अर्थ कसा लावला आहे, हे दाखवून देणाऱ्या प्रकरणांची नोंद फारशी नाही, विशेषतः भारतीय दंड संहितेच्या विभाग ४१५सह पारंपरिक दंडनीय कायद्यांसोबत आयटी कायदा २००० (२००८ मध्ये सुधारित) चे कलम ६६डी. त्यानुसार,

> जो कुणी, कुठल्याही व्यक्तीची दिशाभूल करून, याप्रमाणे फसविल्या गेलेल्या व्यक्तीला कुठल्याही व्यक्तीकडे कुठलीही मालमत्ता सुपूर्द करण्यास किंवा कुठल्याही व्यक्तीने कुठलीही मालमत्ता ठेवून घ्यावी या गोष्टीला संमती देण्यास कपटीपणाने किंवा अप्रामाणिकपणे प्रवृत्त करतो, अथवा याप्रमाणे दिशाभूल झालेल्या व्यक्तीची याप्रमाणे दिशाभूल झाली नसती तर तिने जी गोष्ट केली नसती, किंवा टाळली नसती आणि ज्या कृत किंवा अकृत गोष्टीमुळे त्या व्यक्तीस त्याचे स्वतःचे शरीर, मन, प्रतिष्ठा किंवा मालमत्ता यांच्या संबंधात नुकसान किंवा हानी पोहोचते, किंवा पोहोचण्याचा संभव असतो अशी कोणतीही गोष्ट करण्यास किंवा न करण्यास प्रथमोक्त व्यक्तीला उद्देशपूर्वक प्रवृत्त करतो, त्यास फसवणूक म्हटले जाते.

याला जोडलेल्या स्पष्टीकरणामध्ये आणखी स्पष्ट केले आहे की 'अप्रामाणिकपणे तथ्य लपवून ठेवणे, ही या कलमाच्या अर्थानुसार फसवणूक होय.' आणि भारतीय दंड संहितेचे कलम ४१६ (हे सांगते की जर एखाद्या व्यक्तीने आपण दुसरीच एखादी व्यक्ती असल्याचा बहाणा करून, अथवा जाणीवपूर्वक एखाद्या व्यक्तीऐवजी दुसरी व्यक्ती म्हणजे आपण

स्वतः किंवा अशी अन्य व्यक्ती होय असे भासवून करून फसवणूक केली तर, ती व्यक्ती ढोंगीपणा करून फसवणूक करते, असे म्हटले जाते. या विभागाच्या स्पष्टीकरणातून आणखी स्पष्ट होते की ज्या व्यक्तीचा बहाणा करून ढोंगीपणा केला गेला ती व्यक्ती खरीखुरी व्यक्ती असली किंवा कल्पित व्यक्ती असली तरी गुन्हा घडतो.) जे विशेषतः ग्रूमिंग आणि त्यानंतरच्या फसवणुकीमध्ये आर्थिक तोट्याचा समावेश असतो, अशा प्रकरणांना अधिक चांगल्या तऱ्हेने लागू होते.

पण जिथे ग्रूमिंग आणि त्यानंतरच्या फसवणुकीमध्ये आर्थिक फसवणुकीचा समावेश नसेल, पण केवळ भावनांना इजा किंवा मानसिक त्रास झाला असेल, अशा प्रकरणांत कायद्याची परिणामकारकता समजून घेण्यात मोठी दरी आहे. भारतातील न्यायालयांनी अनेक प्रसंगांत सांगितले आहे कुठलीही व्यक्ती, जी लग्नाचे वचन मोडल्यामुळे मानसिक त्रासाने ग्रस्त असेल, तर मानसिक त्रास आणि इजेच्या कारणांस्तव इतरांवर खटले भरण्याची कृती करू शकते.[१०] पण ऑनलाईन ग्रूमिंग आणि वचन मोडल्याने झालेल्या मानसिक त्रासाचा समावेश असलेल्या प्रकरणांकरिता कुठलेही प्राधान्य दिले गेलेले नाही. विशेष म्हणजे अशा प्रकरणांत, जिथे अपराधी पीडितांची खासगी छायाचित्रे प्रसिद्ध केली असती जी तिला संबंधित व्यक्तीशी लग्न झाल्याशिवाय प्रसिद्ध करावीशी वाटत नसतात किंवा त्याच्यासोबत पीडितेची नको त्या अवस्थेतील छायाचित्रे जी प्रतिष्ठेचे नुकसान करण्यासाठी पुरेशी असतात तिथे आयटी कायदा, २००० (२००८ मध्ये सुधारित) चे कलम ६६डी सह, आयटी कायद्याचे कलम ६६ई सह भारतीय दंड संहितेच्या कलम ३५४बी अंतर्गत परपीडानंदासाठीदेखील (voyeurism) पीडित आरोप दाखल करू शकतात, किंवा आयटी कायदा, २००० (२००८ मध्ये सुधारित) च्या कलम ६७ अंतर्गत कामोत्तेजक छायाचित्रे तयार करण्याकरिता, यासह भारतीय दंड संहितेच्या कलम ४९९ (बदनामी), ५०० (बदनामीकरिता शिक्षा) आणि ५०९ (महिलेच्या विनयभंगाकरिता शिक्षा) दाखल करू शकतात. पण प्रश्न हा आहे, की ग्रूमिंगने फसवणूक झालेले पीडित अपराधींविरोधात खटले भरण्याचा हक्क खरेच वापरतात का? प्रौढांकडे, बालपीडितांकडे नसणारी ऑनलाईन संप्रेषणामधील समाविष्ट धोक्याचे घटक समजून घेण्याची बौद्धिक परिपक्वता असणे अपेक्षित आहे. याच समजुतीनुसार, अनेक संकेतस्थळे कम्युनिकेशन डिसेन्सी ॲक्टचा विभाग २३० अंतर्गत संरक्षणाचा दावा करतात. यांसारख्या प्रकरणांत, पीडितेचा संकेतस्थळांकडून नुकसानभरपाई मिळवण्याचा दावा करण्याचा हक्क अत्यंत मर्यादित बनतो. तसेच, यातून पीडितांवर दोषारोप होण्याचा धोका वाढतो, की ज्यामुळे, उलट, पीडित न्याय मिळवण्याचा दावा पुढे घेऊन

[१०] पहा N. Sukumaran Nair and Anr. V. P. Narayanan (1996) 2 MLJ 184.

जाण्यापासून परावृत्त होऊ शकतात. जर योग्य सुधारणांसह कलम ६६ए आयटी कायदा, २००० (२००८ मध्ये सुधारित; संप्रेषण सेवा इत्यादीच्या माध्यमातून आक्षेपार्ह संदेश पाठविण्याकरिता शिक्षा दिली गेली आहे) सारख्या तरतुदी पुन्हा आणल्या, की जी तरतुदीची व्याप्ती आणि संज्ञेची व्याख्या योग्य रीत्या स्पष्ट करू शकते (हालदर, २०१५) आणि जर न्यायालयांनी अशा तरतुदींचे योग्य रीत्या परीक्षण केले आणि आयटी कायदा, २००० (२००८ मध्ये सुधारित) च्या कलम ६६डी सह तरतुदींचा आणि वर उल्लेख केलेल्या तरतुदींचा प्रकरणातील गरजेप्रमाणे वापर केला तर ही परिस्थिती बदलू शकते.

तथापि, यापूर्वी सांगितल्याप्रमाणे ऑनलाईन ग्रूमिंगच्या नियमनाकरिता अनेक तरतुदी उपलब्ध असल्या तरी, पीडित गुन्ह्यांची तक्रार करताना ग्रूमिंगवर जोर देत नाहीत की पोलीस अधिकारी अशा प्रकारच्या पीडनाची योग्य नोंद घेत नाहीत. महिला आणि मुली इंटरनेटवरील अशा छुप्या गुन्ह्यांच्या प्रकारासंदर्भात जागरूक असायला हव्यात आणि, जर अशा प्रकराच्या घटनेस त्या बळी पडल्या तर त्यांनी पीडनाच्या संपूर्ण घटनेची पोलिसांत अवश्य तक्रार करावी. त्याच वेळी पोलिसांनी पीडितेला योग्य न्याय मिळण्यास मदत व्हावी याकरिता या तरतुदींचा अवलंब करण्याचाही अवश्य विचार करावा.

संदर्भ

Berson, I. R. (2003). Grooming cybervictims: The psychosocial effects of online exploitation for youth. *Journal of School Violence, 2* (1), 5–18.

Bocij, P., Griffiths, M. D., & McFarlane, L. (2002). Cyber stalking: A new challenge for criminal law. *The Criminal Lawyer, 122*, 3–5. Available at https://www.academia.edu/759647/Bocij_P._Griffiths_M.D._and_McFarlane_L._2002_._Cyberstalking_A_new_challenge_for_criminal_law._The_Criminal_Lawyer_122_3-5 (Accessed 10 May 2014).

Brenner, S. (2004). Cyber crime metrics: old wine in new bottles? *Virginia Journal of Law and Technology, 9*, no. 13, 1–53. Available at http://www.vjolt.net/vol9/issue4/v9i4_a13-Brenner.pdf (Accessed on 10 May 2014).

Ellison, L., & Akdeniz, Y. (1998). Cyber-stalking: The Regulation of Harassment on the Internet. *Criminal Law Review*, December Special Edition: Crime, Criminal Justice and the Internet, 29–48. Available at http://www.cyber-rights.org/documents/stalking_article.pdf. (Accessed on 12 May 2014).

Halder, D. (2013a). Examining the scope of Indecent Representation of Women (Prevention) Act, 1986, in the light of cyber victimization of women in India. *National Law School Journal, 11*, 188–218.

———. (2015). A Retrospective analysis of S.66a: Could S.66a of the Information Technology Act be reconsidered for regulating 'bad talk' in the internet? *Indian Student Law Review (ISLR), 3*, 91–118.

Halder, D., & Jaishankar K. (June, 2011). *Cyber crime and the Victimization of Women: Laws, Rights, and Regulations*. Hershey, PA, USA: IGI Global.

———. (2014). Patterns of sexual victimization of children and women in the multipurpose social networking sites. In C. Marcum and G. Higgins (eds), *Social networking as a criminal enterprise* (pp. 129–143). Boca Raton, FL, USA: CRC Press, Taylor and Francis Group.

———. (2015a). Harassment via WhatsApp in urban and rural India: A baseline survey report (2015). Tirunelveli, India: Centre for Cyber Victim Counselling. Available at http://www.cybervictims.org/CCVCresearchreport2015.pdf (Accessed on 12 January 2016).

———.(2015b). Irrational coping theory and positive criminology: A framework to protect victims of cyber crime. In N. Ronel and D. Segev (eds), *Positive criminology* (pp. 276–291). Abingdon, Oxon: Routledge.

Koops, B. (2011). Forgetting footprints, shunning shadows: A critical analysis of the 'right to be forgotten' in big data practice. *SCRIPTed, 8*(3), 229–256.

Kopecky, K. (2015). Misuse of web cameras to manipulate children within the so-called webcam trolling. *Telematics and Informatics, 33*(1), 1–7. Available at https://www.researchgate.net/publication/278031172_Misuse_of_Web_Cameras_to_Manipulate_Children_within_the_so-called_Webcam_Trolling (Accessed on 12 February 2016).

O'Connell, R. (2009). A typology of cybersexploitation and on-line grooming practices. Available at http://image.guardian.co.uk/sys-files/Society/documents/2003/07/24/Netpaedoreport.pdf (Accessed on 2 February 2015).

Rege, A. (2009). What's love got to do with it? Exploring online dating scams and identity fraud. *International Journal of Cyber Criminology*, *3*(2), 494–512.

Schrock, A., & Boyd, D. (2008). Online threats to youth: Solicitation, harassment, and problematic content. Final report of the internet safety technological task force. Enhancing Child Safety and Online Technologies. Available at http://www.danah.org/papers/ISTTF-RABLitReview.pdf (Accessed on 3 July 2015).

Van der Hof, S., & Koops, B.-J. (2011). Adolescents and cybercrime: Navigating between freedom and control. *Policy & Internet, 3*(2), Article 4.

Wachs, S., Wolf, K. D., & Pan, C. (2012). Cybergrooming: Risk factors, coping strategies and associations with cyberbullying. *Psicothema, 24*(4), 628–633.

Wall, D. (2007). *Cybercrime: The transformation of crime in the information age, polity.* Cambridge: Polity Press.

Zeynep, T. (2008). Grooming, gossip, Facebook and Myspace. *Information, Communication & Society, 11*(4), 544–564. DOI: 10.1080/13691180801999050. Available at http://www.tandfonline.com/doi/full/10.1080/13691180801999050 (Accessed on 12 January 2016).

५ गोपनीयतेचे उल्लंघन

इलेक्ट्रॉनिक माध्यमांच्या संदर्भात महिला आणि मुलींकरिता गोपनीयतेच्या हक्काच्या संकल्पनेकडे नेहमी लैंगिक नराधमांपासून सुरक्षेचा हक्क या संकुचित रूपात पाहिले जाते. पारंपरिकरीत्या, गोपनीयतेच्या हक्काचा अर्थ एखादी व्यक्ती, कुटुंब, घर, प्रतिष्ठा आणि सन्मान यांच्या संदर्भातील अनियंत्रित हस्तक्षेपासून एकटे राहण्याचा हक्क असा लावला जातो. नागरी आणि राजकीय हक्कांवरील आंतरराष्ट्रीय कराराचा अनुच्छेद १७(१) नुसार, 'कुणाच्याही गोपनीयता, कुटुंब, घर किंवा पत्रव्यवहार यांच्याबाबतीत अनियंत्रित किंवा बेकायदा हस्तक्षेप होणार नाही किंवा त्याच्या सन्मान आणि प्रतिष्ठेवरही अवैध हल्ले करणार नाहीत.' अनुच्छेद १७(१) ला पूरक तरतूद या हक्काची व्याप्ती समान हक्काच्या अर्थांतर्गत समाविष्ट करण्यासाठी आणखी वाढवते जेव्हा ते म्हणते, 'प्रत्येकाला अशा हस्तक्षेप किंवा हल्ल्याविरोधात कायद्याच्या सुरक्षेचा हक्क आहे.' (नागरी आणि राजकीय हक्कांवरील आंतरराष्ट्रीय कराराचा अनुच्छेद १७(२). इंटरनेट युगातील अर्थांतर्गत विचार केला, तर पहिल्यांदा गोपनीयतेचा हक्क एखाद्याची संगणक, संगणकाशी संबंधित साधने, डिजिटल डेटा, ई-मेल्स, सामाजिक माध्यमांवरील प्रोफाइल, बौद्धिक मालमत्ता आदींसह डिजिटल मालमत्तेमध्ये अनधिकृत प्रवेशाविरोधातील हक्क मानला जात होता. डिजिटल संप्रेषण तंत्रज्ञानाच्या प्रगतीबरोबर, डिजिटल गोपनीयतेचे उल्लंघन या संकल्पनेचाही नको असलेले फोन कॉल्स, टेहळणी आणि डिजिटल टेहळणी, सार्वजिकरीत्या पाहता येईल अशा व्यासपीठांवर खासगी माहिती पसरवणे यांचा समावेश करण्याइतपत विस्तार झाला. इलेक्ट्रॉनिक माध्यमांवर सूड घेण्यासाठी तयार केल्या गेलेल्या पॉर्नची प्रसिद्धी करण्याचा समावेश केला जाऊन त्याचा आणखी विस्तार झाला (फ्रँक, २०१५). एकूण, पारंपरिकदृष्ट्या खऱ्या आयुष्यात गोपनीयतेच्या हक्काच्या उल्लंघनाकडे मानाने एकटे राहण्याचा हक्क म्हणून पाहिले गेले असले तरी, इलेक्ट्रॉनिक माध्यमांच्या दृष्टिकोनातून पाहिले तरी त्याचा हाच अर्थ लावला गेला आहे. लिंगनिरपेक्ष सायबर क्राइमच्या संदर्भात गोपनीयतेच्या हक्काच्या उल्लंघनास एक मुख्य समस्या मानले जाऊ शकते. हे निरीक्षण आयटी कायदा, २०००, २००८ मध्ये सुधारितच्या कलम २(ओ) ने स्पष्ट केल्याप्रमाणे 'डेटा' या संज्ञेच्या विश्लेषणाच्या मदतीने स्पष्ट करता येईल; ही व्याख्या खालीलप्रमाणे:

> 'डेटा' म्हणजे माहिती, ज्ञान, वास्तव, संकल्पना किंवा सूचना ज्या औपचारिक पद्धतीने तयार केल्या जात आहेत किंवा तयार केल्या गेल्या आहेत, आणि संगणक यंत्रणा किंवा संगणक नेटवर्कमध्ये ज्यावर प्रक्रिया करण्याची इच्छा आहे, ज्यावर प्रक्रिया केली जात आहे, किंवा ज्यावर प्रक्रिया केली गेली आहे, आणि कदाचित कुठल्याही स्वरूपात

(संगणक प्रिंटआउट्स चुंबकीय किंवा ऑप्टिकल स्टोरेज मीडिया, पंच्ड् कार्ड्स, पंच्ड् टेप्स आदींसह) किंवा संगणकच्या मेमरीमध्ये अंतर्गत साठा केलेले.

या व्याख्येने सुचविल्याप्रमाणे, डेटा हा अचल किंवा चल असू शकतो, कच्च्या स्वरूपात किंवा प्रक्रिया केलेला असू शकतो, संगणक तंत्रज्ञानाने किंवा डिजिटल संप्रेषण तंत्रज्ञानाच्या मदतीने सुधारित असू शकतो. सध्या, संगणक साधने किंवा स्मार्टफोन्स, डिजिटल कॅमेरा, टॅब्लेट्स आदींसह डिजिटल कम्प्युटिंगने सक्षम असणारी साधने साठा करणारी साधने असू शकतात आणि ही सर्व साधने दूरच्या भौगोलिक ठिकाणी स्थित वाय-फाय किंवा इतर कुठल्या प्रकारे दुसऱ्या संगणक साधनाला जोडलेली जरी नसली तरी अनधिकृत प्रवेशाकरिता असुरक्षित असतात. साधनामध्ये अनधिकृत प्रवेश, हे साधन ज्याच्या मालकीचे आहे त्या साधनामध्ये त्याच्या किंवा तिच्या साठवलेल्या डेटापर्यंत प्रवेश मिळविण्याच्या मार्गामुळे खुद्द गोपनीयतेचे उल्लंघन नसते, तर असा अनधिकृत प्रवेश साधन हाताळण्याच्या आणि त्यामुळे अनैतिक मार्गाने तयार झालेल्या डेटाचा वापर करण्याच्या मार्गाने किंवा रिमोट कंट्रोलचा वापर करून हाताळण्याच्या मार्गाने इतरांच्या गोपनीयतेचेही उल्लंघन करू शकतो, हे समजून घेण्याची गरज आहे. अशा प्रकारे इलेक्ट्रॉनिक माध्यमांमधील गोपनीयतेच्या उल्लंघनाचा हेतू आणि त्याचे परिणाम एकतर लैंगिक किंवा अलैंगिक असू शकतात (आकृती ५.१ पहा).

आकृती ५.१ प्रमाणे, पहिल्या प्रकरणात, गोपनीयतेच्या उल्लंघनाचा हेतू चिडचिड्या भावनिक संबंधांचा सूड घेणे किंवा लहान मुलांप्रति लैंगिक आकर्षण किंवा प्रौढ पॉर्नचा उपभोग किंवा छायाचित्रे, आदींसह वैयक्तिक माहिती वस्तू म्हणून विकण्याच्या माध्यमातून फायदा मिळविण्याच्या मार्गाने मिळवायचे लैंगिक समाधान असू शकते; ज्याचे परिणाम पीडितेच्या प्रतिष्ठेचे नुकसान, नैराश्याची लक्षणे, आत्महत्या करण्याचे विचार घोळणे किंवा पीडित आणि त्याच्या/तिच्या कौटुंबिक सदस्यांच्या भौतिक सुरक्षेला वाढता धोका, असे असू शकतात. दुसऱ्या प्रकरणात, जेव्हा हेतू हा लैंगिक नसतो, तेव्हा एक/अनेक अपराधी कामकाजाच्या ठिकाणी ईर्ष्येच्या समाधानाकरिता विविध फसवणुकीच्या मार्गाने अवैध आर्थिक फायदे प्राप्त करण्याकरिता गोपनीयतेचे उल्लंघन करू शकतात. घटस्फोट किंवा वेगळे होणे आदींसह कौटुंबिक बाबींकरिता न्यायालयीन प्रकरणांमध्ये भक्कम पाया तयार करण्यासाठी गोपनीयतेचे उल्लंघन करण्याच्याही घटनाही आहेत. यांखेरीज, अशा प्रकारचे गोपनीयतेचे उल्लंघन देखरेखीच्या नावाखालीही होण्याची शक्यता असते. याचे परिणाम गोपनीयतेच्या उल्लंघनाचे ते प्रकार जे लैंगिक कारणांनी प्रेरित असतात त्यांच्यासारखे असू किंवा नसू शकतात. तथापि, अशा प्रकारच्या गोपनीयतेच्या उल्लंघनाची परिणती पीडितेच्या आर्थिक तोट्यामध्ये, न्यायालयीन प्रकरणांचा सामना करण्यात किंवा पीडित कंपनी असेल, तर कार्पोरेट डेटाच्या उल्लंघनात अवश्य होऊ शकतो.

आकृती ५.१ इलेक्ट्रॉनिक माध्यमातील गोपनीयतेच्या उल्लंघनाचे हेतू आणि परिणाम

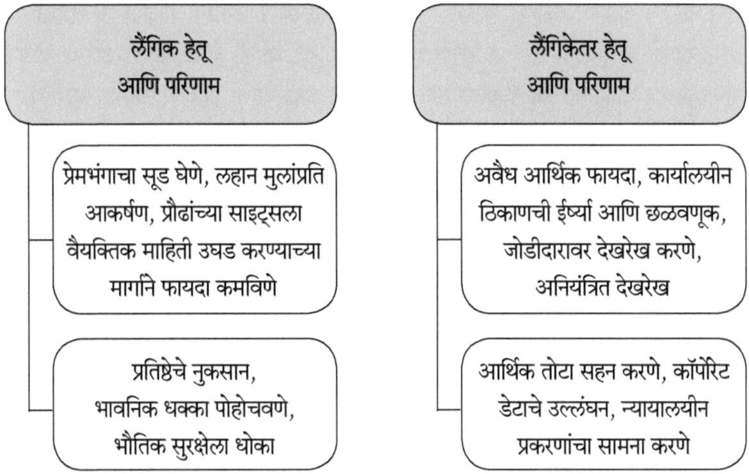

स्रोत: लेखक.

यावरून, हे समजून घेता येईल की गोपनीयतेच्या उल्लंघनाचे काही ठरावीक प्रकार असतात, विशेषतः महिला आणि मुलींकरिता. ही अत्यंत दुर्दैवी बाब आहे की दक्षिण आशियातील महिला, विशेषतः भारतीय उपखंडातील महिला, त्यांच्या स्वतःच्या समाजातील प्रतिमेबद्दल अत्यंत जागरूक असतात, त्यामुळे त्यांचे कुटुंबीयही तेवढेच जागरूक असतात. त्यामुळे संबंधित महिलेच्या चारित्र्याबद्दल कुठल्याही अपमानजनक प्रतिक्रियेचा प्रसार करून प्रतिष्ठेचे कुठल्याही प्रकारचे नुकसान किंवा अगदी नुकसानाची शक्यताही, केवळ तिच्याकरिता नव्हे तर तिच्या पूर्ण कुटुंबाकरिता अत्यंत धोकादायक सिद्ध होऊ शकते. ऑनर किलिंग (प्रतिष्ठेपायी हत्या) प्रकरणांचा विचार करा. जेव्हा भारतातील विविध भागांतील महिला त्यांच्या स्वतःच्या आवडीनुसार लग्न करतात, किंवा एका अशा पुरुषाबरोबर कदाचित भावनिक नाते जोडतात ज्याचा तिचे कुटुंब किंवा तिचा समुदाय स्वीकार करणार नाहीत; अशा प्रकरणात शरमेची भावना किंवा शक्यता महिला आणि तिच्या कौटुंबिक सदस्यांना टोकाची पावले उचलण्यास भाग पाडू शकतात. त्याचप्रमाणे, कुठल्याही प्रकारच्या इलेक्ट्रॉनिक माध्यमाद्वारे गोपनीयतेचे उल्लंघनही महिलांकरिता अत्यंत धोकादायक ठरू शकते. आम्ही अशी प्रकरणे पाहिली आहेत जिथे महिला गोपनीयतेच्या डिजिटल उल्लंघनामुळे त्यांच्या प्रतिष्ठेला होणाऱ्या नुकसानाच्या शक्यतेमुळे, विशेषतः विवाहाच्या बाजारात ते नुकसान होण्याच्या शक्यतेमुळे, गंभीर मानसिक धक्क्याखाली आहेत. पण, याचे परिणाम अत्यंत गंभीर असले, तरी गोपनीयतेच्या मूलभूत हक्कांचे उल्लंघन म्हणून डिजिटल

गोपनीयतेचे उल्लंघन किंवा गोपनीयतेचे डिजिटल उल्लंघन निर्दिष्ट करण्यासाठी, या गोष्टींवर लक्ष केंद्रित करणारे कायदे नाहीत. सर्वोच्च न्यायालयाने आधार योजनेच्या संवैधानिक वैधतेसंदर्भातील अलीकडील प्रकरणात ह्या बाबीची नोंद घेतली होती; कारण आधार योजना नागरिकांच्या गोपनीयतेच्या हक्काचे उल्लंघन करीत असल्याचा दावा याचिकाकर्त्यांनी केला होता (चौधरी, २०१५). जे. चलमेश्वर, एस. ए. बोबडे आणि सी. नागप्पन यांच्या खंडपीठाला भारताचे तत्कालीन ॲटर्नी जनरल आणि याचिकाकर्त्यांच्या वकिलांनीही सांगितले होते की भारताच्या संविधानातील अनुच्छेद २१ चा गोपनीयतेच्या हक्काचा समावेश करण्यासाठी विस्तार करण्यात आला आहे, जो केवळ फौजदारी कार्यवाही आणि सरकारकडून शोध आणि जप्तीच्या संदर्भात असते. हा विशिष्ट मुद्दा खरक सिंग विरुद्ध उत्तर प्रदेश राज्य यांच्या प्रकरणात पुढे आला,[१] जो आतापर्यंतच्या भारतातील गोपनीयता न्यायशास्त्रातील एक ऐतिहासिक निर्णय आहे. तथापि, भारतामध्ये गोपनीयतेचा हक्क हा मूलभूत हक्क जरी नसला, तरी गोपनीयतेच्या डिजिटल उल्लंघनाच्या बाबतीत भारताने विविध कायदे तयार केले आहेत, त्यातील काही केवळ महिलांकरिता असे आहेत. या प्रकरणात, आपण इलेक्ट्रॉनिक माध्यमातील गोपनीयतेच्या उल्लंघनाच्या प्रकाराबद्दल चर्चा करणार आहोत, त्यातील काहींचा विचार या कायद्यांमध्ये करण्यात आला आहे, तर काहींचा कायदेशीर अंगाने विचार अद्यापही बाकी आहे. चित्र ५.२ प्रमाणे, इलेक्ट्रॉनिक माध्यमांतील गोपनीयतेच्या उल्लंघनाच्या स्वरूपाचे तीन विशिष्ट प्रकार असू शकतात. अशा प्रकारचे गोपनीयतेचे उल्लंघन कुणाबाबतही, त्याचे लिंग कुठलेही असले तरी होऊ शकते. पण, या पुस्तकाच्या हेतूकरिता, या चर्चा लिंगविशिष्ट करण्यात आल्या आहेत.

आकृती ५.२ इलेक्ट्रॉनिक माध्यमांद्वारे गोपनीयता उल्लंघनाचे आकृतिबंध

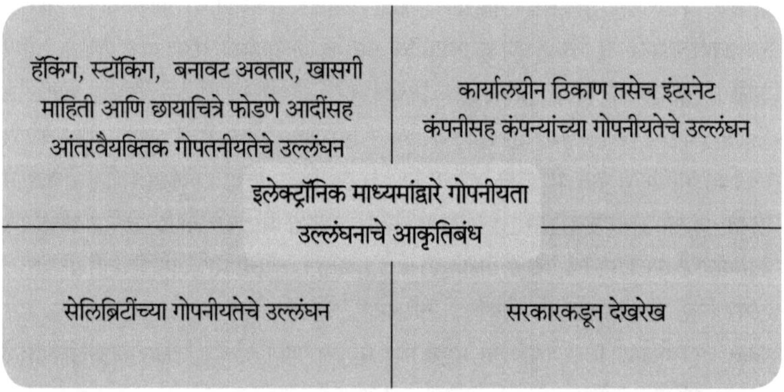

स्रोत: लेखक.

---

[१] खरक सिंग विरुद्ध उत्तर प्रदेश राज्य (१९६४) 1 SCR 332.

आंतरवैयक्तिक गोपनीयतेचे उल्लंघन

अशा प्रकारचे गोपनीयतेचे उल्लंघन पीडितेच्या परिचितांकडून केले जाते; ज्यांना ती वैयक्तिकरीत्या एक मित्र म्हणून, किंवा नातेवाईक, किंवा सहकारी किंवा अगदी प्रतिस्पर्धी म्हणून ओळखत असू शकते. या श्रेणीमध्ये येऊ शकतात असे काही प्रकार खालीलप्रमाणे.

डेटा, संगणक उपकरणामध्ये अनधिकृत प्रवेश आणि नेटवर्कपर्यंत प्रवेशास अडथळा करणे

अशा प्रकारच्या डिजिटल गोपनीयतेला सामान्यपणे हॅकिंग असे संबोधले जाते. डेटामधील कुठल्याही मान्यतेविना केल्या गेलेल्या अनधिकृत सुधारणांचा समावेश करून डिजिटल डेटामध्ये अनधिकृत प्रवेशामार्गे गोपनीयतेच्या उल्लंघनाच्या संकल्पनेचा विस्तार केला गेला आहे. अमेरिका, युनायटेड किंग्डम, कॅनडा, ऑस्ट्रेलिया आणि भारतासह अनेक न्यायाधिकारक्षेत्रात अशा प्रकारच्या डिजिटल गोपनीयतेचे उल्लंघन गुन्हेगारीचे मानले गेले आहे. अशा प्रकारच्या गोपनीयतेच्या उल्लंघनांचे नियमन करताना भारतीय कायद्यांमध्ये, विशेषतः आयटी कायदा, २००० (२००८ मध्ये सुधारित) मध्ये 'हॅकिंग' संज्ञेचा उल्लेख नाही, हे समजून घेण्याची गरज आहे. तसेच, अशा दुष्कृत्यांकरिता उपलब्ध असलेल्या उपायांवर अवलंबून राहून, आयटी कायदा नागरी तसेच फौजदारी नियमनाच्या दोन्ही तरतुदी प्रस्तावित करतो. नागरी स्वरूपातील नियमनाची तरतूद कलम ४३ अंतर्गत दिली आहे, जी सर्वसमावेशक आहे आणि ही गुन्ह्याला संगणक, संगणक यंत्रणेचे, डेटा, नेटवर्कचे नुकसान आदी म्हणून संबोधित करते. त्यानुसार,

> जर एखादी व्यक्ती मालक किंवा संगणक, संगणक यंत्रणा किंवा संगणक नेटवर्कचा प्रभारी असणाऱ्या व्यक्तीच्या परवानगीशिवायः
>
> (अ) संगणक, संगणक यंत्रणा किंवा संगणक नेटवर्क किंवा संगणक संसाधनापर्यंत प्रवेश करते किंवा प्रवेश रोखते;
>
> (आ) संगणक, संगणक यंत्रणा किंवा संगणक नेटवर्कमधून कोणताही डेटा, संगणक डेटाबेस किंवा माहिती डाउनलोड करतो, त्याच्या प्रती बनवते किंवा डेटा काढते या मध्ये रिमुव्हेबल स्टोरेजमध्ये साठवलेल्या डेटा किंवा माहिती यांचाही समावेश आहे;
>
> (इ) संगणक, संगणक यंत्रणा किंवा संगणक नेटवर्कमध्ये संगणकाचे कुठलेही नुकसान करणारी गोष्ट किंवा व्हायरस दाखल करणे किंवा दाखल करण्याचे कारण बनणे;
>
> (ई) संगणक, संगणक यंत्रणा किंवा संगणक नेटवर्कमध्ये ठेवलेल्या कुठल्याही संगणक, संगणक यंत्रणा किंवा संगणक नेटवर्क, डेटा, संगणक डेटाबेस किंवा संगणक, संगणक यंत्रणा किंवा संगणक नेटवर्कमध्ये असलेल्या इतर कुठल्याही प्रोग्रामला नुकसान पोहोचवतो किंवा नुकसान पोहोचवण्याचे कारण बनते;

(उ) कुठलाही संगणक, संगणक यंत्रणा किंवा संगणक नेटवर्कमध्ये अडथळा आणणे किंवा अडथळ्याचे कारण बनणे;

(ऊ) कुठल्याही अर्थाने कुठलाही संगणक, संगणक यंत्रणा किंवा संगणक नेटवर्कमध्ये अधिकृत प्रवेश असणाऱ्या व्यक्तीस प्रवेश नाकारणे किंवा नाकारण्याचे कारण बनणे;

(ए) या कायद्यातील तरतुदी, नियम किंवा नियमन यांचे उल्लंघन करून कुठल्याही संगणक, संगणक यंत्रणा किंवा संगणक नेटवर्कमध्ये प्रवेश करण्यासाठी कुठल्याही व्यक्तीला मदत करणे,

(ऐ) संगणक, संगणक यंत्रणा किंवा संगणक नेटवर्कमध्ये छेडछाड करून किंवा हाताळून एखाद्या व्यक्तीने उपभोग घेतलेल्या सेवेची किंमत दुसऱ्या व्यक्तीच्या अकाउंटमध्ये देते,

(ओ) संगणक संसाधनामध्ये ठेवलेली कुठलीही माहिती नष्ट करणे, मिटविणे किंवा बदलणे किंवा त्याचे मूल्य किंवा उपयुक्तता कमी करणे किंवा कुठल्याही प्रकारे त्यावर हानिकारक स्वरूपात परिणाम साधणे. (आईटीएए- २००८ च्या माध्यमातून समाविष्ट केले गेले);

(औ) नुकसान पोहोचवण्याच्या हेतूने संगणक संसाधनासाठी वापरल्या गेलेल्या कुठलाही संगणक सोर्स कोड चोरणे, लपविणे, नष्ट करणे किंवा बदलणे किंवा कुठल्याही व्यक्तीद्वारे त्याची चोरी करणे, लपविणे, नष्ट करणे किंवा बदलण्याचे कारण बनतो, तो प्रभावित व्यक्तीला नुकसानभरपाईद्वारे नुकसानाची भरपाई देण्यास उत्तरवादी असेल, की जी एक कोटी रुपयांहून कमी आहे. (आयटीएए २००८ द्वारे बदलेले आहे)

हा विभाग पुढे स्पष्टीकरण देतो की जिथे खालील संज्ञा या स्पष्ट आणि परिभाषित केल्या आहेत:

१. *संगणक प्रदूषित घटक म्हणजे संगणक* सूचनांचा कुठलाही संच ज्याची (अ) *संगणक, संगणक* यंत्रणा किंवा संगणक नेटवर्कमध्ये ठेवलेला डेटा किंवा प्रोग्रामला सुधारित करणे, नष्ट करणे, रेकॉर्ड करणे, प्रसारित करण्यासाठी; किंवा (ब) *संगणक, संगणक* यंत्रणा किंवा संगणकच्या सामान्य संचालनाला कुठल्याही प्रकारे रोखण्यासाठी रचना केली गेली आहे;

२. *संगणक डेटाबेस म्हणजे* मजकूर, छायाचित्रे, ऑडिओ, व्हीडिओमध्ये, माहिती, वास्तव, संकल्पना किंवा सूचनांचे सादरीकरण आहे जे औपचारिक पद्धतीने तयार केले जात आहे किंवा तयार केले गेले आहेत किंवा या संगणक, संगणक यंत्रणा किंवा संगणक नेटवर्क द्वारे बनविले गेले आहे किंवा संगणक, संगणक यंत्रणा किंवा संगणक नेटवर्कमध्ये वापर करण्याच्या हेतूसाठी आहे;

३. *संगणक व्हायरस म्हणजे* कुठलीही संगणक सूचना, माहिती, डेटा किंवा प्रोग्राम की जो संगणक संसाधनाच्या काम करण्याच्या गतीला नष्ट करतो, नुकसान पोहोचवतो, कमी करतो किंवा प्रतिकूलपणे प्रभावित करतो किंवा इतर संगणक संसाधनाला स्वतःला जोडतो आणि जेव्हा त्या संगणक संसाधनामध्ये कुठला प्रोग्राम, डेटा किंवा सूचनांची अंमलबजावणी होते किंवा अन्य कुठली घटना होते तेव्हा ही कार्यान्वित होते;
४. *नुकसान* म्हणजे कुठल्याही प्रकारे कुठल्याही संगणक संसाधनाला नष्ट करणे, बदलणे, मिटविणे, जोडणे, सुधारणा करणे किंवा पुनर्रचना करणे होय;
५. *संगणक सोर्स कोड* म्हणजे प्रोग्राम, संगणक कमांड, रचना आणि लेआऊटचे सूचीकरण आणि संगणक संसाधनाचे कुठल्याही स्वरूपात प्रोग्राम विश्लेषण होय.

या तरतुदीखेरीज, आयटी कायद्याचे कलम ६६ कलम अशा प्रकारच्या गुन्ह्यांसाठी फौजदारी उपाय निर्धारित करते आणि सांगते की, 'जर एखाद्या व्यक्तीने अप्रामाणिकपणे किंवा फसवणूक करून, कलम ४३ मध्ये निर्दिष्ट केलेले एखादे कार्य केले, तर त्याला दोन ते तीन वर्षांच्या मुदतीच्या कारावासाबरोबर पाच लाख रुपयांपर्यंतचा दंड किंवा दोन्ही शिक्षा दिल्या जातील.'[२] तथापि, काही प्रकरणांत जिथे फसवणुकीच्या माध्यमातून डेटापर्यंत अनधिकृत प्रवेश मिळवला जातो, ज्यामध्ये डिजिटल हस्ताक्षर किंवा पासवर्डसारखी एकमेव ओळख आदींचा उपयोग करण्याचा समावेश आहे, अशा प्रकरणात कलम ६६सी च्या बरोबर कलम ६६ आणि कलम ४३ पण वाचले गेले पाहिजे, जिथे ओळखीच्या चोरीसाठी शिक्षेची तरतूद करण्यात आली आहे. अशा प्रकारच्या पद्धतींचा उपयोग मुख्यतः फिशिंग[३] सह आर्थिक फसवणुकीच्या प्रकरणांमध्ये विशेषतः केला जातो. तथापि, महिलांविरुद्धच्या सायबर गुन्ह्यामध्ये फिशिंगचा समावेश नाही, असे म्हणणे चुकीचे ठरेल. आमच्यासमोर अशी अनेक प्रकरणे आली आहेत जिथे महिला आणि लिंगपरिवर्तित महिलांचेही फिशिंगमुळे मोठे आर्थिक नुकसान झाले आहे, ज्यामध्ये फसवणुकीने एटीएम/डेबिट/क्रेडिट कार्डांचा तपशील, ऑनलाईन बँकिंगचा तपशील आदी मिळवण्याचा समावेश आहे. तथापि, आमच्या अनुभवानुसार, अशा प्रकारचे फिशिंग किंवा आर्थिक फसवणुकीची प्रकरणे अपराधींकडून पीडितेला ग्रूम केल्यानंतर घडली आहेत.[४]

---

[२] या तरतुदीला जोडलेले स्पष्टीकरण सांगते की (अ) 'अप्रामाणिकपणा' शब्दाचा अर्थ भारतीय दंड संहितेच्या विभाग २४ मध्ये दिलेला अर्थ असेल; (ब) 'फसवणूक' शब्दाचा अर्थ भारतीय दंड संहितेच्या विभाग २५मध्ये दिलेला अर्थ असेल.

[३] इलेक्ट्रॉनिक माध्यमांच्या माध्यमातून होणारे फिशिंग आणि विविध प्रकारांच्या आर्थिक फसवणुकीवर विस्तृत चर्चेसाठी प्रकरण ४ पहा.

[४] ग्रूमिंगवर विस्तृत चर्चेसाठी प्रकरण ४ पहा.

भारतामध्ये महिलांना बळी ठरवणाऱ्या हॅकिंग आणि हॅकिंगशी संबंधित गुन्ह्यांची अनेक उदाहरणे आहेत. यामध्ये पीडितेच्या खासगी छायाचित्रांसह खासगी माहिती मिळविण्यासाठी एखाद्या महिलेचा ई-मेल आयडी किंवा सामाजिक माध्यमांवरील प्रोफाइल किंवा अगदी संगणक उपकरण हॅक करणे आणि त्यानंतर तिला त्रास देण्यासाठी त्यामध्ये बदल करणे या गोष्टींचा समावेश होऊ शकतो.[५] जोडीदारांच्या ई-मेल्समध्ये अनधिकृत प्रवेश हे अशा प्रकारचे आणखी एक उदाहरण आहे. वेगळे होणे किंवा घटस्फोटासाठी ठोस आधार प्राप्त करण्यासाठी जोडीदाराबद्दल माहिती मिळविण्यासाठी सामाजिक माध्यमांवरील प्रोफाइलवरून माहिती मिळवणे हीसुद्धा खूप सामान्य पद्धत झाली आहे. अशा प्रकरणांत, आयटी कायदा कलम २(o) च्या अंतर्गत, दुसऱ्या जोडीदाराकडून जोडीदाराचे (विशेषतः ते जेव्हा वेगळे होत असतात) ईमेल अकाऊंट, सामाजिक माध्यमांवरील प्रोफाइल किंवा इतर डेटापर्यंत प्रवेश करणे अनधिकृत प्रवेश मानले जाऊ शकते की नाही, हेदेखील बऱ्याचदा विचारले जाते. हे विनोद कौशिक आणि इतर विरुद्ध निधी जोशी आणि इतर[६] प्रकरणात घडले होते. जरी पासवर्ड माहीत असतील, तरी जोडीदारांच्या अशी कृत्ये डेटामधील अनधिकृत प्रवेशामुळे गोपनीयतेचे उल्लंघन मानले जाऊ शकते. या प्रकरणात श्री. राजेश अग्रवाल (आयटी कायदा, २००० नुसार महाराष्ट्रातील तत्कालीन निर्णायक अधिकारी) यांचे निरीक्षण उल्लेख करण्याजोगे आहे. त्यांचे निरीक्षण खालीलप्रमाणे आहे:

> पासवर्डचा प्रश्न असेल तर, उत्तरवादी नं. १ ने दिलेल्या कागदपत्रांवरून बऱ्यापैकी स्पष्ट आहे की तक्रारदार नं. २ (पती) ने तिच्याबरोबर पासवर्ड शेअर केले होते आणि तिला हेदेखील सांगितले होते की तक्रारदार नं. १ चा पासवर्ड तक्रारदार नं. २ च्या पासवर्डसारखाच आहे. तक्रारदारांनी सादर केलेले रेकॉर्ड हे सिद्ध करीत नाहीत की त्यांनी पासवर्ड बदलले आहेत. त्यामुळे एक उचित निष्कर्ष हा आहे की उत्तरवादीला पासवर्ड माहीत होते, आणि तिने त्यांच्या जीमेल अकाऊंटमध्ये प्रवेश करून तिला हुंडा प्रकरणात मदत करील असे, शेकडो नाही तरी डझनावरी ईमेल आणि चॅट सत्रे पाहून, आणि ते ईमेल आणि चॅट सत्रे पुढे पाठवून/प्रिंट करून, तिने तक्रारदाराला आश्चर्यचकित केले. उत्तरवादीने जोरदार युक्तिवाद केला की पती आणि पत्नीमध्ये 'विश्वासाचे बंधन' असते आणि त्याकरिता तिला ईमेलपर्यंत पोहोचण्याचा अधिकार होता. विश्वासाचे हे बंधन तुटल्यानंतर, आणि हुंड्याचे प्रकरण नोंदवल्यानंतर, आणि

---

[५] उदाहरणार्थ पहा, मेहता. ए. (मार्च २, २०११) झिडकारलेल्या तरुणाने आपल्या गर्लफ्रेंडची अश्लील छायाचित्रे प्रसिद्ध केली. *द टाइम्स ऑफ इंडिया.* http://timesofindia.indiatimes.com/ city/jaipur/Spurned-youth-posts-obscene-pix-ofgirlfriend/articleshow/7605208.cms या ठिकाणी उपलब्ध (२१ मे २०१५ रोजी प्राप्त केले). या प्रकरणात, अपराधीने पीडितेच्या ई-मेल अकाऊंट हॅक केले आणि तिची खासगी छायाचित्रे मिळवून त्याचा इतर वेबसाइटवर दुरुपयोग केला.

[६] पहा विनोद कौशिक आणि इतर विरुद्ध निधी जोशी आणि इतर, २०१० च्या तक्रारदार नं.२ https://it.maharashtra.gov.in/Site/Upload/ACT/Madhvika%20Vs%20Kaushik-Rajesh%20Aggarwal.pdf या ठिकाणी उपलब्ध.

> पतीला झालेल्या अटकेनंतर ईमेलपर्यंत प्रवेश मिळवण्यात आला आहे, त्यामुळे या युक्तिवादात मला कुठलाही जोर दिसत नाही. आयटी कायद्याचे कलम ४३ अनधिकृत प्रवेशासंबंधी स्पष्टपणे लागू होते. उत्तरवादीने केवळ तिच्या पतीच्या ईमेल अकाऊंटमध्ये प्रवेश मिळवलेला नाही तर, तिच्या सासऱ्यांनी त्यांच्या नातेवाइकांबरोबर आणि मित्रांबरोबर केलेल्या चॅट सत्रांमध्येही प्रवेश मिळवला आहे. अशा प्रकारे, तिने केवळ तक्रारदाराच्या गोपनीयतेचे उल्लंघन केले नाही तर, त्यांचे मित्र आणि नातेवाईक यांच्या गोपनीयतेचेही उल्लंघन केले आहे, ज्यांना याविषयी कुठलीही माहिती नव्हती, त्यांनी तिला ही खासगी चॅट सत्रे पाहण्याचे अधिकार दिले होते. कुटुंब किंवा कार्यालयीन परिसरातही, जर कुणी लॉग आऊट करायचे विसरले, आणि दुसरी व्यक्ती, स्वतःच्या जीमेल (किंवा फेसबुक किंवा स्काईप आदींचे इतर ईमेल) अकाऊंट लॉग इन करत असताना कुणाचे ईमेल खुले पाहतो, तेव्हा त्याच्याकडून ही सर्वसामान्यपणे अशी अपेक्षा केली जाते की त्याने इतरांचे ईमेल किंवा चॅट सत्रांकडे न पाहता त्यांचे अकाऊंट तातडीने लॉग आऊट केले पाहिजे. तुम्ही एका खुल्या ईमेलवर नजर टाकत आहात किंवा पासवर्डचा वापर करून बंद ईमेलमध्ये लॉग इन करून ईमेल पाहत आहात, या दोन्ही गोष्टींमध्ये फरक आहे. हा फरक आजूबाजूला पडलेले पत्र वाचणे आणि खात्रीशीरपणे दुसऱ्या कोणासाठी तरी असलेला बंद लिफाफा, उघडणे यांसारखेच आहे. त्यामुळे उत्तरवादी नं. १ला पासवर्ड माहिती होते का, किंवा तिने चलाखीने अंदाज लावून पासवर्ड मिळवले का, किंवा पासवर्ड मिळविण्यासाठी एखाद्या सॉफ्टवेअरचा वापर केला का, ही तथ्ये लक्षात घेतली तरी तिने अनधिकृतपणे ईमेल आणि चॅट सत्रांपर्यंत प्रवेश केला आणि आयटी कायद्याच्या तरतुदींचे उल्लंघन केले, हे स्पष्ट आहे. उत्तरवादीला हे जीमेल अकाऊंट उघडण्याचे, विशेषतः तिच्या सासऱ्यांचे अकाऊंट उघडणे आणि त्यांचे चॅट सत्र डाउनलोड करण्याचा कुठलाही अधिकार नव्हता. जर तिला या अकाऊंटमधून चुकीच्या कामांचे पुरावे मिळू शकतात असा संशय आला होता, तर तिने याविषयी पोलिसांत संपर्क साधायला हवा होता आणि तपास एजन्सींना कायद्यानुसार कारवाई करू द्यायला हवी होती.[७]

या प्रकरणात, तथापि श्री. अग्रवाल यांनी नुकसानभरपाई भरण्यापासून तिला सूट दिली कारण याचिकाकर्त्यांनी तशी विनंती केली होती. पण हे आयटी कायद्याच्या कलम ६६सी[८]नुसार ही

---

[७] विनोद कौशिक आणि इतर विरुद्ध निधी जोशी आणि इतर, २०१० मधील तक्रारदार नं. २ मधील आदेशाचे पान ५ आणि ६ पहा. https://it.maharashtra.gov.in/Site/ Upload/ACT/Madhvika%20Vs%20Kaushik-Rajesh%20Aggarwal.pdf या ठिकाणी उपलब्ध

[८] आयटी कायदा, २००० (२००८मधील सुधारित) चे कलम ६६सी ओळखीच्या चोरीसाठी असलेल्या शिक्षेसाठी सांगते आणि म्हणते की,

> जो कुणी, फसवणूक किंवा अप्रामाणिकपणे दुसऱ्या व्यक्तीची इलेक्ट्रॉनिक हस्ताक्षर, पासवर्ड किंवा एखाद्या व्यवच्छेदक गुणधर्माचा वापर करतो, त्याला तीन वर्षांपर्यंतच्या मुदतीच्या कारावासाची शिक्षा दिली जाईल आणि त्याला दंडही द्यावा लागेल जो एक लाख रुपयांपर्यंत असू शकेल.

ओळखीची चोरी आहे, या गोष्टीचा विचार करून उत्तरवादीला दोषी ठरविले गेले होते आणि तिला सरकारकडे टोकन म्हणून काही रक्कम भरण्याचा आदेश दिला गेला होता. जर पीडित/याचिकाकर्ता महिला असतील तर हे निरीक्षण त्यांना लागू होईल, असे म्हणता येईल.

सायबर स्टॉकिंग

सायबर स्टॉकिंगला पारंपरिकरीत्या सायबर स्पेसमध्ये वर्तनात्मक गैरव्यवहार मानले जाते. बोसीज, ग्रिफिथ्स आणि मॅकफारलेन (२००२) यांच्या मते सायबर स्टॉकिंग म्हणजे

> वर्तनांचा एक समूह ज्यामध्ये व्यक्ती, व्यक्तींचा समूह किंवा संघटना, एक किंवा अधिक व्यक्तींना त्रास देण्यासाठी माहिती आणि संप्रेषण तंत्रज्ञानाचा वापर करतो. अशा वर्तनांमध्ये धमकी देणे आणि खोटे आरोप करणे, ओळखीची चोरी, डेटाची चोरी, डेटा किंवा उपकरणास नुकसान पोहोचवणे, संगणकावर टेहळणी करणे, लैंगिक उद्देशांसाठी लहान मुलांना आमिष दाखवण आणि संघर्ष यांचा समावेश असू शकतो, पण हे त्यापर्यंत मर्यादित नसते.

तथापि, ब्रेनर (२००४) ने अचूक रीत्या नमूद केले आहे की 'एकोणिसाव्या शतकातील तंत्रज्ञानाच्या दुरुपयोगामुळे सुमारे एका शतकापूर्वी तयार झालेल्या अश्लील किंवा संतापजनक टेलिफोन कॉल गुन्ह्यांच्या स्थानावर सायबर स्टॉकिंग आणि सायबर छळवणूक हे नंतर आलेले गुन्हे आहेत. 'सायबर स्टॉकिंगसाठी सर्वांत पहिल्यांदा अमेरिकेत कायदे बनले होते, ज्यामध्ये सायबर स्टॉकिंगला समाविष्ट करून घेण्यासाठी भौतिक स्टॉकिंगसंबंधीच्या कायद्यांची व्याप्ती वाढविली गेली होती. कायद्याच्या दृष्टीने, सायबर स्टॉकिंगला १९९० च्या दशकाच्या सुरुवातीलाच गुन्ह्याच्या स्वरूपात ओळखले गेले होते. १९९३ मध्ये मिशिगन गुन्हेगारी संहितेने पहिल्यांदा सायबर स्टॉकिंगसह स्टॉकिंगला गुन्हा घोषित केले होते.[९] अमेरिकी कायद्यांद्वारा सायबर स्टॉकिंगला 'छळवणूक' म्हणून मानले जात होते,[१०] ज्यामध्ये 'छळवणूक' म्हणजे ज्यामध्ये 'वारंवार किंवा सहमतीशिवाय स्पर्शाचा समावेश आहे ज्यामुळे योग्य व्यक्तीला भावनिक त्रासाला सामोरे जावे लागेल, आणि ज्यामुळे पीडितेला प्रत्यक्षात भावनिक त्रासाचा सामना करावा लागतो, अशी 'पीडितेकडे निर्देशित कृती' असे स्पष्ट केले होते.'[११] मिशिगन फौजदारी संहितेमध्ये पुढे सांगितले आहे की 'सहमतीशिवाय स्पर्श' याचा अर्थ 'पीडितेला अनपेक्षित आणि नको असलेले मेल किंवा इलेक्ट्रॉनिक संप्रेषण पाठविणे'

---

[९] मिशिगन फौजदारी संहिता, स्टॉकिंग: विभाग २८.६४३(८), व्याख्या. १९९३ विभाग ४११h. http://www.haltabuse.org/resources/laws/michigan.shtml या ठिकाणी उपलब्ध (१२ डिसेंबर २०१३ रोजी प्राप्त केले.)

[१०] तथैव.

[११] प्रकरण १२१, यूएससी १८ (भाग I) चा विभाग २७०१ चा परिच्छेद (ब) (२).

असा असू शकतो.[१२] सध्या अमेरिकेच्या अनेक प्रांतांनी सायबर स्टॉकिंगविरोधी कायदे लागू केले आहेत, जे सायबर स्टॉकिंगचे छळवणुकीच्या समान संदर्भातून स्पष्टीकरण देतात. महिलांविरुद्ध हिंसा आणि न्याय पुनर्गठन कायदा विभाग, २००५, ज्याने विभाग ११४[१३] च्या माध्यमातून टायटल १८च्या विभाग २२६१ए ला सुधारित केले, सायबर स्टॉकिंग ही संकल्पना अधिक स्पष्टपणे स्पष्ट केली गेली. 'सायबर स्टॉकिंग' ही संज्ञा अद्यापही युनायटेड किंग्डममध्ये कुठल्याही विशिष्ट कायदेशीर तरतुदीने स्पष्ट केलेली नाही.[१४] छळवणुकीपासून सुरक्षा कायदा (पीएचए), १९८७[१५] चे कलम २–७ सह तरतुदींना सध्या स्टॉकिंग आणि सायबर स्टॉकिंगकरिता नियमनाची तरतूद म्हणून वापरले जाते. अगदी जरी पीएचए 'सायबर स्टॉकिंग' विशिष्टपणे स्पष्ट करीत नसला तरी, क्राउन प्रॉसिक्यूशन सर्व्हिस (सीपीएस) एस२ए(३) च्या चौकटीच्या आधारावर सायबर स्टॉकिंगची एक विस्तृत व्याख्या देते. त्यानुसार,

---

[१२] मिशिगन फौजदारी संहिता, स्टॉकिंग: २८.६४३(८), व्याख्या. १९९३ विभाग ४११h. http://www.haltabuse.org/resources/laws/michigan.shtml या ठिकाणी उपलब्ध (१२ डिसेंबर १२ रोजी प्राप्त केले)

[१३] ही तरतूद भौतिक आणि सायबर स्टॉकिंगच्या प्रक्रिया स्पष्ट करते की जे गुन्हेगारी म्हणून घोषित केले जाऊ शकते. त्यात म्हटले आहे की,

> जो कुणी (१) दुसऱ्या व्यक्तीला मारणे, इजा पोहोचविणे, छळ करणे किंवा अवैध लैंगिक संबंध बनवण्याच्या हेतूने आंतरराज्य किंवा विदेशी व्यापारात किंवा अमेरिकेच्या विशेष सागरी किंवा क्षेत्रीय अधिकारक्षेत्रांतर्गत प्रवास करतो, किंवा भारतीय देशात प्रवेश करतो किंवा बाहेर जातो किंवा दुसऱ्या व्यक्तीला मारणे, इजा पोहोचविणे, छळ करणे किंवा अवैध लैंगिक संबंध बनवण्याच्या हेतूने देखरेखीखाली आहे अशा ठिकाणी प्रवेश करतो किंवा बाहेर जातो, आणि यादरम्यान, किंवा अशा प्रवासामुळे त्या व्यक्तीचा मृत्यू, किंवा गंभीर शारीरिक जखमेच्या भीतीमध्ये घालतो, किंवा ती व्यक्ती, त्या व्यक्तीचे कौटुंबिक सदस्य (जसे की कलम ११५ मध्ये वर्णन केले आहे), किंवा जोडीदार किंवा त्या व्यक्तीच्या जवळची व्यक्ती की जी अधिक भावनात्मक त्रासाचे कारण बनते; किंवा (२) (अ) इतर कुठल्या व्यक्तीला मारणे, इजा पोहोचवणे, छळवणूक करणे किंवा धमकी देणे, किंवा अमेरिकेच्या इतर राज्य किंवा आदिवासी अधिकारक्षेत्रामध्ये किंवा विशेष सागरी अधिकारक्षेत्र किंवा क्षेत्रीय अधिकारक्षेत्रांतर्गत कुठल्या व्यक्तीच्या अधिक भावनात्मक त्रासाचे कारण बनते; किंवा (ब) अमेरिकेच्या तर राज्य किंवा आदिवासी अधिकारक्षेत्रामध्ये किंवा विशेष सागरी अधिकारक्षेत्र किंवा क्षेत्रीय अधिकारक्षेत्रांतर्गत (i) ती व्यक्ती; (ii) जवळचे कौटुंबिक सदस्य (जसे की कलम ११५ मध्ये वर्णन केले आहे), किंवा (iii) त्या व्यक्तीचे जोडीदार किंवा जवळची व्यक्तीला मृत्यू किंवा गंभीर शारीरिक जखमेच्या भीतीमध्ये घालण्याच्या हेतूने; अशा कामात सहभागी होण्यासाठी मेल, कुठलीही परस्परसंवादात्मक संगणक सेवा, किंवा आंतरराज्य किंवा विदेशी व्यापाराच्या कुठल्याही सुविधेचा वापर करतो की जो त्या व्यक्तीच्या खूप अधिक भावनात्मक त्रासाचे कारण बनतो किंवा त्या व्यक्तीच्या मृत्यू किंवा उपपरिच्छेद (ब) च्या खंड (i) मधील (iii) च्या माध्यमातून वर्णन केलेल्या कुठल्याही व्यक्तीला गंभीर शारीरिक जखमेच्या यथार्ह भीतीस कारणीभूत ठरते.

[१४] क्राउन अभियोग सेवेच्या वेबसाइटवर स्टॉकिंगवरील चर्चा पहा http://www.cps.gov.uk/legal/s_to_u/stalking_and_harassment/#a02b या ठिकाणी उपलब्ध (१४ मे २०१४ रोजी प्राप्त केले).

[१५] छळवणुकीपासून सुरक्षा कायदा, १९८७ मधील छळवणुकीसंबंधी तरतुदी पहा. http://www.legislation.gov.uk/ukpga/1997/40/contents या ठिकाणी उपलब्ध.

> इंटरनेटवर आणि ईमेलच्या दुरुपयोगाच्या माध्यमातून छळवणूक होऊ शकते. याला काही वेळेस 'सायबर स्टॉकिंग' मानले जाते. यामध्ये सोशल नेटवर्किंग साइट्स, चॅट रूम आणि तंत्रज्ञानाची मदत घेऊन चालविण्यात येणाऱ्या अन्य व्यासपीठाच्या वापराचा समावेश होऊ शकतो. इंटरनेटचा वापर छळवणुकीशी संबंधित विविध हेतूंसाठी केला जाऊ शकतो, उदाहरणार्थः पीडितेबाबत वैयक्तिक माहिती जाणून घेण्यासाठी; पीडितेबरोबर संवाद साधण्यासाठी; पीडितेवर देखरेखीचे साधन म्हणून; ओळखीची चोरी जसे की पीडितेला सेवांचे सदस्यत्व देणे, त्यांच्या नावावर वस्तू आणि सेवांची खरेदी करणे; पीडितेच्या प्रतिष्ठेला नुकसान पोहोचवणे; इलेक्ट्रॉनिक नुकसान जसे की स्पॅमिंग आणि व्हायरस पाठवणे; किंवा इतर इंटरनेट वापरकर्त्यांना चलाखीने पीडितेची छळवणूक करणे किंवा धमकी देणे यांमध्ये समाविष्ट करणे.[१६]

भारतामध्ये, २०१३ पर्यंत सायबर स्टॉकिंगविषयी कुठलेही कायदे नव्हते. सायबर स्टॉकिंगमध्ये नेमके काय येते याविषयी मोठा गोंधळ होता. आमच्या यापूर्वीच्या प्रकाशनामध्ये, आम्ही सायबर स्टॉकिंगची एक व्यावहारिक व्याख्या बनविली, ती याप्रमाणे: 'एका शब्दामध्ये, जेव्हा पुरूषांकडून 'पाठलाग करणे' ज्यायोगे नुकसान पोहोचवण्याचा समावेश असतो आणि असे डिजिटल माध्यमातून यशस्वीपणे केले जाते, तेव्हा आपण सायबर स्टॉकिंग झाले आहे, असे म्हणू शकतो' (हालदर आणि जयशंकर, २०१०; हालदर, २०१५). सायबर स्टॉकिंगचे दोन टप्पे असू शकतात या गोष्टीकडेही लक्ष दिले पाहिजे: (अ) पीडितेला नुकसान पोहोचवण्यासाठी देखरेख करण्यासाठी पीडितेबाबत माहिती गोळा आणि आदी करणे, पीडितेचा डिजिटल माध्यमातून पाठलाग करणे आणि (ब) डिजिटल माध्यमातून संप्रेषण करून पीडितेच्या गोपनीयतेचे उल्लंघन करण्याची धमकी देणे (हालदर, २०१५). २०१३ मध्ये, फौजदारी कायदा सुधारणा कायदा, २०१३ च्या माध्यमातून, भारत सरकारने कलम ३५४डी, भारतीय दंड संहितेच्या माध्यमातून स्टॉकिंगविरोधी कायदा (सायबर स्टॉकिंगचाही समावेश करतो) प्रस्तावित केला, जिथे सायबर स्टॉकिंगच्या या दोन टप्प्यांचा समावेश केला गेला. या तरतुदीनुसार,

> जो कुणी पुरुष महिलेने अनिच्छेचा स्पष्ट संकेत दिल्यानंतरही त्या महिलेचा पाठलाग करतो किंवा व्यक्तिगत संवाद वाढविण्यासाठी वारंवार संपर्क करतो किंवा संपर्क करण्याचा प्रयत्न करतो किंवा जो कुणी महिलेकडून इंटरनेट, ईमेल किंवा इलेक्ट्रॉनिक संप्रेषणाच्या इतर कुठल्या स्वरूपावर देखरेख ठेवतो किंवा एखाद्या व्यक्तीकडे अशा पद्धतीने पाहतो किंवा त्याची हेरगिरी करतो आणि त्याचा परिणाम म्हणून अशा महिलेच्या मनामध्ये हिंसा किंवा गंभीर अस्वस्थता किंवा त्रासाची भीती उत्पन्न होते किंवा अशा महिलेची मानसिक शांती भंग होते, तेव्हा स्टॉकिंगचा गुन्हा घडतो.

---

[१६] तथैव.

याखेरीज, या विभागामध्ये ज्यांचा समावेश आहे त्या तरतुदींनुसार,

> अशा आचरणाला स्टॉकिंग मानले जाणार नाही जर पाठलाग करणारी व्यक्तीने हे सिद्ध केले की–हा पाठलाग गुन्ह्यांना रोखणे किंवा ओळखण्याच्या उद्देशाने केला गेला होता आणि ज्या व्यक्तीवर स्टॉकिंगचा आरोप लावला गेला आहे त्याच्यावर सरकारने गुन्ह्याला रोखण्याची आणि ओळखण्याची जबाबदारी सोपवली गेली होती; किंवा हा पाठलाग एखाद्या कायद्याच्या आधारे किंवा एखाद्या व्यक्तीने एखाद्या कायद्याच्या आधारे ठेवलेली अट किंवा गरजेचे पालन करण्यासाठी केले गेले होते; किंवा विशिष्ट परिस्थितीमध्ये अशी कृती न्याय्य आणि उचित होती.

अशा प्रकारे, ईमेल, सामाजिक माध्यमांवरून देखरेख आणि मिस्ड कॉल्ससह वारंवार फोन कॉलच्या माध्यमातून सायबर स्टॉकिंगलाही या तरतुदीअंतर्गत नियंत्रित केले जाऊ शकते. तथापि, पोलीस अधिकारी मिस्ड कॉल्सच्या प्रकरणांना स्टॉकिंग कसे मानतात, हे समजून घेणे रंजक आहे. अलीकडील एका प्रेस रिलीजमध्ये, हे पाहिले गेले होते की जिथे महिलांनी वारंवार मिस्ड कॉल येत असल्याची तक्रार केली होती तिथे बिहार पोलीस त्या प्रकरणांसाठी कलम ३५४डी भारतीय दंड संहिता लागू करण्यावर विचार करीत होते. पण त्याचबरोबर जेव्हा प्रकरण केवळ एक किंवा दोन मिस्ड कॉल्सचे नसून 'वारंवार मिस्ड कॉल्स' येत राहण्याचे असते तेव्हा या तरतुदीचा वापर करण्याचे आणि लक्ष देण्याचे निर्देश दिले होते.[१७] भारतामध्ये आता जवळजवळ सर्व भागांमध्ये याचे पालन केले जात आहे. तथापि, अशा प्रकरणांची तक्रार खूप कमी होते.

डेटा प्रकटीकरण तंत्रज्ञानामुळे पीडित कळत किंवा नकळत डेटा उघड करून स्टॉकिंगला मदत करण्यामध्ये महत्त्वाची भूमिका बजावतात, या गोष्टीचीही नोंद घेणे आवश्यक आहे. अशा प्रकरणांत, डेटा नियंत्रक म्हणून पीडितेच्या भूमिकेकडे दुर्लक्ष करता कामा नये. पण, त्यासाठी, पीडितेला दोषी ठरवता कामा नये. अगदी जरी पीडितेने इंटरनेट आणि डिजिटल संप्रेषण युगामध्ये, केवळ ज्ञात परिचितांना डेटा आणि माहिती देणे किंवा नको असलेल्या संपर्कांना ब्लॉक करण्यासारखे सावधानतेचे उपाय केले असतील तरी गोपनीयतेच्या सुरक्षेसाठी अशा प्रकारची सावधानतेची पावले कायम उपयुक्त ठरू शकत नाहीत. याच कारणामुळे स्टॉकिंगला डिजिटल युगामध्ये गोपनीयतेच्या उल्लंघनातील सर्वांत मुख्य प्रक्रियांमधील एक मानली जाते. स्टॉकरने डेटा किंवा सूचनेचा दुरुपयोग कसा आणि का केला होता, या बाजूकडे पोलीस आणि सरकारी पक्षाने लक्ष पाहिले पाहिजे. सायबर स्टॉकिंगची

---

[१७] पीटीआय. (२४ सप्टेंबर, २०१४) पहा. महिलांना वारंवार मिस्ड कॉल देणे हा स्टॉकिंगचाच प्रकार आहे, त्यामुळे कारावास होऊ शकतो. द *हिन्दू*. http://www.thehindu.com/ news/national/other-states/bihar-police-giving-repeated-missed-call-to-women-is-stalking-attracts-jail-term/ article6442286.ece या ठिकाणी उपलब्ध (७ जून २०१६ रोजी प्राप्त केले).

प्रकरणे हाताळताना, प्रमुख लेखिकेने सांगितलेल्या स्टॉकिंगच्या दोन टप्प्यांच्या अंगाने पोलिसांनी बघितले पाहिजे. या प्रक्रियेमध्ये, भारतीय दंड संहिता (फौजदारी धमकी) चे कलम ५०३ आणि भारतीय दंड संहितेचे ५०६ (फौजदारी धमकीसाठी शिक्षा) या तरतुदींचा समावेश करणे आवश्यक होते, कारण स्टॉकिंगमध्ये धमकी देण्याचाही समावेश अवश्य होऊ शकतो. याखेरीज, स्टॉकिंगच्या प्रक्रियेत पीडितेच्या डेटापर्यंत अनधिकृत प्रवेशाचा समावेश आहे की नाही, हेदेखील पोलिसांनी पाहण्याची गरज आहे. अशा प्रकरणांत, प्रकरणांच्या तथ्यावर आधारित कलम ४३, ६६ आणि ६६सी सारख्या तरतुदी लागू केल्या पाहिजेत. अगदी जरी भारतीय दंड संहितेचे कलम ३५४डी स्टॉकिंगच्या प्रक्रियेत समाविष्ट असले तरी, याने आयटी कायद्यामध्ये सुधारणा केलेली नाही. यामुळे, आयटी कायद्याच्या अनेक तरतुदींचा समावेश करणे आवश्यक होते. याखेरीज, हेदेखील लक्षात घेतले पाहिजे की भारतीय दंड संहितेचे कलम ३५४डी स्टॉकरला केवळ पुरुषांपर्यंतच मर्यादित ठेवते. यामुळे जर स्टॉकर एक महिला असेल तर आयटी कायद्यातील तरतुदींचा समावेश करणे आवश्यक होते. याकडेही लक्ष दिले गेले पाहिजे की जर पीडित अल्पवयीन असेल आणि संबंधित मुलीच्या लैंगिक छळवणूकीकरिता स्टॉकिंग केले गेले असेल तर पोस्को कायद्याचे कलम ११ (iv) देखील लागू केले पाहिजे.

तथापि, कलम ३५४डी चे सायबर स्टॉकिंग कायदा म्हणून अद्यापही न्यायालयांनी योग्य स्वरूपात विश्लेषण, तपासणी, विस्तार आणि सुधारणा करण्याची आवश्यकता आहे. ही तरतूद एक महिलाकेंद्रित कायदा आहे आणि ती पीडितेला पूर्ण सुरक्षा देत नाही कारण हा एक जामीनपात्र गुन्हा आहे, आणि एकमात्र उपलब्ध शिक्षा ही तुरुंगवास आहे, जो एक ते तीन वर्षांपर्यंत होऊ शकतो, आणि दंड लागू आहे. या कलमांतर्गत केवळ दुसऱ्यांदा गुन्हा सिद्ध झाला तर सायबर स्टॉकिंग अजामीनपात्र होते. दंडासह पाच वर्षांपर्यंत शिक्षा आहे. पण हे समजून घेण्याचीही आवश्यकता आहे की जेव्हा स्टॉकर जामीन मिळविण्यामध्ये यशस्वी होतो किंवा त्याचा तुरुंगवास संपतो तेव्हा तो पुन्हा येऊन पीडितेला पुन्हा छळू शकतो (आणि पोलिसात तक्रार केली म्हणून सूडही घेऊ शकतो). हे अनेक कारणांमुळे होऊ शकते, ज्यामध्ये स्टॉकरच्या ओळखीची अनामिकता, सेवा देणाऱ्यांकडून स्टॉकरच्या प्रोफाइल/प्रोफाइल्सवर देखरेख ठेवण्यासाठी कुठलीही कारवाई न करणे आदींचा समावेश आहे (हालदर, २०१५). अमेरिका आणि युनायटेड किंग्डमसारख्या देशांत, स्टॉकरला बऱ्याच वेळेपर्यंत पीडितेला संपर्क करण्यापासून रोखण्यासाठी नागरी उपाय म्हणून सायबर स्टॉकिंग तरतुदींमध्ये 'संपर्क न करण्याचा आदेश' अवश्य समावेश आहे (हालदर, २०१५, पृ. क्र. १२०). सायबर स्टॉकिंगवर भारतीय कायदा (कलम ३५४डी भारतीय दंड संहिता आणि पॉस्को कायद्याचे कलम ११ (iv) आणि १२ दोन्हींमध्ये) 'संपर्क न करण्याचा आदेशा'बद्दल

कुठलाही उल्लेख करीत नाही. सायबर स्टॉकिंगच्या पीडितांना शिक्षेमुळे अवश्य फायदा होऊ शकतो विशेषतः कायद्यांच्या प्रभावासाठी, म्हणजे, सायबर स्टॉकिंग, पीडितांची सर्वांत महत्त्वाची गरज निश्चितपणे स्टॉकरच्या कुठल्याही प्रकारच्या संपर्कापासून सुरक्षित करणे ही आहे, हे समजून घेणे आवश्यक आहे (हालदर, २०१५). याखेरीज, तरतूद लागू करण्यावेळी, न्यायालयांनीही याला जोडून असलेल्या तरतुदींविषयी सतर्क राहिले पाहिजे, ज्या 'सायबर स्टॉकिंग' संज्ञेच्या व्याप्तीपासून काही प्रकारांच्या 'देखरेखीला' सूट देतात जसे की या तरतुदीने स्पष्ट केले गेले आहे (हालदर, २०१५, पृ. क्र. ११८–११९). भारतामध्ये न्यायालयांना आतापर्यंत या कायद्याच्या परिणामकारकतेची चाचणी घेण्यासाठी फारशी जागा मिळाली नाही. जर न्यायालय या लेखकांच्या मतांनुसार पीडितांच्या हितांच्या रक्षणासाठी आणखी सतर्क विचार करील, तर या कायद्याचा उद्देश पूर्ण होऊ शकेल, अशी अपेक्षा केली जाऊ शकते.

बनावट अवतारांच्या निर्मितीतून गोपनीयतेचे उल्लंघन

प्रमुख लेखिकेने बनावट अवताराची व्याख्या खालीलप्रमाणे केली आहे,

> पीडितेचे खोटे सादरीकरण, जे अपराधीने पीडितेच्या दृश्य छायाचित्रांबरोबर किंवा छायाचित्रांविना डिजिटल तंत्रज्ञानाच्या माध्यमातून केले आहे आणि ज्यामध्ये पीडितेविषयी शाब्दिक माहितीचा समावेश आहे जी पूर्णपणे खरी असू किंवा नसू शकते आणि जी हेतुतः पीडितेच्या चारित्र्याला बदनाम करण्यासाठी आणि प्रेक्षकांना पीडितेच्या मूळ ओळखीविषयी दिशाभूल करण्यासाठी तयार केली आहे आणि इंटरनेटवर प्रसृत केली आहे (हालदर २०१३, पृ. क्र. १९७).

या व्याख्येवरून, बनावट अवतार साधारणतः डेटापर्यंत अनधिकृत प्रवेशाच्या परिणामस्वरूप परिणाम म्हणून किंवा पीडितांना त्रस्त करणे आणि बदनाम करणे, यासाठी तयार केला जातो, असे लक्षात येते. गोपनीयतेचे उल्लंघन करण्याचा हा एक मार्ग आहे, विशेषतः जेव्हा पीडितेची व्यक्तिगत माहिती पीडितेने योग्य अधिकार दिले नसताना उघड केली जाते.

बनावट अवतार लैंगिक आणि अलैंगिक उद्देशांसाठी तयार केले जाऊ शकतात. बनावट अवतार तयार करण्याची उदाहरणे सामाजिक माध्यमांवर पीडितेची चुकीची माहिती पोस्ट करणे, तिच्या छायाचित्रांमध्ये फेरफार करून प्रौढ नेटवर्किंग साइट्सवर पोस्ट करणे किंवा अगदी ईमेल, ब्लॉग, चॅट लॉग किंवा व्हॉट्सॲपसारख्या मोबाइल संप्रेषण ॲप्सच्या माध्यमातून तिच्याविषयी बदनामीकारक आणि खोटी, निंदास्पद माहिती पोस्ट करणे इत्यादी असू शकतात. यामुळे बनावट अवतार तयार करणे केवळ लैंगिक छळवणुकीच्या प्रकरणांपुरते मर्यादित असू शकत नाही. जेव्हा पीडित कोणत्याही प्रकारची बदनामीकारक छायाचित्रे, बनावट प्रोफाइलची किंवा इंटरनेटवर खासगी माहिती उघड करण्याविषयी तक्रार करतो, तेव्हा

त्याला बनावट अवतार तयार करणे म्हणून समजले जाऊ शकते, आणि प्रकरणांतील घटकांच्या आधारावर योग्य तरतुदी अवश्य लागू केल्या गेल्या पाहिजेत.[१८]

जेव्हा बनावट अवतार डेटामध्ये अनधिकृत प्रवेश, विशिष्ट ओळखीच्या विशेषत्वाचा फसवणुकीसाठी वापर आदीद्वारा तयार केला जातो, तेव्हा पोलीस अधिकाऱ्याने आयटी कायद्याच्या कलम ४३, ६६ आणि ६६सी लागू करण्यावर विचार केला पाहिजे. बनावट अवतार तयार करण्याच्या परिणामाच्या आधारावर संबंधित अधिकाऱ्याने भारतीय दंड संहितेच्या कलम ४९९ आणि ५०० आणि आवश्यक म्हणून भारतीय दंड संहितेचे कलम ५०९ सह बदनामीशी संबंधित कायदे लागू करण्यावर विचार केला पाहिजे कारण हे संबंधित महिलेच्या विनयास नुकसान पोहोचवू शकते. जर तयार केला गेलेला बनावट अवतार लैंगिक गुन्ह्यांच्या स्वरूपाचा असेल, तर संबंधित अधिकाऱ्याने आयटी कायद्याच्या संबंधित कायदे ज्यामध्ये कलम ६७ (इलेक्ट्रॉनिक स्वरूपात अश्लील सामग्रीचे प्रकाशन करणे किंवा प्रसार करण्यासाठी शिक्षा), ६७ए (कामोत्तेजक कृत्य आदी सामग्रीचे इलेक्ट्रॉनिक स्वरूपात प्रकाशन करणे किंवा प्रसार करण्यासाठी शिक्षा), ६७बी (जर पीडित अल्पवयीन असेल; मुलांना कामोत्तेजक कृती आदीमध्ये चित्रित केलेली सामग्रीचे इलेक्ट्रॉनिक स्वरूपात प्रकाशन करणे किंवा प्रसार करण्यासाठी शिक्षा), ६६इ (गोपनीयतेच्या उल्लंघन करण्यासाठी शिक्षा) समावेश आहे आणि भारतीय दंड संहितेच्या कलम ३५४सी (परपीडानंद आणि त्यासाठी शिक्षा) सह भारतीय दंड संहितेशी संबंधित तरतुदींना लागू करण्याविषयी विचार केला पाहिजे. जर पीडित एक अल्पवयीन मुलगी असेल आणि अशा बनावट अवताराचा वापर पॉर्नोग्राफिक सामग्री तयार करण्यासाठी केला जातो, तेव्हा पोलिसांनी पॉस्को कायद्याच्या कलम ११ (लैंगिक छळवणूक) आणि कलम १२ (लैंगिक छळवणुकीसाठी शिक्षा) यांच्याबरोबर पॉस्को कायद्याच्या कलम १३ (पॉर्नोग्राफिक उद्देशांसाठी मुलांचा वापर) आणि कलम १४ (पॉर्नोग्राफिक उद्देशांसाठी मुलांचा वापर केला तर शिक्षा) लागू करण्यावर विचार केला पाहिजे. तथापि, बनावट अवतार स्टॉकिंग किंवा डेटामध्ये अनधिकृत प्रवेशाचा परिणाम असू शकतो, पहिल्यांदा उल्लेख केलेल्या सर्व स्थितीमध्ये, संबंधित अधिकाऱ्याने स्टॉकिंग किंवा डेटामध्ये अनधिकृत प्रवेशप्रकरणी तरतुदी लागू करण्यासाठी पुरावे, हेतू आणि आदींची पूर्ण तपासणी अवश्य केली पाहिजे.

सूड घेण्यासाठी पोर्नोग्राफी

आमच्या यापूर्वीच्या प्रकाशनात (हालदर आणि जयशंकर, २०१३) मध्ये, आम्ही सूड घेण्यासाठी तयार केलेल्या पॉर्नची या प्रकारे व्याख्या केली आहे

[१८] बनावट अवतारांचा सामना कशा पद्धतीने करावा यावर विस्तृत चर्चा नंतरच्या प्रकरणांतून केली गेली आहे.

> एक अशी कृती ज्याद्वारे अपराधी तुटलेल्या नात्याविषयीचा त्याचा संताप आणि निराशा त्याच्या/तिच्या पीडितेचे चुकीचे, लैंगिक उत्तेजक चित्रण सार्वजनिक करून, अशा माहितीचा दुरुपयोग करून जी त्याला सहजपणे ज्ञात होऊ शकते आणि त्याने त्याच्या संगणकमध्ये स्टोअर केलेली असू शकते, किंवा स्वतः पीडितेने त्याच्या इलेक्ट्रॉनिक साधनामध्ये ती ठेवलेली असू शकते, किंवा पीडितेच्या स्वतःच्या सहमतीने साधनामध्ये स्टोअर केलेली असू शकते; आणि की जे पीडितेला जाहीररीत्या बदनाम करण्यासाठी केलेले अवश्य असू शकते.

सूड घेण्यासाठी पॉर्न तयार करून छळवणूक करणे ही भारतामध्ये आता सामान्य घटना बनली आहे. हे समजण्याची गरज आहे की जेव्हा सूड घेण्यासाठी तयार केलेले पॉर्न इंटरनेटवर अनिवार्यपणे महिलांविषयी लैंगिक हिंसा तयार करतात, यामध्ये परपीडानंदी, हॅकिंग आणि स्टॉकिंग अवश्य समावेश होतो. भारतामध्ये, सूड घेण्यासाठी तयार केलेल्या पॉर्नला नियंत्रित करण्यासाठी कुठलाही विशिष्ट कायदा नाही. पण ही गोष्ट महिलांच्या विनयास अवश्य नुकसान पोहोचवते, म्हणून भारतीय दंड संहितेच्या कलम ३५४सी (परपीडानंदी), आयटी कायद्याच्या ६६इ (गोपनीयतेचे उल्लंघन) आणि भारतीय दंड संहितेच्या कलम ५०९ (महिलांच्या विनम्रतेला नुकसान पोहोचवण्यासाठी शिक्षा) च्या माध्यमातून या गोष्टीला नियंत्रित केले जाऊ शकते. सूड घेण्यासाठी तयार केलेल्या पॉर्नकडे महिलांच्या असभ्य सादरीकरणाच्या दृष्टिकोनातूनही पाहिले पाहिजे.

तथापि, सूड घेण्यासाठी तयार केलेल्या पॉर्नचे नियमन करताना, पीडितेच्या झालेल्या छळवणुकीच्या विविध स्वरूपांबरोबरच पीडितेच्या गोपनीयतेच्या उल्लंघनावरही विचार केला गेला पाहिजे. अमेरिकेमध्ये सायबर नागरी हक्क चळवळीचे पहिल्या मुख्य संस्थापकांपैकी एक असलेले प्राध्यापक फ्रँक्स यांनी सांगितले:

> २०१३ पूर्वी, अमेरिकेमध्ये केवळ तीन राज्यांनी खासगी लैंगिक छायाचित्रांच्या अनधिकृत वितरणास गुन्हा म्हणून घोषित केले होते. २१ जून २०१५ पर्यंत, ही संख्या वाढून तेवीस झाली, ज्यामध्ये कायदा मंजूर करणे किंवा बनवण्याच्या प्रक्रियेमध्ये किमान आणखी सतरा राज्ये आहेत. ही सारी राज्ये या मुद्द्याविषयी गांभीर्याने बोलत आहेत, ही खूप मोठी प्रगती आहे. तथापि, हे निश्चित करणे महत्त्वपूर्ण आहे की तयार केला जात असलेला कायदा प्रत्यक्षात पीडितांचे संरक्षण करतो आणि तो स्पष्ट, तत्त्वनिष्ठ आणि संवैधानिकदृष्ट्या समर्थ आहे.
>
> दुर्दैवाने, यातील अनेक राज्ये कायद्याचे हे निकष पूर्ण करीत नाहीत. या कायद्यांची संख्या निराशाजनक आहे. सहमतीशिवाय तयार केलेल्या पॉर्नोग्राफीला गोपनीयतेच्या उल्लंघनाऐवजी मुख्यतः छळवणुकीचे स्वरूप म्हणून मानले जाते. या कायद्यांसाठी पीडितेला 'नुकसान पोहोचवणे किंवा छळवणूक करण्याच्या हेतूने' अपराधीने केलेल्या कृतीची गरज आहे, त्यातील काहींना तर अपराधी पीडितेचा सध्याचा किंवा पूर्वीचा जवळचा साथीदार असणे आवश्यक आहे. खात्रीने, सहमतीशिवाय तयार केलेली

पोर्नोग्राफी नेहमी घरगुती हिंसाचारामध्ये भूमिका बजावते, पण नुकसान पोहोचवणे किंवा गुन्ह्याच्या घटकांची छळवणूक तयार करण्याचा हेतू घरगुती हिंसाचारातील पीडितांसाठी सर्वोत्तम हिताचा नसतो. नुकसान पोहोचवणे किंवा छळवणूक करण्याचा हेतू एका योग्य संशयापलीकडे जाऊन सिद्ध करण्यासाठी केवळ अनोळखींकडून जे पीडित झाले आहेत त्यांच्यासाठी व्यावहारिकरीत्या अशक्य ठरते इतकेच नव्हे तर; हे घरगुती हिंसाचाराच्या प्रकरणांतही खूप कठीण असते, कारण अपराधी अनेक अशक्य पर्यायी हेतूंचा दावा करू शकतात. सहमतीशिवाय तयार केलेली पॉर्नोग्राफी कायमच सूड घेण्यासंबंधी नसते, पण ती कायम गोपनीयतेशी संबंधित असते. परपीडानंदीविरोधी प्रतिबंध करण्यासाठी गोपनीय कायदे, अतिक्रमित कायद्यापासून गोपनीयतेच्या गरजेसाठी, अपराधी पीडितेला नुकसान पोहोचवणे किंवा छळवणूक करण्याच्या हेतूने प्रेरित असण्याची जरुरी नाही, ही चांगली गोष्ट आहे. गोपनीयतेचे उल्लंघन माहीत असणे हे इजेचे मूळ आहे. पॉर्नोग्राफी कायद्यामध्ये सहमतीशिवाय नुकसान पोहोचवणे किंवा छळवणूक करण्याच्या हेतूच्या निष्फळतेचा विचार करता यामधील कोणत्याही (प्रत्यक्षातील) प्रकरणांत या व्याख्येंतर्गत कुणी अपराधी मानले जाणार नाही:

- बिटकॉइन प्राप्त करणे किंवा सामाजिक दर्जा उंचावण्याच्या आशेने, शंभराहून अधिक सेलिब्रिटींकडून चोरलेली खासगी, अश्लील छायाचित्रे वितरित करणारे निनावी पोस्टर;
- कॅलिफोर्निया महामार्गावर काम करणारा एक गस्ती अधिकारी अटक केलेल्या महिलेच्या सेलफोनमधून मिळालेली अश्लील छायाचित्रांची 'खेळाचा' हिस्सा म्हणून अधिकाऱ्यांमध्ये देवघेव करीत आहे;
- पेन स्टेटमधील बंधू बेशुद्ध, नग्न महिलांची छायाचित्रे मनोरंजनाच्या उद्देशासाठी मेंबर्स-ओन्ली फेसबुक पेजवर अपलोड करीत आहेत;
- हंटर मरे आणि क्रेग ब्रिटनसारखे सूड घेण्यासाठी तयार केलेल्या पॉर्नसंबंधी अश्लील साइट्सचे मालक फायदा आणि मनोरंजनाकरिता हजारो खासगी, कामोत्तेजक छायाचित्रे प्रकाशित करीत आहेत.

नुकसान पोहोचवण्याच्या हेतूमागे केवळ खराब धोरणे नसतात; तर वाईट कायदेही असतात. अशा आवश्यकता संविधानाचे पालन निश्चित करण्यासाठी आवश्यक आहेत, असा दावा काही जण करीत असले तरी, याच्या अगदी विरुद्ध गोष्ट खरी आहे: उद्देशामधले अनियंत्रित फरक समस्या सोडविण्याऐवजी त्यात संवैधानिक गुंतागुंत निर्माण करतात. त्रास देण्यासाठी केल्या गेलेल्या कामोत्तेजक छायाचित्रांच्या प्रकटीकरणास रोखणे, अशा प्रकटीकरणाला परवानगी देणे जे फायदा कमावणे किंवा मनोरंजन देण्यासाठी केले गेले आहे, पहिल्या सुधारणेअंतर्गत पूर्ण समावेशकता कमी असणे आणि दृष्टिकोन भेदभाव दोन्ही आक्षेपांसाठी दुर्बल कायदा देतो.

सहमतीशिवाय तयार केलेल्या पॉर्नोग्राफीला नियंत्रित करणाऱ्या अनेक राज्य कायद्यांबरोबर या आणि अन्य समस्या, यांच्यासह या सीमाहीन गुन्ह्यांकरिता फारसे

उपयुक्त नसलेल्या अधिकारक्षेत्रातील मर्यादा, एक संघराज्यीय गुन्हेगारी कायद्याची आवश्यकता स्पष्ट करतो. संघराज्यीय गुन्हेगारी कायदा केवळ गुन्ह्यांच्या प्रासंगिक घटकांचे एक, स्पष्ट समालोचन देण्यासाठी आवश्यक आहे इतकेच नव्हे, तर या गंभीर चुकीचा समाजाकडून कसा स्वीकार आणि निषेध होतो या गोष्टीचा संकेत देण्यासाठीही संघराज्यीय गुन्हेगारी कायदा आवश्यक आहे.

एप्रिल २०१५ मध्ये, सिनेटर अल फ्रँकन, जे गोपनीयता, तंत्रज्ञान आणि कायद्यावर सिनेट न्यायपालिका समितीच्या उपसमितीवर काम करतात, त्यांनी एफबीआयला 'वर्तमान कायद्यामध्ये कुठल्याही अशा कमतरतांवर माहिती देण्यास सांगितले... ज्यामुळे एफबीआयला कामोत्तेजक छायाचित्रांच्या सहमतीशिवाय प्रकटीकरणाच्या प्रकरणांत तपासणी आणि अटकसत्र करण्यापासून रोखलेले असू शकते.' प्रतिनिधी जॅकी स्पिअर (डी-सीए) आणि ग्रेगरी मीक्स (डी-एनवाय) व्यक्तिगत जवळकीच्या गोपनीयतेचे संरक्षण करणाऱ्या संघराज्यीय गुन्हेगारी तरतुदींवर कॉंग्रेसच्या प्रयत्नांमधील कमतरतांना संबोधित करीत आहेत. एका वर्षाहून जास्तीकरिता, मी तंत्रज्ञान उद्योग, नागरी उदारमतवादी गट, संवैधानिक विद्वान, पीडित आणि सल्लागार गटांनी दिलेल्या माहितीचा वापर करून व्यक्तिगत जवळकीच्या गोपनीयतेविषयक संरक्षण कायदा तयार करण्यासाठी त्यांच्या कार्यालयांबरोबर मिळून काम केले आहे. विधेयक नजीकच्या भविष्यात प्रस्तावित करणे निर्धारित केले आहे.

गोपनीयतेचे संरक्षण करणाऱ्या कायद्यांचा या देशामध्ये मोठा आणि महत्त्वपूर्ण इतिहास आहे. अभिव्यक्ती आणि भाषण स्वातंत्र्याबरोबर समानता आणि व्यक्तिगत स्वायत्ततेसाठी प्रतिबद्ध लोकतांत्रिक समाजाच्या दिशेने मूलभूत होण्यासाठी गोपनीयता आवश्यक आहे. हे आर्थिक किंवा वैद्यकीय गोपनीयतेप्रमाणे लैंगिक गोपनीयतेबाबतीतही ही गोष्ट खरी आहे, आणि याला मान्यता देणारे एक संघराज्यीय विधेयक दीर्घ काळापासून प्रलंबित आहे (फ्रँक्स, २०१५).

भारतामध्ये, या दृष्टिकोनाचे पालन केले गेले पाहिजे. जरी भारतीय दंड संहितेचे कलम ३५४सी आणि कलम ६६इ आयटी कायदा परपीडानंदाला गोपनीयतेमध्ये हस्तक्षेप करण्याबद्दल गुन्हा घोषित करण्यासाठी तयार केले आहेत, तरी हे समजून घेण्याची गरज आहे की हे सूड घेण्यासाठी तयार केलेले पॉर्न नियमित करण्यासाठी पूर्णपणे साहाय्यभूत होऊ शकत नाही. संसदेने सूड घेण्यासाठी तयार केलेल्या पॉर्नच्या सर्व कारणांवर विचार करून त्याला गुन्हा घोषित करण्याकरिता कायदा तयार करण्यासाठी विचार केला पाहिजे.[११] तथापि, जेव्हा पोलिसांना सूड घेण्यासाठी तयार केलेल्या पॉर्नसंबंधी कुठल्याही तक्रारीसाठी संपर्क केला

[११] बदला घेण्यासाठी तयार केलेल्या पॉर्नचे स्वरूप, परिणाम आणि कार्यात्मक व्याख्येवर नंतरच्या प्रकरणांत दिलेली सविस्तर चर्चा पहा.

जातो, तेव्हा त्यांनी उपलब्ध तरतुदी लागू करण्यासाठी विचार केला पाहिजे, ज्यामध्ये परपीडानंदाच्या माध्यमातून गोपनीयतेचे उल्लंघन, संबंधित महिलेच्या विनयास पोहोचणाऱ्या नुकसानाद्वारा त्याचे होणारे परिणाम आणि मोठ्या प्रमाणावर बदनामी की जी सूड घेण्यासाठी तयार केलेल्या पॉर्नचा अंतिम परिणाम होऊ शकते, यांचा समावेश होतो.

कंपनींकडून गोपनीयतेच्या उल्लंघनाचे स्वरूप

फेसबुकसारख्या वेब कंपनी वापरकर्त्यांच्या डेटा उल्लंघनामध्ये कशा पद्धतीने सहभागी असतात, हे आपण नेहमी ऐकतो. डेटाचे असे उल्लंघन जवळपास नेहमीत वेब कंपनीच्या स्वतःच्या संशोधन धोरणाशी संबंधित आहे. कंपनी वापरकर्त्याचे प्रोफाइल, अपडेट्स, ब्राउजिंगच्या सवयी, खरेदी खाते आदींद्वारे छुप्या पद्धतीने डेटा मिळवू शकते, विशेषतः जेव्हा अशी वेब कंपनी त्यांच्या मार्गदर्शक तत्त्वांत अशी धोरणे उघड करते, जी ग्राहकांनी मान्य करायला हवी असतात. अनेक प्रसंगात, इंटरनेट कंपनी असे काही खंड दाखवून स्वतःचा बचाव करतात ज्यायोगे हा डेटा कुठल्याही तिसऱ्या पक्षाकडे उघड केला जाणार नाही, असे सांगितलेले असते. संशोधकांनी निरीक्षण केल्याप्रमाणे, मध्यस्थांकडून व्यक्तिगत माहितीचे (तवानी आणि ग्रोडझिन्स्की, २००२) चे सातत्याने वस्तूकरण केले आहे, जे सायबर स्टॉकिंगसाठी व्यापक संधी देऊ शकते (हालदर, २०१५, पृ. क्र. १११). याबरोबर, वेब कंपन्यांकडून वापर केल्या जाणाऱ्या मोठी डेटा धोरणांच्या माध्यमातून वापरकर्त्यांची खासगी माहिती दररोज प्रसारित होते.

गुगल, फेसबुक, ट्विटर, लिंक्डइन आदींसारख्या सेवा पुरवठादारांची धोरणात्मक तत्त्वे काळजीपूर्वक पाहिल्यानंतर, हे लक्षात येते की ते या संकेतस्थळांच्या माध्यमातून 'प्रायव्हेट' म्हणून अभिव्यक्त केलेली माहिती आणि भाषणे सुरक्षित करण्यासाठी वापरकर्त्यांना 'पर्याय' देतात; आणि त्यातील कुणीही त्या डेटाशी संबंधित वापरकर्त्यांच्या गोपनीयतेचे संरक्षण करीत नाहीत, जो यापूर्वीच डेटा ज्याचा असतो त्याच्या सहमतीने सार्वजनिकरीत्या उघड झाला आहे.[२०] गोपनीयतेची धोरणे, जी वापरकर्ता आणि वेब-सेवा देणाऱ्यांमधील कंत्राटाचा

[२०] या सर्व वेबसाइट अमरिकी कॉपीराइट कायद्यांवर अवलंबून आहेत, विशेषतः डिजिटल मिलेनियम कॉपीराइट कायद्याचा विभाग ५१२ वर, ज्याने सुरक्षित हार्बर धोरण तयार केले आहे. ही तरतूद विशेषतः वापरकर्त्यांविरुद्ध बौद्धिक मालमत्तेच्या उल्लंघनाला रोखणे आणि वापरकर्त्यांसाठी गोपनीयतेची धोरणे विकसित करणे आणि त्याला कार्यान्वित करण्यासाठीही वापर केला जातो. याखेरीज, या सर्व साइट्स वापरकर्त्यांना 'सुरक्षेच्या टिप्स' देऊन गुन्हा टाळण्यासाठी घेतलेल्या खबरदारीचा प्रयोग करतात, ज्या गोपनीयतेच्या उल्लंघनाविरोधात त्यांच्या अकाऊंटचे संरक्षण करू शकतात. यांसारख्या काही सुरक्षेच्या टिप्स या आहेत: पासवर्ड बदलण्यासाठी सल्ला आणि अशा कृती करण्यासाठी सोपे पर्याय; जर आणि जेव्हा वापरकर्त्याला वाटते की पासवर्डची 'चोरी' किंवा त्याचा दुरुपयोग केला गेला आहे तेव्हा त्याची तक्रार करण्याचे पर्याय; वापरकर्त्याच्या कम्प्युटरची मालवेअर हल्ल्यापासून सुरक्षा करण्यासाठी प्रतिबंधात्मक उपाय म्हणून 'अज्ञात' लिंक आणि 'स्क्रॅप्स'वर क्लिक न करण्याचा सल्ला; व्यक्तिगत संवेदनशील डेटा उघड न करण्याचा सल्ला आणि आदी.

एक भाग आहे, सायबर स्टॉकिंगला प्रतिबंध करण्याची कुठलीही हमी देत नाही, विशेषतः अशा प्रकरणांत जेव्हा ही अपेक्षा केली जाते की वापरकर्ता गोपनीयतेच्या धोरणांना वाचेल, ही बाब औत्सुक्यपूर्ण आहे. दुसऱ्या शब्दांत, यूएस नागरी दायित्व कायदा, जो इंटरनेटच्या मुख्य वेबसाइटना मार्गदर्शन करतो, सेवा देणाऱ्यांवर ग्राहकांच्या हिताच्या रक्षणासाठी केवळ तेव्हाच गोपनीयतेचे संरक्षणाची जबाबदारी लागू करतो, जेव्हा ग्राहकाच्या कॉपीराइटचे उल्लंघन होते. पण, दुसऱ्या बाजूने पाहिले असता, हे लक्षात येते की अशा गोपनीयता सुरक्षेची मार्गदर्शक तत्त्वे वापरकर्त्यांना त्यामध्ये प्रवेश करावा की करू नये हा निर्णय घेण्यासाठी जास्त अधिकार देतात (ग्लैंसी, २०००). अशा प्रकारे, 'सार्वजनिकदृष्ट्या खासगी (पब्लिकली प्राइवेट)' उपलब्ध राहण्याचा पर्याय (म्हणजे, सामाजिक माध्यमांवर असणे आणि मर्यादित माहिती जसे की वर्तमान भौगोलिक माहिती, वैवाहिक स्थिती आदींना जगातील सर्व प्रेक्षकांबरोबर शेअर करणे आणि काही निवडक माहिती जसे की व्यक्तिगत छायाचित्रे, व्यक्तिगत आवडी किंवा मते आदींना केवळ 'मित्रां'बरोबर शेअर करणे) वापरकर्त्याने गोपनीयतेच्या सेटिंगच्या निवडीनुसार आणि तो/ती स्वतःला कुठल्या पद्धतीने व्यक्त करू इच्छितात यावर अवलंबून असते. तथापि, याच वेळी, 'खासगी स्वरूपातील खासगी (प्रायवेटली प्रायवेट)' होण्याच्या पर्यायांना (म्हणजे, सामाजिक माध्यमांवर जवळच्या मित्रांशी जोडलेले राहणे, पण त्याच्या/तिच्याबद्दल काहीही शेअर न करणे) नेहमी गोपनीयतेचे सेट अप आणि 'खासगी वातावरणा'च्या संकल्पनेने आव्हान दिले जाते. यासंबंधी संबंधित वेबसाइटकडून वापर केल्या जात असलेल्या गोपनीयता, प्रतिसंरक्षण आणि गुन्हा टाळण्यासाठी घेतलेली खबरदारी आणि त्यांचे मूळ यांच्याबाबत समजून घेणे आवश्यक आहे, ज्यावर प्रकरण ७ मध्ये सविस्तर चर्चा केली गेली आहे.

गुन्हा टाळण्यासाठी घेतलेल्या खबरदारीवर मध्यस्थाच्या दायित्वासह, वेब कंपन्यांच्या वापरकर्त्यांच्या व्यापक डेटाबेस संकल्पनेविषयीसुद्धा अवश्य विचार केला गेला पाहिजे, या गोष्टीचीही नोंद घेणे आवश्यक आहे. सामाजिक माध्यम, ईमेल/संदेश/डिजिटल संप्रेषण सेवा देणारे आणि सर्च इंजीन व्यापक डेटाबेसचे भाग होऊ शकतात की जे वापरकर्त्याच्या इच्छेनुसार त्याची माहिती शेअर करू शकतात (आर्मबार्स्ट आणि इतर, २००९); उदाहरणार्थ, एक फेसबुक वापरकर्ता Academia.edu वर—ॲकॅडमिक स्वारस्य, विद्वत्तापूर्ण लेख शेअर करण्यासाठी वापरकर्त्यांनी स्वतःच प्रकाशित केलेली तयार केलेली साइट—त्याच्या/तिच्या फेसबुक प्रोफाइलसाठी वापर करणाऱ्या यूजरनेम आणि पासवर्डबरोबर लॉग इन करू शकतो, या गोष्टीचीही नोंद घ्यायला हवी. वापरकर्त्याला त्या साइटवर त्याच्या/तिच्या ईमेल आयडीच्या माध्यमातून केवळ सहभागी झाल्याची खात्री करावी लागते.

वेब कंपन्यांखेरीज, गोपनीयतेचे उल्लघंन संबंधित संस्था जसे कार्यालयीन ठिकाण, हॉस्पिटल, शैक्षणिक संस्था आणि कमिशन मिळालेल्या खासगी संस्थांकडून खासगी डेटा उघड करूनही केला जाऊ शकतो; ज्या सरकारच्या वतीने जनतेकडून डेटा गोळा करण्याचे काम करतात. आधार योजनेच्या संवैधानिक वैधतेसंबंधी अलीकडील प्रकरणात हे शेवटचे उदाहरण याचिकाकर्त्यांनी खास करून घेतले होते (चौधरी, २०१५). संयुक्त राज्य अमेरिका, युनायटेड किंग्डम आदी देशांमध्ये, डेटा उघड करण्याच्या माध्यमातून गोपनीयतेच्या उल्लंघन झाल्याच्या उदाहरणांची नेहमी नोंद होते. भारतामध्ये, अशी उदाहरणे आहेत जिथे नेट न्यूट्रॅलिटीच्या समर्थकांचे ईमेल आयडी आणि तत्सम माहिती उघड केली गेली होती आणि ते ईमेल आयडी अन्य कुणी नाही तर भारतीय दूरसंचार नियामक प्राधिकरण (टीआरएआय) च्या वेबसाइटने उघड केले होते की जी कथितरूपात हॅक केली गेली होती.[२१] अशा प्रकारच्या गोपनीयतेच्या उल्लंघनामध्ये, देशाच्या सामाजिक रचनेमुळे महिलांच्या पीडित होण्याची शक्यता जास्त असते. या प्रकरणात आधी सांगितल्याप्रमाणे, इलेक्ट्रॉनिक माध्यमामध्ये कुठल्याही स्वरूपात महिला आणि मुलींच्या संदर्भात कोणतीही संवेदनशील माहिती उघड करणे न केवळ पीडितेकरिता तर तिच्या कुटुंबासाठीही धोकादायक ठरू शकते. अशा प्रकरणात, पीडितेने पोलिसांत दिलेल्या तक्रारीमध्ये खासगी माहितीच्या सुरक्षेतील अपयशासाठी कंपन्यांचा समावेश करण्याविषयी विचार केला पाहिजे. आयटी कायद्याचे कलम ४३ए बॉडी कॉर्पोरेट्सकडून अशा अपयशासाठी नुकसानभरपाई देणे निर्धारित केले आहे.[२२] ही तरतूद नागरी दंड निर्धारित करीत असली तरी, आयटी कायद्याचे कलम ७२ आणि ७२ए कोणत्याही व्यक्तीला (पहिल्या प्रकरणामध्ये) आणि बॉडी कॉर्पोरेटने (नंतरच्या प्रकरणामध्ये) अशा प्रकारच्या डेटाचे उल्लंघन करण्यासाठी फौजदारी दंड निर्धारित केला आहे.

कंपन्यांकडून अशा प्रकारचे गोपनीयतेच्या उल्लंघनाचे लक्ष्य ठरणारा संभाव्य पीडितांचा दुसरा गट सेलिब्रिटी आणि नामवंत व्यक्ती असतात ज्यामध्ये अभिनेते, राजकीय नेते, ख्यातनाम पत्रकार आदींचा समावेश आहे. अशा सेलिब्रिटी, विशेषतः महिलांची खासगी छायाचित्रे विकून किंवा वितरित करून फायदा कमावण्याचा मोठा इंटरनेट व्यापार आहे. महिला सेलिब्रिटींच्या, अधिकतर हॉलिवूडच्या, शेकडो नग्न छायाचित्रे (ज्यामध्ये काही सेक्स्टेड छायाचित्रे, काही नग्न सेल्फी आहेत) लीक करण्याचे अलीकडील प्रकरण, या संदर्भात उल्लेखनीय आहे. अशा प्रकारच्या गोपनीयतेच्या उल्लंघनामुळे केवळ संबंधित

---

[२१] खंडेलवाल, एस. (२७ एप्रिल, २०१५) पहा. टीआरएआय लीक्ड ओव्हर मिलिअन अमेल अॅड्रेसेस; अॅनॉनिमस इंडिया टेक्स रिव्हेंज. http://thehackernews.com/2015/04/net-neutrality-trai-emails.html वर उपलब्ध (७ जून २०१६ रोजी प्राप्त केले).

[२२] या तरतुदीवरील विस्तृत चर्चेसाठी प्रकरण ७ पहा.

महिलांचे भिन्न स्वरूपात पीडन होते असे नव्हे, पण यामुळे त्यांच्या व्यावसायिक क्षेत्रामधील त्यांच्या विकासामध्येसुद्धा अडथळा येऊ शकतो. जरी अनेकांचे हे मानणे आहे की अशी परिस्थिती अशा कलाकारांनी केलेल्या चित्रपटाच्या प्रसिद्धीला तत्काळ वाढविण्यासाठी वापरली जाते, प्रत्यक्षात, तसे नसूही शकते, विशेषतः जर असे छायाचित्र किंवा त्यांचे वितरण कुठल्याही अस्तित्वातील कायदा/कायद्यांचे उल्लंघन करते. या विशिष्ट प्रकरणामध्ये, नग्न छायाचित्रे घोटाळ्याच्या अशा अनेक पीडित सेलिब्रिटींनी गुगलच्या विरुद्ध एक वेब कंपनी म्हणून कायदेशीर खटला भरण्याला प्राधान्य दिले कारण या कथित अशा प्रकारच्या मोठ्या गोपनीयतेच्या उल्लंघनाकडे लक्ष देणे आणि यावर नजर ठेवणे यात ते अपयशी ठरले आहेत (हर्न आणि रुशे, २०१४). तथापि, पीडितांकडून कायदेशीर नोटीस मिळाल्यानंतर, गुगलने अनेक छायाचित्रे हटविली आहेत आणि अशा प्रकारच्या खासगी छायाचित्रांच्या वितरणाला प्रतिबंध करण्यासाठी कारवाई केली. भारतामध्ये, अशाच गोपनीयतेच्या उल्लंघनाच्या काही वेगवेगळ्या घटना झाल्या आहेत की जिथे प्रसिद्ध सेलिब्रिटींना लक्ष्य केले गेले आहे, अधिकतर प्रकरणात हे पाहिले जाऊ शकते की संबंधित अभिनेत्रींनी पोलिसात प्रकरणासंबंधी तक्रार दाखल केली आहे. जर वृत्तांचे विश्लेषण केले तर हे दिसेल की पोलीस तकारीत सामान्यतः गुन्हेगारांचा शोध घेणे आणि वेबसाइटवरून सामग्री हटविण्यासाठी निर्देश दिले गेले आहेत. अगदी भारतामध्ये, आपल्याकडे कलम ७९ (दायित्वातून सुटका), विशेषतः याचा परिच्छेद २(क) आहेत की ज्यामध्ये गुन्हा टाळण्यासाठी घेतलेल्या योग्य त्या खबरदारीसंबंधी मध्यस्थांच्या जबाबदाऱ्या, आणि व्यक्तींच्या गोपनीयतेच्या सुरक्षेच्या संबंधी अनेक मार्गदर्शक तत्त्वे सांगितली आहेत,[२३] गोपनीयता उल्लंघनाच्या पीडित खूप कमी प्रकरणात त्यांच्या पोलीस तक्रारीमध्ये मध्यस्थांना समाविष्ट करतात, विशेषतः जेव्हा इंटरनेटवरून 'सामग्री हटवण्याच्या' त्यांच्या तक्रारीकडे दुर्लक्ष केले जाते किंवा मध्यस्थांकडून त्यांचे पालन केले जात नाही.

पण इथे ज्या गोष्टीकडे लक्ष देणे महत्त्वाचे आहे ती गोष्ट म्हणजे अशा प्रकारच्या गोपनीयता उल्लंघनाच्या पीडितांना कुठलाही कायदेशीर उपायांचा लाभ मिळू शकत नाही जेव्हा त्यांची काही माहिती (ज्याचे उल्लंघन केले गेले आहे किंवा जी पीडितांची छळवणूक करण्यासाठी वापरली गेली असू शकते) सार्वजनिक वेबसाइटवर किंवा सार्वजनिक गॅझेटमध्ये पूर्वीच प्रसिद्ध झालेली अशते. अशी माहिती 'खासगी माहिती'च्या श्रेणीच्या अंतर्गत येत नाही. तथापि, अशा प्रकरणांतही, अद्यापही एक उपाय उपलब्ध आहे जेव्हा अशा माहितीचा दुरुपयोग इतर स्वरूपातील सायबर गुन्हे किंवा इतर कुठले ऑफलाइन गुन्ह्यांमध्ये संबंधित

[२३] तथैव.

व्यक्तीला पीडित करण्यासाठी केला जातो, ज्यामध्ये सुरक्षेचा धोका, आर्थिक नुकसान किंवा बदनामी करण्याचा समावेश आहे. याखेरीज, माहितीचा हक्क कायदा, २००५ देखील काही अपवाद पुरवतो ज्यामुळे लोक माहिती शोधणाऱ्याला माहितीच्या अधिकारांतर्गत व्यक्तिगत माहिती देण्यास नकार देऊ शकतात.[२४]

---

[२४] माहितीचा अधिकार अधिनियम, २००५ चे कलम ८ सूट असलेल्यावर चर्चा करते. ते खालीलप्रमाणे सांगते:

(१) या अधिनियमात काहीही अंतर्भूत असेल तरी, कोणत्याही नागरिकाला पुढील माहिती पुरवण्याचे आबंधन असणार नाही–

(अ) जी माहिती प्रकट केल्याने भारताच्या सार्वभौमत्वाला किंवा एकात्मतेला, राज्याच्या सुरक्षेला, युद्धतंत्रविषयक, वैज्ञानिक किंवा आर्थिक हितसंबंधांना, परकीय राज्यांबरोबरच्या संबंधांना बाधा पोहोचेल किंवा अपराधाला चिथावणी मिळेल, अशी माहिती;

(आ) कोणत्याही न्यायालयाने किंवा न्यायाधिकरणाने जी प्रकाशित करण्यास स्पष्टपणे मनाई केली आहे की जी प्रकट केल्यामुळे न्यायालयाचा अवमान होऊ शकेल, अशी माहिती;

(इ) जी प्रकट केल्याने संसदेच्या किंवा राज्य विधानमंडळाच्या विशेषाधिकाराचा भंग होईल, अशी माहिती;

(ई) वाणिज्य क्षेत्रातील विश्वासार्हता, व्यावसायिक गुपिते किंवा बौद्धिक संपदा यांचा समावेश असलेली जी माहिती प्रकट करणे व्यापक लोकहिताच्या दृष्टिने आवश्यक आहे, अशी सक्षम प्राधिकाऱ्याची खात्री पटली असेल त्या माहितीव्यतिरिक्त, जी प्रकट केल्याने त्रयस्थ पक्षाच्या स्पर्धात्मक स्थानाला हानी पोहोचेल, अशी माहिती;

(उ) जी माहिती प्रकट करणे व्यापक लोकहिताच्या दृष्टिने आवश्यक आहे अशी सक्षम प्राधिकाऱ्याची खात्री पटली असेल त्या माहितीव्यतिरिक्त, एखाद्या व्यक्तीचा विश्वासाश्रित संबंधांमुळे तिला उपलब्ध असणारी माहिती;

(ऊ) विदेशी शासानकडून विश्वापूर्वक मिळालेली माहिती;

(ए) जी प्रकट केल्याने कोणत्याही व्यक्तीच्या जीवितास किंवा शारीरिक सुरक्षिततेस धोका निर्माण होईल अथवा कायद्याची अंमलबजावणी करण्यासाठी किंवा सुरक्षा प्रयोजनासाठी विश्वासपूर्वक दिलेल्या माहितीचा स्रोत किंवा केलेले साहाय्य ओळखता येईल, अशी माहिती;

(ऐ) ज्या माहितीमुळे अपराध्यांचा तपास करणे किंवा त्यांना अटक करणे किंवा त्यांच्यावर खटला दाखल करणे या प्रक्रियांमध्ये अडथळा येईल, अशी माहिती;

(ओ) मंत्रिमंडळाची कागदपत्रे, तसेच, मंत्रिपरिषद, सचिव व इतर अधिकारी यांच्या विचारविमर्शांचे अभिलेख: परंतु, मंत्रिपरिषदेचे निर्णय, त्याची कारणे आणि ज्या आधारावर ते निर्णय घेण्यात आले होते ती सामग्री ही, निर्णय घेतल्यानंतर आणि ते प्रकरण पूर्ण झाल्यावर किंवा समाप्त झाल्यावर जाहीर करण्यात येईल: परंतु आणखी असे की, या कलमामध्ये विनिर्दिष्ट करण्यात आलेल्या अपवादांतर्गत असणाऱ्या बाबी प्रकट करण्यात येणार नाहीत;

(औ) जी माहिती प्रकट करणे व्यापक लोकहिताच्या दृष्टीने आवश्यक आहे अशी, यथास्थिती, केंद्रीय जन माहिती अधिकाऱ्याची राज्य जन माहिती अधिकाऱ्याची किंवा अपील अधिकाऱ्याची खात्री पटली असेल, ती खेरीजकरून, जी प्रकट करण्याचा कोणत्याही सार्वजनिक कामकाजाशी किंवा हितसंबंधाशी काहीही संबंध नाही किंवा जी व्यक्तीच्या खासगी बाबीत आगंतुक हस्तक्षेप करील, अशी वैयक्तिक तपशीलासंबंधातील माहिती: परंतु जी माहिती संसदेला किंवा राज्य विधानमंडळाला देण्यास नकार देता येणार नाही, ती माहिती कोणत्याही व्यक्तीला देण्यासही नकार देता येणार नाही.

सरकारकडून देखरेख

गोपनीयतेच्या उल्लंघनाचे हे स्वरूप सर्वाधिक उल्लेखनीय बनले आहे कारण स्नोडेन आणि असांजसारख्या व्हिसलब्लोअरनी अमेरिकी सरकारचे अनेक संवेदनशील मुद्दे उघड केले. गोपनीयतेच्या अधिकारांचे अनेक समर्थक सरकारकडून केल्या जाणाऱ्या देखरेखीस गोपनीयतेच्या उल्लंघनाचे सर्वांत धोकादायक स्वरूपांपैकी एक मानतात. डिजिटल माध्यमामध्ये गोपनीयता सुरक्षेशी संबंधित जवळजवळ सर्व कायद्यांमध्ये अपवाद खंड आहेत, जे सरकारच्या देखरेखीला गुन्हेगारी किंवा नागरी दायित्वापासून मुक्त ठेवतात, हे याचे कारण आहे. भारतही याला अपवाद नाही. विशेषत्वाने, कलम ४३ आणि ४३ए, ६६, ६६सी, ६६इ आणि अप्रत्यक्षपणे, ६७, ६७ए, ६७बी, गोपनीयतेच्या सुरक्षेविषयी बोलतात, कलम ६९ सारखे कायदे, आणि त्याची मालिकापण आहे ज्यामध्ये कलम ६९ए आणि ६९बी समाविष्ट आहेत जे संविधाना (कलम ६९) च्या अनुच्छेद १९(२) मध्ये उल्लेख केलेल्या आधारांवर कुठल्याही संगणक संसाधनाच्या माध्यमातून कुठल्याही माहितीची देखरेख किंवा डिक्रिप्शनसाठी निर्देशन देण्याचा अधिकार, पूर्वी नमूद केल्याच्या आधारावर कुठलीही सामग्री जी सार्वजनिक प्रवेशास प्रतिबंध करण्यासाठी निर्देशन देण्याचा अधिकार (कलम ६९ए) आणि विशेषतः सायबर सुरक्षेसाठी कुठल्याही संगणक संसाधनाची देखरेख आदीकरिता निर्देशन देण्याचा अधिकार (कलम ६९बी) देते. या तरतुदींचा वापर सामान्यतः त्या ठिकाणी उल्लेख केलेल्या कारणांसाठी केला जातो, आणि विशेषतः ज्या दंगलींना चिथावणी देऊ शकतात अशा अफवा पसरवण्यासारख्या मोठ्या प्रमाणावर राष्ट्रीय अस्थिरतेसारख्या घटना रोखण्यासाठी त्यांचा अलीकडेच वापर केला गेला आहे, हे सांगणे

---

(२) शासकीय गुपिते अधिनियम, १९२३ (१९२३चा १९) किंवा पोटकलम (१) अनुसार अनुज्ञेय असलेले कोणतेही अपवाद यांमध्ये काहीही अंतर्भूत असले तरी, माहिती प्रकट केल्याने साध्य होणारे लोकहित हे संरक्षित हितसंबंधांस होणाऱ्या हानीपेक्षा अधिक असेल तर, सार्वजनिक प्राधिकरण, ती माहिती पाहण्यास परवानगी देऊ शकेल.

(३) पोट-कलम (१) च्या खंड (अ), (क) आणि (i) च्या तरतुदींना अधीन राहून, कलम ६ अन्वये ज्या दिनांकास विनंती केली असेल, त्या दिनांकापासून वीस वर्षांपूर्वी झाली असेल, उद्भवली असेल, किंवा घडली असेल, अशी कोणतीही घटना, प्रसंग किंवा बाब यासंबंधातील कोणतीही माहिती ही, कोणत्याही व्यक्तीस, त्या कलमान्वये विनंती करण्यात आल्यावर पुरविण्यात येईलः परंतु वीस वर्षांच्या उक्त कालावधीची संगणना ज्यापासून करावयाची त्या दिनांकासंबंधात कोणताही प्रश्न उपस्थित झाल्यास या अधिनियमात तरतूद केलेल्या सर्वसाधारण अपिलांना अधीन राहून, केंद्र सरकारचा निर्णय अंतिम असेल.

कलम ९ मध्ये पुढे हे सांगितले आहे की

एखादी माहिती पुरविण्याच्या विनंतीमुळे जर, राज्याव्यतिरिक्त अन्य एखाद्या व्यक्तीच्या कॉपीराइटचे उल्लंघन होत असेल तर, कलम ८च्या तरतुदींना बाधा न येऊ देता, यथास्थिती, केंद्रीय जन माहिती अधिकाऱ्यास, किंवा राज्य जन माहिती अधिकाऱ्यास, अशी माहिती पुरविण्याची विनंती नाकारता येईल.

या ठिकाणी आवश्यक ठरू शकते. सध्या, या तरतुदींचा वापर व्यापक हिंसा रोखण्यासाठी, मुख्यतः सर्वसाधारण निवडणुकांसह संवेदनशील काळामध्ये किंवा न्यायालयांमध्ये संवेदनशील विषयांवर सुनावणी सुरू आहे, आदींकरिता केला जातो. श्रेया सिंघल प्रकरणामध्ये, कलम ६९ए ला असंवैधानिक घोषित करण्यासाठीही याचिका दिली गेली होती. पण, न्यायालयांनी म्हटले की कलम ६६ए नसल्याप्रमाणे, कलम ६९ए माहिती तंत्रज्ञान (माहितीच्या सार्वजनिक रीत्या प्रवेश रोखण्यासाठी प्रक्रिया आणि सुरक्षेचे उपाय) नियम, २००९ ने तसेच कारणांनी चांगल्या रीतीने संरक्षित आहे. त्यामुळे हे वैध आहे. या प्रकारे, जसे की कलम ६९ आणि ६९बी तसेच कलम ७९ यांना २०११ च्या विविध मध्यस्थांच्या मार्गदर्शक तत्त्वांनी समर्थन आहे, त्यांना कलम ६६ए प्रमाणे चुकीचे समजले जाऊ शकत नाही आणि समजले जाऊ नये आणि दुरुपयोग केला जाऊ शकत नाही आणि केला जाऊ नये. पण आम्ही युक्तिवाद करतो की याचा अर्थ हा नाही की जेव्हा गोपनीयतेच्या सुरक्षेचा विषय येतो तेव्हा सरकारकडून केली जाणारी देखरेख पूर्णपणे सुरक्षित आहे. दिल्ली मेट्रो सीसीटीवी फूटेज लीक होण्याच्या घटना या सरकारकडून देखरेखीच्या अशा नकारात्मक परिणामांचे स्पष्ट उदाहरण आहे. या दोन्ही घटनांमध्ये, सार्वजनिक ठिकाणी सामान्य सीसीटीवी देखरेखीचा भाग म्हणून घेतलेले आणि ठेवलेले पुरुष आणि महिलेचे खासगी क्षणांच्या सीसीटीवी फूटेज इंटरनेटवर आणि विशेषतः अश्लील वेबसाइटवर लीक केले गेले होते.[२५] ऑगस्ट २०१५ पर्यंत, 'दिल्ली मेट्रो सीसीटीवी फूटेज' टॅगअंतर्गत छायाचित्रे तेव्हीही इंटरनेटवर उपलब्ध होते.

हादेखील उल्लेख केला गेला पाहिजे की भारतीय दंड संहितेचे कलम ३५४डी, की जो महिलासाठी खूपच सुरक्षित गोपनीयता कायदा आहे, तोही या त्रुटीपासून मुक्त नाही. याला जोडून असलेल्या तरतुदी, जसे की वर उल्लेख केल्याप्रमाणे, सरकारकडून देखरेखीसह काही अपवादांचा समावेश करते. त्यामुळे, अशी अपेक्षा केली जाते की या कायद्यांचा काळजीपूर्वक वापर करायला हवा. अन्यथा, हे केवळ पीडितांसाठी नव्हे तर पूर्ण समाजासाठीदेखील अत्यंत घातक ठरू शकते.

संदर्भ

Armbarst, M., Fox, M., Griffith, R., Joseph, A. D., Katz, R. H., Konwinski, A., Lee G., Patterson, D. A., Rabkin, A., Stoica, I., & Zaharia, M. (2009). Above the clouds: A Berkeley view of cloud computing. Technical Report No. UCB/

---

[२५] आयएएनएस (२३ जुलै, २०१३) पहा. Delhi Metro video of intimate couple leaked, again. द *हिंदुस्तान टाइम्स.* http://www.hindustantimes.com/newd-elhi/delhi-metro-video-of-intimate-couple-leaked-again/article1-1097064.aspx वर उपलब्ध (७ जून २०१५ रोजी प्राप्त केले).

EECS-2009-28. Available at http://www.eecs.berkeley.edu/Pubs/TechRpts/2009/EECS-2009-28.html (Accessed on 11 May 2014).

Bocij, P., Griffiths, M. D., & McFarlane. L. (2002). Cyber stalking: A new challenge for criminal law. *The Criminal Lawyer,* 122, 3–5. Available at https://www.academia.edu/759647/Bocij_P._Griffiths_M.D._and_McFarlane_L._2002_._Cyberstalking_A_new_challenge_for_criminal_law._The_Criminal_Lawyer_122_3-5 (Accessed 10 May 2014).

Brenner, S. (2004). Cyber crime metrics: Old wine in new bottles? *Virginia Journal of Law and Technology,* 9(13), 1–53. Available at http://www.vjolt.net/vol9/issue4/v9i4_a13-Brenner.pdf (Accessed on 10 May 2014).

Choudhary, A. (22 July 2015). No fundamental right to privacy to citizens: Centre tells SC. *The Times of India.* Available at http://timesofindia.indiatimes.com/india/No-fundamental-right-to-privacy-to-citizens-Centre-tells-SC/articleshow/48171323.cms (Accessed on 22 July 2015).

Franks, A. (22 June 2015). How to defeat 'revenge porn': First, recognize it's about privacy, not revenge. *The Huffington Post.* Available at http://www.huffingtonpost.com/mary-anne-franks/how-to-defeat-revenge-porn_b_7624900.html?ir=India&adsSiteOverride=in (Accessed on 2 July 2015).

Glancy, D. (2000). At the intersection of visible and invisible worlds: United States privacy law and the internet. *Santa Clara High Tech. L.J.,* 16, 357. Available at http://digitalcommons.law.scu.edu/chtlj/vol16/iss2/8 (Accessed on 10 May 2014).

Halder, D. (2013). Examining the scope of indecent representation of women (Prevention) Act, 1986, in the light of cyber victimization of women in India. *National Law School Journal,* 11, 188–218.

———. (2015). Cyber stalking victimisation of women: Evaluating the effectiveness of current laws in India from restorative justice and therapeutic jurisprudential perspectives. *TEMIDA,* 18(3–4), 103–130: doi: 10.2298/TEM1504103H

Halder, D., & Jaishankar, K. (2010). Cyber victimization in India: A baseline survey report. Tirunelveli, India. Centre for Cyber Victim Counselling. Available at http://www.cybervictims.org/CCVCresearchreport2010.pdf (Accessed on 11 January 2016).

———. (2013). Revenge porn by teens in the United States and India: A socio-legal analysis. *International Annals of Criminology,* 51(1–2), 85–111.

Hern, A., & Rushe, D. (October 2, 2014). Google threatened with $100m lawsuit over nude celebrity photos. *The Guardian.* Available at http://wwwtheguardian.com/technology/2014/oct/02/google-lawsuit-nude-celebrity-photos (Accessed on 2 May 2015).

Tavani, H. T., & Grodzinsky, S. (2002) Cyberstalking, personal privacy, and moral responsibility. *Ethics and Information Technology,* 4(2), 123–132. Available at http://www.redwoods.edu/instruct/jjohnston/Philosophy20/Readings/Issues/CyberstalkingMoralResponsibility.pdf (Accessed on 9 May 2015).

६ ऑनलाईन लैंगिक गुन्हे

आपण जेव्हा इंटरनेटवरील लैंगिक गुन्ह्यांविषयी बोलतो, विशेषतः भारताच्या संदर्भात, तेव्हा आपण हे पाहिले आहे की ही संकल्पना पॉर्नोग्राफी आणि अश्लीलता या अंतर्गत समजून घेतली जाते आणि या दोन संकल्पना नेहमी समानार्थी समजल्या जातात. तसेच, आपण जेव्हा महिला आणि मुलींविरोधातील सायबर गुन्ह्यांविषयी बोलतो, तेव्हा कायम असे मानले जाते की सर्व प्रकारचे गुन्हे लैंगिक गुन्हे असू शकतात. प्रत्यक्षात, तसे नसूही शकते. इंटरनेटवर महिला आणि मुलींबाबतीत घडलेले विविध प्रकारचे गुन्हे असतात ज्यामध्ये धमकावणी, स्टॉकिंग, ग्रूमिंग आणि आदींचा समावेश असतो; जे लैंगिक स्वरूपातील असू किंवा नसू शकतात. तथापि, लैंगिक स्वरूपातील गुन्हे भारतामध्ये मुख्यतः नोंदविले जातात म्हणून, त्यातील काहींचा विचार कायद्यात केला आहे आणि महिला आणि मुलींना असे गुन्हे गंभीर नुकसान पोहोचवतात म्हणून, आणि इतर स्वरूपाचे गुन्हे की ज्यात धमकावणी, स्टॉकिंग किंवा ग्रूमिंगचा समावेश असतो, त्याचा परिणामही महिला आणि मुलींविरोधात होऊ शकतो, न्यायाधीशांसह अनेक संशोधक आणि कायदेपंडितांचा नेहमी महिलांविरोधातील सायबर गुन्हे लैंगिक गुन्हे असतात असे मानण्याकडे ओढा असतो.[१]

इंटरनेटवरील लैंगिक गुन्ह्यांचा पीडितेवर गंभीर परिणाम होऊ शकतो, विशेषतः इभ्रतीचे नुकसान, असे निदर्शनास आले असेल. एकदा जर संबंधित महिलेला लक्ष्य ठरवून बनविली गेलेली कामोत्तेजक छायाचित्रे किंवा अश्लील सामग्री इंटरनेटवर व्हायरल झाली तर (जे दुर्दैवाने प्रखर असे वास्तव आहे), ते भौतिक अधिकारक्षेत्र कुठलेही असले तरी एका वेबसाइटवरून दुसरीकडे, एका साधनाकडून दुसरीकडे जाऊ शकते. विशेषतः जेव्हा ते विविध न्यायाधिकारक्षेत्रात जाते आणि विविध वेबसाइटवर फिरत राहते तेव्हा पीडितांना मदत करणे पोलिसांकरिता खूप कठीण ठरू शकते (सायट्रन, २०१४). एका ठरावीक काळानंतर सामग्री पुन्हा पुन्हा दिसू लागल्यानंतर उद्भवणाऱ्या परिस्थितीचा सामना करणे पीडितेकरिता अत्यंत वेदनादायी ठरू शकते. अशी सर्व सामग्री अपराधीने तयार केलेले बनावट अवतार असतीलच असे नाही; तर ती पीडितेने स्वतः तिच्या मित्रांना किंवा तिच्या प्रियकराला पाठविलेली सेक्स्टेड छायाचित्रे असू शकतात, या गोष्टीची नोंद घेतली गेली पाहिजे. (हालदर

---

[१] भारताचे माजी सरन्यायाधीश श्री. बालकृष्णन यांच्या 'महिलांविरोधातील सायबर गुन्हे यावर सेमिनार'मधील, एर्नाकुलम येथे महाराजा कॉलेजमध्ये १ ऑगस्ट २००९ रोजी झालेल्या जनजागृतीच्या बैठकीतील महिलांविरोधातील सायबर गुन्हे या भाषणाकडे पहा. http://www.supremecourtofindia.nic.in/speeches/speeches_2009/seminar_-_cyber_crimes_against_women_1-08-09.pdf (९ मार्च २०१५ रोजी प्राप्त केले). यामध्ये लैंगिक गुन्ह्यांबद्दल अधिक विचार दिले गेले आहेत.

आणि जयशंकर, २०१४ब) आणि जी प्राप्तकर्त्यांचे प्रोफाइल किंवा ईमेल आयडी किंवा साधने हॅक केल्यामुळे लीक झालेली असू शकतात किंवा नंतरची व्यक्ती पहिल्यावर नाराज असेल तर प्राप्तकर्त्याने बदला घेण्यासाठी तयार केलेल्या पॉर्नच्या स्वरूपामध्ये वितरित केलेली असते (हालदर आणि जयशंकर, २०१३). प्रश्न हा आहे: इंटरनेटवर लैंगिकदृष्ट्या आक्षेपार्ह सामग्री कोण तयार करतो आणि ती कायदेशीर गुन्ह्यांसाठी का कारणीभूत ठरते?

माहिती तंत्रज्ञान कायदा (२०००) (२००८ मध्ये सुधारित) च्या, कलम ६७ (इलेक्ट्रॉनिक स्वरूपात कामोत्तेजक सामग्रीचे प्रकाशन किंवा प्रसार करण्यासाठी शिक्षा), ६७ए (इलेक्ट्रॉनिक स्वरूपात कामोत्तेजक सामग्रीचे प्रकाशन किंवा प्रसार करण्यासाठी), ६७बी (कामोत्तेजक स्वरूपात मुलांचे चित्रण करणाऱ्या सामग्रीचे प्रकाशन, प्रसार करण्याकरिता शिक्षा) किंवा ६६इ (गोपनीयतेच्या उल्लंघनासाठी शिक्षा) नुसार, भारतीय दंड संहितेच्या कलम ३५४सी (परपीडानंदासाठी शिक्षा) खेरीज किंवा मुलांचे लैंगिक गुन्ह्यांपासून संरक्षण कायदा (पॉक्सो कायदा) (बाल पोर्नोग्राफीची निर्मिती) चे कलम १३, 'कुणीही' किंवा 'कुठलीही व्यक्ती' की जी या कृती करते, ती शिक्षेस पात्र आहे. अशा व्यापक संज्ञेत केवळ अपराधींचा समावेश होऊ शकत नाही, तर अशी महिला जी तिचे खासगी क्षण तिच्या साथीदारासोबत, किशोरवयीनांसोबत आणि तरुण प्रौढांसोबत सेक्स्टिंग करण्यासाठी वापरू इच्छिते, आणि अगदी निःस्वार्थी कार्यकर्ते की जे जनजागृती करण्यासाठी सामान्य लोकांना आक्षेपार्ह लैंगिक सामग्री शेअर करण्यास सांगतात, यांचाही समावेश होतो. यातील नंतरचा मुद्दा वादग्रस्त ठरू शकतो जेव्हा जनजागृतीकरिता आक्षेपार्ह लैंगिक गुन्ह्यांचा प्रसार करण्यात आला आहे, पण त्याचा दुरुपयोग होण्याची शक्यता अधिक आहे, तर असा वापर करणारी व्यक्ती कायद्याच्या दुसऱ्या बाजूला आहे असे गृहीत धरले जाते; कारण सेक्स्टिंग किंवा ओंगळवाण्या विनोदाच्या नावाखाली इलेक्ट्रॉनिक स्वरूपात आक्षेपार्ह सामग्रीच्या शेअरिंग भारतातील कायद्यामध्ये पुरेसे स्पष्ट करण्यात आलेले नाही.

प्रकाशित करणे किंवा प्रसार करणे या दोन गोष्टी दोन विशिष्ट परिस्थितीत कायदेशीर गुन्हा ठरतात: (अ) जेव्हा ती गोष्ट दुसऱ्याच्या प्रतिष्ठेने आयुष्य जगण्याच्या हक्काचे उल्लंघन करते आणि (ब) जेव्हा ती गोष्ट भाषण आणि अभिव्यक्ती स्वातंत्र्याचे उल्लंघन करते. यातील पहिली गोष्ट देशाचे नागरी कायदे तसेच संविधान आणि संहितेने हमी दिलेले पीडितेच्या हक्कांचे उल्लंघन दर्शवते; नंतरची एखाद्याचे हक्क योग्य रीत्या बजावताना त्याने स्वतःची कर्तव्ये आणि जबाबदाऱ्या यांचे केलेले उल्लंघन दर्शवते. या गोष्टी परस्परांशी संबंधित आहेत. पण आपण नेहमी दोन संकल्पनांची सरमिसळ झालेली पाहतो. भारत, अमेरिका, युनायटेड किंगडम आणि आदींसह अनेक न्यायाधिकार क्षेत्रात भाषण स्वातंत्र्याबद्दलची न्यायालयीन समजूत वाढत आहे. इलेक्ट्रॉनिक स्वरूपातील लैंगिक सामग्रीची निर्मिती भाषण

स्वातंत्र्याचा एक भाग असल्याचा विचार नेहमी केला जातो आणि त्याने अनेक प्रसंगांत अमेरिका तसेच भारतामध्ये झोंबणाऱ्या भाषणाची श्रेणी वगळले आहे. याचे प्रमुख उदाहरण म्हणजे पॉर्न वेबसाइटवर पूर्ण बंदी घालण्यासाठी भारतातील न्यायालयांची सततची नकारघंटा.[२] कायदा आरोग्यदायी लैंगिक इच्छा दडपून टाकू शकत नाही, पण जेव्हा ती दुसऱ्याच्या हक्कांना हानी पोहोचवते तेव्हा ती लैंगिक इच्छा किंवा अभिव्यक्ती यांना निश्चित मर्यादा घालू शकते, हे समजून घेण्याची गरज आहे. येथे उद्भवणारा महत्त्वाचा प्रश्न म्हणजे: प्रौढांनी घरी किंवा इंटरनेटवर लैंगिक सामग्री पाहणे या गोष्टीला गुन्हा ठरवता येईल का? सध्या, सर्वोच्च न्यायालयही याच प्रश्नाचा विचार करीत आहे. याचे उत्तर 'हो' असू शकते जेव्हा अशा गरजा पुरवणाऱ्या वेबसाइट्स कायदेशीर सामग्री दाखवतात, या सामग्रीमध्ये असे अभिनेते असतात जे या वेबसाइट्सकरिता लैंगिक सामग्री बनवण्यासाठी करार करण्यासाठी कायद्याने पात्र आहेत आणि अशी सामग्री बनविताना, तिचा प्रसार करताना किंवा विक्री करताना मानवी हक्कांचे, महिलांच्या हक्कांचे किंवा मुलांच्या हक्कांचे तिथे कुठेही उल्लंघन होत नाही.[३]

पण, प्रत्यक्षात, यूट्यूब किंवा व्हॉट्सॲप आणि आदींसह लैंगिक साइट्स कायमच सेक्स्टेड सामग्रीने, बदला घेण्यासाठी तयार केलेल्या पॉर्न सामग्रीने आणि खऱ्या आयुष्यातील बलात्कार चित्रफितीने भरलेल्या असतात. अशा प्रकरणांत, न्यायालये पॉर्न वेबसाइट्सनाही सरसकट परवानगी देऊ शकत नाहीत. तसेच, अशा प्रकरणांत, अशा सामग्रीला नुकसानकारक पॉर्नोग्राफी, कामोत्तेजक सामग्री किंवा अश्लील सामग्री ठरवायचे की नाही, याचा निर्णय न्यायालयाने घेण्याची गरज आहे. अनेक वृत्ते तसेच न्यायालयाच्या निर्णयांत आम्हाला हे पाहायला मिळाले आहे की कामोत्तेजक सामग्री (आयटी कायद्याचे कलम ६७ अ) तसेच अश्लीलता (आयटी कायद्याचे कलम ६७) या अंतर्गत तरतुदींनुसार पोलीस गुन्हा दाखल

---

[२] याची अवश्य नोंद करायला हवी की यापूर्वी मुंबई उच्च न्यायालयाने पॉर्न वेबसाइट्सवर सरसकट बंदी घालण्यास नकार दिला होता. पुन्हा, ऑगस्ट २०१५ मध्ये, सर्वोच्च न्यायालयाने तेच पुन्हा सांगितले की प्रौढांना त्यांच्या घराच्या चार भिंतींआड पॉर्न सामग्री पाहण्यावर बंधने आणण्यासाठी नैतिक धोरण म्हणून सरकार किंवा न्यायालये भूमिका बजावू शकत नाहीत. (अधिक स्पष्टीकरणासाठी पहा NDTV. (२०१५). Can't be present in everyone's bedroom: Centre to Supreme Court on banning porn sites. NDTV मध्ये १० ऑगस्ट २०१५ रोजी प्रसिद्ध झाली. http://www.ndtv.com/india-news/cant-be-present-in-everyones-bedroom-centre-to-supreme-court-on-banning-porn-sites-1205677 या ठिकाणी उपलब्ध (१० ऑगस्ट २०१५ रोजी प्राप्त केले).

[३] अशा प्रकारच्या प्रौढांच्या नेटवर्किंग साइट्स किंवा पॉर्न वेबसाइट्सना विशेष परवाना अर्ज की जे त्यांना आरएफए (प्रौढांकरिता मर्यादित) चिन्हे वापरण्याची परवानगी देतात, त्याचा वापर करून मुलांना अपशब्द बोलणे किंवा मुलांची पॉर्नोग्राफी किंवा अगदी अनैतिक तस्करीशी संबंधित कुठल्याही कायद्याच्या उल्लंघनाच्या दायित्वापासून सूट दिलेली असू शकते.

करू शकतात. असा संभ्रम अंतिमतः जिने शेवटपर्यंत प्रकरणांचा सामना करण्यासाठी सर्व सामाजिक प्रतिकूलतेचा धाडसाने सामना केला आहे अशा पीडितेकरिता अयोग्य न्याय ठरू शकतो, हे समजून घेण्याची गरज आहे. ज्याप्रमाणे, सायबर स्टॉकिंगचा अर्थ फक्त सायबर दादागिरी म्हणून घेतला जाऊ नये. सायबर पोर्नोग्राफी आणि अश्लीलता या गोष्टींचा एकच अर्थ लावला जाऊ नये, असा युक्तिवाद आम्ही करतो. असे संभ्रम संपवून या गोष्टींकडे स्पष्टपणे पाहण्यासाठीच या प्रकरणाची रचना करण्यात आली आहे.

नियमित करण्याजोगी सायबर पॉर्नोग्राफी

कामसूत्रच्या रूपात शृंगारासाठीचे[४] औपचारिक मार्गदर्शक सादर करणारा भारत हा जगातील पहिला देश म्हणून ओळखला जातो. आश्चर्य म्हणजे, आपल्याकडे शृंगाराचे चित्र उभ्या करणाऱ्या खजुराहोसारख्या मंदिर वास्तुकला आहेत, ज्या लिंग, वय, देश कुठलेही असले, तरी मोठ्या प्रमाणावर पर्यटकांना आकर्षित करतात, काही वेळा XXX व्हीडिओमध्ये पाहायला मिळणाऱ्या पॉर्नोग्राफिक स्थितीशी तेथील मूर्त्यांच्या स्थिती मिळत्याजुळत्या असतात; तेव्हा पॉर्न पाहणे गुन्हा ठरविण्यासाठीच्या कायद्याच्या व्याप्तीसंदर्भात स्थानिक तसेच आंतरराष्ट्रीय संशोधकांकडून अनेक औत्सुक्यपूर्ण प्रश्न विचारले जातात. तथापि, दीर्घ काळापासून पॉर्नोग्राफी ही एक संकल्पना म्हणून कायद्याद्वारे अपरिभाषित राहिली आहे, अश्लीलतेसारखी तिची व्याख्या झालेली नाही. यामुळे पॉर्नोग्राफी ही एक संज्ञा म्हणून दर्शवते आणि अश्लीलतेशी ती मिळतेजुळती आहे काय, यांसारखे कधीही न संपणारे प्रश्न कायदा संशोधकांसमोर उभे राहिले आहेत. पण प्रत्यक्षात, पॉर्नोग्राफी आणि अश्लीलता या संज्ञा दोन भिन्न संकल्पना दर्शवतात. रसेल (१९९३) यांच्या नुसार, पॉर्नोग्राफी 'अशी सामग्री दर्शवते जी लिंग/किंवा जननेंद्रियांचे उघडेपण यांना निंदास्पद किंवा निकृष्टतेने एकत्र करते अशा पद्धतीने की अशा वर्तनांना मान्यता देणे, माफ करणे किंवा प्रोत्साहन दिल्यासारखी दिसते.' ड्वोरकिंग आणि मॅक् किनोन (१९९८) यांच्यानुसार, पॉर्नोग्राफी म्हणजे 'महिलेला चित्रमय पद्धतीतून लैंगिक पातळीवर स्पष्टपणे दुय्यम लेखणे'. मालामुथ (१९९९) यांच्यानुसार, 'पॉर्नोग्राफी म्हणजे अक्षरशः "वेश्यांचे लिखाण" किंवा वेश्यांच्या कृतीचे चित्रण करणे. याचा अर्थ म्हणजे लैंगिक किंवा हिंसक घटकांचा समावेश असू शकतो अशा लैंगिक भावना जागृत करण्याचा उद्देश असणारी सामग्री.'

[४] नील. एम. मालामुथ (१९९९) यांच्यानुसार, 'एरॉटिका' हा शब्द त्याचा मूळ ग्रीक शब्द इरॉस (ग्रीक प्रेमदेवता) पासून आलेला आहे आणि त्याचा संदर्भ 'लैंगिक प्रेमाशी' आहे. तो म्हणतो 'हे विशिष्टपणे असे परिभाषित केले आहे, परस्परसंमतीने केलेल्या आनंद देणाऱ्या कृती ज्याचा उद्देश लैंगिक भावना जागृत करणे आहे. काही लेखक अशा सामग्रीमध्ये लैंगिक किंवा हिंसक गर्भितार्थ निघत नाही, या गोष्टीवर भर देतात.'

'बाल' या संज्ञेशी जोपर्यंत जोडली जात नाही तोपर्यंत 'पॉर्नोग्राफी' या संज्ञेची भारत, अमेरिका, युनायटेड किंग्डम आणि आदींच्या अधिकारक्षेत्रात कुठलीही कायदेशीर व्याख्या अशी नाही. बाल पॉर्नोग्राफी हा दीर्घकाळापासून चिंतेचा विषय राहिला आहे आणि याचे प्रतिबिंब सायबर गुन्ह्यावरील युरोपीय संघाच्या परिषद, २००१ मध्ये उमटले,[५] की या परिषदेने अनेक सायबर गुन्ह्यांची नियमावली, ज्यात भारताचाही समावेश आहे तयार करण्यास चालना दिली. तथापि, सनस्टाईन (१९८६, पृ. ५९२) सारख्या कायदातज्ज्ञाने पॉर्नोग्राफी विविध स्वरूपांत व्यक्त केली आहे. ज्यांनी 'नियमित पॉर्नोग्राफी'ला म्हणजे जी '(अ) कामोत्तेजक, (ब) ज्यात महिला एखाद्या प्रकारच्या शारीरिक छळाचा आनंद लुटत असल्याचे किंवा त्या त्या छळास पात्र असल्याचे चित्रण करण्यात आले आहे (क) लैंगिक उद्दीपन निर्माण करणे हा त्याचा हेतू किंवा परिणाम असेल.' भारतामध्ये, पॉर्नोग्राफी कायदा, विशेषतः सायबर पॉर्नोग्राफी कायदा (सायबर अश्लीलता कायदा नव्हे) 'कामोत्तेजक सामग्री'च्या स्पष्ट समजुतीवर तयार केला गेला आहे. 'स्पष्ट'चा भाषिक अर्थ अगदी स्पष्ट, कुठलाही संदेह नसलेला, विशिष्ट, प्रांजळ किंवा वर्णनात्मक असू शकतो. सनस्टाईन यांच्या नियमित करण्याजोग्या पॉर्नोग्राफीच्या व्याख्येचे बारकाईने विश्लेषण केले तर, हे पाहिले जाऊ शकते की त्याचे प्रतिबिंब सायबर पॉर्नोग्राफी नियमित करणाऱ्या सध्याच्या भारतीय कायद्यामध्ये आढळून येऊ शकते; यामध्ये आयटी कायदा, २००० (२००८ मध्ये सुधारित) चे कलम ६७ए (इलेक्ट्रॉनिक स्वरूपात कामोत्तेजक कृतींचा समावेश असलेली सामग्री प्रकाशित करणे, प्रसार करण्यासाठी शिक्षा), ६७बी (इलेक्ट्रॉनिक स्वरूपात कामोत्तेजक कृतीमध्ये मुलांचे चित्रण करणे किंवा प्रकाशित करण्यासाठी शिक्षा), पॉक्सो कायदा, २०१२ चे कलम १३ (पॉर्नोग्राफीच्या हेतूसाठी मुलांचा वापर) आणि इत्यादींचा समावेश असू शकतो.

भारतातील कायदा बनविणाऱ्यांनी पॉर्नोग्राफी कायद्याला या तरतुदींद्वारे अश्लीलतेच्या कायद्यापासून वेगळे करण्याचे उचललेले हे स्वागतार्ह पाऊल आहे; जे भारतीय दंड संहितेच्या कलम २९२ (अश्लील पुस्तकांची विक्री आणि आदी), २९४ (इतरांना त्रस्त करण्यासाठी सार्वजनिक ठिकाणी अश्लील कृती आणि गाणी आणि त्याच्याकरिता शिक्षा) माध्यमातून आणि पुन्हा आयटी कायदा, २००० (२००८ मध्ये सुधारित) चे कलम ६७ (इलेक्ट्रॉनिक स्वरूपात अश्लील सामग्रीचे प्रकाशन, प्रसार याकरिता शिक्षा) या माध्यमातून भारतीय दंड संहितेमध्ये अस्तित्वात होते. तमिळनाडू राज्य विरुद्ध सुहास कट्टी यांसारख्या काही पूर्वीच्या

---

[५] सायबर गुन्ह्यांची ईयू परिषदेतील अनुच्छेद ९ (२) नुसार ' "बाल पॉर्नोग्राफी" या संज्ञेमध्ये दृश्यात्मक चित्रण केलेल्या पॉर्नोग्राफिक सामग्रीचा समावेश असेल: (अ) कामोत्तेजक कृती करत असलेला/असलेली एक अल्पवयीन; (ब) एक अल्पवयीन दिसणारी व्यक्ती कामोत्तेजक कृती करत असल्याचे दाखवले असेल तर; (क) कामोत्तेजक कृती करत असलेल्या असलेल्या अल्पवयीनाची वास्तववादी छायाचित्रे.'

प्रकरणांत पाहिल्याप्रमाणे, मुख्य महादंडाधिकारी, चेन्नई यांनी २००४ मध्ये निर्णय दिला होता,[६] किंवा 'सेक्स डॉक्टर' एल. प्रकाश, ज्यांची २००१ मध्ये महिलांचे असभ्य सादरीकरण (प्रतिबंध) कायदा, अनैतिक तस्करी (प्रतिबंध) कायदा आणि मुख्यतः आयटी कायद्याचे कलम ६७ अंतर्गत त्यांच्या फार्म हाउसवर सापडलेली मुलींची अश्लील छायाचित्रे घेतल्याबद्दल आणि ती इंटरनेटवर पोस्ट केल्याबद्दल विविध तरतुदींखाली नोंद आणि अटक झाली आणि मद्रासमधील कनिष्ठ न्यायालयाने २००८ मध्ये दिलेल्या निर्णयानुसार जन्मठेपेची शिक्षा झाली, पण नंतर त्यापूर्वीच १३ वर्षे तुरुंगवास भोगल्याच्या कारणामुळे मद्रास हायकोर्टाने जन्मठेपेच्या शिक्षेच्या निर्णयामध्ये सुधारणा करून त्यांना सोडून दिले,[७] सायबर पॉर्नोग्राफी आणि अश्लीलतेच्या कायदेशीर संकल्पना न्यायालयांनी योग्य प्रकारे विकसित केल्या नाहीत किंवा योग्य रीतीने त्यांची अंमलबजावणी केली नाही. तथापि, या समस्येसंदर्भात आता सकारात्मक सुधारणा होत आहेत.

आपण जेव्हा 'नियमित करण्याजोग्या पॉर्नोग्राफी'ची चर्चा करतो तेव्हा (सनस्टाईन, १९८६), आपल्याला हे लक्षात ठेवणे गरजेचे आहे की इंटरनेटवर इतर स्वरूपातील पॉर्नोग्राफी उपलब्ध आहेत, ज्या कायद्याने वैध असू शकतात. यापूर्वी उल्लेख केलेल्या प्रत्येक कलमातील तरतुदींचा विचार करा; जसे की, आमच्या यापूर्वीच्या संशोधनामध्ये आम्ही म्हटल्याप्रमाणे, '...याची नोंद घेतली जावी की जेव्हा महिलेचे तिच्या सहभागाविषयीच्या मान्यतेने मॉडेल म्हणून चित्रण झाले असेल तेव्हा पॉर्नोग्राफीला गुन्हा म्हणून गणले जाऊ शकत नाही,' (हालदर आणि जयशंकर, २०११, पृ. ३०). यामध्ये प्रौढ अभिनेत्यांच्या ऑनलाईन पॉर्न व्हीडिओचा समावेश करता येईल; ज्या पॉर्न वेबसाइटकरिता अशा पॉर्न सामग्रीची निर्मिती करण्यास कंत्राट करण्यासाठी कायद्याने पात्र असतात. वास्तविक, जेव्हा एखादी व्यक्ती कुठलीही प्रौढ मनोरंजन साइट/साइट्स उघडते तेव्हा त्याला किंवा तिला 'नेहमी विचारले जाणारे प्रश्न' (FAQ) मेनूमध्ये किंवा 'सेवांच्या अटी' मेनूमध्ये किंवा डीएमसीए (DMCA – डिजिटल मिलेनियम कॉपीराइट कायदा) नोटीस मेनूमध्ये किंवा 'गोपनीयता' मेनूमध्ये जिथे वेबसाइटने सुरक्षिततेचे मुद्दे नोटिफिकेशन्ससह घोषित केलेले असतात तिथे ग्राहकांनी अपलोड केलेल्या व्हीडिओचे दायित्व नाही, अभिनेते अल्पवयीन नाहीत, डीएमसीएची टेक डाउन धोरणे आणि आदींचे साइट पालन करते यांसारखे दायित्वापासून अलिप्त राहण्याचे मुद्दा दिसू शकतात. अमेरिकास्थित अनेक साइट्सदेखील 'केवळ प्रौढांकरिता' (आरएफए) असे चिन्ह दाखवतात.

---

[६] या प्रकरणाच्या सविस्तर माहितीकरिता, पहा तमिळनाडू राज्य विरुद्ध सुहास कट्टी. ३० जुलै २०१३ रोजी प्रसिद्ध http://www.legalserviceindia.com/lawforum/index.php/topic,2238.msg2547.html#msg2547 या ठिकाणी उपलब्ध (५ मार्च २०१५ रोजी प्राप्त केले).

[७] अधिक माहितीकरिता, पहा जेसूदासन, डी. (२०१५). सायबर पॉर्न खटल्यातील दोषींची सुटका. २६ एप्रिल २०१५ रोजी *The Hindu* मध्ये प्रसिद्ध. http://www.thehindu.com/news/cities/chennai/convict-in-cyber-porn-case-released/article7142399.ece या ठिकाणी उपलब्ध (९ जून २०१५ रोजी प्राप्त केले).

या संदर्भात, कमलेश वासवानी विरुद्ध युनियन ऑफ इंडिया या प्रकरणाचा अवश्य उल्लेख करावा लागेल,[८] जो अद्यापही न्यायालयात पुढील सुनावणींसाठी प्रलंबित आहे. याचिकाकर्त्यांनी दाखल केलेल्या या जनहित याचिकेत, पॉर्नोग्राफीविरुद्ध कायद्यामधील त्रुटीचा उल्लेख केला होता, ज्यायोगे भारतीय समाजामध्ये पॉर्न व्हीडिओचा खोलवर प्रसार होण्यास वाव दिला आहे आणि त्यामुळे तरुणांचे विशेषतः अल्पवयीन मुलांचे गंभीर नुकसान झाले आहे. पॉर्नोग्राफी समाजामध्ये अधिक लैंगिक गुन्ह्यांना, विशेषतः बलात्कार, महिला आणि मुलींचा लैंगिक उपद्रव आणि पाशवी वृत्तींना प्रेरित करते, ही पॉर्नोग्राफीविषयीची काही सामाजिक मते आहेत. वर उल्लेख केलेल्या प्रकरणातही हेच मत अभिव्यक्त झाले होते. ही दुर्दैवी बाब आहे की भारतातील कायद्यांनी इलेक्ट्रॉनिक स्वरूपात कामोत्तेजक सामग्रीच्या माध्यमातून पॉर्नोग्राफीचे प्रकाशन, प्रसार करणे किंवा पॉर्नोग्राफिक सामग्री बनविण्यासाठी मुलांचा वापर करणे यांना स्पष्टपणे गुन्हेगारी ठरविले असले, तरी प्रौढांनी खासगीमध्ये पॉर्नोग्राफी पाहण्यावर बंदी घालणारा कुठलाही कायदा नाही. मुंबई उच्च न्यायालयाच्या विनय कुमार आणि इतर विरुद्ध महाराष्ट्र राज्य (२०१०) चा निकाल[९] यासंदर्भात नोंद घेण्याजोगा आहे. या प्रकरणात, मुंबई उच्च न्यायालयाने म्हटले आहे की एखाद्या खासगी निवासस्थानामध्ये चार भिंतींआड पॉर्नोग्राफिक सामग्री पाहणे हा गुन्हा नाही; विशेषतः ही सामग्री जेव्हा डिजिटल स्वरूपातील, सीडी इत्यादी सामग्री विक्री, भाडे, वितरण इत्यादींकरिता नसते.

असंमत पॉर्नोग्राफी किंवा 'बलप्रेरित पॉर्नोग्राफी' आणि 'बनावट अवतार'ची संकल्पना

पॉर्न सामग्री जेव्हा असंमत पॉर्नोग्राफी किंवा 'बलप्रेरित पॉर्नोग्राफी' आणि 'बनावट अवतार' असते तेव्हा ती आक्षेपार्ह सामग्री बनू शकते. यापूर्वी चर्चा केलेल्या मुंबई उच्च न्यायालयाचा निर्णय पॉर्नोग्राफीशी संबंधित नियमनाबद्दल, विशेषतः ती असंमत पॉर्नोग्राफी किंवा 'बलप्रेरित पॉर्नोग्राफी' असते, तेव्हा सामान्य मानसिकता नियंत्रित ठेवू शकत नाही आणि ठेवू नये (हालदर आणि जयशंकर, २०११).

आमच्या यापूर्वीच्या प्रकाशनामध्ये, आम्ही 'बलप्रेरित पॉर्नोग्राफी'बद्दल पुढीलप्रमाणे स्पष्ट करून चर्चा केली आहे:

---

[८] सर्वोच्च न्यायालयातील प्राधिलेख याचिका (नागरी) क्र. १७७/२०१३.

[९] विनय कुमार आणि इतर विरुद्ध महाराष्ट्र राज्य, मुंबई उच्च न्यायालयातील न्यायदानातील फौजदारी अर्ज क्र. २८०९ २०१० सालातील. https://docs.google.com/document/d/1ZyBevXbdC-FXzkSNA9itU5oFjhw O7CN SmZ7_H0Ji_B0/edit?pli=1 या ठिकाणी उपलब्ध (२ फेब्रुवारी २०१५ रोजी प्राप्त केले).

> बलप्रेरित पॉर्नोग्राफी...तेव्हाच गुन्हा ठरू शकते जेव्हा महिलेला तिच्या नकळत लक्ष्य केले जाते किंवा धमकी देऊन तिला मान्यता देण्यास भाग पाडले जाते. बलप्रेरित पॉर्नोग्राफीमध्ये खालील घटकांचा समावेश होतो: परपीडानंद यामध्ये पीडितेच्या वैयक्तिक छायाचित्रांची चोरी, किंवा गुप्त कॅमेऱ्याच्या माध्यमातून आणि त्याकरिता केलेल्या वापरातून तिची छायाचित्रे काढणे जी पीडितेला अश्लील स्थितीमध्ये दाखवू शकतात किंवा दाखवू शकत नाहीत; पीडितेची दृश्य छायाचित्रे (मूळ छायाचित्र किंवा फेरफार केलेले छायाचित्र) आर्थिक फायद्याखेरीज इतरांना लैंगिक समाधानाने तृप्त करण्याकरिता तिच्या परवानगीशिवाय पॉर्नोग्राफिक चित्रफिती, गॅलरी इत्यादी तयार करण्यासाठी वापरणे; पीडितेला गंभीर परिणाम होतील अशा धमक्या देणे आणि पॉर्न स्टार म्हणून अभिनय करण्यासाठी किंवा पॉर्नोग्राफिक वापराकरिता तिची छायाचित्रे पाठविण्यासाठी तिच्यावर दबाव टाकणे यांचा समावेश होतो (हालदर आणि जयशंकर, २०११, पृ. ३०).

आम्ही आणखी निरीक्षण केले:

> महिला बलप्रेरित पॉर्नोग्राफीची पीडित होऊ शकते जेव्हा: अ) तिचे चित्र, एकतर नेटवर यापूर्वीच उपलब्ध असेल किंवा तिच्या परवानगीशिवाय डिजिटल पद्धतीने स्कॅन केलेले असेल, त्यामध्ये तिच्या नकळत फेरफार केली जाते आणि वाईट हेतूने मोठ्या प्रमाणावर प्रेक्षकांपर्यंत वितरित केले जाते; ब) पुरुष/पुरुषांच्या समूहाबरोबर लैंगिक कृतीमध्ये सहभागी असल्याचे चित्रित करण्यासाठी डिजिटल पद्धतीने ग्राफिकची रचना करण्यासाठी तिच्या चित्राचा वापर केला जातो; क) प्रौढांच्या वेबसाइटवर तिच्या आभासी पद्धतीने चित्रावरील वस्त्र उतरविणे, बलात्कार किंवा विनयभंग करण्याकरिता इतरांना आमंत्रण देण्यासाठी तिच्या परवानगीशिवाय वापर केला जातो (सँडर्स, २०१०); ड) तिचे प्रोफाइल हॅक केले जाते आणि प्रोफाइलमधील तिच्या चित्रांमध्ये फेरफार केला जातो. हॅक केलेल्या प्रोफाइलचा वापर लैंगिकदृष्ट्या विकृत असलेल्या इंटरनेट वापरकर्त्यांची गरज पूर्ण करण्यासाठी केला जातो तेव्हा पीडनाला सुरुवात होते; इ) परपीडानंदाच्या माध्यमातून छळ करणारा तिचे खासगी क्षण टिपतो आणि या परपीडानंदी छायाचित्रांचा वापर आर्थिक फायद्याकरिता करतो (हालदर आणि जयशंकर, २०११, पृ. ३०).

या समजुतींच्या आधारावर, प्रमुख लेखिकेने 'बनावट अवतारा'ची संकल्पना अधिक विस्तृत केली (हालदर, २०१३). प्रमुख लेखिकेच्या म्हणण्यानुसार:

> फेसबुकसारख्या सोशल वेबसाइट्सच्या माध्यमातून आणि प्रौढांच्या वेबसाइटच्या माध्यमातूनही पीडितेचे चुकीच्या आणि निंदाजनक ओळखीच्या माध्यमातून चित्रण करणे हा महिलांच्या ऑनलाईन छळवणुकीच्या सर्वसाधारण स्वरूपांपैकी मुख्य प्रकार आहे. पश्चिमेकडे, पीडितेला एक कामुक म्हणून टॅग करण्यासाठी तिच्या निवासी पत्त्यासह वैयक्तिक माहिती उघड करण्यासाठी क्रेगलिस्टचादेखील वापर होतो, तर भारतामध्ये

> पीडनाचे माध्यम हे मुख्यतः फेसबुक आणि पॉर्न साइट्ससह प्रौढांच्या वेबसाइटपुरते मर्यादित राहिले आहे. पीडनाच्या विशिष्ट स्वरूपामध्ये पीडितेच्या प्रोफाइलची निर्मिती करणे, ज्यामध्ये चित्रे (चित्रांचा) आणि निवासी पत्ते, शाळा आणि पदवीची माहिती आणि व्यावसायिक दर्जासह वैयक्तिक माहितीचा समावेश असू शकतो. बऱ्याच प्रकरणात अशा प्रोफाइल्स सर्वांना पाहण्यासाठी खुल्या ठेवल्या जाऊ शकतात आणि त्या सर्च इंजीनमध्ये सातत्याने अपडेट होत राहतात. अलीकडे, फेसबुक आणि ट्विटरवर प्रौढ दादागिरी आणि ट्रोलिंगच्या माध्यमातून 'रांड' किंवा 'वेश्या' अशा अत्यंत निंदाजनक शब्दांमध्ये केलेले पीडितेचे शाब्दिक वर्णनही समाविष्ट करण्याकडे कल वाढला आहे (हालदर, २०१३, पृ. १८८).

फेसबुक, ट्विटर किंवा प्रौढांच्या मनोरंजन वेबसाइटवर पाहायला मिळणाऱ्या महिला टीव्ही/ सिनेस्टारच्या शेकडो प्रोफाइलचा विचार करा. जरी संबंधित महिला विशिष्ट अर्थाने 'पॉर्न स्टार' नसूही शकेल, मात्र ज्या पद्धतीने तिचे प्रोफाइल तयार केले जाते त्यामुळे ती पॉर्न स्टार' आहे असे वाटू शकते. हीच कथा शेकडो सामान्य महिलांच्या बाबतीत घडते. वर्ल्ड वाइड वेब आणि संपूर्ण समाजासमोर त्यांची वाईट प्रतिमा उभी करण्यासाठी नराधम त्यांना लक्ष्य करू शकतात. लिंगपरिवर्तित महिलांची कथाही तीच आहे. अशी अनेक प्रोफाइल्स आहेत जी लिंगपरिवर्तित महिलांचा छळ करण्यासाठी तयार केली गेली आहेत. ज्यांना त्या सामाजिक माध्यमांच्या माध्यमातून लैंगिक भागीदार म्हणून हव्या असतात अशा पुरुषांना त्यांचे दूरध्वनी क्रमांक देण्यास किंवा मैत्रीच्या विनंतीस नकार दिलेला असू शकतो. या सर्व प्रोफाइल्स किंवा छायाचित्रे प्रत्यक्षात पीडितेचा वेगळा अवतार तयार करतात की जो तिच्या खऱ्या स्व पेक्षा वेगळा आहे. हे अवतार सामाजिक माध्यमांमध्ये दीर्घ काळापर्यंत राहू शकतात किंवा मोबाइलवरील संदेशसेवेच्या माध्यमातून किंवा वेबसाइटच्या माध्यमातून महिला आणि मुलींचा छळ सुरू ठेवण्यासाठी पसरू शकतात. प्रमुख लेखिकेने या अवतारांना 'बनावट अवातर' म्हणून संबोधले आहे आणि या संज्ञेची व्याख्या पुढीलप्रमाणे केली आहे:

> पीडितेचे चुकीचे सादरीकरण जे अपराधीने डिजिटल तंत्रज्ञानाच्या माध्यमातून पीडितेच्या छायाचित्रांसह किंवा त्याविना तयार केले आहे आणि ज्यात पीडितेची शाब्दिक माहिती असू शकते जी पूर्णपणे खरी असू किंवा नसूही शकते आणि पीडितेचे चारित्र्य हेतुतः खराब करण्यासाठी आणि पीडितेच्या खऱ्या ओळखीबाबत प्रेक्षकांची दिशाभूल करण्यासाठी याची निर्मिती होते आणि इंटरनेटवर प्रसार केला जातो (हालदर, २०१३, पृ. १९७).

इलेक्ट्रॉनिक स्वरूपात महिलांचा छळ करण्यासाठी अशा छायाचित्रांची किंवा प्रोफाईलची केली जाणारी निर्मिती, कायदा बनवणाऱ्यांचे विविध मार्गांनी लक्ष आकर्षित करते. पण, या प्रकरणात तसेच इतर प्रकरणांतही ज्यांच्याविषयी चर्चा केली जाणार आहे असे विविध कायदे पाहिल्यानंतर या धोक्यासाठी कुठलीही एक समान संज्ञा नाही, हे लक्षात येते. विविध कायदे

याला 'अश्लील', कामोत्तेजक, असभ्य सादरीकरण किंवा बदनामी म्हणून संबोधतात; समाजाची नैतिक समज, फौजदारी न्यायिक यंत्रणा आणि याला हक्काच्या भंगाचा (एक किंवा अनेक) एक विशिष्ट प्रकार (अनेक प्रकार) मानायचे की नाही याबाबतचे पीडितेचे मत यांवर आधारित असे हे सामग्रीच्या स्वरूपाचे विभाजन केले जाते. अशा महिला आणि मुली आणि पुरुषांचाही छळ करण्यासाठी तयार केलेली प्रोफाइल्स/छायाचित्रे इत्यादींना संबोधित करण्यासाठी 'बनावट अवतार' ही संज्ञा एक व्यापक संज्ञा म्हणून वापरली जाऊ शकते. बनावट अवतार केवळ इलेक्ट्रॉनिक माध्यमातून महिला आणि मुलींच्या चुकीच्या प्रतिमांचा प्रसार करून महिलांचा छळ करण्यासाठी आणि पीडितेची प्रतिष्ठा नष्ट करण्यासाठी तयार केलेले नसतात, तर ते फायदा कमाविण्यासाठीही तयार केलेले असू शकतात, हे समजून घेण्याची गरज आहे. जर अवतार 'बलप्रेरित पॉर्नोग्राफी'च्या स्वरूपात तयार केला गेला असेल, जिथे पीडित कामोत्तेजक रूपात दाखविली असेल तर तेच पॉर्न वेबसाइटवर पॉर्न छायाचित्र म्हणूनही विकता येऊ शकते. याचे एक उत्तम उदाहरण म्हणजे Baazee.com चे प्रकरण, आयआयटीच्या विद्यार्थ्याला किशोरवयीनांची कामोत्तेजक स्वरूपातील छायाचित्रे दुसऱ्या एका किशोरवयीनाकडून मिळाली (जो संबंधित पीडितेवर पूर्णपणे रागावलेला आणि नैराश्यग्रस्त होता), त्याने फायदा कमावण्यासाठी वेबसाइट्सना ती विकली. बनावट अवताराच्या व्याख्येच्या अंगाने पाहिले असता, हे दिसू शकेल की जेव्हा खऱ्या आयुष्यात पीडित तशा नसतात तेव्हा ती छायाचित्रे 'पॉर्न अभिनेत्री' किंवा वाईट चालीच्या मुली म्हणून पीडितेची चुकीची प्रतिमा सादर करतात.

तसेच, बलप्रेरित पॉर्नोग्राफी, ज्यामध्ये बनावट अवताराचा नक्कीच समावेश असू शकतो आणि जे नियमित करण्याजोग्या पॉर्नोग्राफीच्या श्रेणी अंतर्गत येते त्याचा विचार 'परपीडानंद' (voyeurism) 'इलेक्ट्रॉनिक स्वरूपात कामोत्तेजक सामग्रीची निर्मिती', 'मुलांबरोबर कामोत्तेजक सामग्रीची निर्मिती' आणि 'बदला घेण्यासाठी केलेली पॉर्नोग्राफी' या मथळ्यांखाली करता येऊ शकतो.

परपीडानंद (व्हॉयरिजम)

यापूर्वी, आयटी कायदा, २००० (२००८ मध्ये सुधारित) चे कलम ६६इ नुसार परपीडानंदाला नियमित केले जात होते. ही तरतूद लिंगनिरपेक्ष आहे आणि या तरतुदीमध्ये दिलेल्या मुदतीचा तुरुंगवास जो तीन वर्षांपर्यंत वाढवता येऊ शकतो किंवा एक लाख रुपयांपर्यंतचा दंड किंवा तुरुंगवास आणि दंड, अशा दोन्ही शिक्षा यामध्ये नमूद केल्या आहेत. थोडक्यात, जेव्हा कुणी व्हीडिओ टेप करते, छायाचित्रे काढते, चित्रफीत बनवते किंवा इतर कुठल्याही पद्धतीने ध्वनिमुद्रित करते, नग्न किंवा अंतर्वस्त्राने झाकलेली जननेंद्रिये, योनीचा भाग, नितंब किंवा कुठल्याही पुरुषाचे किंवा महिलेचे स्तन, की जिथे ज्या व्यक्तीने टिपलेले किंवा व्हीडिओ टेप

केले आहे आणि पुढे जाऊन अशी अपेक्षा केली जाऊ शकते की (अ) त्याच्या किंवा तिच्या गुप्तांगांचे छायाचित्र काढले जात आहे, याबाबतची बेसावध असताना तो किंवा ती एकांतामध्ये स्वतःची वस्त्रे उतरवू शकतो किंवा शकते (ब) त्याचे किंवा तिचे कुठलेही गुप्तांग सार्वजनिक ठिकाणी दिसू नये, मग ती व्यक्ती सार्वजनिक ठिकाणी असो किंवा खासगी ठिकाणी आणि/ किंवा जी व्यक्ती अशी छायाचित्र टिपते, इलेक्ट्रॉनिक पद्धतीने दृश्य छायाचित्र(त्रे) अन्य व्यक्तीने (व्यक्तींनी) पाहावी आणि/किंवा प्रकाशित करावी या हेतूने, म्हणजे त्याची पुन्हा निर्मिती करते किंवा छापील किंवा इलेक्ट्रॉनिक स्वरूपात पुन्हा तयार करण्याचा हेतू असतो आणि ते सार्वजनिकरीत्या उपलब्ध करून देते, तेव्हा ते या तरतुदीमुळे शिक्षेस पात्र होतात.

नंतर, फौजदारी कायदा दुरुस्ती अधिनियम, २०१३, कलम ३५४सी भारतीय दंड संहितेमध्ये जवळपास याच शब्दांमध्ये प्रस्तावित आणि समाविष्ट केला होता, पण खासकरून महिलांच्या हिताचे संरक्षण करण्यासाठी. भारतीय दंड संहितेच्या कलम ३५४सी द्वारा कुठलाही पुरुष जो खासगी कृती करतानाच्या परिस्थितीत महिलेचे छायाचित्र टिपतो किंवा पाहतो, जिथे अपराधीने किंवा अपराधीच्या वतीने इतर कुठल्याही व्यक्तीने आपल्याला पाहू नये अशी तिची कायमच अपेक्षा असते किंवा अशा छायाचित्राचा प्रसार करणे याला दंडनीय गुन्हा बनवले आहे. या कलमाला जोडलेल्या स्पष्टीकरणाद्वारे पुढे आणखी स्पष्ट होते की 'खासगी कृती'मध्ये लैंगिक कृती करणाऱ्या महिलांना पाहणे किंवा छायाचित्रे काढणे यांचा समावेश होतो, आणि या कृती अशा ठिकाणी, अशा परिस्थितीत केल्या जातात जिथे माफक प्रमाणात एकांत असतो आणि जिथे पीडितेची जननेंद्रिये, बाह्य किंवा स्तन उघडे असतात किंवा अंतर्वस्त्रांनी झाकलेले असतात; किंवा पीडित प्रसाधनगृहाचा वापर करीत आहे किंवा पीडित सार्वजनिक ठिकाणी सामान्यतः केली जात नाही अशी लैंगिक कृती करीत आहे. यातील खूप महत्त्वाचा मुद्दा म्हणजे संबंधित महिलेने केलेल्या 'लैंगिक कृती'चा उल्लेख. दुसऱ्या स्पष्टीकरणातून हे जास्त स्पष्ट होते की जिथे पीडित छायाचित्र किंवा कुठलीही कृती टिपण्याची अनुमती देते, पण तिसऱ्या व्यक्तींकडे त्याचा प्रसार करण्यास परवानगी देत नाही आणि जिथे अशा छायाचित्रांचा किंवा कृतींचा प्रसार केला जातो, तो प्रसार या कलमांतर्गत गुन्हा मानला जाईल. कपड्यांच्या दुकानातील ट्रायल रुममध्ये, रेस्टॉरंटमधील प्रसाधनगृहात, हॉटेलमधील स्नानगृहात किंवा अगदी महिलांच्या हॉस्टेलमध्येही परपीडानंदाशी संबंधित अनेक वृत्ते आहेत.[१०] अशा सर्व कृती या तरतुदीअंतर्गत येऊ शकतात. भारतीय दंड संहितेचे

---

[१०] मधुकाल्या, ए. २०१५ येथे या संदर्भात प्रमुख लेखिकेने माध्यमांना दिलेली मुलाखत पहा. Smriti Irani brings back focus on voyeurism prevailing in our country. ६ एप्रिल २०१५ रोजी डीएनए मध्ये प्रसिद्ध. http://www.dnaindia.com/india/report-smriti-irani-brings-back-focus-on-voyeurism-prevailing-in-our-country-2075010 या ठिकाणी उपलब्ध (३ जुलै २०१५ रोजी प्राप्त केले).

कलम ३५४सी करिता व्यक्ती पहिल्यांदा दोषी आढळली तर एका वर्षांपर्यंतच्या तुरुंगवासाची, जो तीन वर्षांपर्यंत वाढविता येऊ शकेल आणि दंडाचीही शिक्षा होऊ शकते. अशा प्रकरणात, गुन्हा हा अजामीनपात्र आणि जामीनपात्र असतो. ती व्यक्ती दुसऱ्यांदा दोषी आढळली, तर शिक्षा तीन ते सात वर्षांपर्यंत वाढू शकते आणि दोषीला दंडही भरावा लागतो. अशा प्रकरणात, गुन्हा दखलपात्र आणि अजामीनपात्र बनतो.

सेक्स्टिंग

जेव्हा आपण परपीडानंदाविषयी बोलतो, तेव्हा अपरिहार्यपणे सेक्स्टिंगचा मुद्दा उपस्थित होऊ शकतो. अलीकडे, किशोरवयीन मुली, तरुण प्रौढ महिला तसेच विवाहित जोडपी आणि लिव्ह-इन जोडपी यांच्यामध्ये सेक्स्टिंग करणे आणि संभोग आणि संभोगाविना असलेल्या लैंगिक कृतींचे रेकॉर्ड करण्यामध्ये सहभागी होण्याचे प्रमाण वाढत चालल्याचे आमच्या लक्षात येत आहे. आमच्या लेखामध्ये (हालदर आणि जयशंकर, २०१४b), आम्ही सेक्स्टिंग ही संज्ञा खालीलप्रमाणे स्पष्ट केली आहे:

> सेक्स्टिंगचा सरळसोपा अर्थ मोबाइल फोनच्या माध्यमातून लैंगिक अभिव्यक्ती असलेले संदेश आणि लैंगिक छायाचित्रे पाठविणे. जरी तांत्रिकदृष्ट्या सेक्स्टिंग म्हणजे इलेक्ट्रॉनिक पद्धतीने संप्रेषित झालेला कुठलाही संदेश ज्यामध्ये ईमेल संदेश तसेच मोबाइल फोन संदेशाचा समावेश आहे, सेक्स्टिंग या संज्ञेचा व्यापकपणे मोबाइल फोन संदेश याअर्थीच वापर केला जातो. अशा प्रकारचे कामोत्तेजक संप्रेषण वेब युगाच्या सुरुवातीपासून अस्तित्वात होते, जिथे संप्रेषण करणारे साथीदार (i) केवळ प्रौढ, किंवा (ii) प्रौढ/अनेक प्रौढ-मुले किंवा (iii) केवळ किशोरवयीन मुले किंवा (iv) प्रौढ मुले असू शकतात. तथापि, प्रसारमाध्यमातील एका विभागाने किशोरवयीनांमधील तंत्रज्ञानाच्या माध्यमातून लैंगिक संवादाचे धोके दाखविण्यासाठी या संज्ञेचा वापर सुरू केल्यानंतर मोबाइल फोनच्या माध्यमातून लैंगिक मजकूर असलेला संदेश पाठवण्याच्या हेतूसाठी 'सेक्स्टिंग' ही संज्ञा मोठ्या प्रमाणावर प्रसिद्ध झाली (रॉबर्ट्स, २००५). सध्या सेक्स्टिंग म्हणजे असे ज्यांमध्ये व्यक्तींची (विशेषतः किशोरवयीन) नग्न चित्रे किंवा स्तन, जननेंद्रिये इत्यादींसारखे नग्न गुप्तांग किंवा तिने किंवा त्याने मोबाइल कॅमेऱ्याच्या मदतीने टिपलेली दोन साथीदारांची लैंगिक स्थिती आणि ती छायाचित्रे इतरांना मोबाइल फोन किंवा ईमेल संदेशाद्वारे पाठविणे, तो संदेश पाठवणाऱ्याचे त्याच वयोगटातील मित्र असण्याची मुख्यतः शक्यता असते किंवा त्यात कॅमेरा फोनद्वारे सोशल नेटवर्किंग साइट्सवर हे संदेश अपलोड करणे यांचा समावेश असतो. मोबाइल फोन टेक्स्टिंगच्या अनुषंगाने अनेकांनी सेक्स्टिंगच्या वेगवेगळ्या व्याख्या मांडल्या आहेत. (MySecureCyberspace, २०१२) नुसार, 'सेक्स्टिंग' म्हणजे, 'कामोत्तेजक किंवा तत्सम सामग्री, सामान्यतः छायाचित्रे एकमेकांना पाठविण्याकडे

> असलेला कल.' जयशंकर (२००९) यांनी 'स्वतः छायाचित्रित केलेले नग्न शरीर किंवा शरीराचे भाग आणि (बहुतेक वेळा) मोबाइलचा वापर करून ते इतरांना पाठविणे, तसेच ज्ञात व्यक्तींना अश्लील शब्द मजकूराच्या रूपात पाठविणे... अशी सेक्स्टिंगची व्याख्या केली आहे. नातेसंबंधांमध्ये गुंतलेल्या दोन व्यक्तींमध्ये परस्परसंमतीने सेक्स्टिंग घडू शकते, ते त्या आशयाचा विषय असणाऱ्या व्यक्तीच्या अजाणतेपणी किंवा इच्छेविरुद्धही घडू शकतो. (MySecureCyberspace, २०१२). असे इलेक्ट्रॉनिक संप्रेषण ज्यामध्ये 'अश्लीलतेकडे झुकणाऱ्या विविध कृतींचा समावेश असतो', अशा प्रकारे सेक्स्टिंगची व्याख्या करता येईल. मुलीने स्वतःची नग्न छायाचित्रे स्वतःच्या प्रियकराला पाठवणे, तसेच अनोळखी व्यक्तीने लॉकर रुममध्ये असभ्य छायाचित्रे टिपणे आणि नंतर मोठ्या प्रमाणावर प्रेक्षकांपर्यंत वितरित करणे या गोष्टींचाही सेक्स्टिंगमध्ये समावेश होऊ शकतो. हा किशोरवयीनांमध्ये इलेक्ट्रॉनिक पद्धतीने लगट करण्याचा लोकप्रिय प्रकार आहे (MySecureCyberspace, २०१२). डब्ल्यूएचओएचे अध्यक्ष जेन हिचकॉक, (वर्किंग टू ऑनलाईन अब्युज, url: www.haltbause.org) यांच्यानुसार, 'जेव्हा कुणी सेलफोनद्वारे नग्न किंवा अर्धनग्न चित्र पाठवते' तेव्हा सेक्स्टिंग होते (वैयक्तिक संप्रेषण, १९ जून, २०१२) (हालदर आणि जयशंकर, २०१४b, पृ. क्र. २८–२९).

अशा प्रकारे, एकमेकांना आकर्षित करू इच्छिणाऱ्या दोन किशोरवयीनांमधील पारंपरिक 'कामोत्तेजक संभाषणांचा (सेक्सी प्रँक टॉक्स)'चा डिजिटल मार्ग आहे. किशोरवयीनांकडून केल्या जाणाऱ्या सेक्स्टिंगचे काही विशेष गुणधर्म असतात जे आम्ही या विशेष लेखामध्ये नोंदवले आहेत; ते खालीलप्रमाणे:

- किशोरवयीन पौगंडावस्थेतील (१३–१८) वयाची मुले सेक्स्टिंग करतात. 'किशोरवयीनांमधील सेक्स्टिंग' प्रकरणांत, मूळ संदेश तयार करणारे तसेच मूळ संदेश ज्यांना प्राप्त होतो ते दोघेही किशोरवयीन असतात. दुसऱ्या शब्दांत सांगायचे तर, अशा प्रकरणांत, प्रौढ सहभागी नसतात.
- ज्यात कॅमेरा आहे असा मोबाइल फोन हे सेक्स्टिंग तयार करण्याचे मुख्य साधन आहे.
- किशोरवयीन मुले त्यांच्या नग्न शरीराची किंवा केवळ नग्न गुप्तांगांची किंवा जननेंद्रियांची छायाचित्रे घेतात आणि त्यांच्या मित्रांना लिखित संदेशाबरोबर किंवा संदेशाविना पाठवितात.
- यामध्ये अगदी अश्लील अवस्थेतील छायाचित्रे काढणे आणि इतरांना पाठविण्याचाही समावेश होऊ शकतो.
- सेक्स्टिंगच्या बहुतांश प्रकरणांना मागणी केली म्हणून किंवा दुसऱ्या व्यक्तीवर प्रभाव टाकण्याकरिता प्रियकर किंवा प्रेयसीपासून पहिल्यांदा सुरुवात होते.

- त्याच्यासह किंवा तिच्यासह इतर मित्रांची छायाचित्रे काढून आणि ती इतर अनेक मित्रांना पाठवणे या माध्यमातूनही किशोरवयीन हे करू शकतात.
- काही प्रकरणांत, स्वतः टिपलेल्या किंवा प्राप्त झालेल्या छायाचित्रांचे ज्ञात किंवा अगदी अज्ञात व्यक्तींना, सेलफोनद्वारे किंवा अगदी ईमेल आणि सोशल नेटवर्किंगद्वारे वितरण केले जाते. आणि याच टप्प्यावर कुठलाही प्रौढ प्राप्तकर्ता, की ज्याला मोठ्या प्रमाणावर संदेश प्राप्त होतात, अपघाताने सेक्स्टिंगमध्ये सहभागी होतो. पण, प्रौढ हा कधीही पहिला प्राप्तकर्ता नसतो.
- भावनिक नाते तुटल्यामुळे बदला घेण्यासाठीही असे वितरण केले जाऊ शकते.
- सेक्स्टिंग हे मुख्यतः एकाच शाळेतील मुलांमध्ये आणि मुलांकडून केले जाते; तथापि, काही वेळा जेव्हा ती पाठविणाऱ्याची वैयक्तिक किंवा सोशल नेटवर्किंग साइट्सच्या माध्यमातून ओळख असते किंवा जेव्हा एखाद्या क्रुद्ध किशोरवयीनाला ते छायाचित्र मोठ्या प्रमाणावर प्रेक्षकांपर्यंत पोहोचविण्याची इच्छा असते, तेव्हा विविध शाळांतील मुलेही सहभागी असू शकतात.
- सेक्स्टिंग हे अशा किशोरवयीनांकडून केले जाते ज्यांना ते कायदेशीर रीत्या त्रासदायी ठरेल हे माहीत नसते.
- संदेश तयार करणारा तसेच प्राप्तकर्ता या दोहोंसाठी सेक्स्टिंग भयानक मानसिक आघात करणारे ठरू शकते. यामुळे निर्माता आत्महत्याही करू शकतो. यामुळे काही प्राप्तकर्ते तो संदेश तयार करणाऱ्यांना धमकावणीही देऊ शकतात (हालदर आणि जयशंकर, २०१४b, पृ. क्र. २९–३०).

सेक्स्टिंगच्या या गुणधर्मांची व्याप्ती प्रौढ सेक्स्टरचा समावेश करण्यापर्यंतही वाढू शकते. या लेखामध्ये, आम्ही सेक्स्टिंग केव्हा बेकायदा ठरू शकते याबद्दलही चर्चा केली आहे, या गोष्टीची नोंद घ्यायला हवी. आमच्या निरीक्षणानुसारः

> सेक्स्टिंग सामान्यतः शाळेतील मित्रांमध्ये केले जात असले तरी, या संदर्भात हे नमूद करणे महत्त्वाचे आहे की, कुठल्याही परिस्थितीमध्ये, अठरा वर्षांखालील कुणाचाही सहभाग असलेली पॉर्नोग्राफी बाळगणे, तिचे वितरण करणे किंवा निर्मिती करणे बेकायदेशीर आहे. त्यामुळे, जे स्वतः अल्पवयीन आहेत असे विद्यार्थी अशा छायाचित्रांचे वितरण करताना किंवा बाळगताना आढळले तर बाल पॉर्नोग्राफीकरिता त्यांना दोषी ठरवले जाऊ शकते... आणि १० वर्षांसाठी तुरुंगवास होऊ शकतो (विल्सन २००८).

बाल पोर्नोग्राफीचे गुणधर्म असलेल्या सेक्स्टिंगचा बाल पोर्नोग्राफीचे नवे स्वरूप म्हणून कायदेशीर विचार केला जात आहे. नोंद झालेल्या अनेक प्रकरणांवरून असे दिसते की, सेक्स्टिंग केलेल्या संदेशांचे व्हॉट्सॲपसारख्या तत्सम वेबवर आधारित संदेश सेवेच्या

माध्यमातून किंवा ईमेल किंवा सोशल नेटवर्किंग वेबसाइट्सच्या माध्यमातून मोठ्या प्रमाणावर प्रेक्षकांपर्यंत वितरण करून पहिल्यांदा तो संदेश पाठवणाऱ्याचा छळ करण्यासाठी गैरवापर केला जातो. अमेरिकेतील जवळपास प्रत्येक राज्याने बाल पोर्नोग्राफीची निर्मिती, वितरण तसेच खासगीरीत्या ती बाळगणे दंडनीय केले आहे, याखेरीज, अस्तित्वातील संघराज्यीय कायदेही अशा कृतींसाठी दंड देतात. सेक्स्टिंगला 'बाल पोर्नोग्राफी'च्या चौकटीत बसवण्याकरिता दोन महत्त्वाच्या प्रकरणांनी मार्ग मोकळा केला ती प्रकरणे आहेत ऑसबर्न विरुद्ध ओहियो (४९५ यूएस १०३), १९९० आणि ॲशक्रॉफ्ट विरुद्ध फ्री स्पीच कोअलिशन ५३५ यूएस २३४ (२००२)' (पृ. क्र. ३१–३२). पुढे जाऊन आमच्या असेही निदर्शनास आले आहे की भारतामध्ये, 'सेक्स्टिंग' या संज्ञेला जरी कुठल्याही कायद्यामध्ये दंडनीय गुन्हा म्हणून मान्यता जरी नसली किंवा 'सेक्स्टिंग' हा अगदी कायदेशीर विचार करण्यासारखा मुद्दा जरी नसला, दोन विशिष्ट तरतुदी या मुद्द्याला विस्तृतरीत्या स्पर्श करतात; आयटी कायदा, २००० (२००८ मध्ये सुधारित) चे कलम ६७बी कामोत्तेजक कृतीमध्ये मुलांचे चित्रण असलेल्या सामग्रीची निर्मिती करणे, ती प्रकाशित करणे किंवा प्रसारित करणे यांस प्रतिबंध करते आणि शिक्षा देते. या तरतुदीमध्ये बाल पोर्नोग्राफिक सामग्रीच्या निर्मितीचा तसेच स्वतःचा किंवा इतरांचा लैंगिक छळ ध्वनिमुद्रित करण्याच्या हेतूने मुलांचे ग्रूमिंग करण्याचाही समावेश आहे.[११]

---

[११] माहिती तंत्रज्ञान कायदा, २००० (२००८ मध्ये सुधारित) चे कलम ६७बी खालीलप्रमाणे सांगते:

जो कुणी (अ) कुठल्याही इलेक्ट्रॉनिक स्वरूपामध्ये की ज्यामध्ये मुले कामोत्तेजक कृती किंवा वर्तन करतानाचे चित्रण केले आहे, अशी सामग्री प्रसिद्ध करतो किंवा प्रसार करतो किंवा प्रसिद्धीचे किंवा प्रसाराचे कारण बनतो किंवा (ब) मजकूर किंवा डिजिटल छायाचित्रे तयार करतो, कुठल्याही इलेक्ट्रॉनिक स्वरूपामध्ये की ज्यामध्ये मुले अश्लील किंवा असभ्य किंवा कामोत्तेजक स्वरूपातील चित्रण केले आहे, अशी सामग्री गोळा करतो, शोध घेतो, ब्राउज करतो, डाउनलोड करतो, जाहिरात करतो, प्रचार करतो, आदानप्रदान करतो किंवा वितरण करतो किंवा (क) कामोत्तेजक कृतीवर आणि करिता एक किंवा अनेक मुलांबरोबर ऑनलाईन संबंधांसाठी मुलांना तयार करतो, मोहित करतो किंवा भाग पाडतो किंवा अशा पद्धतीने की ते संगणक संसाधनावर उचित प्रौढांचा अपमान करू शकते (ड) मुलांचा ऑनलाईन छळ करण्यास मदत करतो किंवा (इ) कुठल्याही इलेक्ट्रॉनिक स्वरूपात स्वत:ची किंवा इतरांची मुलांबरोबरील कामोत्तेजक कृतीसंदर्भातील छळ रेकॉर्ड करतो, त्याला पहिल्या दोषसिद्धीकरिता दिलेल्या मुदतीकरिता तुरुंगवास की जो पाच वर्षांपर्यंत वाढवता येऊ शकतो आणि दंड की जो दहा लाख रुपयांपर्यंत वाढविता येऊ शकतो आणि दुसऱ्या किंवा त्यानंतरच्या दोषसिद्धीकरिता दिलेल्या मुदतीकरिता तुरुंगवास की जो सात वर्षांपर्यंत वाढविता येऊ शकतो आणि दंडदेखील की जो दहा लाख रुपयांपर्यंत वाढविता येऊ शकतो: जर का कलम ६७, कलम ६७ए च्या तरतुदी आणि या कलमाच्या तरतुदी कुठलेही पुस्तकस पत्रक, पेपर, लेखन, रंगकाम, पेंटिंग, सादरीकरण किंवा इलेक्ट्रॉनिक स्वरूपातील आकृती इथपर्यंत वाढविता येत नाही जेव्हा—(i) प्रकाशन की जे असे पुस्तक, पत्रक, पेपर, लेखन, रंगकाम, पेंटिंग, सादरीकरण किंवा आकृती ही विज्ञान, साहित्य, कला, किंवा शिकणे किंवा सर्वसाधारण चिंतेच्या इतर गोष्टींच्या हिताचे असल्याच्या आधारावर सार्वजनिक हिताकरिता असल्याचे सिद्ध झाले आहे; किंवा (ii) जे खरे वारस म्हणून किंवा धार्मिक हेतूंकरिता स्पष्टीकरणासाठी ठेवले गेले आहे किंवा वापर केला गेला आहे: या कलमाच्या दृष्टीने, 'मुले' म्हणजे अशी व्यक्ती की ज्याने १८ वर्षे पूर्ण केलेली नाहीत.

असे असले तरी, ही तरतूद फक्त बाल पोर्नोग्राफीचे नियमन करण्यासाठी निर्माण केली गेली असली तरी २०१२ मध्ये आयटी ॲक्टमध्ये समाविष्ट होणाऱ्या, विशेषत्वाने मुलांविरोधातील लैंगिक गुन्ह्यांना संबोधित करण्यासाठी भारत सरकारने पॉक्सो या नवीन कायद्याची निर्मिती केली. या कायद्यामधील कलम ११, लैंगिक छळवणुकीसाठी मुलांच्या केलेल्या वापराचा विचार करते आणि यामध्ये लैंगिक समाधानाकरिता मुलांना त्यांची गुप्तांगे डिजिटल माध्यमांच्या माध्यमातून दाखविण्यास सक्ती करणे /ग्रूमिंग करणे/भाग पाडणे या गोष्टींचाही समावेश आहे. या कायद्यामधील कलम १३ पुढे मुलांचा पॉर्नोग्राफिक हेतूंकरिता केलेल्या वापरास दंडनीयही ठरवते आणि कलम १५ ने कुठल्याही व्यक्तीने कुठल्याही व्यावसायिक हेतूसाठी कुठलीही मुलांच्या डिजिटल पॉर्नोग्राफिक सामग्रीचा साठा करणे, दंडनीय ठरवले आहे.[१२] पण हे सर्व कायदे प्रामुख्याने बाल पोर्नोग्राफी आणि विशिष्टपणे सेक्स्टिंगच्या मुद्द्याचा विचार करतात (हालदर आणि जयशंकर, २०१४बी, पृ. क्र. ३६–३७).

यापूर्वीच्या परिच्छेदांमध्ये आपण मुलांशी संबंधित सेक्स्टिंगबद्दल आणि मुलांच्या पॉर्नोग्राफीबद्दल बोललो असलो तरी, आपण पुन्हा प्रौढांनी केलेल्या सेक्स्टिंगचा गुन्हा म्हणून विचार होऊ शकतो का, हे पाहण्यासाठी आयटी कायदा, २००० (२००८ मध्ये सुधारित) च्या कलम ६७, ६७ए आणि भारतीय दंड संहितेच्या ३५४सी कडे जाऊ या. जर सेक्स्टिंगकडे एखाद्याने स्वतःशी संबंधित कामोत्तेजक सामग्री किंवा अश्लील सामग्री तयार करण्याच्या अंगाने पाहिले तर, तर ही छायाचित्रे किंवा कृती कामोत्तेजक असतील तर त्यांचा प्रसार करणे कलम ६७ ला (इलेक्ट्रॉनिक स्वरूपात अश्लील सामग्रीचे प्रकाशन करणे, प्रसारित करणे यासाठी शिक्षा) कडे झुकते, आणि टिपलेली छायाचित्रे आणि प्रसारामध्ये कामोत्तेजक कृती किंवा वर्तणुकीचा समावेश असेल तर कलम ६७ए (इलेक्ट्रॉनिक स्वरूपात अश्लील सामग्रीचे प्रकाशन करणे, प्रसारित करणे यासाठी शिक्षा) कडे झुकते. हे अशाकरिता की या दोन्ही तरतुदींनी त्यांच्या व्याप्तीचा आक्षेपार्ह सामग्री 'कुणीही' प्रकाशित किंवा प्रसार करण्यापर्यंत विस्तार केला आहे. सेक्स्टिंगवर या पूर्वी केलेल्या चर्चांमधून आपण पाहू शकतो त्याप्रमाणे, सामान्यतः, सेक्स्टिंग करणाऱ्यांचा कल इतरांना, विशेषतः प्रियकर, नवरा आणि अगदी त्यांच्या प्रेयसी (सेक्स्टिंग महिलेने केले असेल तर) यांच्यासह भागीदारांना पाहण्याकरिता लैंगिक-सेल्फीचे प्रकाशन किंवा प्रसार करण्याकडे असतो. पण आतापर्यंत, वर उल्लेखिलेल्या तरतुदींअंतर्गत अगदी प्रौढांमध्ये सेक्स्टिंगच्या प्रकरणात दोषी ठरलेल्या एकाही प्रकरणाची नोंद नाही. याचे कारण असू शकते की सेक्स्टिंगचा वर्तणुकीशी संबंधित मुद्दा म्हणून अद्यापही विचार होत आहे; जिथे सेक्स्टिंग करणाऱ्याचा कुणालाही जाणीवपूर्वक हानी पोहोचवण्याचा हेतू असू शकत नाही.

---

[१२] पॉक्सो कायदा, २०१२ चे कलम ११, १३ आणि १४ पहा. ११ जुलै २०१४ रोजी प्राप्त केले. http://wcd.nic.in/childact/childprotection31072012.pdf या ठिकाणी उपलब्ध.

पूनम पांडे किंवा शर्लिन चोप्रा यांनी ट्विटरसह त्यांच्या सामाजिक माध्यमांच्या अकाउंटवर प्रसिद्ध केलेल्या सेल्फीजच्या अनेक वृत्तांचा विचार करा; पोस्ट केलेल्या अनेक सेल्फी सेक्स्टिंगच्या स्वरूपातील आहेत. सेक्स्टिंग करणाऱ्यांना मोठ्या प्रमाणावर केवळ त्यांच्या चाहत्यांचे फॉलोइंग मिळाले नाहीत तर, त्यांनी त्यांच्या सामाजिक माध्यमांच्या अकाउंटद्वारे वर्ल्ड वाइड वेबसाठी अशा स्वरूपाच्या सेक्स्टिंगने चांगला पैसाही कमविला असू शकतो. तथापि, या ठिकाणी एखाद्याचा स्वतःचा लैंगिक अपील व्यक्त करण्याचा हक्क विरुद्ध कुणालाही हानी न पोहोचवण्याचे कर्तव्य हा वादाचा प्रश्न उपस्थित होतो. या संदर्भात, भारतीय दंड संहितेच्या कलम ३५४सी चे संक्षिप्त स्पष्टीकरण गरजेचे आहे. भारतीय दंड संहितेच्या कलम ३५४सी मधील स्पष्टीकरणातील या एका विशिष्ट वाक्याचा पुन्हा विचार करा की जे म्हणते '...किंवा पीडित लैंगिक कृती करीत आहे जी सामान्यतः सार्वजनिक ठिकाणी करण्याच्या प्रकारातील नसते'; आणि पुन्हा दुसऱ्या स्पष्टीकरणातील वाक्ये की जे म्हणतात 'जिथे कोणतेही छायाचित्र घेण्यास किंवा कोणत्याची कृतीचे चित्रण करण्यास पीडित व्यक्तीने संमती दिली असेल, पण तिने त्रयस्थ व्यक्तींना प्रसारण करण्यास संमती दिली नसेल.' या कलमातील ही तरतूद २००८ मध्ये सुधारित आयटी कायद्याच्या कलम ६७ आणि ६७ए मध्ये नमूद केल्याप्रमाणे सेक्स्टिंग करणाऱ्याकरिता कायदेशीर दायित्वाच्या बचावासाठी पुढे येऊ शकते. वास्तविक हा सेक्स्टिंग करणारा आणि तिचा प्राप्तकर्ता यांच्यातील विश्वासाचा मुद्दा आहे आणि अर्थातच केवळ प्राप्तिकर्त्याबरोबर प्रशंसा स्थापित करणे किंवा लैंगिक भावनेचा अंतिम हेतू, की जे कलम ३५४सी अंतर्गत सेक्स्टिंग करणाऱ्याच्या हक्काचे संरक्षण करू शकते, विशेषतः जेव्हा तरतुदीतील दुसरे स्पष्टीकरण पुढे म्हणते 'आणि असे छायाचित्रण किंवा कृतीचे चित्रण प्रसारित करण्यात आले असेल तेव्हा, असे प्रसारण हे या कलमाखाली अपराध मानण्यात येईल.' जवळपास याचप्रमाणे, सेलिब्रिटींचे नग्न-सेल्फी पोस्टर किंवा पूनम पांडे किंवा शर्लिन चोप्रा यांसारखे सेक्स्टिंग करणारेसुद्धा आयटी कायदा, २००० (२००८ मध्ये सुधारित) च्या कलम ६७ आणि ६७ए मध्ये दिल्यानुसार कायद्याच्या दायित्वापासून सुटू शकतात, विशेषतः जर ते हे वास्तव स्थापित करू शकले की त्यांच्या इंटरनेटवरील सेक्स्टेड छायाचित्रांच्या मोठ्या प्रमाणावर प्रसारासाठी ते कुठलेही दायित्व घेत नाहीत आणि अल्पवयीन वापरकर्त्यांकरिता अशा छायाचित्रांची गाळणी करण्यासाठी सामाजिक माध्यमांचे दायित्वही घेत नाहीत. पण प्रत्यक्षात, जर कुठल्याही व्यक्तीने सेलिब्रिटींच्या अशा नग्न-सेल्फी पोस्टर्सना प्रतिबंध करण्यासाठी आणि अंमलबजावणी करण्यासाठी आयटी कायदा, २००० (२००८ मध्ये सुधारित) च्या कलम ६७ आणि ६७ए नुसार दावा स्थापित केला तर न्यायालयांना आरोपीच्या तसेच अल्पवयीन प्रेक्षकाच्या हक्कांच्या रक्षणासाठी अत्यंत काळजीपूर्वकरीत्या सामाजिक निर्णय घेण्याची गरज आहे.

भारतीय दंड संहितेच्या कलम ३५४सी चे दुसरे स्पष्टीकरण महिलांच्या हिताचेही रक्षण करते जेव्हा तिने तिच्या साथीदाराबरोबरील लैंगिक कृती टिपायला मान्यता दिलेली असते. व्यावसायिक, सल्लागार आणि संशोधक म्हणून, आम्ही अशी अनेक प्रकरणे पाहिली आहेत जिथे अशी गोपनीय छायाचित्रे संबंधित महिलेच्या परवानगीविना किंवा नकळत प्रसारित केली जातात. असा प्रसार दोन मुख्य कारणांमुळे होऊ शकतो: (अ) महिलेच्या किंवा तिच्या साथीदाराच्या उपकरणामध्ये अनधिकृत प्रवेश की ज्याचा त्यातून फायदा कमाविण्याकरिता सेक्स्टॉर्शन[१३] किंवा ब्लॅकमेलिंग आणि फौजदारी धमकीच्या मार्गाने छायाचित्रे काढणे/साठा करण्यासाठी आणि त्याचा बेकायदा प्रसार करण्यासाठी वापर होतो आणि (ब) पुरुष साथीदाराकडून स्वतः महिलेवरील क्रोध किंवा नैराश्यामुळे छायाचित्रांचा प्रसार आणि सूड घेण्यासाठी केलेल्या पॉर्नच्या रूपात त्याचा प्रसार केला जातो.

यातील पहिल्या प्रकरणामध्ये, हे परपीडानंदाचे प्रकरण बनते की जे 'बलप्रेरित पॉर्नोग्राफी'मध्ये बदलते, ज्याकडे इलेक्ट्रॉनिक साधनामध्ये आणि प्रसारामध्येदेखील अनधिकृत प्रवेशाचे प्रकरण म्हणून अवश्य पाहिले पाहिजे. अशा प्रकरणांमध्ये, पीडित व्यक्तीने इलेक्ट्रॉनिक साधनामध्ये अनधिकृत प्रवेश, त्यामध्ये साठा केलेल्या छायाचित्रांचा अनधिकृत वापर आणि अश्लील छायाचित्रे प्रकाशित करण्याच्या मार्गाने गोपनीयतेचे केलेल्या उल्लंघनासंबंधी सविस्तर तक्रार दाखल केलीच पाहिजे. अशा प्रकरणांमध्ये पोलीस अधिकाऱ्यांनी हे अवश्य लक्षात ठेवले पाहिजे की पीडित महिलेवर छायाचित्रांची निर्माती/प्रकाशक असल्याचा आरोप करू नये. अधिकाऱ्याने हे लक्षात ठेवण्याची गरज आहे की ही छायाचित्रे लोकांना बघण्यासाठी प्रसार करण्याकरिता घेतलेली नाहीत, तर साधनामध्ये किंवा संगणक नेटवर्कमध्ये अनधिकृत प्रवेशामुळे, छायाचित्रांचा प्रसार झाला आहे. एका बाजूने याला हॅकिंग म्हणून संबोधता येऊ शकते. आपण यापूर्वी पाहिले की,

> वॉल (२००७, पृ. ५३) यांनी हॅकिंगचे वर्णन 'सायबर स्पेसमध्ये हेतुतः अनधिकृत प्रवेश की ज्यावर स्वामित्वाचे हक्क किंवा प्रवेश यापूर्वीच प्रस्थापित झाले आहेत, संगणक यंत्रणेतील एकत्रित सुरक्षेचे उल्लंघन करण्याच्या प्राथमिक उद्देशाने कटिबद्ध आहेत' असे केले आहे. यापूर्वी, हॅकिंगचे वर्णन इलेक्ट्रॉनिक व्यापार आणि सरकारी वेबसाइट्सना लक्ष्य करणारे सायबर गुन्हे म्हणून केले जात होते. हळूहळू पीडनासंबंधीचे हॅकिंगचे स्वरूप बदलले आणि ईमेल, वैयक्तिक व्यावसायिक नसलेल्या वेबसाइट्स किंवा वेबलिंक्स, आणि नेटवर्किंग साइट्समधील वैयक्तिक प्रोफाइल्सचे हॅकिंग करणे ही सध्याची

[१३] सेक्स्टॉर्शन (Sex + extortion) ही एक संज्ञा की जी मुलांचे तसेच प्रौढांचे लैंगिक शोषण दर्शवते की जिथे पीडितेला सेक्स्टेड सेल्फी दाखवणे/पोहोचवणे सुरू ठेवण्याकरिता ब्लॅकमेल केले जाते आणि वेबकॅम चॅटकरिता नग्न किंवा अर्धनग्न स्थितीमध्ये येण्याकरिता बळजबरी केली जाते.

> सर्वसाधारण बाब बनली आहे... हे नमूद केले आहे की जेव्हा हॅकिंग महिलांना लक्ष्य करणारे सायबर गुन्हे किंवा सायबर छळवणूक यातील घटकांपैकी एकाचे स्वरूप बनते, ते एकतर भावनिक संबंध तुटल्यामुळे बदला घेण्याची पद्धत किंवा व्यावसायिक इर्षा म्हणून केलेले असते. हे प्रँकस्टर्सनी केलेल्या डिजिटल 'प्रयोगा'चे परिणामही असू शकतात आणि इंटरनेटचे नवे वापरकर्ते की ज्यांना गंभीर परिणाम समजत नाहीत. अलैंगिक हॅकिंगच्या प्रकरणात, हे पाहिले गेले आहे की:
>
> हॅकर पीडितेचे ईमेल आयडी तिचा छळ करण्यासाठी हॅक करू शकतो, तिच्या मित्रांपर्यंत द्वेषयुक्त मेल्स आणि सामग्रीसह पोहोचू शकतो, तिची बदनामी करतो आणि तिच्या हॅक केलेल्या ईमेल आयडीच्या माध्यमातून तिच्या ओळखीच्यांबरोबर आणखी संप्रेषण करण्यापासून प्रतिबंध करू शकतो.
>
> हॅकर पीडितेची प्रोफाइल पेजेस विविध सामाजिक साइट्सवर हॅक आणि ब्लॉक करू शकतात (हालदर आणि जयशंकर, २०११, पृ. क्र. २७–२८).

अशा परिस्थितीत, कलम ४३ (संगणक, संगणक यंत्रणा आदींच्या नुकसानाकरिता नुकसानभरपाई आणि शिक्षा) सारख्या तरतुदी लावण्यासाठी, विशेषतः उपकलमे (अ) (की ज्यानुसार, संगणक, संगणक यंत्रणा किंवा संगणक नेटवर्क यांचा मालक किंवा त्याची प्रभारी व्यक्ती यांच्या परवानगीशिवाय जर कुठलीही व्यक्ती असा संगणक, संगणक यंत्रणा किंवा संगणक नेटवर्क किंवा संगणक संसाधनामध्ये प्रवेश करील किंवा मिळवील, तर तो जी व्यक्ती बाधित झाली आहे तिला एक कोटी रुपयांपेक्षा अधिक नसेल अशी नुकसानभरपाईच्या मार्गे हानी भरून देण्यास जबाबदार असेल), (ब) (की ज्यानुसार, संगणक, संगणक यंत्रणा किंवा संगणक नेटवर्क यांचा मालक किंवा त्याची प्रभारी व्यक्ती यांच्या परवानगीशिवाय जर कुठलीही व्यक्ती अशा संगणक, संगणक यंत्रणा किंवा संगणक नेटवर्कमधून कुठलाही डेटा, संगणक डेटाबेस किंवा माहिती डाउनलोड करील, कॉपी करील किंवा त्याचा गोषवारा घेईल, तसेच काढून घेण्याजोग्या साठवण माध्यमात (स्टोरेज मीडियम) माहिती किंवा डेटा धारण करील किंवा साठवून ठेवील, तर तो जी व्यक्ती बाधित झाली आहे तिला एक कोटी रुपयांपेक्षा अधिक नसेल अशी नुकसानभरपाईच्या मार्गे हानी भरून देण्यास जबाबदार असेल) आणि (क) (की जे म्हणते, संगणक, संगणक यंत्रणा किंवा संगणक नेटवर्क यांचा मालक किंवा त्याची प्रभारी व्यक्ती यांच्या परवानगीशिवाय जर कुठलीही व्यक्ती संगणक संसाधनातील कुठलीही माहिती नष्ट करील, काढून टाकील किंवा बदल करील, तर तो जी व्यक्ती बाधित झाली आहे तिला एक कोटी रुपयांपेक्षा अधिक नसेल अशा नुकसानभरपाईच्या मार्गे हानी भरून देण्यास जबाबदार असेल), आयटी कायद्याचे कलम ६६ (संगणकाशी संबंधित गुन्ह्यांसाठी

शिक्षा)[१४] आणि भारतीय दंड संहितेचे कलम ३५४सी, यामध्ये नमूद केलेले दुसरे स्पष्टीकरण ठळकपणे दाखवते यांच्यासह तक्रारदार/पीडित यांनी दिलेल्या माहितीवर आधारित संबंधित अधिकाऱ्याने त्याचा किंवा तिचा तर्क अवश्य लावला पाहिजे. पण, पीडितेला हे समजणे गरजेचे आहे की कलम ४३ गुन्हा आणि न्यायपूर्ण भरपाईकडे नागरी दृष्टिकोनातून पाहते तरी, भारतीय दंड संहिता पीडितेच्या परवानगीशिवाय खासगी छायाचित्रांच्या प्रसारासाठी केवळ नाही, तर पीडितेच्या गोपनीयतेच्या उल्लंघनाकरिताही फौजदारी शिक्षा देऊ शकते. तथापि, पीडितेने स्वतः नव्हे तर अशा व्यक्तीने की ज्याने बेकायदेशीरपणे छायाचित्रांचा प्रसार केला आहे त्याची नोंद करण्यासाठी या तरतुदींचा वापर स्पष्टपणे जोपर्यंत केला जात नाही (कारण यापूर्वी उल्लेख केल्यानुसार, या तरतुदींची व्याप्ती छायाचित्रांची निर्मिती करणाऱ्यांचीही नोंद करण्याइतपत वाढली जाऊ शकते) तोपर्यंत अशा प्रकरणात कलम ६७ए (इलेक्ट्रॉनिक स्वरूपात कामोत्तेजक सामग्रीचे प्रकाशन, प्रसारणाकरिता शिक्षा) किंवा ६७ (इलेक्ट्रॉनिक स्वरूपात अश्लील सामग्रीचे प्रकाशन, प्रसारणाकरिता शिक्षा) लागू करण्यास आम्ही फारसे समर्थन देत नाही.

बदला घेण्यासाठी केलेले पॉर्न

जर सूड घेण्यासाठी अशा पॉर्नचा प्रसार झाला असेल तर, त्या प्रकरणाकडे सूड घेण्यासाठी केलेले पॉर्न म्हणून पाहता येईल. भारतामध्ये, आपल्याकडे आतापर्यंत सूड घेण्यासाठी केलेल्या पॉर्नविरोधात कुठलाही वेगळा कायदा नाही. आमच्या लेखामध्ये, (हालदर आणि जयशंकर, २०१३), आम्ही सूड घेण्यासाठी केलेल्या पॉर्नवर संक्षिप्त संशोधन केले आहे, जे खालीलप्रमाणे आहे:[१५]

> 'सूड घेणे' आणि 'सूड घेण्यासाठी केलेले पॉर्न' या संज्ञांचा वापर सायबर पीडनाच्या संदर्भात मुख्यतः प्रौढ महिलांचे त्यांच्या डेटिंग साथीदारांकडून किंवा इंटरनेटवर खोटी, खराब आणि लैंगिक चिथावणी देणाऱ्या प्रोफाइलच्या स्वरूपात पीडन दर्शवण्यासाठी केला गेला आहे. सूड घेण्यासाठी केलेले पॉर्न तयार करण्याची सर्वाधिक सर्वसामान्य पद्धत ही पीडितेचे छायाचित्र किंवा वैयक्तिक माहितीचा वापर, जी फेरफार केलेली असू किंवा नसू

---

[१४] आयटी कायदा २००० (२००८ मध्ये सुधारित) ते कलम ६६ म्हणते:

> जर कोणत्याही व्यक्तीने कलम ४३मध्ये निर्दिष्ट केलेले कोणतेही कृत्य, अप्रामाणिकपणे किंवा लबाडीने केले असेल, तर ती व्यक्ती दोन तीन वर्षांपर्यंत असू शकेल अशा मुदतीच्या कारावासाच्या शिक्षेस किंवा पाच लाख रुपयांपर्यंत असू शकेल इतक्या दंडाच्या शिक्षेस किंवा या दोन्हीस पात्र असेल. स्पष्टीकरण: या कलमाच्या उपयोजनार्थ– अ) 'अप्रामाणिकपणे' या संज्ञेस भारतीय दंड संहितेच्या कलम २४ मध्ये जो अर्थ नेमून दिलेला आहे तोच अर्थ असेल; ब) 'लबाडीने' या संज्ञेस भारतीय दंड संहितेच्या कलम २५ मध्ये जो अर्थ नेमून दिलेला असेल तोच अर्थ असेल.

[१५] जर्नलच्या संपादकांच्या परवानगीने हे उतारे पुन्हा प्रकाशित केले आहेत.

> शकते, आणि पुरुषांचे लैंगिक समाधान करण्यासाठी पीडित उपलब्ध असल्याच्या संदेशाचा प्रसार करण्यासाठी विविध सायबर पोर्टलवर त्यांना अपलोड करते. अगदी जरी मूळ पॉर्न साइट्स आणि फेसबुक इत्यादींसारख्या समावेश असलेले विविध लोकप्रिय सोशल नेटवर्किंग पोर्टल्स, केवळ अस्सल डेटाचे योगदान करण्यासाठी वापरकर्त्यांवर काटेकोरपणे जबाबदारी हस्तांतरित करतात, की जे इतरांच्या हक्कांना हानी पोहोचवित नाही,[१६] या मार्गदर्शक तत्त्वाचे उल्लंघन करणारी विविध उदाहरणे इंटरनेटवर उपलब्ध आहेत.[१७] तथापि, सूड घेण्यासाठी तयार केलेल्या पॉर्नच्या बळी केवळ प्रौढ महिला ठरतात, असे म्हणणे चुकीचे ठरेल. मुले, विशेषतः १४ ते १९ वयोगटातील किशोरवयीन मुलीदेखील या प्रकरणात तितक्याच संवेदनशील असतात (पृ. क्र. ८८–८९).

सूड घेण्यासाठी तयार केलेल्या पॉर्नच्या गुणधर्मांविषयी आम्ही खालील गोष्टी नमूद केल्या आहेत:

> अपराधी पीडितेबद्दलच्या माहितीचा तिला भावनिकदृष्ट्या वेदना पोहोचवण्यासाठी हेतुतः गैरवापर करतो, यामुळे सायबर पॉर्नच्या पारंपरिक संकल्पनेपेक्षा सूड घेण्यासाठी तयार केलेले ऑनलाईन पॉर्न वेगळे असतात. सेक्स्टिंग आणि इतर सेक्स्टिंग नसलेले साह्यभूत सामग्रीच्या साह्याने सूड घेण्यासाठी केलेले पॉर्न, हा देखील पीडितेची मोठी बदनामी करण्यासाठीचा उत्तम मार्ग आहे. सेक्स्टिंगचा परिणाम म्हणून बदनामीच्या प्रकरणांमध्ये पूर्ण चक्र आकृती ६.१ मध्ये दिल्याप्रमाणे अभिव्यक्त होऊ शकते.

आकृती ६.१ वरून असे सूचित केले जात आहे की पूर्ण चक्रामध्ये चार मुख्य टप्प्यांचा समावेश असतो, ते खालीलप्रमाणे

१. मोबाइल फोन कॅमेरा किंवा वेबकॅमने पीडित तिच्या मोबाइलमध्ये स्वतःचे नग्न/अर्धनग्न छायाचित्र काढते किंवा तिच्या साथीदाराबरोबरील अश्लील अवस्थेतील छायाचित्र घेण्यास अनुमती देते आणि तिच्या निवडक साथीदाराला पाठविते आणि साथीदार त्याच्या साधनामध्ये छायाचित्र/क्लिपिंग्ज स्टोअर करतो.
२. साथीदार क्लिपिंग त्याच्या मित्रा (मित्रांकडे) पाठवू शकतो; कारण त्याला सूड म्हणून प्रेयसीला अपमानित करायचे असते.
३. साथीदार स्वतः किंवा त्याचा मित्र, की जो दुसरा प्राप्तकर्ता आहे, ते क्लिपिंग इंटरनेटवर नंतर अपलोड करू शकतात.

---

[१६] सुरक्षेच्या संदर्भातील फेसबुकचे नियम पहा. https://www.facebook.com/terms.php या ठिकाणी उपलब्ध.

[१७] बार्नर्स विरुद्ध याहू! पहा. http://www.ca9.uscourts.gov/datastore/opinions/2009/05/07/05-36189.pdf या ठिकाणी उपलब्ध.

आकृती ६.१ पीडितेकरिता सेक्स्टिंगचे बदनामीमध्ये रूपांतर

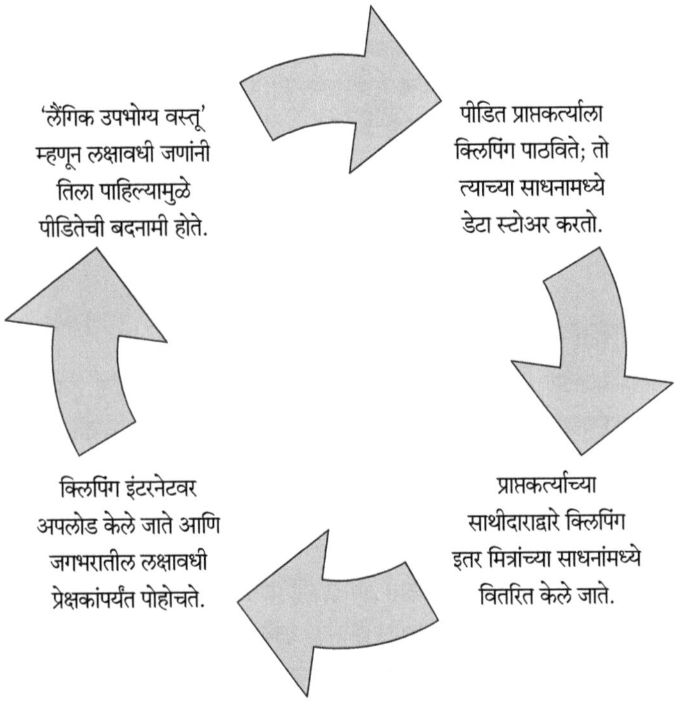

स्रोत: लेखक.

४. ज्यांनी क्लिपिंग पाहिले असू शकते त्या लक्षावधी प्रेक्षकांचे लक्ष ती क्लिपिंग जलदगतीने वेधते आणि मूळ निर्माती 'लैंगिक उपभोग्य वस्तू' बनू शकते आणि तिच्या प्रतिष्ठेची मोठी हानी होते.

या मूलभूत गुणधर्मांवर आधारित, सूड घेण्यासाठी केलेल्या ऑनलाईन पॉर्नची व्याख्या आम्ही खालीलप्रमाणे केली आहे:

> ही एक अशी कृती आहे जिथे अपराधी तुटलेल्या संबंधांविषयीचा त्याचा क्रोध आणि नैराश्याचे शमन, त्याच्या/तिच्या पीडितेचे लैंगिकदृष्ट्या चिथावणी देणारे चित्रण प्रसिद्ध करण्याच्या माध्यमातून, त्याला स्वाभाविकपणे माहिती असलेली माहिती आणि जी त्याने त्याच्या पर्सनल संगणकमध्ये स्टोअर केलेली असू शकते, किंवा पीडितेने स्वतः त्याच्या इलेक्ट्रॉनिक साधनामध्ये पाठविलेली असू शकते, किंवा पीडितेने स्वतः दिलेल्या परवानगीने साधनामध्ये स्टोअर केलेली असू शकते त्याचा गैरवापर करून करतो; आणि जी मूलतः पीडितेची जाहीर बदनामी करण्यासाठी केलेली असते.

> त्याउलट, पारंपरिक सायबर पॉर्न हे व्यावसायिक मॉडेलच्या मदतीने जे प्रेक्षकांचे दृश्य स्वरूपातील लैंगिक समाधान करण्याकरिता बनविलेले असतात. निर्माता आणि वितरक यांचा आर्थिक फायदा हे पारंपरिक सायबर पॉर्नचे मुख्य उद्दिष्ट असते (बारटो, २००८). या व्याख्येच्या व्याप्तीमध्ये प्रौढांनी सूड घेण्यासाठी केलेल्या पॉर्नचाही समावेश होऊ शकतो (बारटो, २००८, पृ. क्र. ८९–९०).

आम्ही सूड घेण्यासाठी केलेल्या पॉर्नच्या प्रकारांचे दोन मुख्य प्रकारांमध्ये विभाजन केले आहे, म्हणजे (अ) छुपे पॉर्न (camouflaged porn) आणि (ब) किशोरवयीन पॉर्न (teen porn).

(अ) छुपे पॉर्न (Camouflaged Porn)

अशा प्रकारच्या पॉर्न छायाचित्रांमध्ये वापरकर्त्यांनी तयार केलेली (जॉर्ज आणि स्केरी, २००७) आणि वापरकर्त्यांनी स्वीकारलेलीदेखील सामग्री समाविष्ट असू शकते. सामग्रीच्या पहिल्या श्रेणीमध्ये पीडितेची दृश्य छायाचित्रे स्टोअर करणे, जी पीडितेने अपराधीकडे पाठविलेली असू शकतात, त्यांचा समावेश होऊ शकतो. ही सामग्री सेक्स्टेड संदेश, ई-मेल फोटो अॅटॅचमेंट, स्टोअर केलेली छायाचित्रे या स्वरूपात असू शकते; जी ऑनलाईन व्हीडिओ चॅटमधून घेतलेली असू शकतात किंवा अगदी पीडितेने जी छायाचित्रे घेण्याची परवानगी दिलेली असते अशी पीडितेच्या अपराधीने घेतलेली छायाचित्रेही असू शकतात. वापरकर्त्यांनि स्वीकारलेल्या सामग्रीच्या श्रेणीमध्ये पीडितेची फेरफार केलेली छायाचित्रे, पीडितेची चोरलेली छायाचित्रे आदींचा समावेश असू शकतो. अशी सामग्री फेसबुक, ऑर्कुट, मायस्पेस, बेबो आदींसारख्या लोकप्रिय सोशल नेटवर्किंग साइट्सवर अपलोड केली जाऊ शकते.

किशोरवयीन मुले वर उल्लेख केलेल्या सोशल नेटवर्किंग साइट्सवर ज्या प्रकारे (एसएनएस) इतर प्रोफाइल तयार करतात, त्याप्रमाणे अशा प्रकारचे विशिष्ट छुपे पॉर्न सर्वसाधारणपणे तयार केले जाऊ शकतात. तथापि, तेथे दिलेल्या माहितीचा खरेपणा आणि त्याच प्रोफाइलच्या निर्मितीमागील हेतू यांमधील फरक शिल्लक राहतो. त्यामुळे प्रोफाइलमध्ये पीडितेचे एक प्रोफाइल छायाचित्र असू शकते; पीडितेचे चित्रण करणारे प्रोफाइलचे नाव, यामध्ये अल्बमचा समावेश असू शकतो की ज्यामध्ये सेक्स्टेड, तसेच सेक्स्टेड नसलेल्या घेतलेल्या छायाचित्रांचा ज्यात पीडितेचे अर्धनग्न किंवा तोकडे कपडे परिधान केलेली छायाचित्रे यांचा समावेश असतो. हे प्रोफाईल पीडितेची विविध वयोगटांतील पुरुषांचा अनुनय करण्यास तयार असलेली मुलगी अशी प्रतिमा उभी करू शकते.

आम्ही याला 'छुपे पॉर्न' असे म्हणतो कारण मुलांच्या पॉर्नोग्राफीसंबंधीच्या प्रकरणांप्रमाणे अशा प्रोफाइल्स वरकरणी या सोशल नेटवर्किंग साइट्सचे नियम आणि धोरणांचे उघड

उल्लंघन करीत नाहीत, आणि ते पहिल्या सुधारणा संरक्षणाच्या नावाखाली त्यांच्यात छुपे बदलकरतात. सर्व एसएनएस मुलांच्या पॉर्नोग्राफीच्या मुद्द्यावर मुलांचा छळ आणि ऑफलाइन छळ किंवा ऑनलाईन लैंगिक समाधानाकरिता मुलांचे ग्रूमिंग या दृष्टिकोनातून भर देतात, ही गोष्ट अवश्य नमूद केली पाहिजे.[१८] उशिरा का होईना, फेसबुकने दादागिरीच्या संदर्भात सेक्स्टेड संदेशांकडे लक्ष वळवले आहे.[१९] पण, छुप्या पॉर्नची वैशिष्ट्ये असणारे बनावट प्रोफाइल तयार करण्याकरिता सेक्स्टेड संदेश किंवा स्टोअर केलेल्या संदेशांचा वापर करण्याच्या समस्येकडे काहींनीच लक्ष दिले आहे.

पुढे जाऊन स्टोअर केलेल्या डेटाचे ई-मेल किंवा एसएमएसच्या माध्यमातून इतरांना वितरण करून छुप्या पॉर्नची निर्मिती करता येऊ शकते. किशोरवयीन मुलांकडून सूड घेण्यासाठी केलेल्या पॉर्नच्या निर्मितीचा हा सर्वाधिक सर्वसाधारण प्रकार आहे. अनेक तज्ज्ञांनी जरी या विलक्षण वर्तनाचा गोपनीयतेच्या उल्लंघनाच्या दृष्टिकोनातून विचार केला असला तरी, या गोष्टीचा किशोरवयीन पॉर्नच्या निर्मितीच्या दृष्टिकोनातून विचार झालेला नाही.

(ब) किशोरवयीन पॉर्न (Teen Porn)

अशा प्रकारचे पॉर्न सामान्यतः प्रौढांच्या वेबसाइटवर प्रदर्शित केल्या जाणाऱ्या पॉर्नच्या विविध श्रेणीतील एक म्हणून आढळून येतात. तरीही, ४७ युनायटेड स्टेट्स कोड (यूएससी) येथे संहिताबद्ध केलेल्या, संवाद सभ्यता कायद्याच्या कलम २३० मधील प्रतिरोधशक्तीने संरक्षित असलेले सुरक्षेचे कवच या वेबसाइट्स दर्शवतात, की जे, वेबसाईट नेहमी ज्या दायित्वास बांधील होण्याची शक्यता आहे अशा दायित्वांपासून वेबसाईटचे संरक्षण करतात[२०] जसे की पॉर्न मॉडेल्स या व्यावसायिक मॉडेल्स आहेत ज्यांना अशा कृती करण्याची परवानगी आहे; प्रेक्षकांनी ते स्वतः १८ वरील आहेत हे अवश्य प्रमाणित करावे आणि त्यामुळे ते साइट्स पाहण्यासाठी कायद्याने पात्र आहेत आणि डीएमसीए[२१] च्या टायटल ५१२ मध्ये दिलेल्या प्रतिरोध खंडानुसार, ज्यात म्हटले आहे की योगदान देणाऱ्यांनी इतरांच्या हक्कांचे

---

[१८] सुरक्षेसाठी फेसबुकच्या अटी पहा. https://www.facebook.com/terms.php?ref=pf. या ठिकाणी उपलब्ध. आणखी पहा, जस्टिन. (फेब्रुवारी २२, २०११). You received a *'Sext', now what? advice for teens.* http://cyberbullying.us/blog/you-received-a-sext-now-what-advice-for-teens.html या ठिकाणी उपलब्ध.

[१९] सुरक्षेसंदर्भात फेसबुकची साधने पहा. https://www.facebook.com/safety/tools या ठिकाणी उपलब्ध.

[२०] डिजिटल मीडिया लॉ प्रोजेक्टमध्ये सर्वसाधारणपणे पहा, संवाद सभ्यता कायद्यांतर्गत ऑनलाईन प्रकाशकांकरिता संरक्षण. http://www.dmlp.org/legal-guide/immunity-online-publishers-under-communications-decency-act या ठिकाणी उपलब्ध.

[२१] सेवा पुरवठादाराकडून वर्तणुकीच्या चार श्रेणींवर ऑनलाईन सेवा पुरवठादाराकडून कॉपीराइटच्या उल्लंघनाकरिता दायित्वावर चार मर्यादा तयार करण्यासाठी डीएमसीएच्या टायटल II १९९८ ने कॉपीराइट कायद्याच्या कलम ५१२ ची भर घातली होती. अधिक माहितीसाठी, http://www.copyright.gov/legislation/dmca.pdf पहा

इतरांचे कॉपीराइट्स आणि गोपनीयता आदींचे उल्लंघन करू नये. पण, धोरणे तसेच साइट्सच्या अंमलबजावणी करण्याच्या पद्धतींचे बारकाईने विश्लेषण केले तर वेगळे चित्र समोर येऊ शकते. अशा साइट्स किशोरवयीनांकरिता प्रेमसंबंध बिघडण्यावरून सेक्सेट संदेश आणि छायाचित्रे यांसारख्या स्टोअर केलेल्या डेटाच्या मदतीने सूडाची अंमलबजावणी करण्यासाठी संभाव्य व्यासपीठ समोर ठेवतात. असे पॉर्न छुप्या पॉर्नपेक्षा वेगळे असतात; कारण योगदान देणारा ती क्लिपिंग पॉर्न क्लिपिंग म्हणून क्लिपिंग टॅग करण्याचा स्वतःचा हेतू खुलेपणाने जाहीर करतो आणि पीडितेची खरी पॉर्न मॉडेल म्हणून प्रतिमा उभी करतो (पृ. क्र. ९१–९२).

सूड घेण्यासाठी केलेल्या पॉर्नसंबंधीच्या या चर्चेच्या व्याप्तीमध्ये प्रौढांनादेखील समाविष्ट करून घेता येऊ शकते. सूड घेण्यासाठी केलेल्या पॉर्नच्या नियमनाविषयी बोलताना, आमच्या चर्चेमध्ये अमेरिकेतील दोन प्रकरणांचा समावेश आहे, ती अशी आहेत, न्यूयॉर्क विरुद्ध फर्बर (४५८ यूएस ७४७ (१९८२) आणि २०११ मधील केंटकीमधील सेक्स्टिंगचा समावेश असलेले एक प्रकरण.[२२] आम्ही खालीलप्रमाणे निरीक्षण केले:

> बार्टो[२३] यांनी सूड घेण्यासाठी केलेल्या पॉर्नचा मुद्द्याचा कॉपीराइट उल्लंघनाच्या दृष्टिकोनातून विचार केला आहे; जरी बार्टो यांनी या संदर्भामध्ये महिलांचा समावेश असलेल्या सूड घेण्यासाठी केलेल्या पॉर्नसंबंधी महत्त्वाचे निरीक्षण नोंदवले असले, तरी तिचे निरीक्षण किशोरवयीन पीडितांनाही लागू होते. तथापि, किशोरवयीनांकडून सूड घेण्यासाठी केलेल्या पॉर्नचा अपराधी तसेच पीडित यांच्या वैयक्तिक दायित्वाच्या दृष्टिकोनातूनही विचार केला गेला पाहिजे असा युक्तिवाद आम्ही करतो. वर उल्लेख केल्याप्रमाणे, सूड घेण्यासाठी केलेल्या पॉर्नमध्ये सेक्स्टेड संदेश, पीडितेची घेतलेली छायाचित्रे, तसेच पीडितेच्या स्वतः जोडलेल्या सेक्स्टेड नसलेल्या छायाचित्रांचा समावेश असू शकतो. काही वर्षांपूर्वी, जेव्हा अमेरिकेच्या संघराज्यीय आणि प्रांतीय सरकारांनी सेक्स्टिंगला स्वतः तयार केलेली बाल पोर्नोग्राफी म्हणून संबोधित करणे सुरू केले[२४] तेव्हा आमच्यासह समाविष्ट असलेल्या तज्ज्ञांनी समस्येवर निर्माता-पाठविणारा आणि प्राप्तकर्त्यावरही फौजदारी कारवाई करण्यापेक्षा उपलब्ध संभाव्य पर्यायी उपायांवर संशोधन केले (हालदर आणि जयशंकर, २०१४). पण, हे अवश्य लक्षात ठेवले पाहिजे की

---

[२२] Daily Mail Reporter पहा, Boy of 14 accused of child pornography after convincing girl his age to send him sex text. ६ मार्च २०११ रोजी *Mail Online* वर प्रसिद्ध. http://www.dailymail.co.uk/news/article-1363445/Sexting-case-asks-14-year-old-child-pornogragher.html या ठिकाणी उपलब्ध.

[२३] ॲन बार्टो (२००८) पहा. http://works.bepress.com/cgi/viewcontent.cgi?article=1030&context=ann_bartow (१२ डिसेंबर २०१५ रोजी प्राप्त केले) या ठिकाणी उपलब्ध.

[२४] पहा लीअरी, २०१०, पृ. क्र. ४९१. आणखी पहा CUA कोलंबस स्कूल ऑफ लॉ लीगल स्टडीज रीसर्च पेपर क्र. २०१०–३१. SSRN: http://ssrn.com/abstract=1657007 या ठिकाणी उपलब्ध.

> न्यायालये प्रकरणांमध्ये केवळ मुलांच्या पॉर्नोग्राफी प्रतिबंध कायद्याच्या मूळ तत्त्वाची अंमलबजावणी करतात की जिथे दोन्ही भरकटलेल्या किशोरवयींनांवर खटले दाखल होतात. न्यायालये मूलतः हे सिद्ध करू इच्छितात की अशा कुठल्याही सामग्रीची निर्मिती आणि वितरण ज्यामध्ये मुलांचे चित्रण अशा कुठल्याही पद्धतीने केले असते ज्यातून शृंगाराची निर्मिती होते, ते मुलांच्या हिताचे रक्षण करण्यासाठी अवश्य प्रतिबंधित केले पाहिजे आणि किशोरवयीन तरुणांकडून स्वतःच्या लैंगिक समाधानाचा एक भाग म्हणून ही कृती केली गेली असेल तेव्हादेखील हे केले गेले पाहिजे. तार्किकदृष्ट्या, आधुनिक काळातील किशोरवयीन वर्तनाकरिता मुलांच्या संरक्षणाकरिता असलेल्या कायद्यांचा वापर मुलांना शिक्षा देण्यासाठी होत असल्याचा मुद्दा अनेकांनी उपस्थित केल्यामुळे अमेरिकी न्यायालयाच्या या दृष्टिकोनावर टीका होऊ शकते.
>
> विशेष म्हणजे, छायाचित्र किंवा क्लिपिंग खासगीमध्ये पाहण्यासाठी असते, ते सार्वजनिकरीत्या पाहण्यासाठी अन्य कुणाला वितरित केले जाते तेव्हा या विषयातील न्यायालयाची समज योग्य ठरते. पण, जवळपास या सर्व प्रकरणांतील सविस्तर माहिती हे दाखवून देईल की दुसरा 'वितरक', की जो प्रथम प्राप्तकर्ता असतो, तो सूड घेण्याकरिता डेटाचे वितरण करीत नाही. त्यामुळे हेतू हा गुन्हेगारीचा नसतो, तर ती केवळ किशोरवयीन आनंदाचा भाग असते. तथापि, सूड घेण्यासाठी केलेल्या पॉर्नमध्ये पीडितेची बदनामी करण्याचा मूलतः हेतू असतो आणि त्यामुळे तो गुन्हा ठरतो. आता प्रश्न असा आहे की गुन्हेगारी हेतू ठेवल्यामुळे प्रौढ लोकांवर जशी कारवाई होते कायद्याने तशी कारवाई 'मुलां'वर होऊ शकेल का? दोन प्रसिद्ध प्रकरणांवरून या प्रश्नाचे विश्लेषण करता येऊ शकेल, ती आहेत, फर्बरचे प्रकरण आणि सध्या सुरू असलेले केंटकी सेक्स्टिंग प्रकरण (हालदर आणि जयशंकर, २०१४, पृ.क्र.. ९३–९४).

फर्बर आणि केंटकी ही दोन्ही प्रकरणे त्यामुळे हे वास्तव स्थापित करतात की जेव्हा सामाजिक मूल्य नसलेली कुठलीही परिस्थिती सादर केली जाते तेव्हा पहिल्या सुधारणा हमीनुसार संरक्षणाचा दावा ते करू शकत नाहीत. साहजिकच, वाईट हेतूने किशोरवयीनांची लैंगिक कृती करतानाचे एखादे छायाचित्र, किंवा ध्वनी-चित्रफित की जी केवळ प्राप्तकर्त्याने खासगीत पाहण्याकरिता आहे ती प्रसिद्ध करणे, त्यामुळे ही सुधारणा असंरक्षित भाषणाच्या श्रेणीपासून चुकीचे कृत्य करणाऱ्यांना त्यामुळे संरक्षित करीत नाही. हे अवश्य नमूद केले पाहिजे सेक्स्टिंग प्रकरणांतील पूर्वीची दोषसिद्धी, अभियोगाने हे सिद्ध केले आहे की चुकीचे कृत्य करणाऱ्या किशोरवयीनाने ते सेक्स्टेड छायाचित्र त्याच्या मित्रांमध्ये कुठलीही अंतःस्थ प्रेरणा किंवा वाईट हेतूने किंवा या संदेशामुळे त्या सेक्स्टेड संदेशाचा मूळ निर्माता-पाठविणारा यांच्या प्रतिष्ठेला कायमस्वरूपी हानी पोहोचू शकते, हे माहीत नसताना वितरित केले होते. तथापि, सूड घेण्यासाठी केलेले पॉर्न यापेक्षा खूप वेगळे आहे. चुकीचे कृत्य करणारे, तो सेक्स्टेड

संदेश किंवा पीडितेची स्टोअर केलेली छायाचित्रे, त्या पीडितेला हानी पोहोचणार नाही असे गोपनीयतेचे दिलेले वचन तोडून जाणीवपूर्वक वितरित करतात. कदाचित, म्हणूनच किशोरवयीनांनी पीडितेने पुरविलेल्या सामग्रीच्या (सामग्रींच्या) साह्याने सूड घेण्यासाठी केलेल्या पॉर्नचा नेहमीचे सेक्स्टिंगची प्रकरणे किंवा अगदी बाल पॉर्नोग्राफीची प्रकरणे यांपेक्षा वेगळ्या कायदेशीर पद्धतीने विचार करण्याची गरज आहे, आणि अशा प्रकरणांमध्ये, आपण अमेरिकेतील गुन्हा करणाऱ्या किशोरवयीनांना 'लैंगिक अपराधी' म्हणून श्रेणीबद्ध करण्याचा प्रघात स्वीकारण्यास नकार देतो[२५] जसे की या पूर्वीच्या प्रकरणांमध्ये केले होते, की जिथे किशोरवयीन लैंगिक कृती करताना किंवा लैंगिक अवयव दाखवतानाच्या छायाचित्रांच्या वितरणामध्ये किंवा निर्मितीमध्ये सहभागी होते. या समस्येकडे खासगीपणा आणि गोपनीयतेच्या आणि मूलतः चौदाव्या सुधारणेच्या मूळच्या तत्त्वाच्या समर्थनाच्या आणि त्याला जोडून पहिल्या सुधारणेच्या दुरुपयोगाच्या दृष्टिकोनातून पाहणे गरजेचे आहे. याचे विशेष कारण म्हणजे अमेरिका अशा प्रकरणांना हाताळण्यासाठी जागतिक कल प्रस्थापित करू शकते ज्याचे सामान्यतः भारतासह इतर देश अनुसरण करतात.

भारतामध्ये, सायबर स्पेसमधील किशोरवयीन सूड घेणाऱ्या सर्वांत पहिल्या प्रकरणाची नोंद २००१ मध्ये झाली.[२६] १६ वर्षांच्या दिल्लीतील शाळेच्या मुलाने पॉर्न वेबसाइट तयार केली आणि त्याच्याच वर्गातील मुलींची आणि शिक्षकांची पॉर्न छायाचित्रे अश्लील टिप्पणींसह त्यावर टाकली, त्यांचे लैंगिक प्राधान्यक्रम सविस्तरपणे प्रकाशित केले. वृत्तानुसार त्याने हे कृत्य त्याला चिडवणाऱ्या मुलींवर सूड उगवण्यासाठी केले. भूतपूर्व आयटी कायद्याच्या[२७] कलम ६७ अंतर्गत

---

[२५] मिलर विरुद्ध कॅलिफोर्निया, ४१३, यू. एस. १५ (१९७३).

[२६] पहा Times Internet Network. Confusion prevails over tackling cyber crime. *Times of India* मध्ये २२ मे २००१ रोजी प्रसिद्ध. http://timesofindia.indiatimes.com/city/pune/Confusion-prevails-over-tackling-cyber-crime/articleshow/409953300.cms या ठिकाणी उपलब्ध.

[२७] या तरतुदीमध्ये सांगितले आहे,

> जो कोणी, कामोत्तेजक किंवा वैयक्तिक भावना चाळवणारे किंवा सर्व संबंध परिस्थिती विचारात घेता ज्या व्यक्ती ते पाहण्याची किंवा वाचण्याची किंवा त्यामध्ये अंतर्भूत असलेला किंवा त्यात समाविष्ट असलेला मजकूर ऐकण्याची शक्यता आहे अशा व्यक्तींना कुमार्गाला लावण्याचा किंवा भ्रष्ट बनवण्याचा उद्देश असलेले कोणतेही साहित्य इलेक्ट्रॉनिक स्वरूपात प्रसिद्ध करील किंवा पारेषित करील किंवा प्रसिद्ध करण्याची व्यवस्था करील.

या तरतुदीतील लगतच्या भागामध्ये शिक्षेचे वर्णन केले आहे की जी प्रथम दोषसिद्धीच्या बाबतीत पाच वर्षांच्या कालावधीच्या कोणत्याही प्रकारच्या कारावासाच्या शिक्षेस एक लाख रुपयांपर्यंतच्या दंडाच्या शिक्षेस पात्र असेल आणि दुसऱ्या आणि नंतरच्या दोषसिद्धीच्या बाबतीत दहा वर्षांपर्यंत असू शकेल अशा कोणत्याही वर्णनाच्या कारावासाच्या शिक्षेस आणि तसेच दोन लाख रुपयांपर्यंतच्या दंडाच्या शिक्षेस पात्र असेल. तथापि, आयटी कायदा नंतर दुरुस्त केला गेला आणि सुधारित आवृत्ती २००९ च्या नंतरच्या काळात प्रत्यक्षात आली. सुधारित आवृत्ती मुलांची पॉर्नोग्राफी कलम ६७ब अंतर्गत हाताळते. हा कायदा http://www.cyberpolicebangalore.nic.in/pdf/it_amendment_act2008.pdf या ठिकाणी मिळेल.

त्या मुलाला सायबर स्पेसमधील अश्लीलतेच्या आरोपांखाली अटक करण्यात आली आणि बालगुन्हेगार न्यायालयाने त्याला नंतर जामिनावर सोडले. जेव्हा त्याला शाळेतून काढून टाकण्यात आले तेव्हा या शिक्षेने टोक गाठले. भारतामधील सायबर स्पेसच्या माध्यमातून किशोरवयीनाने सूड घेण्यासाठी केलेले हे पहिलेवहिले प्रकरण असल्यामुळे या प्रकरणाने प्रसारमाध्यमांचे, जनतेचे, कायदा संशोधकांचे आणि पोलिसांचेही लक्ष मोठ्या प्रमाणावर वेधून घेतले.

वेब २.० च्या पिढीने हुशारीच्या बाबतीत जुन्या पिढीला अक्षरशः मागे टाकले आहे आणि असा विशिष्ट प्रघात तयार केला ज्याचा नंतर अनेक प्रौढांनी त्यांच्या सुडाच्या अंमलबजावणीसाठी अवलंब केला. 'रिव्हेंज पॉर्न', 'पॉर्न इंडिया', 'इंडिया टीन पॉर्न' आदी कीवर्ड्सच्या इंटरनेट सर्चच्या परिणामांतून हे सिद्ध झाले आहे. अनेक परिणामांमध्ये 'इंडियन देसी गर्ल', 'साउथ इंडियन मल्लू' आदी यांसारख्या श्रेणी अंतर्गत तयार केलेल्या विविध पॉर्न वेबसाइट्सचा आणि याखेरीज यू-ट्यूब व्हीडिओवरील यांसारख्या शब्दांच्या टॅगचाही समावेश असू शकतो. तरीही, या प्रकरणाने जे अनेक किशोरवयीन सोळा वर्षांखालील मुलांना प्रवेश देणाऱ्या अनेक वेबसाईट्सच्या माध्यमातून, प्रामुख्याने सामाजिक माध्यमांद्वारे सूड घेतात अशा किशोरवयीनांसाठी या प्रकरणाने प्राधान्यक्रम प्रस्थापित केला आहे. तथापि, या समस्यांवर कायद्याच्या उपाययोजना काय असतील, यावरील चर्चेपूर्वी, सेक्स्टिंगशी संबंधित भारतीय सामाजिक-आर्थिक स्थितीचे विश्लेषण या ठिकाणी आवश्यक आहे.

सेक्स्टिंग किंवा दोन भिन्न लिंगांच्या किशोरवयीनांच्या खासगी क्षणांची परस्परसंमतीने डिजिटल छायाचित्रे घेणे, किंवा व्हीडिओ चॅट आदींच्या माध्यमातून एखाद्याची अपुऱ्या पेहरावातील छायाचित्रे पाठविणे हे भारतातील किशोरवयीनांसाठी नव्या युगातील वर्तन आहे. मुलांचे बरेचसे अंगप्रदर्शन करणारे 'पाश्चिमात्य कपडे' घालण्यासाठी सरासरी भारतीय समाजाची सामाजिक संस्कृती प्रामुख्याने पालकांना प्रतिबंधित करते. तथापि, नव्या पिढीचे चित्रपट जसे आले,[२८] किशोरवयीनांकरिता आणि तरुण प्रौढाकरिता असलेल्या लोकप्रिय चित्रपटांतून आणि टीव्ही मालिकांमधून मोबाइल फोन्स, डेस्कटॉप तसेच लॅपटॉप संगणक यांसारख्या इलेक्ट्रॉनिक साधनांचा वापर मोठ्या प्रमाणावर दाखविला जाऊ लागला, आणि घरातील कामांकरिता ही साधने सहज उपलब्ध होऊ लागली आणि हळूहळू कमी होत जाणाऱ्या किमती आणि ब्रॉडबँड सेवा सहज उपलब्ध होऊ लागली, तेव्हापासून ही परिस्थिती वेगाने बदलली. वेब २.० युगातील मुलांना आता आपले पालक त्यांच्या स्वतःच्या व्यावसायिक तसेच वैयक्तिक कामांसाठी डिजिटल साधनांमध्ये व्यग्र असलेले पाहायची

---

[२८] एका निनावी व्यक्तीने ज्याने प्रमुख लेखिकेच्या ब्लॉगवर प्रतिक्रिया देऊन सल्ला दिला होता, 'Be aware of online mischief mongers.' http://debaraticyberspace.blogspot.com/2011/10/be-aware-of-online-mischief-mongers.html#comments या ठिकाणी उपलब्ध.

सवय झाली आहे. इंटरनेटमुळे भारतीयांची सनातनी मानसिकता बदलली आणि त्याचा परिणाम किशोरवयीनांची औपचारिक वेशभूषेतून किशोरवयीनांसाठी योग्य अशा वेशभूषेत होण्यात झाला, अगदी घरात आणि शाळांमधूनही लैंगिक शिक्षणाकडे बघण्याचा दृष्टिकोन बदलला.[२९] यामुळे तरुण पिढीला 'सेक्सी' कपडे परिधान करून भिन्न लिंगाला आकर्षित करण्यासाठी आणि अगदी शाळेतील इंटरनेटप्रेमी प्रेमिकेवर आणि आपल्या डेटवर प्रभाव टाकण्यासाठी स्वतः काढलेली छायाचित्रे संप्रेषित करण्यासाठी, आणि परस्परसहमतीने लैंगिक कृतीचे (संभोगाव्यतिरिक्तची) साथीदाराबरोबर साथीदाराने स्वतः किंवा स्वयंचलित साधनांद्वारा टिपलेले ते 'क्षण' साथीदाराच्या साधनात स्टोअर करू शकतात.[३०] यामुळे त्यांना पाश्चिमात्य संस्कृतीचे अनुकरण करण्यासाठी आणखी प्रोत्साहन मिळाले. जिथे सोळा वर्षांच्या मुलाने त्याची वर्गमैत्रीण, दुसरी १६ वर्षांची मुलगी,[३१] हिच्याबरोबर त्याच्या लैंगिक कृतीचे व्हीडिओ क्लिपिंग कथित वितरित केले होते, त्या दिल्ली पब्लिक स्कूल (डीपीएस) मधील प्रकरणामुळे, नव्या किशोरवयीनांच्या या लैंगिक वर्तनाने लक्ष वेधून घेतले असले तरी पॉर्नोग्राफी आणि गोपनीयतेच्या कायद्याच्या दृष्टिकोनातून किशोरवयीनांनी सूड घेण्यासाठी केलेल्या अशा क्लिपिंगचा वापराच्या संदर्भात आणि त्यावरील कायदेशीर उपायांवर आम्हाला एकही भारतीय अभ्यास आढळला नाही. यामागील कारणांसाठी कदाचित भारतामधील बालगुन्हेगारांकरिता असलेल्या कठोर कायद्यांना मोठ्या प्रमाणात जबाबदार धरावे लागेल; जे अपराधी म्हणून अल्पवयीनांचा समावेश असणाऱ्या अशा प्रकरणांचा सविस्तर वृत्तान्त प्रकाशति करण्यास प्रतिबंध करतात आणि जेव्हा दिल्लीच्या डीपीएस शाळेच्या प्रकरणासारखे सायबर स्पेसमधील पीडितेने साह्यभूत केलेले गुन्हे येतात तेव्हा गोंधळात टाकणारे देशाचे कायदे यासाठी जबाबदार ठरतात.

या संदर्भात, भारतातील या समस्येकडे पाहण्याच्या दृष्टिकोनाच्या संदर्भात सामान्य कायद्यांचे विश्लेषण करण्याची गरज आहे. २००१ मध्ये, एअर फोर्स बाल भारती स्कूलमधील १६ वर्षांच्या मुलाने त्याच्या वर्गातील मुली आणि शिक्षक यांची छायाचित्रे असलेली ही पॉर्न वेबसाइट तयार केली; पण अमेरिकेतल्याप्रमाणे पोलिसांनी आरोपीला अटक केली नाही.[३२] एका अल्पवयीन पीडित मुलीच्या वडिलांनी पोलिसांत तक्रार केल्यानंतर

---

[२९] या प्रकरणाच्या नंतरच्या भागामध्ये शाळेतील लैंगिक शिक्षणाच्या मुद्द्यावर आम्ही चर्चा केली आहे.

[३०] सेंटर फॉर सायबर व्हिक्टिम काउन्सेलिंगचे संचालक म्हणून आलेल्या वैयक्तिक अनुभवातून (www.cybervictims.org), आम्ही पाहिले आहे की भारतातील किशोरवयीनांमध्ये हा प्रघात वाढीस लागला आहे.

[३१] एक्स्प्रेस न्यूज सर्व्हिस. Sex scandal: Boy who shot MMS clip held. *Express India* मध्ये १९ डिसेंबर २००४ रोजी प्रसिद्ध. http://www.expressindia.com/news/fullstory.php?newsid=39787 या ठिकाणी उपलब्ध.

[३२] बशरत पीर. Student accused in porn website case secures Bail. ३० एप्रिल २००१ रोजी प्रसिद्ध. http://

हे प्रकरण बालगुन्हेगार कल्याण मंडळाने हाताळले होते. जरी भारतीय संसदेने ज्यावर आंतरराष्ट्रीय व्यापार कायद्यावरील संयुक्त राष्ट्रसंघाच्या आयोगाने ३० जानेवारी १९९७ रोजीच्या ए/आरइएस/५१/१६२ या ठरावाच्या माध्यमातून स्वीकारलेल्या इलेक्ट्रॉनिक व्यापारावरील प्रारूप कायद्याचा मोठा प्रभाव होता; असे माहिती तंत्रज्ञान विधेयक, २००० संमत केले असले तरी भारतामधील या प्रकारचे ते पहिलेवहिले प्रकरण असल्याने गुन्ह्याचे स्वरूप पाहून पोलीस चक्रावून गेले होते. दिल्लीतील बालगुन्हेगार न्यायालयाने मुलाला जामीनावर सोडले.[३३] न्यायाधीश संजय अगरवाल, ज्यांनी आरोपीला जामीन मंजूर केला, नमूद केले की हे 'तंत्रज्ञान-ग्राफिटीचे उदाहरण' आहे आणि त्याची 'गांभीर्याने दखल घेण्याचे कारण नाही'.[३४] पण, ते खूप चुकीचे सिद्ध झाले. पुढे, जेव्हा डीपीएसच्या प्रशासनाने २००४ मध्ये विद्यार्थ्यांना त्यांच्या दोन वर्गमित्रांच्या अश्लील स्थितीतील छायाचित्रे वितरित करताना पकडले, आणि मोठ्या प्रमाणावरील प्रेक्षकांकरिता इंटरनेटवर त्याचे क्लिपिंगही सापडले, तेव्हा पोलिसांनी तातडीने भारतीय दंड संहितेच्या कलम २९२ सह आयटी कायद्याचे कलम ६७ लावून मुख्य व्यक्तीला, १७ वर्षांच्या मुलाला अटक केली, की जो मुलीसह लैंगिक कृती करताना कथित स्वरूपात मिळाला होता. आणखी दोन मातब्बर व्यक्तींना अटक केल्यानंतर ही अटक करण्यात आली, यामध्ये Baazee.com चे सीईओ, अविनाश बजाज, ज्यांनी वेबसाइटच्या माध्यमातून वितरित करण्यासाठी त्या क्लिपिंगची कथित खरेदी केली होती, आणि दुसरा रविराज, खरगपूर येथील इंडियन इन्स्टिट्यूट ऑफ टेक्नॉलॉजीचा विद्यार्थी, ज्याने लिलावाची साइट असलेल्या Baazee.com ला क्लिपिंग्ज विकल्याचा आरोप आहे. भूतपूर्व आयटी कायदा, २००० चे कलम ६७ इलेक्ट्रॉनिक स्वरूपामध्ये कुठल्याही अश्लील सामग्रीचे प्रकाशन, प्रसारण, प्रकाशनास कारण ठरणे यांच्याशी संबंधित आहे, तर; भारतीय दंड संहितेचे कलम २९२ अश्लील सामग्रीची विक्री करणे, प्रकाशन करणे, वितरण करणे, आयात करणे किंवा निर्यात करणे, आर्थिक फायदा कमावणे, किंवा जाहिरात करणे यासाठी शिक्षेची तरतूद करते[३५] आणि कलम २९४ मध्ये जाहीररीत्या अश्लील कृती आणि

www.rediff.com/news/2001/apr/30porn.htm (१२ डिसेंबर २०१५ रोजी प्राप्त केले) या ठिकाणी उपलब्ध.

[३३] बालगुन्हेगार न्याय (काळजी आणि संरक्षण) कायदा, २०००च्या अंमलबजावणीनंतर सध्या, बालगुन्हेगार न्यायालय बालगुन्हेगार न्याय मंडळाने बदलले गेले आहे. अधिक माहितीकरिता, पहा http://delhicourts.nic.in/JUVENILE_JUSTICE_BOARD.htm.

[३४] बशरत पीर. Student accused in porn website case secures Bail. ३० एप्रिल २००१ रोजी प्रसिद्ध. http://www.rediff.com/news/2001/apr/30porn.htm या ठिकाणी उपलब्ध.

[३५] भारतीय दंड संहितेचे कलम २९२ (२), दिलेल्या मुदतीकरिता कारावासासह शिक्षेची तरतूद दिली गेली आहे की जी दोन वर्षांपर्यंत वाढवता येऊ शकते आणि दंड की जो २००० रुपयांपर्यंत वाढवता येऊ शकतो, आणि, दुसऱ्यांदा किंवा त्यानंतर दोषी आढळला तर, दिलेल्या मुदतीकरिता कारावास की जो पाच वर्षांपर्यंत वाढवता येऊ शकतो, आणि दंडही

गाण्याकिता शिक्षेची तरतूद आहे.[३६] Baazee.com चे सीईओ यांनी जरी (की जी eBay ला नंतर विकली गेली होती) दिल्ली उच्च न्यायालयाच्या निर्णयाला आव्हान दिले[३७] आणि त्यात त्यांच्याविरुद्ध असलेली दंडनीय तरतूद रद्द केली गेली, तरी, त्यांच्या प्रकरणाच्या संदर्भात कलम ६७ बद्दल पुरेशी स्पष्टता नसल्याच्या आणि वेबसाइटद्वारे योग्य ती काळजी घेतल्याच्या आधारावर आयटी कायद्याच्या तरतुदीअंतर्गत अभियोगास परवानगी दिली गेली;[३८] मुख्य आरोपीवर अभियोगानंतर केलेल्या उपाययोजना किंवा अभियोगाबाबत नंतर कुठलेही वृत्त नव्हते, १७ वर्षांचा मुलगा, याला अपवाद ठरला, त्याला शाळेतून निलंबित करण्यात आले.

या दोन्ही प्रकरणांत, आणि विशेषतः नंतरच्या प्रकरणात, न्यायालयाने प्रौढांकरिता दोन किशोरवयीनांचे खासगी लैंगिक क्षण चित्रित केलेल्या क्लिपिंग्जमधून मिळवलेला आर्थिक फायदा अधोरेखित केला आणि नंतर प्रौढाने, म्हणजे बजाज यांनी पॉर्नोग्राफीचे वितरण करण्याच्या मुद्द्यावर लक्ष केंद्रित केले, हे लक्षात येते. पहिल्या प्रकरणात, न्यायाधीशांनी चुकीचे कृत्य करणाऱ्याच्या हेतूच्या मुद्द्याबाबत कुठलेही 'गांभीर्य' दाखवले नाही. व्यावहारिकतः, त्याचा नंतरच्या प्रकरणात अपराधी किशोरवयीनाच्या कायदेशीर उपायांवर परिणाम झाला असण्याची शक्यता आहे. मुलांनी केलेल्या गुन्ह्याकडे पाहण्याच्या, अपराधी मुलांवरील कारवाईबद्दलच्या भारतीय पारंपरिक मनोवृत्ती आणि मुलांच्या गोपनीयतेच्या हक्कांबद्दल संवैधानिक हमीची कमतरता या गोष्टींना त्यासाठी मोठ्या प्रमाणावर जबाबदार धरले पाहिजे.[३९] स्वातंत्र्यापासून, भारताची संसद मूलभूत शिक्षण, अन्न आणि निवारा आणि

की जो ५००० रुपयांपर्यंत वाढवता येऊ शकतो.

[३६] भारतीय दंड संहिता, १८६० चे कलम २९४ दिलेल्या मुदतीकरिता कारावासाची शिक्षा देते की जी दंडासह तीन महिन्यांपर्यंत वाढवता येऊ शकते, किंवा दंड, किंवा दोन्ही.

[३७] पहा अविनाश बजाज विरुद्ध राज्य. http://www.indiankanoon.org/doc/309722 या ठिकाणी उपलब्ध.

[३८] पहा DPS MMS scandal: SC stays proceedings against eBay, its chief. २६ ऑगस्ट २००८ रोजी प्रेस ट्रस्ट ऑफ इंडिया/नवी दिल्ली मध्ये प्रसिद्ध. http://www.business-standard.com/india/news/dps-mms-scandal-sc-stays-proceedings-against-ebay-its-chief/332573 या ठिकाणी उपलब्ध.

[३९] बालगुन्हेगार न्याय कायदा, २०००, की जो नंतर २००६मध्ये दुरुस्त केला गेला, मुलांना श्रेणीमध्ये विभागले गेले की जे दोन मथळ्यांखाली येऊ शकतात; त्यांची नावे, 'मुले कायद्याबरोबरील संघर्षात', कायद्याच्या दुसऱ्या प्रकरणात याची चर्चा केली आहे, आणि 'काळजी आणि संरक्षणाची गरज असलेली मुले', कायद्याच्या तिसऱ्या प्रकरणात याची चर्चा केली आहे. बालगुन्हेगार अपराधींना भारतीय माहिती तंत्रज्ञान कायद्यांतर्गत गुन्ह्यांना कशा पद्धतीने वागवते आणि त्यांच्याशी व्यवहार करते हे दुसऱ्या प्रकरणात वेगळे स्पष्ट करण्यात आलेले नाही. या प्रकरणात तरीही बालगुन्हेगार पीडितांवरील उपचार की ज्यांची प्रौढांकडून मुलांना भीक मागायच्या कामात गुंतवणे, धोकादायक कामाकरिता मुलांना लावणे, मुलांची कमाई रोखून धरणे आदी किंवा निष्काळजीपणाने, भरपूर प्रमाणात, किंवा मादक पदार्थ किंवा मनोदोषी पदार्थ देऊन आणि आदींच्या मार्गे छळ केला गेलेला असू शकेल असेल, आणि जे असे करतात त्या प्रौढांना शिक्षा यावर प्रकाश टाकते.

आरोग्य यांच्यासंबंधीचे मुलांचे हक्क संरक्षित करण्यामध्ये व्यग्र होती.[४०] बालगुन्हेगार न्याय (काळजी आणि संरक्षण) कायदा, २००० च्या माध्यमातून, या हक्कांचा मुलांच्या छळास समाविष्ट करण्यासाठी विस्तार करण्यात आला आहे. त्यानुसार, भारतातील कायद्यांनी मुलांनी केलेल्या गुन्ह्याकडे प्रौढांच्या गुन्हेगारी प्रवृत्तीच्या समाधानाकरिता त्यांचा का आणि कसा वापर होतो, या दृष्टिकोनातून अधिक पाहणे सुरू केले आहे. आयटी कायदा, २००० (२००८ मध्ये सुधारित) आणि नंतर पॉक्सो कायदा, २०१२ यांच्या अंमलबजावणीपर्यंत मुलांकडून डिजिटल ज्ञानाचा गैरवापर हा कायदेमंडळाकडून मोठ्या प्रमाणावर दुर्लक्षित राहिला होता. पण, यांपैकी कुठलाही कायदा मुलांनी सूड घेण्यासाठी तयार केलेल्या आणि प्रकाशित केलेल्या पॉर्नच्या मुद्द्यावर खासकरून लक्ष केंद्रित करीत नाही.[४१] तसेच, भारतीय संविधानाचा जीवनाच्या हक्काच्या व्याप्तीचा विस्तार[४२] खडक सिंग विरुद्ध उत्तर प्रदेश राज्य[४३] या प्रसिद्ध प्रकरणाच्या माध्यमातून गोपनीयतेच्या हक्कापर्यंत केला आहे. पण हा हक्क हॅकिंगशी संबंधित प्रकरणांव्यतिरिक्त प्रौढ तसेच मुलांच्या डिजिटल गोपनीयतेच्या संदर्भात तपासला गेलेला नाही.[४४]

पुढे जाऊन, भारतामध्ये, अमेरिकेतल्याप्रमाणे किशोरवयीन तरुणांच्या लैंगिक वर्तनाकडे कुठल्याही कायद्याद्वारे क्वचितच लक्ष केंद्रित केले गेले असेल. आत्म-लैंगिक समाधान,[४५] चुंबन किंवा अगदी भिन्नलिंगी साथीदाराबरोबर डेटिंगसारखे किशोरवयीनांचे लैंगिक वर्तन हे अद्यापही भारतातील अनेक भागांत निषिद्ध मानले जाते. तथापि, याच वेळी, किशोरवयीन अशा सामान्य लैंगिक सवयींकरिता धोकादायक प्रमाणात इंटरनेटकडे वळू लागले आहेत. यासाठी दोन घटकांना मोठ्या प्रमाणात जबाबदार धरता येऊ शकेल: (अ) विशेषतः जेव्हा

---

[४०] नॅशनल कमिशन फॉर प्रोटेक्शन ऑफ चाइल्ड राइट्स (NCPCR), बाल हक्क कायद्याची सुरक्षा, २००५ (२००६ चा क्र. ४) करिता आयोग, मुलांना मोफत आणि अनिवार्य शिक्षण हक्क कायदा, २००९ (२००९ चे क्र. ३५) स्पष्ट उदाहरणे आहेत.

[४१] हा मुद्दा नंतर सविस्तरपणे मांडला जाईल.

[४२] भारतीय संविधानाच्या अनुच्छेदाने जीवनाच्या हक्काची हमी दिली आहे ज्यामध्ये म्हटले आहे, 'कायद्याने स्थापित प्रक्रियेनुसारच्या अपवादाखेरीज कुठल्याही व्यक्तीला त्याचे जीवन किंवा वैयक्तिक स्वातंत्र्यापासून वंचित ठेवता येणार नाही.'

[४३] खडक सिंग विरुद्ध उत्तर प्रदेश सरकार ((१९६४) १ SCR ३३२).

[४४] पहा विनोद कौशिक आणि इतर विरुद्ध माधविका जोशी आणि इतर, *२०१० चा तक्रार क्र. २, श्री. राजेश अगरवाल, प्रशासकीय अधिकारी, माहिती तंत्रज्ञान कायदा, २००० यांच्यासमोर. महाराष्ट्र सरकार, मंत्रालय येथे, मुंबई - ४०००३२.* http://catindia.gov.in/pdfFiles/Appeal_No_2.pdf या ठिकाणी उपलब्ध (२३ ऑक्टोबर २०११ रोजी प्राप्त केले). आताचे हे प्रकरण डीजिटल स्पेसमध्ये गोपनीयतेच्या हक्कावर प्राथमिकदृष्ट्या जोर देत नाही, याने गोपनीयतेचा मुद्दा हॅकिंग आणि संबंधित समस्यांच्या माध्यमातून ठळकपणे मांडला आहे.

[४५] यामध्ये हस्तमैथुन, प्रौढ पॉर्न साइट्स पाहणे, प्रौढ चित्रपट पाहणे, प्रौढांच्या लैंगिक कथा वाचणे आणि आदींचा समावेश होऊ शकतो.

किशोरवयीन लोकप्रिय सोशल नेटवर्किंग साइट्स वापरतात तेव्हा इंटरनेटवर, पालकांची देखरेख क्वचितच असते (हालदर आणि जयशंकर, २०११, पृ.क्र. ५–६) आणि (ब) फेसबुक, ऑर्कुट आणि आदींसारख्या साइट्स जिथे सतत जाणे किशोरवयीनांना आवडते, त्यांनी किमान वयाचा निकष १३ पर्यंत खाली आणला आहे,[४६] ही गोष्ट मोठ्या किशोरवयीनांना प्रत्यक्षात ज्यावर प्रतिबंध आहे अशा गोष्टीचा अनुभव घेण्यास प्रोत्साहन देतात. तथापि, जो मुलांच्या या उपकरणांच्या वापरावर विशेषतः मोबाइल फोनच्या वापरावर अंकुश ठेवण्यासाठी राज्य सरकारने २००७ पासून अशा उपकरणांपासून आरोग्यास असणारे धोके आणि अशा उकरणांमुळे 'वर्गामध्ये होणारा कथित उपद्रव'[४७] यांच्या आधारावर पावले उचलली आहेत. त्यावर अंकुश ठेवण्याकरिता राज्य सरकारांकडून उपाययोजना केल्या गेल्या आहेत. सरकारच्या या धोरणानंतर, महाराष्ट्र[४८] आणि गुजरात[४९] राज्य सरकारांनीदेखील १६ वर्षांखालील अल्पवयीनांच्या मोबाइल फोनवरील निर्बंधांसाठी आदेश जारी केले. पण, सर्वाधिक परिणामकारक परिणाम भारताच्या केंद्रीय माध्यमिक शैक्षणिक मंडळाने (सीबीएसई) जारी केलेल्या सूचनेमध्ये पाहता येऊ शकेल,[५०] की जिथे सीबीएसईने खालीलप्रमाणे नमूद केले आहे:

> शाळेच्या वातावरणामध्ये मोबाइल फोन्सच्या वापरावर निश्चितपणे निर्बंध आणणे गरजेचे आहे. मंडळ या मताचे आहे की विद्यार्थी, पालक, शिक्षक आणि संस्थांचे प्रमुख यांसारखे शालेय शिक्षणाशी जोडले गेलेले सर्व संबंधित घटकांमध्ये त्यांच्या शाळेतील मोबाइल फोन्सच्या वापरावर आणि शाळा परिसरातील त्याच्या प्रवेशावर निर्बंध आणण्याकरिता एकमत होण्याची गरज आहे. याचे कारण म्हणजे मोबाइल फोन्स विचलित होण्याचे, एकाग्रता कमी होण्याचे, चिंता, भीती आणि केव्हा तरी गैरवापराचे गंभीर कारण बनू शकतात. वर्ग सुरू असताना किंवा अगदी असाइनमेंटच्या दरम्यान विद्यार्थी शॉर्ट मेसेजिंग सर्व्हिस (एसएमएस) चा वापर करू शकतात त्यामुळे मोबाइल फोन्स जरी सायलेंट

---

[४६] पहा ऑर्कुटकरिता सेवेच्या अतिरिक्त अटी. http://www.orkut.co.in/html/en-US/additionalterms.orkut.html; या ठिकाणी उपलब्ध; आणखी पहा, फेसबुककरिता नोंदणी आणि अकाउंट सुरक्षा. http://www.facebook.com/terms.php?ref=pf या ठिकाणी उपलब्ध.

[४७] विशेष वार्ताहर, Karnataka bans mobiles for those under 16s. १२ सप्टेंबर २००७ रोजी प्रसिद्ध. http://www.hindu.com/2007/09/12/stories/2007091262261200.htm या ठिकाणी उपलब्ध.

[४८] वृत्तसंस्था. Mobile phones banned in schools in Maha. २१ फेब्रुवारी २००९ रोजी प्रसिद्ध. http://www.expressindia.com/latest-news/Mobile-phones-banned-in-schools-in-Maha/426462 या ठिकाणी उपलब्ध.

[४९] प्रेस ट्रस्ट ऑफ इंडिया. Gujarat government bans mobile phones in schools, colleges. २ ऑगस्ट २०१० रोजी प्रसिद्ध. http://articles.timesofindia.indiatimes.com/2010-08-02/india/28287399_1_mobile-phones-colleges-gujarat-government या ठिकाणी उपलब्ध.

[५०] पहा २००९ चे सीबीएसईचे परिपत्रक. Restriction in the use of Mobile Phones in Schools. http://cbse.nic.in/welcome.htm या ठिकाणी उपलब्ध.

> मोडवर असतील तरी ते वर्गामध्ये अडथळ्याचे स्त्रोत बनू शकतात. कॅमेरा जे आता बहुतांश मोबाइल फोन्सचे सर्वसाधारण वैशिष्ट्य आहे, त्याचाही गैरवापर होऊ शकतो. मोबाइल फोन्सच्या वापरासंबंधी गतकाळातून धडा घेतलेली पुरेशी प्रकरणे आहेत आणि मंडळ तीव्रपणे शिफारस करीत आहे की विद्यार्थ्यांनी शाळेमध्ये मोबाइल फोन्स आणू नयेत, आणि ही गोष्ट त्यांना पूर्णपणे पटवून दिली गेली पाहिजे.

सध्या, हा आदेश देशभरातील जवळपास सर्व शाळांमध्ये लागू आहे, आणि प्रामुख्याने शाळेत जाणाऱ्या किशोरवयीनांकडून डिजिटल साधनांच्या माध्यमातून सूड घेण्याच्या कृतींना रोखण्याचा हाच केवळ एकमेव उपाय आहे. एका वृत्तात सांगितल्याप्रमाणे, जर किशोरवयीन हा नियमांचे उल्लंघन करताना आढळला, त्याला गंभीरपणे समज दिली जाईल, किंवा दंड केला जाईल किंवा शाळेच्या अंतर्गत धोरणांनुसार निलंबन केले जाईल. आम्ही या समस्येवरील हा उपाय असू शकत नाही, असा आमचा युक्तिवाद आहे. भारताने दोन घटना पाहिल्या आहेत; ज्यांमुळे कदाचित किशोरवयीनांवर मोठा परिणाम झाला होता, सोशल नेटवर्किंग साइट्सह इंटरनेट संप्रेषण यंत्रणेसारख्या सुरक्षित व्यासपीठाचा विद्यार्थी वापर करतील, ही गोष्ट नाकारता येणार नाही. या गोष्टीची शक्यता अधिक आहे कारण या वेब व्यासपीठांना अमेरिकी कायद्यांनी निर्देशित केले आहे, जे भारतातील मुलाला त्याचा क्रोध, नैराश्य आणि सूडाची अंमलबजावणी जलदगतीने करण्यास मदत करू शकतात आणि अधिकारक्षम व्यवस्था जोपर्यंत भारतातील मानकांप्रमाणे योग्य ते आरोप निश्चित करणार नाही, तोपर्यंत त्यांना कायद्याच्या जाळ्यात त्वरित पकडता येणार नाही.

चुकीचे कृत्य करणाऱ्या किशोरवयीनाला शिक्षा देण्यासाठी त्यांना 'लैंगिक गुन्हेगार' म्हणून श्रेणीबद्ध करण्याची एक परंपरा अमेरिकेने २०११ च्या मध्यापर्यंत प्रस्थापित केली होती.[५१] ज्यांनी सर्वसामान्य किशोरवयीन लैंगिक वर्तन केलेले असू शकते अशा किशोरवयीनांकरिता जरी ही संज्ञा गंभीर वाटत असली; हे अवश्य नमूद केले पाहिजे की इंटरनेट युगातील किशोरवयीन आता स्वतःच्या भाषण आणि अभिव्यक्ती हक्कांचा दुरुपयोग करण्याइतके परिपक्व झाले आहेत. भारतामध्ये, आयटी कायदा (२००८ मध्ये सुधारित केल्याप्रमाणे) चे कलम ६७बी या समस्येला संक्षिप्तरीत्या स्पर्श करते. ही तरतूद मुलांना लक्ष्य करणाऱ्या ऑनलाईन लैंगिक गुन्हे विस्तृतपणे हाताळते आणि यामध्ये मुलांचे कामोत्तेजक कृती करतानाचे चित्रण केलेली कुठलीही सामग्री निर्माण करणे, प्रसिद्ध करणे किंवा प्रसिद्धीसाठी कारण बनणे, मुलांना अश्लील, असभ्य किंवा कामोत्तेजक कृती करतानाचे मुलांचे चित्रण करणाऱ्या सामग्री ब्राउजिंग करणे, गोळा करणे, शोध घेणे याकरिता

---

[५१] मिलर विरुद्ध कॅलिफोर्निया, ४१३ U.S. १५ (१९७३).

जाहिरात करणे, अशा हेतूंसाठी मुलांचे ग्रूमिंग, मुलांचा ऑनलाईन छळ सुलभ करणे, किंवा मुलांबरोबरील कामोत्तेजक कृतीच्या अनुषंगाने स्वतःचा छळाचे किंवा इतरांच्या छळाचे चित्रण करणे या विरोधात पाच उपखंडांच्या माध्यमातून प्रतिबंधित उपायांचा समावेश आहे.[५२]

सुरुवातीच्या शब्दांतून या तरतुदीने तिची व्याप्ती वाढविली आहे,

> जो कुणी—त्यामुळे अपराध करणाऱ्या किशोरवयीनांना त्या कार्यक्षेत्रांतर्गत आणेल. पुढे, २०१२ चे नियमन लैंगिक छळवणुकीपासून मुलांचे संरक्षण कायदा, २०१२ ने देखील ही समस्या माहिती तंत्रज्ञान कायदा २००० (२००८ मध्ये सुधारित) च्या कलम ६७बी प्रमाणे त्याच समान धर्तीवर हाताळली आहे. ही तरतूद मुलांनी सूड घेण्यासाठी तयार केलेले पॉर्न किंवा स्पष्टपणे मुलांच्या मदतीने झालेले सेक्स्टिंगवर लक्ष केंद्रित करीत नाही. तथापि, ऑनलाईन लैंगिक छळास संबोधित करते आणि कलम ११ मध्ये, ते 'कुठल्याही व्यक्तीला' लैंगिक छळासाठी दोषी ठरवते जर ती व्यक्ती कुठल्याही लिंगाची असली तरी मुलांना शरीराचे भाग दाखवायला भाग पाडते ज्यायोगे तो/ती स्वतःकिंवा इतर ते भाग पाहू शकतील,[५३] किंवा पॉर्नोग्राफिक हेतूंकरिता मुलांना सामग्री दाखवते,[५४] किंवा कुठल्याही इलेक्ट्रॉनिक, फिल्म किंवा डिजिटल किंवा इतर कुठल्याही पद्धतीच्या माध्यमातून खरे किंवा बनावट चित्रण कुठल्याही माध्यमाच्या प्रकारात वापर करण्याची धमकी देते, मुलांच्या शरीराचे भाग किंवा लैंगिक कृतीमध्ये मुलांचा सहभाग जे अशा व्यक्तीकडे यापूर्वीच स्टोअर केलेले असू शकते.[५५] यावरून ही शेवटची तरतूद संक्षिप्तरीत्या सेक्स्टिंग आणि परिणामस्वरूप सूड घेण्यासाठी केलेल्या पॉर्नोग्राफीच्या समस्येला स्पर्श करते, हे लक्षात येते. कलम १२ च्या माध्यमातून कायद्याने अशा प्रकारच्या लैंगिक छळवणुकीकरिता शिक्षाही सांगितली आहे ज्यामध्ये दिलेल्या मुदतीकरिता कारावास की जो तीन वर्षांपर्यंत वाढवता येऊ शकतो, तसेच आर्थिक दंडाचा समावेश आहे. पण या कुठल्याही तरतुदी कुठल्याही गुन्हा करणाऱ्या किशोरवयीनाविरोधात आतापर्यंत योग्य तऱ्हेने वापरल्या गेलेल्या नाहीत. चुकीचे कृत्य करणाऱ्यांकरिता कायदेमंडळ अमेरिकेत होत आहे त्याप्रमाणे अशा गंभीर शिक्षा देण्यासाठी तयार नसू शकतात, पण चुकीचे कृत्य करणाऱ्या मुलांकरिता दंडनीय पावले उचलण्याचा विचार करण्याची वेळ निश्चित आली आहे; ज्यामुळे डिजिटल गोपनीयतेचे मूळ सार आणि पीडितेची प्रतिष्ठा या गोष्टी सुरक्षित करू शकतात, आणि त्याच वेळी संविधानाच्या किशोरवयीनांच्या लैंगिक हक्कांसह मुलांच्या हक्कांच्या संरक्षणासाठीच्या मूळ मूल्यांचे समर्थन करू शकतात, हे पाहता येईल (पृ. क्र. ९६–१०४).

---

[५२] पहा आयटी कायदा, २००० (२००८ मध्ये सुधारित) चे कलम ६७बी. http://www.cyberpolicebangalore.nic.in/pdf/it_amendment_act2008.pdf या ठिकाणी उपलब्ध.

[५३] पॉक्सो कायदा, २०१२ चे कलम ११ (ii) पहा.

[५४] पॉक्सो कायदा, २०१२ चे कलम ११ (iii) पहा.

[५५] पॉक्सो कायदा, २०१२ चे कलम ११ (v) पहा.

या संदर्भात, आम्हाला या गोष्टीची उल्लेख करण्याची गरज वाटते की २०१३ पासून, अमेरिकेमध्ये सूड घेण्यासाठी केलेल्या पॉर्नसंबंधीचे कायदे प्रस्तावित करण्यासाठी सकारात्मक प्रगती आहे. जून २०१५ पर्यंत, अमेरिकेतील २३ राज्यांनी खासगी लैंगिक छायाचित्रांच्या अनधिकृत प्रसाराला गुन्हेगारी ठरविल्याचे कायदे मंजूर केले गेले आहेत.[५६] भारतामध्ये, जरी आपल्याकडे 'सूड घेण्यासाठी केलेल्या पॉर्नच्या विरोधात कायदा' अशा नावाचा कुठलाही कायदा नसला तरी, भारतीय दंड संहितेच्या कलम ३५४सी ची व्याप्ती प्रौढ महिलांकरिता सूड घेण्यासाठी केलेल्या पॉर्नच्या समस्यांचा समावेश करण्यापर्यंत वाढविता येऊ शकते. पण हे लक्षात ठेवण्याची गरज आहे की हा कायदा प्रत्यक्षात परपीडानंद (voyeurism) चा समावेश करण्यासाठी तयार केला गेला आहे आणि जरी हा गोपनीयतेची बाजू समाविष्ट करीत असला, तरी ते सूड घेण्याच्या मानसिकतेच्या बाजूचा समावेश करू शकणार नाही. म्हणून, कायदेमंडळाने सूड घेण्यासाठी केलेल्या पॉर्नवर लक्ष केंद्रित करून कायदा बनविण्याची गरज आहे की जो प्रौढ आणि मुलांकरिता फायद्याचा असू शकतो. तथापि, पोलीस आणि अभियोगाने सूड घेण्यासाठी केलेल्या पॉर्न सामग्रीची तसेच इतर कुठली कामोत्तेजक सामग्री की जी पॉर्नच्या नियमनक्षम श्रेणी अंतर्गत येते त्याची पोहोच पाहण्याचीदेखील गरज आहे. पीडितेचे स्थूलपणे असभ्य सादरीकरण करण्यासाठी सामग्रीचा वापर केला गेला असेल तर, पोलिसांनी महिलांचे असभ्य सादरीकरण (प्रतिबंध) कायद्यामधील, विशेषतः प्रकरणातील तथ्यांच्या आधारावर आयटी कायद्याचे कलम ६७ए आणि भारतीय दंड संहितेचे कलम ३५४सी यांच्यासह कलम ४ (महिलांचे असभ्य सादरीकरण असलेल्यांचा समावेश असलेले; पुस्तके, पत्रके आदींचे प्रकाशन किंवा पोस्टाने पाठविण्यावर प्रतिबंध) तरतुदीदेखील आणण्याचा विचार जरूर करावा. तथापि, हेदेखील नमूद करण्याची गरज आहे अनेक कायद्यांमुळे अंतिमतः कायदेमंडळाने तयार केलेल्या प्रतिबंधात्मक न्यायशास्त्राचा मुख्य उद्देश नाउमेद होण्याची शक्यता असते. विशेषतः जेव्हा कमाल शिक्षेसह कायद्याला दुसऱ्याच्या तुलनेत प्राधान्य दिले, अगदी जरी त्या समस्येवर तो संपूर्णपणे लक्ष केंद्रित केलेला नसू शकतो. म्हणून आम्हाला वाटते की तपाससंस्थेकडे तक्रार करताना (म्हणजे पोलीस) योग्य कायद्याखाली गुन्ह्याची नोंद करण्यासाठी त्यांनी योग्य तर्क लावण्याची गरज आहे, कायदेमंडळाने यासंबंधी अधिक लक्ष केंद्रित असलेले कायदे आणण्याचादेखील विचार करायला हवा.

---

[५६] या मुद्द्यावरील अधिक माहितीकरिता, पहा फ्रँक्स, एम. (२०१५). How to defeat revenge porn: First recognize it's about privacy, not revenge. *The Huffington Post* मध्ये २२ जून २०१५ रोजी प्रसिद्ध. http://www.huffingtonpost.com/mary-anne-franks/how-to-defeat-revenge-porn_b_7624900.html?ir=India&adsSiteOverride=in या ठिकाणी उपलब्ध.

बाल पोर्नोग्राफी

सेक्स्टिंग आणि सूड घेण्यासाठी केलेल्या पॉर्नबद्दल चर्चा करताना, आम्ही हे दाखवून दिले की भारतातील मुलांच्या पॉर्नोग्राफीबद्दलचे कायदे आयटी कायद्याच्या कलम ६७बी तसेच पॉक्सो कायदा, २०१२ चे कलम ११ आणि १३ मध्ये दिल्याप्रमाणे कसे वापरले जातात. आयटी कायद्याच्या कलम ६७बी नुसार मुलांना कामोत्तेजक कृती करताना दाखविणारी सामग्री गोळा करणे, ब्राउजिंग करणे, शोध घेणे जाहिरात करणे (कलम ६७बी(b)), मुलांच्या पॉर्नोग्राफी तयार करण्याच्या हेतूकरिता मुलांना मोहित करणे किंवा ग्रूमिंग करणे (कलम ६७बी(c)) यांनादेखील गुन्हेगारी स्वरूपाचे ठरविले गेले आहे, ज्यामध्ये दिलेल्या मुदतीकरिता पाच वर्षांचा तुरुंगवास, जो पाच वर्षांपर्यंत वाढविता येऊ शकतो आणि दंड की जो दहा लाख रुपयांपर्यंत वाढविता येऊ शकतो आणि दुसऱ्यांदा किंवा त्यानंतर अपराध सिद्ध झाल्यानंतरदिलेल्या मुदतीकरिता तुरुंगवास की जो सात वर्षांपर्यंत वाढविता येऊ शकतो आणि दंड की जो दहा लाख रुपयांपर्यंत वाढविता येऊ शकतो, या गोष्टीची येथे नोंद घेणे आवश्यक आहे. या तरतुदीनुसार प्रौढांनी प्रौढांचे पॉर्न खासगीत पाहण्याला गुन्हेगारी स्वरूपाचे ठरविणे शक्य आहे अथवा नाही ही गोष्ट सध्या न्यायालयाच्या विचाराधीन आहे, जेव्हा ते मुलांच्या पॉर्न सामग्रीचे ब्राउजिंग करणे, डाउनलोड करणे किंवा शोध घेणे येथपर्यंत पोहोचतात तेव्हा या संदर्भात मात्र कायदे आरशाप्रमाणे स्वच्छ आहेत. उशिरा का होइना, सामाजिक माध्यमांवरील मुलांची पॉर्न सामग्री तयार करण्यासंबंधीच्या तक्रारींमध्ये वाढ होत आहे, या गोष्टीचा इथे उल्लेख करणे आवश्यक ठरते. असे गुन्हे ह हाताळण्यासाठी, तमिळनाडूसारख्या राज्याने तमिळनाडू बूटलेगर्स, ड्रग अपराधी, वन अपराधी, गुंड, अनैतिक तस्करी करणारे अपराधी, वाळू अपराधी, स्लम-ग्रॅबर्स आणि व्हीडिओ पायरेट्सच्या धोकादायक कृती रोखण्याचा कायदा, १९८२ (गुंडा कायदा म्हणून प्रसिद्ध) सारखे कडक कायदे तयार केले आहेत की ज्यांनी मुलांच्या पॉर्नोग्राफीसह इंटरनेटवर आक्षेपार्ह, अपमानास्पद सामग्री तयार करण्यापर्यंत व्याप्ती वाढविली आहे. या ठिकाणी तमिळनाडू पोलिसांनी लहान मुलांप्रति लैंगिक आकर्षणाच्या सामग्रीसह फेसबुक पेज तयार करण्याकरिता यादव मणिकांता याला अलीकडेच ताब्यात घेतले आणि त्याला केलेली अटक उल्लेखनीय आहे. पोलिसांनी त्याला आयटी कायद्याच्या कलम ६७बी, पॉक्सो कायदा तसेच गूंडा कायदा याअंतर्गत त्याची नोंद केली.[५७] ही उदाहरणे मुलांच्या पॉर्नोग्राफीसंदर्भातील गुन्हे कमी करण्यामध्ये समाजावर सकारात्मक परिणाम तयार करतील अशी आशा आहे.

---

[५७] पहा द न्यूज मिंट. (२०१५). Why the arrest of a man running paedophilic page on Facebook is significant. *द न्यूज मिंट* मध्ये २२ मे २०१५ रोजी प्रसिद्ध. http://www.thenewsminute.com/article/why-arrest-man-running-paedophilic-page-facebook-significant या ठिकाणी उपलब्ध.

सायबर अश्लीलता

आम्ही यापूर्वीच उल्लेख केल्याप्रमाणे, जेव्हा आपण महिला आणि मुलींना लक्ष्य करणाऱ्या इंटरनेटवरील लैंगिक गुन्ह्यांबद्दल बोलतो, तेव्हा असे अनेक प्रसंग आहेत जिथे सायबर अश्लीलतेच्या संकल्पनेची सायबर पॉर्नोग्राफीच्या संकल्पनेमध्ये सरमिसळ झाली आहे, हे आपण पाहू शकतो. याचे कारण म्हणजे भारतामध्ये, आपण सायबर अश्लीलतेसह अश्लीलता रोखण्यासाठी चांगल्या कायदेशीर तरतुदी विकसित केल्या आहेत. आमच्या यापूर्वीच्या संशोधनामध्ये (हालदर आणि जयशंकर, २०११) आम्ही हे पाहिले की:

> अश्लीलतेची व्याख्या करण्याचा सर्वांत पहिला कायदेशीर प्रयत्न मिलर विरुद्ध कॅलिफोर्निया या प्रसिद्ध प्रकरणामध्ये करण्यात आला होता, ज्याने अश्लीलतेची 'हार्ड कोअर पॉर्नोग्राफी' अशी व्याख्या केली होती. या निर्णयामध्ये अश्लीलतेकडे झुकणाऱ्या विविध कृतीदेखील नमूद केल्या आहेत; त्या कृती आहेत: फोटोग्राफी किंवा ग्राफिक डिझाइन किंवा कामुक संदेशांद्वारे संप्रेषित झालेले लैंगिक अवयवांचे किंवा लैंगिक कृतींचे असभ्य चित्र; प्राप्तकर्त्याच्या/पाठविणाऱ्याच्या/शरीराबद्दल, लैंगिक कृती इत्यादीबद्दल प्रतिक्रिया किंवा मजकूर. सायबर स्पेसमधील अश्लीलता ही अनेकदा पॉर्नोग्राफीशी जोडली जाते आणि ती चर्चा बाल पॉर्नोग्राफी चर्चेपर्यंत पोहोचते, हे आमच्या लक्षात आले आहे. अश्लीलता आणि पॉर्नोग्राफी हे परस्परांशी जोडलेले आहेत हे खरे असले तरी, हे लक्षात घ्यावे की पॉर्नोग्राफी ही अश्लीलता व्यक्त करण्याची एक पद्धत आहे. चित्रपट आणि स्थिर छायायित्रांसह ग्राफिक्सच्या मदतीने लैंगिक कृती स्पष्ट करण्यासाठी पॉर्नोग्राफीचा मोठ्या प्रमाणावर वापर केला जातो. अश्लीलता ज्यामध्ये छायाचित्रांचा समावेश नाही अशा शाब्दिक लेखी शब्दांमधूनही अभिव्यक्त होऊ शकते. सायबर स्पेसमध्ये, अश्लीलतेच्या हल्ल्यांकरिता केवळ मुलांनाच नाहीत, तर प्रौढ महिलांनादेखील लक्ष्य बनविले जाते.

या ठिकाणी असा प्रश्न उपस्थित होतो की: अश्लीलतेस महिलांविरोधातील गुन्हा ठरविण्यासाठी असे कुठले घटक जबाबदार आहेत? आपण दोन बाजूंनी या प्रश्नाचे विश्लेषण करू: पहिली, छळ करणाऱ्या आणि पीडितेच्या वर्तनात्मक बाजूने आणि दुसरी, मिलरच्या निर्णयाच्या अनुषंगाने.

जेव्हा आपण पहिल्या बाजूने पाहतो, म्हणजे वर्तनात्मक बाजूने, तेव्हा अश्लीलतेस महिलांविरोधातील गुन्हा ठरविण्यासाठीचे घटक कदाचित खालीलप्रमाणे असू शकतात.

- पीडितेच्या शरीराबद्दल अश्लील, असभ्य संदेश जबरदस्तीने पाठविणारी कामुक कृती किंवा संदेशाकडे पाहून महिला किंवा पीडितेस अस्वस्थ करणारी किंवा भीती किंवा अनावश्यक द्वेष तयार करण्यासाठी असभ्य मार्गाने लैंगिक अवयवांचे चित्रण केलेली पुरुषाची नग्न/अर्धनग्न शरीराची चकाकणारी छायाचित्रे पाठविणे, किंवा

- एखाद्याच्या इनबॉक्समध्ये महिलांना 'लैंगिक गुलाम' दर्शवणारी लैंगिक कृतींचे चित्रण असलेली दृश्य छायाचित्रे पाठवणे, किंवा
- अश्लील भाषेमध्ये लैंगिक कृतींच्या कथा तयार करणे ज्यामध्ये पीडितेचे नाव आणि/किंवा छायाचित्रे, कार्टून, ग्राफिक छायाचित्रे आदींचा समावेश आहे, ते वेबवर प्रसारित करणे, जे पीडितेचे विकृत लैंगिक भागीदार म्हणून यशस्वीपणे चित्रण करतात आणि पीडितेबद्दल सामान्य नागरिकांत मोठ्या प्रमाणात घृणा निर्माण करतात आणि सहानुभूती नाही.

जेव्हा दुसऱ्या बाजूने म्हणजे, मिलर विरुद्ध कॅलिफोर्निया यांच्या अनुषंगाने पाहिले असता, समाविष्ट घटकांमध्ये खालील तार्किक वजावटींचा समावेश करता येईल:

(अ) 'एखादी सामान्य व्यक्ती, समुदायाची समकालीन मानके लागू करते' तेव्हा जर त्या कामाचा एकंदर विचार केला तर त्याचा हेतू कामुक उद्देशांना प्रेरित करण्याचा आहे, असे असेल,

(ब) जर लागू होत असणाऱ्या राज्याच्या कायद्यानुसार अत्यंत आक्षेपार्ह मार्गाने लैंगिक कृतींचे चित्रण किंवा वर्णन करत असेल तर आणि

(क) जर त्या कृतीचा एकंदर विचार करता त्यात गंभीर साहित्याचा, कलेचा, राजकीय किंवा वैज्ञानिक मूल्याचा ज्यात अभाव असेल तर.

थोडक्यात, अशा कृतींना गुन्हा म्हणून संबोधताना मिलरचा निर्णय वर्तनांच्या सामाजिक स्वीकारार्हतेवर आणि सामाजिक मूल्यव्यवस्थेवर भर देतो. ज्या बहुतांश देशांनी त्यांचे स्वत:चे इंटरनेट कायदे तयार केले आहेत, त्यांनी मिलर यांचे अश्लीलतेसंदर्भातील निर्णयात्मक विश्लेषण स्वीकारलेले आहे. तथापि, डिजिटल साधनांमध्ये सुधारणा होत असल्यामुळे प्रौढ महिलांना लक्ष्य करणाऱ्या सायबर अश्लीलतेला गती मिळत आहे (हालदर आणि जयशंकर, २०११, पृ. क्र. २८–२९).

भारतामध्ये, अश्लीलतेला भारतीय दंड संहितेने कलम २९२(१) मध्ये पारंपरिकरीत्या संबोधित केले होते, ज्यायोगे कोणत्याही आशयातील सभ्यतेचे निकष आणि कोणत्या आशयाला अश्लील म्हणता येईल हे स्पष्ट केले आहे,

> ... [एखादे] पुस्तक, पत्रक, कागद, लिखाण, रेखन, रंगचित्र, प्रतिरूपण, किंवा आकृती किंवा अन्य कुठलीही वस्तू कामुक असेल, अथवा विषयलोलुपतेला आवाहन करीत असेल, किंवा एकूण समग्र परिस्थितीचा विचार करता ज्या व्यक्ती त्यात समाविष्ट आहेत किंवा ज्या साकारलेले साहित्य वाचतील, पाहतील, किंवा ऐकतील अशी शक्यता आहे– त्यांना नीतिभ्रष्ट करण्यास किंवा बिघडवण्यास पुरेसे आहे; तसेच त्या वस्तूचा एकत्रित

> परिणाम (ज्यामध्ये दोन किंवा अधिक बाबींचा समावेश असेल तर), किंवा वस्तूंचा कोणत्याही बाबींचा परिणाम नीतिभ्रष्ट बनवण्यात किंवा बिघडवण्यात होत असेल, तर ते अश्लील किंवा बीभत्स मानले जाईल.

या तरतुदीने अश्लील कामे किंवा सामग्री यांचा इतरांपर्यंत (भारतीय दंड संहितेचे कलम २९२(२)) तसेच मुलांपर्यंत (भारतीय दंड संहितेचे कलम २९३) प्रकाशन, प्रसार आदींनादेखील गुन्हेगारी ठरवले आहे. पुढे, भारतीय दंड संहितेचे कलम २९४ ने अश्लीलतेच्या कृतीसाठी आणि इतरांसाठी त्रासदायक ठरतील अशी गाणी गाण्यासाठी शिक्षा दिली आहे. या तिन्ही तरतुदींच्या पार्श्वभूमीवर, कलम ६७ ची रचना केली गेली आणि आयटी कायदा, २००० (२००८ मध्ये सुधारित) मध्ये सुधारणा केली गेली, ज्यानुसार,

> कुठलीही सामग्री की जी कामुक असेल किंवा विषयलोलुपतेला आवाहन करीत असेल, अशी सामग्री जो कुणी इलेक्ट्रॉनिक स्वरूपात प्रकाशित करतो किंवा प्रसार करतो किंवा प्रकाशनाचे कारण बनतो, किंवा एकंदर परिणाम पाहता, ज्या व्यक्ती त्यात समाविष्ट असलेले किंवा साकारलेले साहित्य वाचण्याचा, पाहण्याचा, किंवा ऐकण्याचा संभव आहे त्यांना नीतिभ्रष्ट करण्यास किंवा बिघडवण्यास पुरेसे आहे त्यांना पहिल्यांदा अपराध सिद्ध झाल्यास दिलेल्या मुदतीकरिता तुरुंगवास की जो दोन तीन वर्षांपर्यंत वाढवता येऊ शकतो आणि जो पाच लाख रुपयांपर्यंत वाढवता येईल इतका दंड होऊ शकतो आणि दुसऱ्यांदा किंवा त्यानंतर सिद्ध झालेल्या अपराधासाठी दिलेल्या मुदतीकरिता तुरुंगवास, जो पाच वर्षांपर्यंत वाढविता येऊ शकतो आणि दहा लाख रुपयांपर्यंत वाढविता येणारा दंड होऊ शकतो.

आमच्या यापूर्वीच्या संशोधनामध्ये (हालदर आणि जयशंकर, २०११), आम्ही यासंदर्भात काही विशिष्ट निरीक्षणे केली आहेत:

> आम्ही नमूद करू शकतो की या कायद्याचा आराखडा करणाऱ्याने अश्लीलता आणि कामोत्तेजक सामग्रीच्या अर्थामध्ये काळजीपूर्वक अत्यंत सूक्ष्म फरक केला आहे. अश्लीलता आणि पॉर्नोग्राफी या मुख्य कल्पनांमध्ये ब्रिटन, मग्वायर, आणि नॅथान्सन (१९९३) यांनी स्पष्ट स्पष्ट फरक केला आहे. जो खालीलप्रमाणे आहे:
>
> ...अश्लीलता म्हणजे लैंगिक शब्द आणि छायाचित्रे जी भाषण स्वातंत्र्याच्या संवैधानिक हमीने सुरक्षित नसतात. बेकायदा रीतीने अश्लील ठरण्यासाठी, ते काम विषयलोलुपतेला अवश्य आवाहन करणारे हवे, आक्षेपार्ह मार्गाने उघडपणे लिंगाचे चित्रण करणारे असायला हवे, आणि त्यात साहित्यिक, कलात्मक, राजकीय किंवा वैज्ञानिक मूल्याचा गंभीरतेने अभाव असायला हवा. पॉर्नोग्राफी ही अशी सामग्री आहे जी उघडपणे उद्दिपित करण्यासाठी निर्मिली जाते आणि त्याची कुठलीही वैधानिक किंवा सुसंगत व्याख्या नाही. प्रत्येक व्यक्तीसाठीची व्याख्या तिचे संगोपन, लैंगिक प्राधान्य आणि पाहण्याची संदर्भ यावर

> आधारित असते. एखाद्या महिलेसाठीचा 'कचरा' दुसऱ्यासाठी खजिना किंवा रटाळ असू शकतो (ब्रिटन, मॅग्वायर, आणि नाथान्सन, १९९३, परिच्छेद ३).
>
> हा फरक जरी अमेरिकेच्या भाषण स्वातंत्र्यावरील संवैधानिक हमीच्या दृष्टीने केला गेलेला असला तरी, भारतातील कायदे क्वचितच या दोघांमध्ये भेद करतात. भारताच्या सर्वोच्च न्यायालयाने कॉकबर्न यांची अश्लीलतेची व्याख्या स्वीकारलेली आहे, म्हणजे, 'अश्लीलतेची चाचणी ही की, अश्लीलता म्हणून संबोधलेल्या सामग्रीची प्रवृत्ती ज्यांचे मन अशा अनैतिक प्रभावांकरिता खुले आहे आणि ज्यांच्या हातात अशा प्रकारचे प्रकाशन पडू शकते, त्यांना नीतिभ्रष्ट करणे आणि बिघडवण्यासाठी कारणीभूत आहे का.'[५८] भारताच्या सर्वोच्च न्यायालयाने अश्लीलतेला रणजित डी. उदेशी विरुद्ध महाराष्ट्र राज्य प्रकरणामध्ये सामाजिक गुन्हा म्हणून संबोधले होते[५९] आणि नमूद केले की 'समाजातील नैतिकतेच्या प्रचलित मानकानुसार लैंगिक आचरण नागरी सभ्यता आणि नैतिकता यांच्या दृष्टीने आक्षेपार्ह बनतात, तेव्हाच त्या सामग्रीस अश्लील उत्पादन म्हणून संबोधता येईल (हालदर आणि जयशंकर, २०११, पृ.क्र.. १२२–१२३).

त्यामुळे, जेव्हा एखाद्या पोलीस अधिकाऱ्याला इंटरनेटवरील अश्लीलते संदर्भात तक्रारीची नोंद करायची असते, त्याला/तिला पॉर्नोग्राफीच्या संकल्पनेपासून गुन्ह्याला वेगळे करण्यासाठी त्याचा/तिचा तर्क लावावाच लागतो. अश्लील सिनेमांसंबंधी तक्रार नोंदविण्याची अनेक उदाहरणे आहेत; सायबर अश्लीलतेवर आयटी कायद्याचे कलम ६७ च्या वापराचे ताजे उदाहरण म्हणजे सनी लिओनवर इंटरनेटवर अश्लील मजकुराच्या वितरणासाठी लावलेले अश्लीलतेचे आरोप असू शकते.[६०] पण आम्ही समजू शकतो की योग्य तरतुदी लागू करण्याकरिता पॉर्नोग्राफीपासून अश्लीलतेचे घटक वेगळे करण्याचे काम अत्यंत कठीण असू शकते; कारण पॉर्नोग्राफी असलेल्या सामग्रीमध्ये अश्लीलतेचादेखील समावेश असू शकतो. पुढे, आम्ही उल्लेख केल्याप्रमाणे, मोठ्या शिक्षेस प्राधान्य देण्यामुळे, अनेक पोलीस अधिकाऱ्यांचा आयटी कायद्याच्या कलम ६७ आणि ६७ए तसेच भारतीय दंड संहितेचे कलम २९२ किंवा आयटी कायद्याचे कलम ६७बी आणि भारतीय दंड संहितेचे कलम

---

[५८] *भारताच्या सर्वोच्च न्यायालयाने अश्लीलतेची कॉकबर्न यांची व्याख्या स्वीकारलेली आहे (यामध्ये स्पष्ट केल्याप्रमाणे* कॉकबर्न, सी. जे., हिकलिनमध्ये, (१८६८), एलआर ३ क्यूबी ३६०, ३७१).

[५९] रणजित. डी. उदेशी (१९६५) 1SCR65 SC.

[६०] बातमीमध्ये आयटी कायदा, २००० च्या कलम ६७ बद्दल सांगितलेले नाही. पण बातमी जे सांगते, त्यावरून आम्हाला वाटते कलम ६७ लागू केलेले असू शकते. सविस्तर माहितीकरिता, पहा प्रेस ट्रस्ट ऑफ इंडिया. (२०१५). Sunny Leone charged with obscenity. द हिंदूमध्ये १५ मे २०१५ रोजी प्रसिद्ध. http://www.thehindu.com/entertainment/sunny-leone-charged-with-obscenity/article7210308.ece या ठिकाणी उपलब्ध (९ जून २०१५ रोजी प्राप्त केले).

२९३ अशा दोन्ही तरतुदी एकत्र करण्याकडे कल असू शकतो. पॉर्नोग्राफी आणि अश्लीलतेसंदर्भातील गुन्हे हाताळण्याकरिता आम्हाला चांगले उदाहरण प्रस्थापित करावेसे वाटते, पोलिसांनी अशी प्रवृत्ती टाळायला हवी.

निष्कर्ष

यापूर्वीच्या चर्चेवरून पाहिल्याप्रमाणे, भारतामध्ये महिला आणि मुलींना लक्ष्य करणाऱ्या लैंगिक गुन्ह्यांना हाताळण्यासाठी कायदे आहेत, हे लक्षात येते; पण, हे कायदे आताही पूर्णपणे परिपक्व नाहीत. यादवा मणिकांता प्रकरणाचा पुन्हा विचार करा; त्यातील दोषी आक्षेपार्ह फेसबुक पेज तयार करू शकला; कारण प्रथमतः सार्वजनिक ठिकाणी तो तरुण मुलींची छायाचित्रे घेऊ शकत होता. त्याचप्रमाणे, आम्ही (हालदर आणि जयशंकर, २०१४अ) हे दाखवून दिले आहे की सार्वजनिक ठिकाणी छायाचित्रणाचे नियमन करणाऱ्या कायद्यांचा अभाव त्याचप्रमाणे इंटरनेटवर तसेच खऱ्या आयुष्यातही योग्य अशा गोपनीयतेच्या कायद्यांचा अभाव आदिवासी महिलांसह अन्य महिलांनाही पीडित करू शकतो जेव्हा त्यांची छायाचित्रे सामाजिक माध्यमांमध्ये किंवा xxx सिनेमाच्या टॅगसह प्रौढांच्या साइट्सवर पॉर्न सामग्री म्हणून अपलोड केली जातात. छायाचित्रांचा असा गैरवापर बनावट अवताराच्या निर्मितीस कारणीभूत ठरू शकतो, जे इंटरनेटवर दीर्घ काळ राहू शकतात, हे समजून घेण्याची गरज आहे.[६१] या गोष्टी पीडितेला गोष्टींचा असमंजसपणे सामना करण्याच्या पद्धतींचा अवलंब करण्यासारखी[६२] टोकाची पावले उचलण्यास किंवा अगदी आत्महत्या करण्यास प्रवृत्तकरू शकतो. परिस्थिती हाताळण्यासाठी योग्य कायदेशीर यंत्रणा आहे आणि पोलिसांना आणि न्यायालयांना पीडितांनी योग्य ते सहकार्य केले, तर अपराधींना शिक्षा होऊ शकते असा विश्वास पीडितांमध्ये निर्माण करणे ही फौजदारी न्यायिक यंत्रणेची मुख्य जबाबदारी आहे, असे आम्हाला वाटते. केवळ इतकेच नव्हे, तर पीडितांना हादेखील विश्वास वाटायलाहवा की जर त्यांनी सहकार्य केले, तर इंटरनेटवरील आक्षेपार्ह छायाचित्रे हटविली जाऊ शकतात. सामग्री हटवण्यामध्ये, वेबसाइट्स मोठी भूमिका बजावतात हे उघड आहे,[६३] आणि त्यामुळे वेब कंपन्यांनी पीडितेस आणि पोलिसांना आणि अभियोगास अवश्य सहकार्य केले पाहिजे. जर पीडितेस असा विश्वास दिला गेला, तर समस्येचा सामना सहजपणे करता येऊ शकेल, असे आम्हाला वाटते.

[६१] यावरील सविस्तर चर्चेकरिता यापूर्वीचे प्रकरण पहा.

[६२] यासंबंधी सविस्तर चर्चा पुढील प्रकरणांमध्ये केली आहे.

[६३] यावरील सविस्तर चर्चा नंतरच्या प्रकरणांमध्ये पहा.

संदर्भ

Bartow, A. (2008). Pornography, coercion, and copyright law 2.0. *Vanderbilt Journal of Entertainment and Technology Law, 10*(4), 101–142. Available at http://works.bepress.com/cgi/viewcontent.cgi?article=1030&context=ann_bartow (Accessed on 10 February 2016).

Citron, D. (2014). *Hate crimes in cyber space.* Harvard: Harvard University Press.

Dworkin, A., & MacKinnon, C. A. (1988). Pornography and civil rights: A new day for women's equality. Published & Distributed by Organizing against Pornography: A resource centre for education and action. Minneapolis, Minnesota.

George, C. E., & Scerri, J. (2007). *Web 2.0 and user-generated content: Legal challenges in the new frontier*. *Journal of Information, Law and Technology, 2.* Available at http://ssrn.com/abstract=1290715 (Accessed on 10 February 2016).

Halder, D., & Jaishankar, K. (June 2011). *Cyber crime and the victimization of women: Laws, rights, and regulations.* Hershey, PA: IGI Global.

Halder, D., & Jaishankar, K. (2013). Revenge porn by teens in the United States and India: A socio-legal analysis. *International Annals of Criminology, 51*(1–2), 85–111.

Halder, D., & Jaishankar, K. (July/August, 2014b). Teen sexting: A critical analysis on the criminalization vis-à-vis victimization conundrums. *The Virtual Forum Against Cybercrime (VFAC)Review*, Korean Institute of Criminology, *1*(6), 26–43.

———. (2014a). Online victimization of Andaman Jarawa tribal women: An analysis of the 'human safari' YouTube videos (2012) and its effects. *British Journal of Criminology*, *54*(4), 673–688.

Leary, M. (2010). Sexting or self-produced child pornography? The dialogue continues—Structured prosecutorial discretion within a multidisciplinary response. *Virginia Journal of Social Policy and the Law*, *17*(3), 487–566.

Malamuth, N. (1999). Pornography. Encyclopedia of violence, peace and conflict (vol. 3. pp. 77–89). Available at http://www.sscnet.ucla.edu/comm/malamuth/pdf/99evpc3.pdf (Accessed on 15 May 2015).

Sunstein, C. (1986). Pornography and the First Amendment. *DUKE Law Journal*, *1986*(4), 589–627. Available at http://scholarship.law.duke.edu/cgi/viewcontent.cgi?article=2951&context=dlj. (Accessed on 2 January 2015).

७ विस्मृतीत जाण्याचा हक्क: सेवा पुरवठादारांचे दायित्व

ऑनलाईन स्त्री-द्वेषाबरोबरच ऑनलाईन छळवणुकीमुळे एखाद्या महिलेच्या मनात सर्वांत मोठी भीती निर्माण होऊ शकते ती तिच्या विनयास, नैतिकतेस आणि पावित्र्यास झालेल्या नुकसानामुळे तिची सामाजिक प्रतिष्ठा नष्ट होण्याची. यामुळे खुनासह इतर अनेक समस्या होऊ शकतात, ही भीती महिलांना नेहमी असते. भारतात, अतिप्राचीन काळापासून महिलांचे चारित्र्य ठरविण्यासाठी नैतिकता आणि पावित्र्य हे महत्त्वपूर्ण घटक मानले जातात. रामायण या महाकाव्याच्या कथेचा विचार करा. सीतेला तिचे पती राम यांना स्वतःचे पावित्र्य *अग्निपरीक्षेच्या* माध्यमातून सिद्ध करून दाखवावे लागले; कारण ती रावणाच्या कैदेत लंकेमध्ये राहिली होती. आधुनिक भारतामध्ये, असा कुठलाही कायदा नाही ज्याने वास्तवात नैतिकता आणि पावित्र्याच्या अर्थाची व्याख्या सांगितली आहे आणि अशा रीतीने, महिलांना अशा पद्धतीच्या अमानवी मार्गाने त्यांची नैतिकता किंवा पावित्र्य सिद्ध करण्यासाठी भाग पाडण्याचा न्यायालयांनी निषेध केला आहे. पण, अनेक प्रसंगांमध्ये पारंपरिक सामाजिक मानसिकतेने कायदेशीर नियम आणि महिला यांना तुच्छ लेखले आहे, ज्यांची नैतिकता आणि पावित्र्यावर प्रश्न उपस्थित केला गेला अशा महिलांना, मूलभूत मानवाधिकारांचे सर्वाधिक उल्लंघन करणाऱ्या गोष्टींना सामोरे जावे लागले. समाजामध्ये अशी अनेक उदाहरणे पाहायला मिळतात ज्यामध्ये महिलांची नैतिकता आणि पावित्र्य सिद्ध करण्यासाठी त्यांच्या हातावर पेटलेला कोळसा ठेवणे, महिलांच्या कपाळावर त्यांचा दूषणे देणारे शिक्के चिटकवणे, सामाजिकदृष्ट्या बहिष्कृत करणे आणि ऑनर किलिंगच्या नावाखाली महिलांची हत्या करणे, अशी अनेक उदाहरणे उपलब्ध आहेत. पावित्र्याची एक विशिष्ट भाषाशास्त्रीय व्याख्येमध्ये 'पावित्र्याच्या' अर्थामध्ये योग्य तऱ्हेने सामावण्यासाठी शुद्धता, आत्म-नियंत्रण आणि अविनाशीपणा हे तीन निकष, लागू होतात (महालिंगम, २००७).

दुसऱ्या बाजूला, नैतिकता, समाजाने स्वतः निर्धारित केलेली काही तत्त्वे ध्वनित करते जी योग्य किंवा अयोग्य वर्तनांमधील फरक सांगतात. भारतीय समाजातील महिलांसाठी पावित्र्य आणि नैतिकता यांचा वापर जवळपास कायमच लैंगिक शुद्धतेबरोबर समानार्थी म्हणून केला जातो. जर नैतिकता आणि पावित्र्य, यांचा वरील अर्थ गृहीत धरला तर 'विनय', ही संज्ञासुद्धा त्यासोबत जोडली जाऊ शकते; जिची पहिल्या दोन्ही संज्ञांप्रमाणे भारतातील कायद्याद्वारे कधीही व्याख्या केली गेली नव्हती. पण विनय ही संज्ञा कलम ३५४ (महिलेच्या विनयास अपमानित करण्याच्या हेतूने शारीरिक हल्ला किंवा क्रूर बळ) आणि कलम ५०९

(महिलांच्या विनयाला नुकसान पोहोचवण्यासाठी वापरलेले शब्द, हावभाव) मध्ये वापर केला गेला आहे; दोन्ही तरतुदी महिलांच्या विनयाला अशा शारीरिक बळ आणि हावभाव किंवा शब्दांना (शाब्दिक, चित्रमय किंवा लिखित) शिक्षा देण्यासाठी बनलेल्या आहेत की जे महिलांच्या विनयावर हल्ला करतात. न्यायालयांनी विनय संज्ञेचा ऑक्सफर्ड इंग्रजी शब्दकोशाने दिल्या गेलेल्या भाषिक अर्थानुसार अर्थ लावला आहे, जो 'वर्तनाची महिलासुलभ शिष्टता: विचार, भाषा आणि आचरणाचे विवेकी पावित्र्य' असा या संज्ञेचा अर्थ लावला जातो.[१] आधी विनय संज्ञेचा अर्थ 'महिलांच्या लिंगभावाचे वैशिष्ट्य'[२] असा लावला गेला होता आणि न्यायालयांचा कल पंजाब सरकार विरुद्ध मेजर सिंह (एआयआर १९६७ कलम ६३) द्वारा निर्धारित निकषावर अवलंबून राहण्याकडे आहे, जो निकष पुढीलप्रमाणे आहे 'महिलेच्या सभ्यतेच्या संवेदनेला धक्का पोहोचण्यास सक्षम असे अपराधीचे एखादे कृत्य'. सायबर स्पेसमध्ये, एखाद्या महिलेची नैतिकता, पावित्र्य आणि विनय यांना एका साध्याशा 'वाईट टिप्पणीने', 'बनावट अवताराने' किंवा महिलांना लक्ष्य करणाऱ्या अपमानजनक पोस्टद्वारे नुकसान पोहोचवले जाऊ शकते आणि हे सर्व संबंधित महिलेवर थेट शारीरिक बळाचा प्रयोग न करता किंवा तिला अपमानजनक संकेत किंवा शब्द दाखवल्याशिवाय आणि ऐकविल्याशिवाय केले जाऊ शकते. यामागचे प्रमुख कारण हे की इंटरनेट व्यक्तीचे विचार प्रदर्शित करण्यासाठी, जरी ते आक्षेपार्ह असले तरी, त्याकरिता व्यापक व्यासपीठ पुरविते.

पण, आपल्याला हे लक्षात ठेवण्याची आवश्यकता आहे की नैतिकता, पावित्र्य आणि विनय (विशेषतः महिलांशी संबंधित) यांचा स्तर समाजांनुसार वेगळा आहे (मिलर विरुद्ध कॅलिफोर्निया, १९७३).[३] बहुतांश इंटरनेट कंपन्या अमेरिकेमध्ये आहेत, हे वास्तव पाहता असे घटक जे भाषा, छायाचित्रे किंवा लेखन यांना 'आक्षेपार्ह' म्हणून श्रेणीबद्ध करण्याचा निर्णय यजमान देशाच्या कायद्यांनुसार घेऊ शकतात. अशा प्रकरणांत, भारतामध्ये जे 'आक्षेपार्ह' समजले जाते ते अमेरिकास्थित इंटरनेट कंपन्यांनी तयार केलेले आणि त्याचे पालन केले जाणारे नियम आणि धोरणे यांच्यानुसार आक्षेपार्ह समजले जाणार नाही. त्याचप्रमाणे भारतामध्ये असलेल्या इंटरनेट कंपन्यांबरोबरच ईमेल किंवा डिजिटल दूरसंचार सेवा पुरवठादारांचे स्वतःचे नियम आणि धोरणे असू शकतात, आणि भाषा किंवा विचार किंवा छायाचित्रे आक्षेपार्ह आहेत किंवा आक्षेपार्ह नाहीत याचे वर्गीकरण करण्याच्या त्यांच्या स्वतःच्या आकलनाच्या पातळ्याही असू शकतात. सर्व इंटरनेट कंपन्या आणि सेवा

---

[१] श्रीमती रुपन देओल बजाज आणि एएनआर विरुद्ध कंवर पाल सिंग गिल आणि एएनआर पहा १२ ऑक्टोबर १९९५. अनुरूप उल्लेख: १९९६ एआयआर ३०९, १९९५ एससीसी (६) १९४.

[२] पंजाब सरकार विरुद्ध मेजर सिंह (एआयआर १९६७ कलम ६३) पहा.

[३] मिलर विरुद्ध कॅलिफॉर्निया, ४१३ यू.एस. १५ (१९७३).

पुरवठादार यांच्याकडे सर्व ग्राहकांच्या हिताचे रक्षण करण्याचे दायित्व असते, भलेही सेवांचा वापर करण्याचे त्यांचे हेतू किंवा उद्दिष्टे काहीही असतील, या गोष्टीची इथे नोंद घेणे महत्त्वाचे ठरू शकेल. याच कारणामुळे भौगोलिक स्थान, मूळ नाव, सामाजिक ओळख क्रमांक, फोन क्रमांक आणि इंटरनेट प्रोटोकॉल (आयपी) ॲड्रेस यांचा समावेश असतो अशा खासगी माहितीचा वापर करून ग्राहक जे अकाउंट तयार करतो, ती माहिती जोपर्यंत स्वतः ती माहिती आपले प्रोफाइल पेज किंवा संदेश यांच्याद्वारे उघड करीत नाही तोपर्यंत ती माहिती इंटरनेट कंपन्या आणि सेवा पुरवठादार यांच्याकडून उघड केली जात नाही. इंटरनेट कंपन्या आणि सेवा पुरवठादार यांच्या दायित्वामध्ये ग्राहक असलेल्या तसेच ग्राहक नसलेल्यांच्या डिस्ट्रेस कॉलनादेखील उत्तर देण्याचाही समावेश असतो, जे कदाचित इतर कुठल्या ग्राहकाच्या कृतीद्वारे दुखावलेले असू शकतात. पण, नेहमीच, ग्राहकांच्या खासगी माहितीशी संबंधी गोपनीयता ठेवण्याच्या दायित्वाच्या तुलनेत, हे विशिष्ट दायित्व भागधारकांना जास्त वादग्रस्त वाटते. याचे विशेष कारण म्हणजे पीडितांनी, विशेषतः महिला पीडितांनी केलेल्या तक्रारींमुळे तयार झालेले दायित्व; बहुतांश प्रकरणात छळ करणाऱ्याने तयार केलेले छायाचित्र असू शकते. विशिष्ट वेबपोर्टलमध्ये पीडितेच्या 'विसरण्याच्या' हक्काचा समावेश करते. 'विस्मृतीत जाण्याच्या हक्का'ची ही संकल्पना ज्याची 'विस्मृतीत जाण्याच्या हक्का'च्या संदर्भात चर्चा केली जाईल ज्यावर आता युरोपीय संघामध्ये (EU) अमेरिकास्थित इंटरनेट कंपन्यांच्या भाषण स्वातंत्र्याच्या विस्तृत समजाविरोधात वादविवाद सुरू आहेत, या दोहोंमध्ये थोडा फरक आहे; कारण आम्ही महिला पीडितांच्या आक्षेपार्ह पोस्ट किंवा छायाचित्रे पूर्णपणे काढून टाकण्याचा दावा करण्यासाठीच्या हक्कावर अधिक जोर देणार आहोत. आम्ही, या कारणाकरिता, गुगलचे प्रायव्हसी काउन्सेलचे मुख्य पीटर फ्लीश्चर,[४] यांनी सांगितल्याप्रमाणे 'विसरण्याच्या' हक्कांसाठीच्या दुसऱ्या आणि तिसऱ्या श्रेणीची जास्त बाजू घेऊ.

दायित्वः काय, का आणि कुणासाठी?

यापूर्वीच्या प्रकरणांमध्ये केलेल्या चर्चांमधून लक्षात येऊ शकेल की, इंटरनेट लोकांना अभिव्यक्त होण्यासाठी आणि विविध कारणांकरिता लोकांशी परस्परसंवाद साधण्यासाठी व्यासपीठ उपलब्ध करून देते. त्याचप्रमाणे, डिजिटल दूरसंचार यंत्रणादेखील लोकांशी परस्परसंवाद साधण्यासाठी मौखिक संप्रेषणाद्वारे किंवा मौखिक संप्रेषणाबरोबरच संदेश तयार करण्याद्वारे (ज्याच्याबरोबर छायाचित्र किंवा ग्राफिक छायाचित्र असू किंवा नसू शकते अशा

[४] अधिक माहितीकरिता पहा, फ्लीश्चर. (२०११). Foggy thinking about the Right to Oblivion. Peter Fleischer: Privacy...? मध्ये ९ मार्च २०११ रोजी प्रसिद्ध. http://peterfleischer.blogspot.in/2011/03/foggy-thinking-about-right-to-oblivion.html या ठिकाणी उपलब्ध (२ जुलै २०१५ रोजी प्राप्त केले).

मजकुराच्या योगे) एक माध्यम उपलब्ध करून देतात. भाषण, मजकूर, किंवा पोस्ट यांच्या निर्मात्याचे भाषणाप्रति प्राथमिक दायित्व असले तरी, हे समजून घेण्याची गरज आहे की वाहक किंवा चॅनेल किंवा व्यासपीठ अशा ज्या माध्यमातून असे भाषण, विचार किंवा संदेश प्राप्तकर्त्यापर्यंत पोहोचतात त्यांचेही काही दायित्व असते. असे चॅनेल किंवा व्यासपीठ इंटरनेटने दिलेले असते आणि त्याला त्याचे स्वतःचे नियम, दायित्व आणि धोरणे असतात की जे सामग्री तयार करणाऱ्याचे हक्क कमी करून कुठले भाषण काढले जाऊ शकत नाही आणि पोस्ट, संदेश किंवा मेल आदींमधील सामग्री कुठलीही असली तरी लक्ष्य असलेल्या प्राप्तकर्त्यापर्यंत पोहोचवण्यासाठी कुठले भाषण राहील आणि प्राप्तकर्त्यापर्यंत कोणते भाषण पोहोचेल याचा निर्णय घेतात.

ही परिस्थिती खालील शब्दांमध्ये उत्तम पद्धतीने मांडता येऊ शकते:

> अनेकांना मानवी इतिहासातील जी सर्वांत मोठी सार्वजनिक जागा वाटत आहे ती अजिबातच सार्वजनिक नाही. विरोधाभास हा आहे की, इंटरनेट—ज्याच्याकडे संगणक आहे अशा कोणासही उपलब्ध असलेले—सामग्रीच्या बाबतीत अज्ञेयवादी संप्रेषण नेटवर्क संगणकाच्या—त्यात खरे 'सार्वजनिक व्यासपीठ' समाविष्ट नसते. यामध्ये असे कुठलेही सार्वजनिक समन्वय नाहीत ज्यावर नागरीक त्याच्या किंवा तिच्या आभासी भाषण-मंचावर उभे राहण्यास आणि जनतेचे मनोरंजन करण्यास स्वतंत्र आहेत. खासगी मालकी हक्काच्या वेबसाइट्स, खासगी मालकी हक्काचे सर्व्हर्स, खासगी मालकी हक्काचे राउटर्स आणि खासगी मालकी हक्काचे आधारस्तंभ यांच्या स्तरांवर हे आधारित आहे. या मध्यस्थांच्या सहमतीशिवाय जनतेला बोलणे किंवा ऐकण्यासाठी कुठलाही प्रवेश मिळणार नाही (अर्डिया, २०१०, पृ. क्र. ३७७).

हे व्यासपीठ, जे व्यक्तींना सायबर स्पेस आणि डिजिटल संप्रेषणाच्या माध्यमातून संवाद साधण्यास मदत करते, त्याला 'मध्यस्थ' म्हणून ओळखले जाते. भारतामध्ये, 'मध्यस्थ' या संज्ञेची आयटी कायदा, २००० (२००८ मध्ये सुधारित) च्या कलम २ (१) (w) ने व्याख्या केली आहे. हे कलम या संज्ञेची व्याख्या खालीलप्रमाणे स्पष्ट करते:

> कुठलीही व्यक्ती जी कुठल्या अन्य व्यक्तीच्या वतीने ती रेकॉर्ड स्वीकारते, स्टोअर करते किंवा पाठविते किंवा त्या रेकॉर्डशी संबंधित कुठली सेवा पुरवते. याखेरीज, मध्यस्थच्या परिभाषेमध्ये दूरसंचार सेवा पुरवठादार, नेटवर्क सेवा पुरवठादार, इंटरनेट सेवा पुरवठादार, वेब-होस्टिंग सेवा पुरवठादार, सर्च इंजीन, ऑनलाईन पेमेंट साइट्स, ऑनलाईन लिलाव करणाऱ्या साइट्स, ऑनलाईन बाजाराच्या जागा आणि सायबर कॅफे यांचा समावेश आहे.

मध्यस्थाची संकल्पना, जिची आयटी कायदा, २००० (२००८ मध्ये सुधारित) च्या कलम २ (१) (w) नुसार व्याख्या केली आहे, त्यावर अमेरिकेच्या 'परस्परसंवादी संगणक

सेवा'[५] आणि 'माहिती सामग्री पुरवठादार'[६] या संकल्पनांचा मोठा प्रभाव आहे. या दोन्ही संज्ञा सीडी कायदा, १९९६ चे कलम २३० (इ) (२) आणि (३) ने स्पष्ट केल्या आहेत. गुगल, याहू, फेसबुक, ट्विटर, ई-कॉमर्स साइट्स, प्रौढ डेटिंग साइट्स आणि प्रौढ मनोरंजन साइट्ससुद्धा ज्या प्रौढ पॉर्न सामग्री होस्ट करतात यांसह इतर नेटवर्किंग साइट्ससारख्या इंटरनेट कंपन्यांसह बहुतांश मध्यस्थ अमेरिकेमध्ये असल्याने, ते मध्यस्थांच्या दायित्वासंबंधी अमेरिकी कायदा आणि नियमनांनी निर्देशित केले गेले आहेत. म्हणून, आम्हाला मध्यस्थांवर लागू होत असलेले दायित्व आणि अमेरिकी दृष्टिकोनातून सुरक्षिततेसाठी उपलब्ध सुरक्षिततेला समजण्याची गरज आहे.

मध्यस्थांच्या श्रेणी आणि त्यांच्या दायित्वांचे प्रकार

मध्यस्थांच्या प्राथमिक दायित्वामध्ये ग्राहकाला त्याचे मत व्यक्त करणे किंवा ग्राहकाला दुसऱ्या ग्राहकांशी जोडण्यासाठी एक व्यासपीठ प्रदान करण्याचा समावेश असू शकतो. या समजाच्या आधारावर, अर्डिया (२०१०) ने मध्यस्थांची तीन गटांमध्ये विभागणी केली आहे, जी (अ) संप्रेषण वाहक (ब) सामग्री होस्ट आणि (क) शोध/ॲप्लिकेशन पुरवठादार आहेत. आयटी कायदा, २००० (२००८ मध्ये सुधारित) चे कलम २ (१) (w) मध्ये दिलेल्या मध्यस्थांच्या व्याख्येचे विश्लेषण करताना, हे पाहिले जाऊ शकते की मध्यस्थाच्या उद्देशाच्या स्वरूपाच्या आधारावर आणखी दोन विभागणीमध्ये समाविष्ट करण्यासाठी अर्डिया यांच्या विभागणीचा विस्तार केला जाऊ शकतो, यामध्ये ई-कॉमर्स साइट्स आणि सायबर कॅफे समाविष्ट होऊ शकतात. पण की ई-कॉमर्स साइट्सचा सामग्री होस्टच्या श्रेणीमध्ये समावेश केला जाऊ शकतो या वास्तवाचा विचार करता, आम्ही ही विभागणी चार गटांत, अर्थात संप्रेषण वाहक, सामग्री होस्ट, शोध/ॲप्लिकेशन साइट्स आणि सायबर कॅफेपुरतेच मर्यादित करतो. मध्यस्थ आणि त्यांच्या दायित्वांचे गट खालील पद्धतीने स्पष्ट केले आहेत.

१. संप्रेषण वाहक

या मध्यस्थांकडे डेटाचे प्रत्यक्ष परिवहन करणे, ग्राहकांना इंटरनेटवर सामग्रीपर्यंत प्रवेश मिळविण्यासाठी सक्षम करणे आदींची जबाबदारी दिली गेली आहे. अर्डिया (२०११) यांनी

---

[५] 'परस्परसंवादी संगणक सेवा' या संज्ञेचा अर्थ कुठलीही माहिती सेवा, यंत्रणा किंवा प्रवेश सॉफ्टवेअर पुरवठादार जो अनेक वापरकर्त्यांद्वारा संगणक सर्व्हरपर्यंत संगणक प्रवेश देतो किंवा त्याकरिता सक्षम बनवितो, ज्यामध्ये विशेष विशिष्ट अशी सेवा आहे जी इंटरनेट आणि ग्रंथालये आणि शैक्षणिक संस्थांद्वारा संचालित अशा यंत्रणा दिल्या जाणाऱ्या सेवांना प्रवेश देते (पहा सीडीएचे कलम ४७ USC, कलम २३०(इ) (२)).

[६] 'माहिती सामग्री पुरवठादार' अशा पद्धतीने स्पष्ट केले जाते की 'अशी व्यक्ती किंवा संस्था की जी इंटरनेट किंवा इतर कुठल्या परस्परसंवादी कंप्युटर सेवेच्या माध्यमातून दिली गेलेली माहिती तयार करणे किंवा विकसित करण्यासाठी पूर्ण किंवा आंशिक रूपात, जबाबदार आहे' (कलम ४७ USC कलम २३०(इ)(३) सीडीए पहा).

अशा मध्यस्थांच्या उदाहरणांनी स्पष्टीकरण सोपे केले आहे की ज्यामध्ये टेलिफोन कंपन्या, केबल कंपन्या आदींचा समावेश होतो. भारताच्या संदर्भात, 'संप्रेषण वाहक' या संज्ञेमध्ये टेलिकॉम आणि नेटवर्क सेवा पुरवठादारांचा समावेश असू शकतो; अशा मध्यस्थांचे उत्तम उदाहरण, म्हणजे, भारत संचार निगम लिमिटेड (बीएसएनएल), महानगर टेलिफोन निगम लिमिटेड (एमटीएनएल) आदी असू शकतात की ज्या वर्ल्ड वाइड वेबशी जोडले जाण्याकरिता ग्राहकांनी वापरल्या आहेत. अर्डिया (२०११) यांनी सांगितल्याप्रमाणे, या मध्यस्थांचे दायित्व एका बिंदूपासून दुसऱ्या बिंदूपर्यंत डेटाचे आदानप्रदान करण्यापर्यंत मर्यादित असते आणि त्यांना डेटाच्या सामग्रीबद्दल माहिती नसते. तथापि, स्रोत आणि गंतव्य इंटरनेट सेवा पुरवठादार (आयएसपी) म्हणून अशा प्रकारचे संप्रेषण वाहक काम करीत असेल तर, त्यांच्याकडे 'अंतिम वापरकर्ते' म्हणजे, समान मध्यस्थाच्या माध्यमातून डेटा पाठवणारे वापरकर्ते आणि डेटा प्राप्त करणारे वापरकर्ते, यांच्याबरोबर कंत्राटात्मक संबंध असू शकतात. संप्रेषण वाहकांचे कार्य डेटा वितरित करण्यापर्यंतच मर्यादित असल्यामुळे, हे पाहिले जाऊ शकते की अशा मध्यस्थांचे ग्राहकांप्रति मर्यादित दायित्व असू शकते. या दायित्वामध्ये ग्राहकांना विनाव्यत्यय सेवा देणे; सेवा देणे आणि ग्राहकाची वैयक्तिक माहिती, कॉल लॉग्ज आदी ठेवण्यापूर्वी, देशाच्या कायद्यांनुसार वैयक्तिक माहितीच्या तपशीलाची पडताळणी करणे; ग्राहकांच्या गोपनीयतेचे संरक्षण करणे आणि वैयक्तिक माहिती आणि कॉल लॉग रेकॉर्ड पोलीस किंवा न्यायालय प्रकरणांखेरीज इतर कुणाकडेही उघड न करणे; तांत्रिक कारणांमुळे सेवेमध्ये अडथळा आला तर सेवा पुनर्स्थापित करण्यासाठी कृती करणे; डिफॉल्टर आणि ज्यांनी सेवांचा दुरुपयोग केला होता आणि ज्यांच्याविरुद्ध ग्राहकाने तक्रार केली होती, पोलीस किंवा न्यायालयाची नोटीस दिली गेली होती अशा लोकांविरुद्धसुद्धा कारवाई करणे; कायदा अंमलबजावणी एजन्सींना गरज असेल तेव्हा वैयक्तिक माहिती, कॉल लॉग तपशील आदींबाबत सर्व तपशील देणे यांचा समावेश होऊ शकतो.

२. सामग्री होस्ट

या श्रेणीमध्ये येणारे मध्यस्थ तिसऱ्या पक्षाची सामग्री होस्ट करण्यासाठी स्टोअर, कॅश करणे किंवा स्पेस देण्याचे विशेषतः काम करतात आणि तेथपर्यंत प्रवेश मिळवतात (अर्डिया, २०११). अशा मध्यस्थांमध्ये गुगल किंवा फेसबुकसह इंटरनेट कंपन्याचा समावेश होऊ शकतो, ज्या केवळ सामग्री होस्ट म्हणून काम करू शकत नाहीत, तर, परस्परसंवादी संप्रेषणाकरिता व्यासपीठदेखील पुरवू शकतात; अशा मध्यस्थांमध्ये Wordpress.com, GoDaddy.com, ज्या वेबसाइट किंवा ब्लॉगसाइट तयार करण्यासाठी स्पेस देऊ शकतात, किंवा ई-कॉमर्स साइट्स जसे की क्रियागलिस्ट, OLX.in आदींचादेखील समावेश होऊ

शकतो. संप्रेषण वाहकांशी तुलना केली असता, ग्राहक आणि ग्राहक नसलेल्यां प्रतिदेखील सामग्री होस्ट यांचे दायित्व अधिक असते. जवळपास हे सर्व दायित्व DMCA पासून, विशेषतः कलम ५१२ (सी) मधून तयार झाले आहेत, जे सुरक्षित आश्रयस्थानविषयक धोरणांविषयी (सेफ हार्बर पॉलिसी) सांगतात; यूएस पहिली सुधारणा भाषण आणि अभिव्यक्ती स्वातंत्र्याची हमी देते; आणि यूएस चौथी सुधारणा गोपनीयतेची हमी देते. या दायित्वांमध्ये खाली दिलेल्या गोष्टींचा समावेश होऊ शकतो:

- ग्राहकास विनाव्यत्यय सेवा देणे.
- ग्राहकाने अपलोड केलेल्या सामग्री होस्ट करणे आणि त्या इतरांकरिता उपलब्ध करून देणे.
- ग्राहकाला त्याच्या/तिच्या खासगी माहितीच्या सुरक्षेसाठी पुरेसे उपाय देणे की जी होस्टिंग साइटला अकाउंट तयार करण्यासाठी आवश्यक माहितीच्या रूपात दिली गेली होती आणि ती माहिती सुरक्षित करणे जी ग्राहक मध्यस्थाच्या माध्यमातून दर्शवू इच्छितो.
- ग्राहकाला त्याचे/तिचे विचार आणि मते कुठल्याही अडथळ्याविना व्यक्त करण्यासाठी स्वतंत्र व्यासपीठ पुरविणे, जेव्हा त्यांची स्वतःची धोरणात्मक मार्गदर्शक तत्त्वे किंवा कायद्याने आवश्यक आहे तेव्हा अपवाद ठरेल (हे आणि दायित्व ग्राहकाला स्वतः डेटा नियंत्रक म्हणून बदलून टाकते).
- तथापि, प्राथमिक डेटा नियंत्रक म्हणून ग्राहकाला त्याला जसे आवडेल त्या पद्धतीने डेटा दर्शवण्याचे स्वातंत्र्य असू शकत असले तरी, जेव्हा प्राथमिक डेटा नियंत्रक अपराधीच्या उल्लंघनकारी वर्तनाचा सामना करू शकत नाही तेव्हा दुसरा डेटा नियंत्रक म्हणून मध्यस्थांवरील दायित्व मोठे असू शकते.
- कायद्याच्या धर्तीवर धोरणात्मक मार्गदर्शक तत्त्वे विकसित करणे आणि अवैध सामग्रीवर देखरेख ठेवणे.
- तक्रार निवारण मंच, अधिकारी किंवा कार्यालय यांना सूचित करणे आणि ग्राहकांनी केलेल्या तक्रारींची नोंद करणे.
- कायदा अंमलबजावणी संस्थांना सहकार्य करणे.
- त्या ग्राहकांविरुद्ध कारवाई करणे ज्यांनी सेवांचा दुरुपयोग केलेला असू शकतो.
- बालपोर्नोग्राफी दर्शविणारे काहीही होस्ट न करणे.
- कॉपीराइटच्या उल्लंघनासाठी किंवा ती इंटरनेट कंपनी किंवा देशाचा इतर कुठलाही कायदा जेथून पीडितेने कुठला न्यायालयीन आदेश किंवा पोलिसांनी केलेली विनंती आणलेली असेल, यांनी विकसित केलेल्या इतर कुठल्याही अटी आणि धोरणे यांच्या उल्लंघनाविरोधात तक्रार होते तेव्हा सामग्री हटवणे.

या चर्चेतून लक्षात येते त्याप्रमाणे, सामग्री होस्ट विविध प्रकारच्या माहितीचे स्टोअर हाउस मानले जाऊ शकतात, विशेषकरून जेव्हा खासगी वापरकर्त्याच्या दृष्टिकोनातून पाहिले जाते, की जो सामग्री होस्टचा वापर त्याच्या वैयक्तिक ब्लॉगकरिता, सोशल नेटवर्किंग साइट्स किंवा मेल, संदेश किंवा छायाचित्रे शेअर करण्याच्या माध्यमातून संप्रेषित करण्यासाठी करू शकतो. सामग्री होस्टना, त्यामुळे, माहितीचे भांडारदेखील म्हटले जाते. सामग्री होस्टना, तथापि, वापरकर्त्यांच्या 'मतांचे प्रकाशक' मानले जाऊ शकत नाही. पण त्यांना भौतिक स्पेस ग्रंथालये किंवा पुस्तक भांडार मानले जाऊ शकते, की जे तिसऱ्या पक्षाद्वारा कॉपीराइट उल्लंघनापासून बदनामीकारक सामग्रीपासून गोपनीयता उल्लंघनापर्यंतच्या तक्रारींच्या आधारावर तक्रार केल्यावर आक्षेपार्ह सामग्रीला हटवण्यासाठी जबाबदार होऊ शकतात. हे लक्षात ठेवण्याची गरज आहे, की जेव्हा महिलांविरोधातील सायबर गुन्ह्यांच्या दृष्टिकोनातून पाहिले जाते, तेव्हा सामग्री होस्ट सकारात्मक आणि नकारात्मक अर्थ दोन्हीमध्ये एक मोठी भूमिका बजावतात. नकारात्मक अर्थामध्ये, सामग्री होस्ट बदनामीकारक सामग्री, अश्लील किंवा कामोत्तेजक, फेरफार केलेली किंवा मूळ छायाचित्रे, द्वेषपूर्ण भाषणे ज्यामध्ये भाषण जे आक्षेपार्ह, बदनामीकारक, छळवणुकीचे, धोक्याचे, भयभीत करणारे, धमकावणीचे किंवा ट्रोलिंग संदेशांचा समावेश होतो, महिलांना लक्ष्य करणाऱ्या बनावट अवतारांची निर्मिती आणि वितरण आदींना अपलोड आणि दर्शविण्याचे मुख्य लक्ष्य असते.

प्रोफाइलबरोबर फेरफार करून आणि प्रतिष्ठेला नुकसान पोहोचवून, सामग्री होस्टना पीडितांबरोबर सायबर स्टॉकिंग आणि परिणाम म्हणून छळवणूक करण्यासाठीदेखील लक्ष्य केले जाते. सामग्री होस्टचा उपयोग लहान मुलांप्रति लैंगिक आकर्षण, फिशिंग, फसवणूक, लैंगिक गुन्हे, सहमतीने बनवलेली पॉर्नोग्राफी, सूड घेण्यासाठी केलेले पॉर्न आदींसह महिला आणि मुलींना लक्ष्य करणाऱ्या ऑनलाईन छळवणुकीच्या सर्व प्रकारांच्या उद्देशासाठी ग्रूमिंगसाठी सामग्री तयार करणे आणि वापर करण्यासाठीदेखील केला जातो. सकारात्मक अर्थामध्ये, सामग्री होस्टचा, जर योग्य पद्धतीने वापर केला, तर ते वापरकर्त्यांना माहिती मागणाऱ्या सकारात्मक संदेशांचा प्रसार करण्यामध्ये सक्षम बनवू शकतात आणि इतके की ते पोलीस तपासातदेखील मदत करू शकतात. हे सांगून, या ठिकाणी पुन्हा उल्लेख करण्याची आवश्यकता आहे की सामग्री होस्टला वापरकर्त्याच्या खासगी माहितीला सुरक्षित करण्यासाठी प्रमुख संरक्षक म्हणून मानले जाऊ शकते. वापरकर्त्यांचा नेहमीच सामग्री होस्टबरोबरील वापरकर्ता करारातील बारकाव्यांकडे दुर्लक्ष करण्याकडे कल असतो; जिथे वापरकर्ता विविध संशोधन उपक्रमांकरिता किंवा नंतर मार्केटिंगची धोरणे तयार करण्यासाठी सामग्री होस्टना त्यांच्या खासगी माहितीचा वापर करू देण्याचे मान्य करतो. फेसबुकच्या वापरकर्त्यांच्या डेटाच्या वापराने गेल्या वर्षी लक्षावधी गोपनीयता समर्थकांचे लक्ष वेधले गेले

होते. जेव्हा हे पाहिले गेले होते की फेसबुक त्यांच्या स्वतःच्या संशोधनासाठी वापरकर्त्यांचे भाव जाणून घेण्यासाठी इमोटिकॉन्सचा वापर करीत होते.[७] गुगल किंवा फेसबुकसारखे सामग्री होस्ट त्याच्या मार्केटिंग धोरणांसाठी वापरकर्त्यांच्या खासगी माहितीचा वापर कशा पद्धतीने करीत आहेत, यावरदेखील चर्चा करणारे अनेक लेख उपलब्ध आहेत.[८] दुसरीकडे, ट्विटर वापरकर्त्यांना दीर्घ काळापासून हॅशटॅगचा वापर करण्यासाठी प्रोत्साहन देत आले आहे. या प्रयोगाचा अलीकडे फेसबुकनेदेखील स्वीकार केला गेला होता. हॅशटॅग पोस्ट किंवा थ्रेड्स, कीवर्ड किंवा हॅशटॅग असलेल्या शब्दांसाठी कमाल मते मिळवू शकतात, ते मेटा डेटा तयार करतात ज्याचा वापर माहिती भांडारांच्या मोठ्या डेटामध्ये योगदान देण्यासाठी केला जाऊ शकतो आणि उघड आहे, हॅशटॅगचा वापर करणारे वापरकर्ते 'प्रसिद्धी चर्चांतून' सुटू शकत नाहीत; कारण असे होऊ शकते की ते सामग्री होस्टबरोबर गोपनीयतेच्या त्रुटींसाठी यापूर्वीपासूनच अशा धोरणांवर सहमत झाले असतील. तथापि, या प्रक्रियेमध्ये, सामग्री होस्टचे सकारात्मक दायित्व, विशेषतः सामाजिक माध्यमांच्या साइट्सकडे दुर्लक्ष केले जाऊ शकत नाही.

२०१५ च्या मध्यात नेपाळमध्ये आलेल्या विनाशकारी भूकंपाचा विचार करा. गुगलने पीपल फाइंडर इंटरचेंज फॉरमॅट (पीएफआयएफ) च्या माध्यमातून 'व्यक्तींना शोधणारे' ॲप तयार केले, जे बेपत्ता किंवा विस्थापित लोकांची माहिती एकत्र करणे आणि शेअर करण्यासाठी एक खुले डेटा मानक होते आणि व्यक्तींना शोधणारे हे ॲप मुळात क्लाउड कम्प्युटिंग यंत्रणेमध्ये बनवले गेले आहे.[९] गुगलचे व्यक्तींना शोधणारे ॲप २०१० पासून हैती भूकंप आला त्यापूर्वीपासूनच वापरात असले तरी, माहिती शेअर करण्यासाठी इन्स्टाग्रामचा देखील वापर केला जात होता. फेसबुकनेदेखील २०१५ मध्ये अशा पद्धतीच्या कल्पना सादर केल्या, जिथे फेसबुकने 'सुरक्षा तपास उपकरणा'चा वापर वापरकर्त्यांच्या प्रोफाइलमध्ये दिले गेलेले भौगोलिक स्थान आणि धोक्याच्या ठिकाणांविषयी वापरकर्त्यांनी अपलोड केलेल्या इतर प्रासंगिक माहितीचा वापर करून जीवित किंवा बेपत्ता व्यक्तींना शोधून काढण्यासाठी केला गेला

---

[७] बूथ, आर. (२०१४). फेसबुकने उघड केली भावनांना नियंत्रित करण्याची बातमी, ३० जून २०१४ रोजी द गार्डियन मध्ये प्रसिद्ध http://www.the-guardian.com/technology/2014/jun/29/facebook-users-emotions-news-feeds या ठिकाणी उपलब्ध (२ फेब्रुवारी २०१५ रोजी प्राप्त केले).

[८] तथैव.

[९] क्रिली, आर. (२०१५). गूगलच्या वक्तींना शोधणाऱ्या ॲपचा नेपाळमध्ये हरवलेल्या नातेवाईकांना शोधण्यासाठी वापर. २५ एप्रिल २०१५ रोजी *द टेलीग्राफ* मध्ये प्रसिद्ध. http://www.telegraph.co.uk/news/worldnews/asia/nepal/11563157/Google-person-finder-tool-deployed-to-help-relatives-find-loved-ones-in-Nepal.html या ठिकाणी उपलब्ध (४ मे २०१५ रोजी प्राप्त केले).

होता.[१०] गुगल किंवा फेसबुकसारख्या सामग्री होस्ट अशा पद्धतीने महिलांचीदेखील मदत करू शकतात जेव्हा त्या घरगुती हिंसेच्या कारणांनी त्रस्त असतात, अशी अपेक्षा केली जाते. भारतामध्ये लोकांच्या सुरक्षेसाठी SafetyPin[११] सारखे अनेक सुरक्षा ॲप उपलब्ध आहेत जे प्रवास करताना लोकांना, विशेषतः महिलांना त्यांच्या कुटुंबांबरोबर संपर्क ठेवायला मदत करतात, यांची नोंद घेतली जावी. Safetypin.com द्वारा तयार केलेले हे ॲप असुरक्षित, अंधाऱ्या ठिकाणांचा डेटाबेसदेखील देते की जिथे गुन्हे घडण्याची शंका असते. तथापि, हे पुन्हा एकदा वापरकर्त्यांच्या गोपनीयतेविषयी चिंता निर्माण करतात, विशेषकरून यासाठी की वापरकर्ता त्यांचे भौगोलिक ठिकाण शेअर करू शकतात आणि अपराधी जो अनधिकृत मार्गाने प्रोफाइल किंवा सामग्री होस्टमध्ये पूर्णपणे प्रवेश करू शकतो, ते समाजासाठी धोकादायक सिद्ध होऊ शकते.

सामग्री होस्ट सामग्री किंवा वापरकर्ते यांना सर्च इंजीनशी जोडण्याच्या मार्गाने वापरकर्त्यांना 'बिग डेटा' किंवा माहिती सुपर हायवेबरोबर जोडण्यामध्ये एक मुख्य भूमिका निभावतात. सामग्री होस्ट सर्च इंजीनसाठी माहितीचे 'पुरवठादार' म्हणून काम करतात. तथापि, अशा प्रकरणांत, कंपन्या म्हणून सामग्री होस्ट्सची आणि 'डेटा नियंत्रक' म्हणून वैयक्तिक वापरकर्त्यांची दायित्वे वेगळी असू शकतात. कंपन्या किंवा कायदेशीर संस्था म्हणून सामग्री होस्ट सर्च इंजीनांना केवळ तेव्हा माहिती देऊ शकतात, विशेषतः वापरकर्त्याची खासगीरीत्या तयार केली गेलेली सामग्रीशी संबंधी, जेव्हा वापरकर्ता त्यासाठी सहमत असतो. अशा प्रकरणात जेव्हा सामग्री होस्ट एक वेब होस्ट असते ज्याकरिता वापरकर्त्याने काही सामग्री अपलोड करण्यासाठी काही रक्कम भरली असेल, तेव्हा वापरकर्ता ही अपेक्षा करू शकतो की सामग्री होस्ट या बदल्यात अधिक चांगल्या प्रचारासाठी सामग्रीला सर्च इंजीनशी लिंक करील. सामग्री होस्ट आणि वापरकर्ता यांच्यात करारामध्ये ही एक निहित अट होऊ शकते. इतर प्रकरणांत, जेव्हा वापरकर्ता अशा सामग्री होस्टचा वापर करतो जो वापरकर्त्याला कोणतीही सामग्री तयार करणे किंवा निर्माण करणे मोफत उपलब्ध करून देतो, (उदाहरणार्थ, सोशल नेटवर्किंग साइट्स किंवा यूट्यूबसारखे व्हीडिओ अपलोडिंग साइट्स, ज्येष्ठांच्या मनोरंजन साइट्स, पॉर्न साइट्स आदी), याकरिता वापरकर्त्याने प्रामुख्याने निवडलेली गोपनीयता सेटिंग्ज आणि सामग्रीच्या सार्वजनिक शेअरिंग धोरणाच्या आधारावर, सामग्री होस्ट सर्च इंजीनमध्ये सूचीबद्ध करण्यासाठी सामग्री देऊ शकतो (अर्डिया, २०११).

---

[१०] क्लार्क, एल. (२०१५). नेपाळमधील भूकंपासाठी फेसबुक आणि गुगलने लाँच केली व्यक्तींना शोधणारी साधने. २७ एप्रिल २०१५ रोजी Wired.co.uk मध्ये प्रसिद्ध. http://www.wired.co.uk/news/archive/2015-04/27/facebook-google-nepal-earthquake-emergency-response या ठिकाणी उपलब्ध (२ जुलै २०१५ रोजी प्राप्त केले).

[११] http://safetipin.com या ठिकाणी या ॲपविषयी पहा.

त्यामुळे वापरकर्ता त्याच्या/तिच्या सामग्रीचा 'डेटा नियंत्रक' म्हणून एक महत्त्वपूर्ण भूमिका बजावू शकतो, असे निदर्शनास येते. डेटा नियंत्रकाच्या या गटाला गट-१ डेटा नियंत्रक म्हटले जाऊ शकते तर सामग्री होस्ट्सना गट-२ डेटा नियंत्रक म्हटले जाऊ शकते. प्रत्येक सामग्रीबरोबर होस्ट वापरकर्ता/ग्राहक देतो, हे त्याला/तिला अशा दर्शकांना नियंत्रित करण्याची संधीदेखील देतात की जी त्याची/तिची माहिती तसेच प्रकाशन पाहू शकतात. जेव्हा हे ईमेल सेवा पुरवठादार असतात, जर त्यांना सामग्री होस्ट्सच्या दृष्टिकोनातून पाहिले तर, हे पाहिले जाऊ शकते की वापरकर्त्याला डेटा नियंत्रक म्हणून तीन विशिष्ट पर्याय मिळू शकतात: (अ) नको असलेल्या लोकांना मेल पाठविण्यापासून ब्लॉक करणे; (ब) जर पाठविणाऱ्याला वाटले की विशेष संदेश चुकीचे आहेत किंवा चुकीच्या प्राप्तकर्त्याला जात आहेत तर मधेच संदेश पाठविणे बंद करणे आणि (क) संदेश मजकुरामध्ये वैयक्तिक किंवा व्यावसायिक पदे सिग्नेटरी म्हणून उघड करणे किंवा लपविणे, उपलब्धता स्थिती चॅट बॉक्समध्ये लपविणे आणि प्राप्तकर्त्याला वापरकर्त्याची छायाचित्रे पाहणे शक्य करण्यास साइड बारमध्ये प्रोफाइल छायाचित्रे उघड करणे किंवा लपविणे. सोशल नेटवर्किंग साइट्स, ब्लॉगिंग साइट्स किंवा व्हीडिओ अपलोडिंग साइट्समध्ये वापरकर्त्यांना समान संधी दिल्या जातात, असे निदर्शनास येते. त्यामुळे, डेटा नियंत्रक म्हणून वापरकर्त्याला आक्षेपार्ह, बदनामीकारक किंवा धोक्याची ठरेल अशी सामग्री पोस्ट करणे किंवा पाठविण्यासाठी त्याच्या स्वतःच्या दायित्वाविषयी अधिक समज असण्याची गरज आहे जी त्यांना ऑनलाईन अपराधींचे लक्ष्य बनवू शकते. अशा प्रकारे, गट-२ डेटा नियंत्रक, अर्थात, सामग्री होस्ट, सर्च इंजीनांना ती माहिती/सामग्री देऊ शकतात ज्याकरिता गट-१ डेटा नियंत्रकांना, अशी सामग्री इंटरनेटवर 'शोधण्यायोग्य' बनवली जाऊ शकते असा संकेत देऊन किंवा सर्च इंजीनवर सामग्री उपलब्ध करण्यासाठी शुल्क देऊन, यापूर्वीच अधिकार दिले आहेत.

तथापि, जेव्हा महिलांच्या ऑनलाईन छळवणुकीच्या दृष्टिकोनातून विचार केला जातो, तेव्हा या ठिकाणी सामग्री होस्टच्या दायित्वाच्या मुद्द्यावर अलीकडे विकसित झालेल्या मुद्द्याचा उल्लेख केला गेला पाहिजे. अमेरिकेमध्ये, काही विधी प्राध्यापक आणि कार्यकर्त्यांनी सूड घेण्यासाठी तयार केलेल्या पॉर्नला दंडनीय अपराध ठरविण्यासाठी सरकारबरोबर काम करणे सुरू केले होते (सिट्रॉन, २०१४). ही वास्तविकता पाहता की फेसबुक आणि ट्विटरसारखी सामाजिक माध्यमे सूड घेण्यासाठी पॉर्न सामग्री तयार करणे आणि प्रसार करण्यासाठी सर्वाधिक निवडक व्यासपीठ आहे, २०१५ मध्ये, ट्विटरने सूड घेण्यासाठी तयार केलेल्या पॉर्नसाठी याचा व्यासपीठ म्हणून वापर होण्यावर लक्ष दिले आणि त्या मेटाडाटाच्या देखरेखीवर कारवाई करणे सुरू केले जी सूड घेण्यासाठी तयार केलेल्या पॉर्नचा उल्लेख

करते; फेसबुकनेदेखील त्वरित असे केले.[१२] तथापि, जसे की फेसबुक आणि ट्विटर दोघांनी वारंवार हा उल्लेख केला होता की डेटाच्या मोठ्या अंतर्प्रवाहामुळे त्यांच्याद्वारा सामग्रीची व्यापक देखरेख शक्य नाही, हे नमूद करण्याची गरज आहे की फेसबुक आणि ट्विटर दोन्हींबरोबर गुगलने सामग्री मॉडरेटरच्या, की जे या कंपन्यांनी आउटसोर्सिंग आधारावर ठेवले आहेत, मदतीने अतिरेकी गंभीर पॉर्न, सूड घेण्यासाठी तयार केलेले पॉर्न, मुलांचे पॉर्न, हिंसक व्हिडियो आदींवर देखरेख ठेवण्यासाठी स्तुत्य पावले उचलणे सुरू केले आहे.[१३] अगदी जरी यामुळे अशा पद्धतीची सामग्री काही प्रमाणात प्रकाशित करणे थांबवण्यात मदत मिळाली असू शकते, दुर्दैवाने, या साइट्सचा व्यक्ती, विशेषतः महिला, मुले आणि समलैंगिक महिला, समलैंगिक पुरुष, द्विलिंगी आणि लिंगपरिवर्तित (एलजीबीटी) समुदायाच्या हक्कांना नुकसान पोहोचवण्यासाठी सामग्री प्रकाशित करण्यासाठी निवडक व्यासपीठ म्हणून वापर करणे सुरू आहे.

३. *सर्च इंजीन*

वर्ल्ड वाइड वेबचा आता सर्च इंजीनांशिवाय विचार करणे अशक्य आहे. ग्रिमेलमान (२००७) च्या मते, 'सर्च इंजीन ही एक अशी सेवा आहे की जी त्याच्या वापरकर्त्यांना इंटरनेटवर सामग्री शोधण्यासाठी मदत करते.' हे समजून घेण्याची गरज आहे की सर्च इंजीनना संप्रेषण वाहक किंवा सामग्री होस्ट्स यांच्याप्रमाणे स्वतंत्र अस्तित्व नाही. ते तीन मूलभूत घटकांवर कार्य करतात: (अ) सर्च इंजीनांद्वारा उपलब्ध माहिती/सामग्रींची अनुक्रमणिका तयार करणे, ज्यावर सर्च इंजीनांना स्पायडर, क्रॉलर्स, रोबोट आदींसारख्या सॉफ्टवेअरचा वापर करून काम करण्याची गरज असते; (ब) वापरकर्त्याद्वारा केलेली चौकशी, जी खरेतर सर्च इंजीनांना प्रभावी परिणाम साधण्यासाठी आणि तशा पद्धतीने सक्रिय राहण्यासाठी प्रेरणा देते आणि (क) परिणाम, जे सर्च इंजीन अचूक सामग्रींबरोबर वेब पेजेस किंवा वेब लिंक्सच्या यादीच्या रूपामध्ये तयार करतात, जे वापरकर्त्याद्वारा शोधले जात होते. सर्च इंजीनची लोकप्रियता यावर अवलंबून असते की ते अचूक परिणाम किती जलद गतीने तयार करू शकतात. हे विविध इंडेक्सिंग यंत्रणांद्वारा केले जाऊ शकते; जे चौकशीवर अवलंबून किंवा किंवा चौकशीपासून स्वतंत्र असू शकतात. उदाहरणार्थ, गुगल 'पेज रँक'च्या माध्यमातून

---

[१२] प्राइस, आर. (२०१५). फेसबुकने सूड घेण्यासाठी तयार करण्यात येणाऱ्या पॉर्नवर घातली बंदी. १६ मार्च २०१५ रोजी बिजनेस इनसाइडरवर प्रसिद्ध. http://www.businessinsider.in/Facebook-has-banned-revenge-porn/articleshow/46585337.cms या ठिकाणी उपलब्ध (२ एप्रिल २०१५ रोजी प्राप्त केले आहे).

[१३] यावर अधिक माहितीकरिता चौधरी पी., चॅटर्जी, ए. आणि वर्मा, वी. (२०१४) पहा. Guardians of the Internet. ७ डिसेंबर २०१४ रोजी टेलीग्राफ मध्ये प्रसिद्ध. http://www.telegraphindia.com/1141207/jsp/7days/ story_2412.jsp या ठिकाणी उपलब्ध (८ डिसेंबर २०१४ रोजी प्राप्त केले).

चौकशीपासून स्वतंत्र पद्धतीचा वापर करतात. हे मूलतः गुगल सर्चद्वारा त्यांच्या सर्च इंजीनच्या परिणामांमध्ये वेबसाइट्सच्या लोकप्रियतेनुसार त्यांना रँक देण्यासाठी वापरले जाणारे एक अल्गोरिदम आहे. गुगलच्या म्हणण्यानुसार:

> 'पेज रँक पेजपर्यंत लिंक्सच्या संख्येची मोजणी आणि गुणवत्ता पाहून वेबसाइट किती महत्त्वपूर्ण आहे याचा कच्च्या स्वरूपातील अंदाज ठरवण्यासाठी काम करते. अंतर्निहित गृहीतक हे आहे की अधिक महत्त्वपूर्ण वेबसाइट्सना अन्य वेबसाइट्सपासून अधिक लिंक्स प्राप्त होण्याची शक्यता असते.'[१४]

हे लक्षात ठेवण्याची गरज आहे की डेटा नियंत्रक म्हणून सामग्री होस्ट किंवा वापरकर्तादेखील त्यांच्या वेबसाइट्स परिणामांच्या शीर्ष यादीमध्ये आणण्यासाठी महत्त्वपूर्ण भूमिका बजावतात. अनेक सामग्री होस्ट्स किंवा वेबसाइट्सद्वारा सर्च इंजीनांना रक्कम भरून सर्च यादीमध्ये जाहिरातींच्या माध्यमातून यादीमध्ये त्यांच्या रँकना सुधारण्याची त्यांच्या स्वतःच्या व्यावसायिक अटी असू शकतात. अशा जाहिराती वेबसाइट्सना दर्शवणाऱ्या हायपरलिंकबरोबर एक किंवा दोन ओळींचा मजकूर किंवा काही शब्द असू शकतात. जेव्हा एखादा वापरकर्ता कीवर्डबरोबर कुठलीही विशिष्ट सामग्री शोधणे सुरू करतो तेव्हा त्या जाहिराती आपोआप दिसू शकतात. यावर लक्ष दिले जाऊ शकते की अनेक ई-कॉमर्स वेबसाइट्स आणि पॉर्न वेबसाइट्सदेखील यादीमध्ये येण्यासाठी या प्रकारच्या व्यावसायिक मॉडेलचा वापर करू शकतात.

सामग्री होस्ट्स किंवा संप्रेषण वाहकांच्या तुलनेमध्ये सर्च इंजीनचे दायित्व बहुतांश अस्पष्ट आहे. सर्च इंजीन कायद्यांवर वैधानिक वादविवाद तीन जणांकडे म्हणजे, सामग्री पुरवठादार (गट १ आणि २ डेटा नियंत्रकांसह), वापरकर्ते जे प्रभावी परिणामांसाठी सर्च इंजीनता वापर करतात आणि तिसरा पक्ष की जो सर्च परिणामांमुळे मोठा लाभ कमावू शकतात किंवा सर्वाधिक नुकसानाचा सामना करू शकतात, यांच्याकडे वळविले जातात. या दृष्टिकोनातून विश्लेषण करताना, हे पाहिले जाऊ शकते की सर्च इंजीन्सचे दायित्व सामग्री होस्ट्सशी बरेसचे समान असते आणि ते मुख्यत्वे DMCA चे कलम ५१२ (c) आणि अमेरिकी संविधानाच्या पहिल्या दुरुस्तीमधून घेतल्या गेल्या आहेत; यामध्ये खालील गोष्टींचा समावेश होऊ शकतो:

- सामग्रीची योग्य अनुक्रमणिका.
- सर्च करणाऱ्याकडून केलेल्या चौकशीला उत्तर देणे.
- योग्य अचूक परिणाम देणे.

---

[१४] अधिक माहितीसाठी http://web.archive.org/web/20111104131332/ http://www.google.com/competition/howgooglesearchworks.html पहा (२ मार्च २०१५ रोजी प्राप्त केले).

- 'क्लिक फ्रॉड'शी प्रभावीपणे सामना करणे.
- सर्च करणाऱ्याची खासगी माहिती किंवा ब्राउजिंग इतिहास तोपर्यंत खुला न करणे जोपर्यंत की सर्च करणाऱ्याने सर्च इंजीनला करारामधील विविध अंतर्निहित किंवा अगदी छुप्या अटींनी असे करण्याचा हक्क दिला गेलेला नसेल.
- जेव्हा तिसऱ्या पक्षाकडून DMCA च्या सामग्री हटविण्याचे तंत्र किंवा खासगी कायदेशीर तक्रारींच्या माध्यमातून तक्रार केली जाते तेव्हा अनुक्रमणिका आणि सर्च परिणामांमधून विशेष सामग्रीला हटवणे.
- बाल पॉर्नोग्राफी चित्रित करणारी कुठलीही सामग्री किंवा अनुक्रमणिका किंवा उत्पादन न करणे.
- होम पेजवर तक्रार अधिकाऱ्यांचे तपशील दाखवणे.

तथापि, हा उल्लेख केला जाणे आवश्यक आहे की संप्रेषण वाहक आणि सामग्री होस्ट्सप्रमाणे, सर्च इंजीन अनुक्रमणिकेकरिता आलेली सामग्री आणि परिणामांचे बाहेर आलेल्यांची व्यापकरीत्या देखरेख करीत नाही. हेच कारण आहे की सर्च इंजीन 'क्लिक फ्रॉड' सामग्रीचा संकेत देऊ शकतात, पण बदनामीकारक किंवा हानिकारक किंवा प्रतिष्ठेचे नुकसान करून शकणारी सामग्री किंवा अगदी की कॉपीराइटचे उल्लंघन करणाऱ्या सामग्रीवर बाहेर येणाऱ्या माहितीला तोपर्यंत प्रतिबंध करीत नाहीत जोपर्यंत त्यांना तिसरे पक्ष, अर्थात ज्यांना अशा सामग्रीद्वारा नुकसान पोहोचू शकते, त्यांच्याकडून अशा समस्यांविषयी माहिती दिली जात नाही.

'विस्मृतीत जाण्याचा हक्क': भारताच्या संदर्भात मध्यस्थ दायित्व कुठपर्यंत आहे?

२०१० पासून, 'विस्मृतीत जाण्याचा हक्क' युरोपियन संघाच्या गोपनीयता सुरक्षा कायद्याच्या अर्थांतर्गत एक विस्तारित अधिकाराच्या रूपात मानला जात आहे (बेनेट, २०१२). २०१२ मध्ये, युरोपियन संघ आयोगाने औपचारिकपणे अशा व्यक्तींकरिता 'विस्मृतीत जाण्याचा हक्क' आणण्याचा एक नवा कायदा प्रस्तावित केला की ज्यायोगे ते इंटरनेट कंपन्या किंवा मध्यस्थांना त्यांच्याविषयी नको असलेला डेटा हटविण्यास सांगू शकतात.[१५] प्रस्तावित कायदा, ज्यावर पहिल्यांदा औपचारिकरीत्या युरोपियन संघाचे न्याय आयुक्त[१६], विवियन

---

[१५] बीबीसी. (२०१२) पहा. युरोपियन संघाने इंटरनेट कंपन्यांसाठीचा विस्मृतीत जाण्याचा हक्क प्रस्तावित केला आहे. ८ मार्च २०१२ ला प्रसिद्ध. http://www.bbc.com/news/technology-16677370 या ठिकाणी उपलब्ध (२ फेब्रुवारी २०१५ रोजी प्राप्त केले).

[१६] तथैव.

रेडिंग यांनी चर्चा केली होती, तो आता अमेरिकेच्या पहिल्या आणि चौथ्या दुरुस्तींबरोबर मध्यस्थांसाठी सुरक्षित आश्रयस्थानविषयक धोरणांनुसार गोपनीयता कायद्यांच्या समजासाठी एक मोठा झटका मानला जातो. 'विस्मृतीत जाण्याचा हक्क' हा मूलतः सर्च इंजीन आणि सामाजिक माध्यमांसह मध्यस्थांवरून 'डेटाशी संबंधित व्यक्ती'चा मागील नको असलेला इतिहास काढून टाकण्याचा हक्क आहे (ॲम्ब्रोस, २०१२; बेनेट, २०१२). पण गुगलच्या पीटर फ्लीश्चर यांनी २०११ मध्ये योग्य पद्धतीने सांगितले की 'विस्मृतीत जाण्याच्या हक्का'शी संबंधित डेटाचे चार प्रकार असू शकतात; यामध्ये पुढील गोष्टींचा समावेश होऊ शकतो: (अ) वापरकर्ता त्याने/तिने त्याच्याविषयी/तिच्याविषयी पोस्ट केलेली सामग्री आणि जी त्याला/तिला विशिष्ट वेबसाइटवरून काढून टाकण्याचे नियंत्रण आहे; पण जर मध्यस्थांजवळ कॅशे प्रती असतील तर तिच्यासाठी सर्च इंजीनवरून ती सामग्री काढून टाकणे सोपे असू शकत नाही; (ब) वापरकर्त्याने पोस्ट केलेली सामग्री जी इतर कुठल्या वापरकर्त्याने त्याच किंवा इतर वेबसाइटवर पुन्हा पोस्ट केली असेल आणि जेव्हा मूळ वापरकर्ता ती सामग्री हटवू इच्छितो, तेव्हा या प्रक्रियेमध्ये दुसऱ्यांदा पोस्ट करणाऱ्याचा अभिव्यक्ती हक्क, नोटिस हटविण्यासाठीची वेबसाइटची स्वतःची धोरणे आणि मूळ वापरकर्त्याचा गोपनीयतेचा हक्क यांचा समावेश होऊ शकतो; (क) कुणीतरी पोस्ट केलेल्या दावेदाराविषयी माहिती असलेली सामग्री. अशा प्रकरणांविषयी, फ्लीश्चर म्हणतात:

> एखाद्या व्यक्तीला त्या व्यक्तीविरोधात दाद मागण्यासाठी जो त्याच्याविषयी असत्य माहिती प्रसिद्ध करतो परवानगी देण्यासाठी, पारंपरिक कायद्यामध्ये बदनामी आणि अपमानासंबंधी कायद्यांसारख्या यंत्रणा आहेत. हे खरे आहे की ही तंत्रे अधिक वेळखाऊ आणि महाग आहेत, पण कायद्याचे मानक दीर्घ काळापर्यंत चालू राहणारे आणि अगदी स्पष्ट आहेत. पण गोपनीयतेचा दावा असत्यावर आधारित नाही. भाषण स्वातंत्र्याचे गंभीरपणे उल्लंघन केल्याशिवाय अशा पद्धतीचा हक्क कसा काय सादर केला जाऊ शकतो, हे मला समजत नाही.[१७]

आणि (ड) सामग्री ज्यामध्ये वैयक्तिक ओळख सांगणाऱ्या माहितीचा समावेश आहे आणि ज्या वेब व्यासपीठांद्वारे राखून ठेवलेल्या किंवा प्रसार केलेल्या असतात (वास, २०१४).

जसे की पाहिले जाऊ शकते, डेटाचे हे वर्गीकरण विविध प्रकारच्या डेटा नियंत्रकांना निर्दिष्ट करू शकते आणि त्यामध्ये डेटा बाहेर येण्याच्या प्रमाणास प्रतिबंध करण्यासाठी विविध प्रकारच्या यंत्रणा किंवा धोरणे असू शकतात, ज्यामुळे नको असलेला डेटा

[१७] फ्लीश्चर, पी. (२०११) पहा. विस्मृतीत जाण्याच्या हक्काविषयी अस्पष्ट विचार. http://peterfleischer.blogspot.in/2011/03/foggy-thinking-about-right-to-oblivion.html या ठिकाणी उपलब्ध. (२० जानेवारी २०१६ रोजी प्राप्त केले).

हटविण्यासाठी मुख्य उत्तरदायी विषय म्हणून मध्यस्थांच्या बोजा कमी केला जाऊ शकतो. पण युरोपियन संघ आयोगाने अमेरिकी मध्यस्थांद्वारा आधारित गोपनीयतेच्या मापदंडाचे (युरोपियन संघाच्या नियमनानुसार) अनुपालन न करण्याच्या मुद्द्यावर विचार केला, जेव्हा त्यांनी अशा नको असलेली सामग्री हटविण्यास नकार दिला, जी व्हायरल झालेली असू किंवा नसू शकते आणि जी 'डेटाशी संबंधित व्यक्ती'साठी घातक सिद्ध होऊ शकते. गुगल स्पेन एसएल आणि गुगल आयएनसी. विरुद्ध एजेन्सिया एस्पानोला डी प्रोटेसिओन डी डाटोस (AEPD) आणि कोस्टेजा गोंजालेजमध्ये न्यायाकरिता युरोपियन संघ आयोगाने 'विस्मृतीत जाण्याच्या हक्काचे' समर्थन केले होते, जिथे अंतिमतः हे मानले गेले होते की या वास्तवावर विचार करताना प्रसिद्ध माहितीने 'डेटाशी संबंधित व्यक्तीच्या खासगी जीवनविषयक संवेदनशीलतेला' आकर्षित केले आणि दीर्घ काळानंतर सार्वजनिक हिताकरिता याची गरज नव्हती, डेटाशी संबंधित व्यक्तीला त्या वेब व्यासपीठांवरून असा डेटा हटविण्यासाठी दावा करण्याचा हक्क असू शकतो की जे त्या डेटाला इतरांकरिता उपलब्ध करून देत आहेत (वॉस, २०१४). गुगलने त्यानुसार नव्या ऑनलाईन स्वरूपांचा समावेश करण्यासाठी पावली उचलली आहेत ज्याचा वापर डेटाशी संबंधित व्यक्तींना नको असलेल्या सामग्रीबरोबर लिंक्स ध्वनित करण्यासाठी करायचा असेल, आणि ज्याबरोबर (फॉर्म) वैध कारणे आणि डेटाशी संबंधित व्यक्तींची छायाचित्र ओळख अवश्य असायला हवी (वॉस, २०१४).

भारतीय स्थिती: 'विस्मृतीत जाण्याचा हक्क' हा आताही एक खूप युरोपियन स्वरूपाचा हक्क आहे; ज्याचा त्यामध्ये अमेरिकास्थित मध्यस्थांच्या असलेल्या समावेशामुळे अमेरिकेखेरीज इतर खंडांमध्ये विस्तार झालेला नाही. डेटाशी संबंधित व्यक्तींसाठी 'विस्मृतीत जाण्याच्या हक्का'च्या आवश्यकता समजून घेऊन, ॲम्ब्रोस (२०१२) यांनी चार भिन्न कारणे दाखविली आहेत; ती आहेत बौद्धिक संपदा प्रतिबंध, करारात्मक दायित्व, बदनामी आणि गोपनीयतेचे उल्लंघन. ॲम्ब्रोस यांनी या घटकांना, अर्थात 'एकांतवासामध्ये घुसखोरी', 'खासगी वास्तवाचे सार्वजनिक प्रकटीकरण', 'गैरव्यवहार' आणि 'चुकीची दृष्टी' यांचा समावेश करून गोपनीयतेच्या उल्लंघनाच्या व्याप्तीचा आणखी विस्तार केला आहे. जेव्हा सायबर स्पेसमध्ये महिलांच्या छळवणुकीच्या दृष्टिकोनातून पाहिले जाते, तेव्हा हे सर्व 'डेटाशी संबंधित व्यक्तीं'चे समान हक्क, जसे भारतातील 'विस्मृतीत जाण्याच्या हक्का'ला लागू करण्यासाठी योग्य वाटू शकते. खडक सिंह विरुद्ध उत्तर प्रदेश सरकार (१९६३) प्रकरणाचा विचार करा, जो भारतातील गोपनीयतेच्या हक्कांची संकल्पना, विशेषतः 'एकटे सोडण्या'च्या संकल्पनेला स्थापण्यासाठीचा एक ऐतिहासिक निर्णय मानला जातो. भारतामध्ये 'विस्मृतीत जाण्याचा हक्क' याच धर्तीवर लागू केला जाऊ शकतो. अलीकडे, अपराधींनी तयार केलेले बलात्कारांचे व्हीडिओ किंवा बनावट अवतारांची छायाचित्रे सामाजिक माध्यमांवरील त्या

वापरकर्त्यांद्वारा प्रसारित केल्याची अनेक उदाहरणे आहेत, ज्यांना वाटते की अशा प्रसारामुळे प्रत्यक्षात बलात्कार पीडितेला स्वतःला किंवा बनावट अवताराच्या पीडितास किंवा या पुस्तकामध्ये चर्चा केल्याप्रमाणे सायबर गुन्ह्यांच्या इतर श्रेणी आणि फौजदारी न्याय यंत्रणेला अपराधी ओळखण्यामध्ये फायदा होऊ शकतो.

अंदमान जरावा महिलांचे नृत्य व्हीडिओ किंवा बलात्कार व्हीडिओ, किंवा महिला पत्रकार, कार्यकर्ता, सेलिब्रिटी किंवा अगदी सामान्य महिलांविषयी त्या लोकांद्वारे, ज्यांना ती विशिष्ट व्यक्ती आवडत नाही, पोस्ट केलेली अपमानजनक, अश्लील, खराब टिप्पणी या गोष्टींचा विचार करा; या पोस्ट किंवा वृत्ते वर्ल्ड वाइड वेबमध्ये दीर्घ काळापर्यंत राहू शकतात आणि या गोष्टी त्यांच्याशी संबंधित महिलांचे मित्र, परिचित, संभाव्य नियोक्ता, विद्यार्थी आणि अगदी मुलेदेखील पाहू शकतात; जेव्हा ते इतक्या अपमानजनक पोस्टचा अर्थ समजण्याएवढे आणि हे समजण्यासाठी की त्या पोस्ट आतादेखील तिथे का आहेत, हे समजण्याइतके परिपक्व होतात. बलात्कार पीडितांना अगदी जरी त्या छायाचित्रांमध्ये पूर्ण दाखविले गेले नसेल, बलात्काराच्या दृश्यांची छायाचित्रे पाहताना त्यांना खूप अस्वस्थ वाटू शकते, बनावट अवतारांचा इंटरनेटवरील प्रसार महिला आणि विद्यार्थिनी तसेच नोकरी शोधणाऱ्या आणि गृहिणींसाठी अत्यंत घातक सिद्ध झाला आहे, असे निदर्शनास आले आहे. अशा काही महिलांनी अशी सामग्री हटविण्यासाठी वारंवार नोटीस पाठविल्या होत्या, फोन किंवा ईमेल द्वारा वेबसाइट्सना संपर्क साधण्याचा प्रयत्न केला होता ज्यात अशी सामग्री हटविण्यासाठी विचारणा केली होती; यातील काही महिला असे करण्यात यशस्वी झाल्या आहेत, काहींना निराशाजनक उत्तरे मिळाली आहेत आणि काहींना सर्च इंजीनमध्ये त्यांनी स्वत: किंवा इतरांनी सर्च केल्यावर सर्च परिणामांमध्ये आतादेखील आक्षेपार्ह डेटाच्या कॅशे प्रती पाहायला मिळतात.

'विसरण्याचा हक्कां'सारखे कायदे अशा वेबसाइट्सविरुद्धच्या अशा महिलांच्या तक्रारींचे निवारण करू शकतात, ज्यांनी अशा महिलांच्या विनंतींचे पालन करण्यास नकार दिला होता. अमेरिकास्थित अनेक संशोधकांनी उल्लेख केल्याप्रमाणे, सुरक्षित आश्रयस्थानविषयक धोरणे किंवा DMCA नियम तसेच इंटरनेट कंपन्या किंवा वेबसाइट्सच्या धोरणात्मक मार्गदर्शक तत्त्वांमध्ये दिल्याप्रमाणे मध्यस्थांचे दायित्व 'विस्मृतीत जाण्याच्या हक्का'चे सार ध्वनित रूपात नेतात आणि डेटाशी संबंधित व्यक्तीचे हक्क मध्यस्थांवर लागू करण्यासाठी एक अतिरिक्त कायदा आणण्याची त्या ठिकाणी कुठलीही गरज नव्हती. सायबर स्पेसमधील महिलांच्या छळवणुकीच्या दृष्टिकोनातून पाहिले जाते, तेव्हा मध्यस्थांची दायित्वांची रचना महिला पीडितांप्रति जास्त आस्था दर्शविणारी आणि विशेषत: डेटाशी संबंधित व्यक्तीच्या देशाचे सांस्कृतिक बाजूंना ध्यानात घेऊन केली गेली पाहिजे. मध्यस्थांचे दायित्व आणि

त्याबरोबरच सुरक्षितता मुख्यत्वे वापरकर्त्यांच्या भाषण स्वातंत्र्याशी संबंधित आहे, हे वास्तव लक्षात घेता व्यक्तींच्या, विशेषत: महिलांच्या (की ज्या इंटरनेट आणि डिजिटल संप्रेषण तंत्रज्ञानाच्या वापरकर्ता असू किंवा नसू शकतात) गोपनीयतेविषयी विचार केला गेला पाहिजे. तथापि, 'विस्मृतीत जाण्याच्या हक्का'वर अलीकडील प्रकरणाविषयी उल्लेख औत्सुक्यजनक आहे, ज्यात दिल्लीस्थित याचिकाकर्त्याद्वारा इंडिया कानून, गुगल आदी वेबसाइट्सविरुद्ध प्राधान्य दिले गेले आहे.[१८] माध्यमातील अहवालानुसार याचिकाकर्त्याची याचिका या मुद्द्यावर आधारित होती की सर्च इंजीनने त्याच्या वैवाहिक वादासंबंधीची, की जो यापूर्वीच सौहार्दतेने सुटलेला होता, माहिती दाखवणे सुरूच ठेवले आहे. कारण अशी माहिती, ज्यामध्ये त्याच्या कुटुंबाच्या सदस्यांच्या नावाबरोबर त्याच्या नावाचा समावेश होता, त्याच्या गोपनीयतेचे केवळ उल्लंघन करीत नाही, तर त्याच्या प्रतिष्ठेचीही हानी करू शकते, त्याने त्याच्याशी संबंधित फौजदारी प्रकरणात संबंधित माहिती हटविण्यासाठी ऑनलाईन 'विस्मृतीत जाण्याच्या हक्का'चे तत्त्व लागू करण्यासाठी गुगल स्पेन एसएल, गुगल आयएनसी. विरुद्ध AEPD, मारियो कोस्टेजा गोंजालेज (२०१४) च्या युरोपीय संघ प्रकरणाचा संदर्भ घेतला. दिल्ली उच्च न्यायालयाने केंद्र सरकार, गुगल और इंडिया कानून वेबसाइट अधिकाऱ्यांची प्रतिक्रिया मागितली आहे की या समस्या सोडविण्यासाठी त्यांना याला गोपनीयतेच्या हक्कांच्या व्याप्तीमध्ये समाविष्ट करता येणे शक्य आहे अथवा नाही. या प्रकरणाचा निर्णय अद्याप बाकी आहे. ऑनलाईन छळाच्या महिला पीडितांसह इतर अनेक व्यक्तींसाठी हे एक ऐतिहासिक उदाहरण स्थापित करू शकते.

मध्यस्थांच्या दायित्वासंबंधी भारतीय कायदे: आयटी कायदा, २००० (२००८ मध्ये सुधारित) च्या अनुसार मध्यस्थता दायित्व आणि सुरक्षितता खंड या विषयांचा विचार केला आहे. याचा उल्लेख करणे आवश्यक आहे की या मुद्द्याशी संबंधित असे कुठलेही विशिष्ट प्रकरण मुख्य कायद्यामध्ये नाही. या कायद्याचे कलम ७९ आणि माहिती तंत्रज्ञान (मध्यस्थ मार्गदर्शक तत्त्वे) नियम, २०११ मध्यस्थांचे दायित्व आणि सुरक्षितता हे विषय हाताळण्याची मुख्य संसाधने आहेत. तथापि, या तरतुदीमध्ये दिलेली मुख्य तत्त्वे योग्य पद्धतीने अमेरिकी कायदे आणि यापूर्वी उल्लेख केलेली सुरक्षा आश्रयस्थानविषयक धोरणांमधून आली आहेत. आयटी कायदा आणि नियमांनुसार मध्यस्थांच्या दायित्वावर दोन विभागांत चर्चा करता येईल. यावर खालील पद्धतीने चर्चा केली आहे:

---

[१८] अधिक माहितीसाठी गर्ग. ए (२०१६) पहा. दिल्ली येथील एका बंक कर्मचाऱ्याने केली विस्मृतीत जाण्याच्या हक्काची मागणी. १ मे २०१६ रोजी टाइम्स ऑफ इंडिया मध्ये प्रसिद्ध. http:// timesofindia.indiatimes.com/ india/Delhi-banker-seeks-right-to-be-forgotten-online/articleshow/52060003.cms या ठिकाणी उपलब्ध. (२० जून २०१६ रोजी प्राप्त केले).

१. मध्यस्थांचे सामान्य दायित्व: माहिती तंत्रज्ञान (मध्यस्थ मार्गदर्शक तत्त्वे) नियम, २०११ 'यथायोग्य काळजी' या नावाखाली नियम ३ मधील दायित्वांचा एक संच सादर करतात. या दायित्वांचे पालन भारतामध्ये होस्ट केलेल्या सर्व मध्यस्थांद्वारा आणि आयटी कायदा, २००० (२००८ मध्ये सुधारित) च्या कलम ७५च्या आधारावर केले गेले पाहिजे, की जे कुठल्याही देशाच्या व्यक्तीकडून भारताबाहेर केला गेलेला कुठलाही अपराध किंवा उल्लंघनासाठी कायद्याची व्याप्ती वाढविते, दायित्वांचादेखील भारताबाहेर होस्ट केल्या गेलेल्या मध्यस्थांपर्यंत विस्तार होऊ शकते. या सामान्य दायित्वांचे माहिती तंत्रज्ञान (मध्यस्थ मार्गदर्शक तत्त्वे) नियम, २०११ च्या नियम ३ द्वारा निर्दिष्ट केल्याप्रमाणे आणखी तीन वर्गांमध्ये वर्गीकरण केले जाऊ शकते. हे वर्ग खालीलप्रमाणे आहेत:

i. धोरणात्मक मार्गदर्शक तत्त्वे तयार करणे, निःपक्षपातीपणे तत्त्वांचे जतन करणे आणि कायद्यातील तरतुदींचे पालन करण्याचे दायित्व. या श्रेणी अंतर्गत येणारे नियम खालीलप्रमाणे आहेत:

(अ) मध्यस्थ कुठल्याही व्यक्तीद्वारा मध्यस्थाच्या संगणक संसाधनापर्यंत पोहोचणाऱ्या व्यक्तीच्या वापरासाठी नियम आणि नियमन, गोपनीयता धोरणे आणि वापरकर्त्याचे करार प्रकाशित करतील (नियम ३ (१)).

(आ) मध्यस्थ त्यांच्या वापरकर्त्यांना सूचित करतील की मध्यस्थ संगणक संसाधनांचा वापर किंवा त्यापर्यंत प्रवेशासाठी नियम आणि नियमन, वापरकर्ता करार आणि गोपनीयता धोरणांचे पालन केले नाही तर मध्यस्थांना मध्यस्थांच्या संगणक संसाधनापर्यंत प्रवेश किंवा त्याचा वापरासाठी वापरकर्त्यांच्या हक्कांना त्वरित समाप्त करणे आणि विनासंदर्भ असलेल्या माहितीला हटविण्याचा हटविण्याचा हक्का आहे (नियम ३(५)).

(इ) मध्यस्थ सध्या लागू असलेल्या कायद्याच्या तरतुदी किंवा इतर कुठल्या कायद्यांच्या सक्तीचे पालन करतील (नियम ३ (६)).

(ई) जेव्हा कायदेशीर आदेशाद्वारे गरज असेल, तेव्हा मध्यस्थ सरकारी एजन्सींना की ज्या अन्वेषक, सुरक्षात्मक, सायबर सुरक्षिततेच्या कृतींसाठी कायद्याने अधिकृत आहेत, माहिती किंवा अशी कुठलीही मदत प्रदान करतील. अशी माहिती किंवा अशी कुठली मदत मागण्याचा उद्देश स्पष्टपणे नमूद करून लेखी विनंती केली असता, सध्याच्या कुठल्याही कायद्यांतर्गत ओळखीच्या पडताळणीच्या हेतूने किंवा अपराधांना प्रतिबंध, ओळख, तपास, अभियोग, सायबर सुरक्षेच्या घटना आणि

शिक्षेकरिता माहिती किंवा अशी कुठलीही मदत प्रदान केली जाईल (नियम ३(७)).

(ऊ) मध्यस्थ सायबर सुरक्षा घटनांची नोंद करील आणि भारतीय संगणक संकटकालीन प्रतिसाद पथकाबरोबर (इंडियन संगणक इमर्जन्सी रिस्पॉन्स टीम) सायबर सुरक्षा घटनांशी संबंधित माहिती सामायिक करेल (नियम ३(९)).

(ए) मध्यस्थ संगणक संसाधनांचे तांत्रिक कॉन्फिगरेशन जाणीवपूर्वक नियोजित किंवा इन्स्टॉल करणार नाही किंवा त्यात सुधारणा करणार नाही किंवा अशा प्रकारच्या कुठल्याही कामाचा भाग बनणार नाही की जे संगणक संसाधनाच्या क्रियेच्या सामान्य कार्यपद्धतीत बदल करू शकते किंवा त्याला बदलण्याची क्षमता आहे, जे 'सध्या लागू असलेल्या कायद्यांचे उल्लंघन करून करायचे असेल: अर्थात मध्यस्थ संगणक संसाधन आणि त्यामधील माहिती सुरक्षित करण्याचे कार्य करण्याच्या एकमात्र उद्देशासाठी तांत्रिक साधनांचा विकास, उत्पादन, वितरण किंवा वापर करू शकतात' (नियम ३(१०)).

(ऐ) मध्यस्थ त्यांच्या वेबसाइटवर तक्रार अधिकाऱ्याचे नाव आणि त्यांच्या संपर्क तपशीलांबरोबर त्या प्रक्रिया प्रकाशित करील, ज्याद्वारे वापरकर्ता किंवा कुठलाही पीडित जो नियम ३च्या उल्लंघनामध्ये कुठल्याही व्यक्तीद्वारा संगणक संसाधनाचा वापर किंवा वापराचे परिणाम म्हणून त्रस्त आहेत. अशा प्रकारचा प्रवेश किंवा मध्यस्थाच्या संगणक संसाधनाचा वापर किंवा त्याच्याद्वारे उपलब्ध करून दिल्या गेलेल्या संगणक संसाधनांशी संबंधित इतर प्रकरणांविरुद्ध त्यांच्या तक्रारींना सूचित करू शकतात. तक्रार अधिकारी तक्रार मिळाल्यापासूनच्या तारखेपासून एका महिन्यात तक्रारींचे निवारण करील (नियम ३(११)).

ii. हटविता येऊ शकणाऱ्या सामग्रींच्या प्रकारांना श्रेणीबद्ध करण्यासाठी दायित्व आणि अशा सामग्रींना हटविण्याबाबतच्या धोरणाची घोषणा. ही दायित्वे खालीलप्रमाणे आहेत:

(अ) संगणक संसाधनाच्या वापरकर्त्यांना कुठल्याही अशा माहितीला होस्ट, प्रदर्शित, अपलोड, सुधारणा, प्रकाशित, प्रेषित, अपडेट किंवा शेअर न करण्याविषयी सूचित करणे जी (अ) कुठल्याही अन्य व्यक्तीशी संबंधित आहे आणि ज्यावर वापरकर्त्याचा कुठलाही हक्क नाही; (ब) पूर्णपणे हानिकारक, छळ करणारी, ईश्वर निंदापूर्ण बदनामीकारक, अश्लील,

पोर्नोग्राफिक, लहान मुलांप्रति कामोत्तेजक भावना असलेली, निंदात्मक, कुठल्या अन्य व्यक्तीच्या गोपनीयतेप्रति आक्रमक, घृणास्पद किंवा वांशिक, मानववंशशास्त्रीयदृष्ट्या आक्षेपार्ह, उपेक्षा करणारी, पैशाच्या अपहारांना उत्तेजन देणारी किंवा जुगाराशी संबंधित किंवा त्याला प्रोत्साहन देणारी, किंवा अन्यथा कुठल्याही पद्धतीने बेकायदा आहे; (क) अल्पवयीनांना कुठल्याही मार्गाने नुकसान पोहाचवते; (ड) कुठलेही पेटंट, ट्रेडमार्क, कॉपीराइट किंवा इतर स्वामित्वाच्या हक्कांचे उल्लंघन करते; (इ) सध्या लागू असलेल्या कुठल्याही कायद्याचे उल्लंघन करते; (उ) अशा प्रकारच्या संदेशांच्या मूळाबाबत प्रेषित व्यक्तीला धोका देते किंवा दिशाभूल करते किंवा कुठलीही अशा माहिती संप्रेषित करते की जी मुळात आक्षेपार्ह किंवा धमकी देणाऱ्या स्वरूपाची आहे; (ऊ) दुसऱ्या व्यक्तीची नक्कल करते; (ए) ज्यामध्ये कुठल्या संगणक संसाधनाच्या कार्यक्षमतेला बाधित, नष्ट किंवा सीमित करण्यासाठी रचना केलेले सॉफ्टवेअर व्हायरस किंवा इतर कुठला संगणक कोड, फाइल्स किंवा या प्रोग्रामचा समावेश आहे आणि (ओ) भारताची एकता, अखंडता, संरक्षण, सुरक्षा किंवा सार्वभौमत्व, दुसऱ्या देशांबरोबर मैत्रीपूर्ण संबंध किंवा सार्वजनिक सुव्यवस्था यांना धोका पोहोचवते, किंवा कुठल्याही दंडनीय अपराधाच्या आयोगाच्या उत्तेजनाचे कारण बनते किंवा कुठल्याही गुन्ह्याचा तपास रोखते किंवा इतर कुठल्याही देशाचा अपमान करते (नियम ३(२)).

(ब) मध्यस्थ कुठल्याही माहितीला जाणीवपूर्वक होस्ट किंवा प्रकाशित करणार नाही किंवा त्याचे प्रसारण सुरू करणार नाही, प्रसारणाच्या प्राप्तकर्त्याला निवडणार नाही, आणि उप-नियम (२) मध्ये निर्दिष्ट केल्यानुसार प्रसारणामध्ये निहित माहितीची निवड किंवा त्याला सुधारणा करणार नाही, जर का मध्यस्थाद्वारा खाली दिलेल्या कार्यांचे कारण उप-नियम (२) मध्ये निर्दिष्ट कुठल्याही माहितीचे प्रकटीकरण, प्रकाशन, संपादन किंवा संग्रहण होणार नाही–(अ) संगणक संसाधनामध्ये अशा संगणक संसाधनाचे आंतरिक विशेष रूप म्हणून माहितीचे आपोआप क्षणभंगुर किंवा क्षणिक किंवा मध्यवर्ती संग्रहण, ज्यामध्ये इतर कुठल्या संगणक संसाधनासाठी पुढील प्रसारण किंवा संप्रेषणासाठी कुठल्याही मानवी संपादकीय नियंत्रणाचा कुठलाही प्रयोग समावेश नाही; (ब) अशी

माहिती, डेटा किंवा संप्रेषण लिंकला मध्यस्थाद्वारा अधिकृत व्यक्तीला प्रत्यक्षात माहीत झाल्यानंतर मध्यस्थाद्वारा कायद्यातील तरतुदींनुसार कोणताही आदेश किंवा दिशाच्या आधारावर कुठलीही माहिती, डेटा किंवा संप्रेषण लिंकपर्यंत प्रवेशाला हटविणे (नियम ३(३)).

(क) मध्यस्थ, ज्यांच्या संगणक यंत्रणेवर माहिती स्टोअर किंवा होस्ट किंवा प्रकाशित केली गेली आहे, स्वतः माहिती प्राप्त करण्यावर किंवा उप-नियम (२) मध्ये उल्लेख केल्यानुसार बाधित व्यक्तीकडून लेखी किंवा अशा कुठल्या माहितीविषयी इलेक्ट्रॉनिक सहीने सही केलेल्या ईमेलच्या माध्यमातून वास्तविक माहिती दिली जाते, ते ३६ तासांत कृती करतील आणि जिथे लागू आहे, उप-नियम (२) चे उल्लंघन करणाऱ्या अशा माहितीला अक्षम करण्यासाठी जिथे लागू होईल अशा ठिकाणी अशा माहितीच्या वापरकर्ता किंवा मालकाबरोबर काम करील. तसेच, मध्यस्थ तपासाच्या उद्देशांसाठी कमीत कमी ९० दिवसांसाठी अशी माहिती आणि संबंधित रेकॉर्ड सुरक्षित ठेवतील (नियम ३(४)).

(ड) मध्यस्थ त्याच्या वापरकर्त्यांना सूचित करतील की मध्यस्थाच्या संगणक संसाधनापर्यंत प्रवेश किंवा त्याच्या वापरासाठी नियम आणि विनियम, वापरकर्ता करार आणि गोपनीयता धोरणे पाळली गेली नाहीत तर अशा प्रकरणामध्ये, मध्यस्थाजवळ मध्यस्थाच्या संगणक संसाधनापर्यंत वापरकर्त्यांच्या प्रवेशाचा वापराच्या हक्क तत्काल रद्द करणे आणि अनुरूप नसलेली माहिती हटविण्याचा हक्क आहे (नियम ३(५)).

iii. गोपनीयतेच्या सुरक्षेचे दायित्व: मध्यस्थांसाठीच्या या दायित्वाची चर्चा पुढे दोन विभागांतर्गत केली जाऊ शकते: पहिलि खासगी माहितीच्या सुरक्षेचे दायित्व मध्यस्थावर आहे. जरी ही तरतूद वापरकर्ता' या संज्ञेचा उल्लेख स्पष्टपणे करीत नाही, पण हे ध्वनित केले जाऊ शकते की ही तरतूद वापरकर्त्यांच्या गोपनीयतेला लक्ष्य करते. म्हणून, असे की पाहिले जाऊ शकते, माहिती तंत्रज्ञान (मध्यस्थ मार्गदर्शक तत्त्वे) नियम, २०११ च्या नियम ३(८) मध्ये नमूद केले आहे की 'मध्यस्थ माहिती तंत्रज्ञान (उचित सुरक्षा सराव आणि प्रक्रिया आणि संवेदनशील वैयक्तिक माहिती) नियम, २०११ मध्ये सांगितलेल्या उचित सुरक्षा सराव आणि प्रक्रियांचे पालन करताना त्यांची संगणक संसाधने आणि त्यामधील असलेल्या माहितीला सुरक्षित ठेवण्यासाठी सर्व उचित उपाय करील'. याकडे लक्ष देणे स्वारस्यपूर्ण असू शकते की या तरतुदीच्या आधारावर, मध्यस्थ

> वापरकर्त्यांच्या 'गोपनीयते'च्या सुरक्षेसाठी जबाबदार बनतात आणि अशी 'गोपनीयता' त्यांच्याकडून संवेदनशील वैयक्तिक माहिती म्हणून स्पष्ट केली जाते. या संवेदनशील वैयक्तिक माहितीमध्ये 'पासवर्ड, आर्थिक माहिती जसे की बँक खाते किंवा क्रेडिट कार्ड किंवा डेबिट कार्ड किंवा इतर पैसे देणाऱ्या साधनांचे तपशील, शारीरिक, शरीरक्रियाशास्त्रीय आणि मानसिक आरोग्याची स्थिती; लैंगिक अनुकूलता; वैद्यकीय रेकॉर्ड आणि इतिहास; बायोमेट्रिक माहिती; सेवा प्रदान करण्यासाठी बॉडी कॉर्पोरेटला प्रदान केलेल्या वरील खंडांशी संबंधित कुठलाही तपशील; आणि बॉडी कॉर्पोरेटद्वारा प्रक्रिया करण्यासाठी वरील कुठल्याही खंडांच्या आधारे प्राप्त केलेली, कायदेशीर करार किंवा अन्यथा अंतर्गत संग्रहित किंवा प्रक्रिया केलेल्या कुठल्याही माहितीचा समावेश होऊ शकतो' (माहिती तंत्रज्ञानाचा नियम ३(३); यथोचित सुरक्षापद्धती आणि प्रक्रिया आणि संवेदनशील वैयक्तिक माहिती; नियम, २०११).

गोपनीयतेच्या सुरक्षेदरम्यान दुसरे दायित्व अशी खासगी माहिती प्राप्त करून आणि धोरणात्मक मार्गदर्शक तत्त्वे प्रदान करून, ज्याने वापरकर्त्यांना हे माहीत करून घेता येऊ शकेल की कशा पद्धतीची माहिती गोळा केली जाते आणि त्यांच्याबरोबर काय केले जाते, त्याकरिता उचित प्रक्रियांचे अनुपालन करण्याचे दायित्व आहे. या दायित्वांचा उल्लेख माहिती तंत्रज्ञान (यथोचित सुरक्षापद्धती आणि प्रक्रिया आणि संवेदनशील वैयक्तिक माहिती) नियम, २०११ च्या नियम ४ ते ८ मध्ये केला गेला आहे, जे खालीलप्रमाणे आहेत:

> नियम ४: बॉडी कॉर्पोरेटद्वारा माहिती आणि गोपनीयतेच्या प्रकटीकरणासाठी धोरण प्रदान करण्यासाठी—(१) बॉडी कॉर्पोरेट किंवा कुणीही अशी व्यक्ती जी बॉडी कॉर्पोरेटतर्फे माहिती देणाऱ्याच्या माहितीला एकत्रित करते, प्राप्त करते, जवळ बाळगते, स्टोअर करते, त्यावर कार्यवाही करते किंवा हाताळते, संवेदनशील वैयक्तिक डेटा किंवा माहितीसह वैयक्तिक माहितीला हाताळणे किंवा त्यावर कार्यवाही करण्यासाठीने एक गोपनीयता धोरण प्रदान करते आणि सुनिश्चित करते की या माहितीच्या अशा पुरवठादारांना पाहण्यासाठी उपलब्ध आहेत ज्यांनी कायदेशीर करारांतर्गत अशी माहिती प्रदान केली आहे. असे धोरण बॉडी कॉर्पोरेट किंवा त्यांच्यातर्फे कुठलीही व्यक्तीच्या वेबसाइटवर प्रकाशित केले जाईल आणि खाली दिलेले प्रदान करील—
>
> (अ) त्याची कार्ये आणि धोरणांचे स्पष्ट आणि सहजगतीने ज्यापर्यंत पोहोचता येईल असे निवेदन;
>
> (आ) नियम ३ अंतर्गत एकत्र वैयक्तिक किंवा संवेदनशील वैयक्तिक डेटा किंवा माहितीचे प्रकार;
>
> (इ) अशा माहितीचा संग्रह आणि वापराचा उद्देश;

(ई) नियम ६ मध्ये अंतर्गत पुरविल्यानुसार संवेदनशील वैयक्तिक डेटा किंवा माहितीसह माहितीचे प्रकटीकरण आणि

(उ) नियम ८ अंतर्गत पुरविल्यानुसार यथोचित सुरक्षापद्धती आणि प्रक्रिया.

नियम ५: माहितीचे एकत्रीकरण—(१) बॉडी कॉर्पोरेट किंवा त्यांच्यातर्फे कुठलीही व्यक्ती अशी माहिती एकत्र करण्यापूर्वी संवेदनशील वैयक्तिक डेटा किंवा वापराच्या उद्देशासंबंधी माहिती देणाऱ्याकडून पत्र किंवा फॅक्स किंवा ईमेलच्या माध्यमातून लेखी मंजुरी मिळवेल.

(२) बॉडी कॉर्पोरेट किंवा त्यांच्यातर्फे कुठलीही व्यक्ती तोपर्यंत संवेदनशील वैयक्तिक डेटा किंवा माहिती गोळा करणार नाही जोपर्यंत—(अ) बॉडी कॉर्पोरेटच्या किंवा त्यांच्या वतीने कुठल्याही व्यक्तीच्या कृती किंवा कार्याशी जोडलेल्या कायदायोग्य हेतूकरिता माहिती गोळा केलेली असेल; आणि (ब) याकरिता संवेदनशील वैयक्तिक डेटा किंवा माहिती गोळी करणे आवश्यक मानले जाते.

(३) संबंधित व्यक्तीकडून थेट माहिती गोळा करताना, बॉडी कॉर्पोरेट किंवा त्यांच्या वतीने कुठलीही व्यक्ती संबंधित व्यक्तीला याचे ज्ञान आहे याची खात्री करण्यासाठी अशा परिस्थितीमध्ये अशी पावले सावकाश उचलेल—

(अ) माहिती गोळा होत आहे हे वास्तव;

(आ) ज्या हेतूने माहिती गोळा होत आहे;

(इ) माहितीचे भावी प्राप्तकर्ता; आणि

(ई) याचे नाव आणि पत्ता—

(i) माहिती गोळा करीत असणारी एजन्सी; आणि

(ii) एजन्सी जिच्याकडे माहिती राहील.

(४) संवेदनशील वैयक्तिक डेटा किंवा माहिती असलेली बॉडी कॉर्पोरेट किंवा त्यांच्या वतीने कुठलीही व्यक्ती ज्याकरिता माहितीचा कायदेशीर वापर होऊ शकतो, ती माहिती उद्देशांच्या गरजेपेक्षा किंवा सध्या लागू असलेल्या कुठल्याही कायद्यांतर्गत अन्यथा गरजेची असलेल्यापेक्षा अधिक काळ ठेवणार नाही.

(५) गोळा केलेली माहिती ती ज्याकरिता गोळा केली गेली आहे त्या हेतूकरिता वापरली जाईल.

(६) बॉडी कॉर्पोरेट किंवा त्यांच्या वतीने कुठलीही व्यक्ती माहितीच्या पुरवठादारांना त्यांनी दिलेल्या माहितीचा आढावा घेण्यासाठी त्यांच्याकडून ज्या ज्या वेळी विनंती करण्यात यईल, तेव्हा परवानगी देईल आणि चुकीची आढळून आलेली किंवा अपुरी कुठलीही वैयक्तिक माहिती किंवा संवेदनशील वैयक्तिक डेटा किंवा माहिती योग्यरीत्या दुरुस्त किंवा सुधारणा केली जाईल याची खात्री करील. दिल्या गेलेल्या समीक्षा करण्याच्या परवानगीने

हे प्रदान केले आहे की बॉडी कॉर्पोरेट माहितीच्या पुरवठादाऱ्यांकडून अशी बॉडी कॉर्पोरेट किंवा अशा बॉडी कॉर्पोरेटतर्फे काम करीत असलेली कुठल्याही व्यक्तीला प्रदान केलेली वैयक्तिक माहिती किंवा संवेदनशील वैयक्तिक डेटा किंवा माहितीच्या सत्यतेसाठी बॉडी कॉर्पोरेट जबाबदार राहणार नाही.

(७) बॉडी कॉर्पोरेट किंवा त्यांच्या वतीने कुठलीही व्यक्ती, संवेदनशील वैयक्तिक डेटा किंवा माहितीसह माहिती गोळा करण्यापूर्वी, माहितीच्या पुरवठादाराला गोळा केला जाणारा डेटा किंवा माहितीला प्रदान न करण्याचा पर्याय देईल. माहिती पुरवठादाराजवळ, कुठल्याही वेळी सेवांचा उपयोग करण्यावेळी किंवा अन्यथा, बॉडी कॉर्पोरेटला यापूर्वी दिली गेलेली मंजुरी काढून घेण्याचाही पर्यायदेखील असेल. अशा पद्धतीने मंजुरी काढून घेणे बॉडी कॉर्पोरेटला लेखी पाठविली जाईल. माहिती पुरवठादार त्याची मंजुरी देत नसेल किंवा नंतर काढून घेत असेल तर अशा प्रकरणामध्ये, बॉडी कॉर्पोरेटजवळ त्या वस्तू किंवा सेवा प्रदान न करण्याचा पर्याय असेल ज्याकरिता ही माहिती शोधली गेली होती.

(८) बॉडी कॉर्पोरेट किंवा त्यांच्या वतीने कुठलीही व्यक्ती नियम ८ मध्ये प्रदान केल्यानुसार माहिती सुरक्षित ठेवेल.

(९) बॉडी कॉर्पोरेट माहितीच्या संसाधनासंबंधी माहितीच्या त्यांच्या पुरवठादाराची कुठलीही विसंगती आणि तक्रारींकडे निर्धारित वेळेमध्ये लक्ष पुरवेल. या उद्देशासाठी, बॉडी कॉर्पोरेट एक तक्रार अधिकारी नियुक्त करील आणि त्यांच्या वेबसाइटवर त्यांचे नाव आणि संपर्काचे तपशील प्रकाशित करील. तक्रार अधिकारी माहितीच्या पुरवठादाराच्या तक्रारींचे निवारण जलद, पण तक्रार प्राप्त झाल्याच्या तारखेपासून एक महिन्याच्या आत करेल.

नियम ६: माहितीचे प्रकटीकरण—(१) बॉडी कॉर्पोरेटद्वारा कुठल्याही तिसऱ्या पक्षाला संवेदनशील वैयक्तिक डेटा किंवा माहितीच्या प्रकटीकरणासाठी अशा माहितीच्या पुरवठादाराकडून पूर्वअनुमतीची आवश्यकता असेल, ज्याने कायदेशी करारांतर्गत अशी माहिती प्रदान केली आहे किंवा अन्यथा, जोपर्यंत अशा पद्धतीच्या प्रकटीकरणाची मंजुरी बॉडी कॉर्पोरेट आणि माहिती पुरवठादारादरम्यान करारामध्ये झाली आहे, किंवा जिथे कायद्याच्या दायित्वाच्या अनुपालनासाठी प्रकटीकरण आवश्यक आहे. ही अनुमती मागितली गेली आ,हे हे दिल्यानुसार माहितीच्या पुरवठादाराकडून पूर्वमंजुरी प्राप्त केल्याशिवाय माहिती, संवेदनशील वैयक्तिक डेटा किंवा माहितीसह माहिती प्राप्त करण्यासाठी कायद्यांतर्गत अनिवार्य सरकारी एजन्सीबरोबर ओळखीच्या पडताळणीच्या उद्देशासाठी, अपराधांना रोखणे, त्यांचा शोध घेणे, सायबर घटनांसह तपास, अभियोजन आणि शिक्षेसाठी सामायिक केले जाईल. सरकारी एजन्सी त्या बॉडी कॉर्पोरेटला, जिच्याकडे संवेदनशील वैयक्तिक डेटाची माहिती आहे, लेखी स्वरूपात विनंती पाठवेल ज्यामध्ये अशी माहिती मागविण्याचे उद्देश स्पष्टपणे मांडले जातील. सरकारी एजन्सी हेदेखील सांगेल की प्राप्त झालेली माहिती प्रकाशित किंवा कुठल्याही इतर व्यक्तीबरोबर सामायिक केली जाणार नाही.

(२) उप-नियम (१) मध्ये समाविष्ट काहीही असले तरी, कुठलाही संवेदनशील वैयक्तिक डेटा किंवा माहितीचे प्रकटीकरण कुठल्या तिसऱ्या पक्षाला सध्या लागू असलेल्या कायद्यांतर्गत आदेशाने केले जाईल.

(३) बॉडी कॉर्पोरेट किंवा त्यांच्या वतीने कुठलीही व्यक्ती संवेदनशील व्यक्तिगत डेटा किंवा माहिती प्रकाशित करणार नाही.

(४) उप-नियम (१) अंतर्गत बॉडी कॉर्पोरेट किंवा त्यांच्या वतीने कुठल्याही व्यक्तीकडून संवेदनशील वैयक्तिक डेटा किंवा माहिती प्राप्त करणारा तिसरा पक्ष याचे पुढे प्रकटीकरण करणार नाही.

नियम ७: माहितीचे हस्तांतरण.—एक बॉडी कॉर्पोरेट किंवा त्याच्या वतीने कुठलीही व्यक्ती भारतामध्ये, किंवा इतर कुठल्या देशामध्ये स्थित, इतर कुठल्याही बॉडी कॉर्पोरेट किंवा व्यक्तीला संवेदनशील वैयक्तिक डेटा किंवा माहितीसह माहिती हस्तांतरित करू शकते, ज्यायोगे बॉडी कॉर्पोरेटद्वारा या नियमांतर्गत प्रदान केलेली डेटा सुरक्षेची समान पातळी सुनिश्चित करतो. हस्तांतरणाची अनुमती केवळ तेव्हाच दिली जाऊ शकेल जेव्हा हे बॉडी कॉर्पोरेट किंवा त्याच्या वतीने कुठलीही व्यक्ती आणि माहितीच्या पुरवठादारांमध्ये वैध कराराच्या कार्य-निष्पादनासाठी आवश्यक आहे तिथे डेटाच्या हस्तांतरणासाठी मंजुरी दिली आहे.

नियम ८: यथोचित सुरक्षापद्धती आणि प्रक्रिया—(१) एक बॉडी कॉर्पोरेट किंवा त्यांच्या वतीने एखादी व्यक्ती यथोचित सुरक्षापद्धती आणि प्रक्रिया यांचे पालन करत आहे असे मानले जाईल, जर त्यांनी अशा सुरक्षापद्धती आणि प्रक्रिया लागू केल्या असतील आणि त्यांच्याजवळ माहिती सुरक्षा कार्यक्रम आणि माहिती सुरक्षा धोरणे यांच्याविषयी व्यापक दस्ताऐवजीकरण केलेली माहिती आहे; ज्यामध्ये प्रबंधकीय, तांत्रिकी, व्यावहारिक आणि शारीरिक सुरक्षा नियंत्रणाचे उपाय समाविष्ट आहेत, जे व्यवसायाच्या स्वरूपाबरोबर सुरक्षित माहितीरूपी मालमत्तेसअनुरूप आहेत. माहिती सुरक्षा उल्लंघनाच्या स्थितीमध्ये, बॉडी कॉर्पोरेट किंवा त्यांच्या वतीने इतर कुठली व्यक्तीला कायद्यांतर्गत अनिवार्य एजन्सीद्वारा असे करण्यासाठी सांगितले गेल्यानुसार आणि सांगितले गेल्यावर, हे दाखविण्याची आवश्यकता राहील की त्यांनी त्यांच्या दस्ताऐवजासाठी माहिती सुरक्षा कार्यक्रम आणि माहिती सुरक्षा धोरणांनुसार सुरक्षा नियंत्रण उपाय लागू केले आहेत.

(२) 'माहिती तंत्रज्ञान–सुरक्षा तंत्र—माहिती सुरक्षा व्यवस्थापन यंत्रणा—आवश्यकता' यावर आंतरराष्ट्रीय मानक IS/ISO/IEC 27001 उप-नियम (१) मध्ये निर्दिष्ट एक असा मानक आहे.

(३) कुठलीही उद्योग संघटना किंवा अशा पद्धतीच्या संघटनाद्वारा बनलेल्या संस्था, ज्याचे सदस्य उप-नियम (१) नुसार डेटा सुरक्षेसाठी सर्वोत्तम अभ्यासांचे IS/ISO/IEC कोडखेरीज इतर अनुपालन करून स्वयंशासित आहेत, त्याच्या परिणामकारक

अंमलबजावणीसाठी त्याच्या सर्वोत्तम अभ्यासांच्या कोड केंद्र सरकारद्वारा अनुमोदित आणि अधिसूचित करायला हवेत.

(४) बॉडी कॉर्पोरेट किंवा त्यांच्या वतीने व्यक्ती जिने IS/ISO/IEC 27001 मानक किंवा उप-नियम (३) अंतर्गत अनुमोदित आणि अधिसूचित डेटा सुरक्षेसाठी सर्वोत्तम अभ्यासांचे कोड लागू केले आहेत, त्याला यथोचित सुरक्षापद्धती आणि प्रक्रियांबरोबर अनुपालन करणारा मानला जाईल, तसेच अशा पद्धतीचे मानक किंवा सर्वोत्तम अभ्यासांचे कोड हे केंद्र सरकारद्वारा अनुमोदित स्वतंत्र लेखापरीक्षकांच्या माध्यमातून संस्थांद्वारा नियमित आधारावर प्रमाणित किंवा ऑडिट केले गेले आहे. यथोचित सुरक्षापद्धती आणि प्रक्रियांचे ऑडिट ऑडिटरद्वारा एका वर्षात कमीत कमी एकदा किंवा जेव्हा बॉडी कॉर्पोरेट किंवा त्याच्या वतीने व्यक्ती त्यांची प्रक्रिया आणि संगणक संसाधन का महत्त्वपूर्ण अपग्रेडेशन करते, तेव्हा केले गेले पाहिजे.

जेव्हा मध्यस्थ किंवा 'बॉडी कॉर्पोरेट' या दायित्वांचे उल्लंघन झाल्यामुळे वापरकर्त्यांच्या गोपनीयतेची सुरक्षा करण्यात अपयशी ठरते, ते नागरी पिळवणूक दायित्वाच्या मार्गाने किंवा फौजदारी दंडनीय दायित्वाच्या मार्गाने शिक्षेस जबाबदार ठरू शकतात. यापूर्वीचे आयटी कायदा, २००० (२००८ मध्ये सुधारित) च्या कलम ४३ए च्या माध्यमातून उपलब्ध आहे, जे डेटाच्या सुरक्षेमध्ये अपयशाकरिता नुकसानभरपाईबद्दल सांगते आणि नमूद करते,

> जिथे बॉडी कॉर्पोरेट संगणक संसाधनामध्ये कुठलाही संवेदनशील वैयक्तिक डेटा किंवा माहिती बाळगते, त्यावर कार्यवाही करते किंवा त्याला हाताळते ज्यावर त्याचे स्वामित्व आहे, त्याचे नियंत्रण किंवा संचालन करते, यथोचित सुरक्षापद्धती आणि प्रक्रिया लागू करण्यामध्ये आणि देखरेखीमध्ये निष्काळजी आहे आणि या प्रकारे कुठल्याही व्यक्तीला चुकीचे नुकसान किंवा चुकीचा फायदा पोहोचविण्याचे कारण बनतो, अशी बॉडी कॉर्पोरेट, प्रभावित व्यक्तीला पाच कोटी रुपयांपर्यंत नुकसानभरपाईच्या मार्गाने नुकसानांची रक्कम भरण्यासाठी जबाबदारी राहील.[१९]

---

[१९] या कलमाला जोडलेले स्पष्टीकरण नमूद करते,

> या कलमाच्या उद्देशांकरिता (i) 'बॉडी कॉर्पोरेट'चा अर्थ कुठलीही कंपनी आहे आणि यामध्ये वाणिज्यिक किंवा व्यावसायिक कृतींमध्ये समाविष्य व्यक्तींची एक फर्म, एकल स्वामित्व किंवा इतर संघटना समाविष्ट आहे (ii) 'यथोचित सुरक्षा पद्धती आणि प्रक्रियांचा' अर्थ सुरक्षासंबंधी अभ्यास आणि प्रक्रिया आहे ज्यांची अशा माहितीस अनधिकृत प्रवेश, नुकसान, वापर, सुधारणा, प्रकटीकरण किंवा हानीपासून सुरक्षित ठेवण्यासाठी रचना केली गेली आहे, जसे की पक्षांमधील एका करारामध्ये निर्दिष्ट केले जाऊ शकते किंवा जसे की सध्या लागू असलेल्या कायद्यामध्ये निर्दिष्ट केले जाऊ शकते आणि असे करार किंवा कोणत्याही कायद्याच्या अनुपस्थितीमध्ये, असे यथोचित सुरक्षा पद्धती आणि प्रक्रिया, ज्यांना केंद्र सरकारद्वारा असे व्यावसायिक मंडळे किंवा संघटनांच्या सल्ल्यांनी निर्धारित केला जाऊ शकतो जसे की हे उचित मानले जाऊ शकते. (iii) 'संवेदनशील वैयक्तिक डेटा किंवा माहिती'चा अर्थ अशी वैयक्तिक माहिती आहे जी केंद्र सरकारद्वारा अशा व्यावसायिक मंडळांच्या किंवा संघटनांच्या सल्ल्यांनी निर्धारित केले जाऊ शकते जसे की हे उचित मानले जाऊ शकते.

नंतरचे आयटी कायदा, २००० (२००८ मध्ये सुधारित) कलम ७२ए च्या माध्यमातून उपलब्ध आहे, जे कायदेशीर कराराचे उल्लंघन करून माहिती उघड करण्यासाठी शिक्षेबद्दल सांगते आणि नमूद करते,

> हा कायदा किंवा सध्या लागू असलेल्या इतर कुठल्याही कायद्यामध्ये प्रदान केल्यानुसार, मध्यस्थासह कुठलीही व्यक्ती जी, कायदेशीर करारातील अटीअंतर्गत सेवा प्रदान करताना, इतर कुठल्या व्यक्तीविषयी वैयक्तिक माहितीच्या कुठल्याही सामग्रीपर्यंत प्रवेश प्राप्त करते, या उद्देशाने किंवा हे माहीत असताना की तो चुकीचे नुकसान किंवा चुकीचा लाभ पोहोचवू शकतो, संबंधित व्यक्तीच्या मंजुरीशिवाय, किंवा कायदेशीर कराराच्या उल्लंघनामध्ये इतर कुठल्याही व्यक्तीला अशा सामग्रीचे प्रकटीकरण करतो, त्याला तीन वर्षांपर्यंत तुरुंगवास, किंवा पाच लाख रुपयांपर्यंतचा दंड किंवा दोन्हींसह दंडित केले जाऊ शकते.

दायित्वांची काळजी महिलांविरोधातील सायबर गुन्ह्यांच्या दृष्टिकोनातून पाहिली असता दोन महत्त्वाचे मुद्दे दाखवू शकते; दायित्वामध्ये कुठल्याही माहितीच्या प्रकाशनास प्रतिबंध जी महिलांच्या प्रतिष्ठेला किंवा महिलांच्या सुरक्षेसाठी हानिकारक असू शकते आणि इतर घटकांसह लैंगिक अभिमुखतेचा 'संवेदनशील वैयक्तिक माहिती' म्हणून विचार करण्याचा समावेश आहे. यातील पहिले माहितीला अधिक आकर्षित करते कारण ते महिलेला मध्यस्थाविरोधात आरोप लावण्यासाठी मोठ्या प्रमाणात साहाय्यकारी असते, विशेषतः सामाजिक माध्यमांच्या साइट्स आणि व्हॉटस अपसारख्या संप्रेषण संदेश सेवा जेव्हा ते अशी माहिती त्यांच्या दायित्वाच्या व्याप्तीच्या बाहेर असल्याने देखरेखीचा विचार करण्यासाठी नकार देतात, माहिती तंत्रज्ञान (मध्यस्थ मार्गदर्शक तत्त्वे) नियम, २०११ च्या नियम ३(४) मध्ये दिल्याप्रमाणे ही तरतूद कलम ६६ए ची जे २०१५ च्या श्रेया सिंघलच्या प्रकरणामध्ये अस्पष्ट असल्याने सर्वोच्च न्यायालयाने रद्द केली होती, त्याची झलक समाविष्ट असते त्यामुळे भाषण स्वातंत्र्याच्या समर्थकांचे लक्ष वेधून घेते. नंतरचा मुद्दा, म्हणजे, 'लैंगिक अभिमुखते'चा संवेदनशील वैयक्तिक माहिती म्हणून विचार करणे जी मध्यस्थांच्या सुरक्षेकरिता जबाबदार असते, एलजीबीटी समुदायातील महिलांकरिता हे साहाय्यकारी असू शकल्याने आपले लक्ष अधिक वेधून घेते. तरी, भारतामध्ये सामाजिक माध्यमांध्ये अनेक अशा महिला आता त्यांची लैंगिक अभिमुखता उघड करीत आहेत, आपल्याला महिलांच्या लैंगिक अभिमुखतेला लक्ष्य करणाऱ्या पीडनाचा आधार दर पाहायला मिळेल. अशा प्रकरणात, मध्यस्थांनी अधिक गंभीरतेने पहिला मुद्दा म्हणजे माहितीच्या काही श्रेणींना प्रतिबंध, त्यांचे दायित्व अवश्य घेतले पाहिजे.

दायित्वापासून सवलत

जेव्हा आपण इंटरनेट मध्यस्थाच्या दायित्वाविषयी बोलतो, सर्व संबंधितांना त्यातून मिळत असलेली सवलत हे स्त्रव भागधारकांचे त्याबाबतीतचे स्वाभाविक निरीक्षण असते. महिलांविरोधी सायबर गुन्ह्यांच्या प्रकरणात, आपल्याला नेहमी पाहायला मिळते की महिलांची नको असलेले फोन कॉल्स, किंवा अनोळखी क्रमांकावरून आलेले मिस्ड् कॉल्स, असभ्य किंवा धमकीपूर्ण एसएमएस किंवा नको असताना व्हॉट्सॲप किंवा इतर मोबाइल फोन संप्रेषण सेवेवर अनोळखी व्यक्तीकडून ॲड केले जाणे, किंवा आक्षेपार्ह छायाचित्रे, बदनामीकारक मजकूर, व्हीडिओ आदींचा सामाजिक माध्यमांसह विविध कंटेट होस्टवर प्रसार आणि सर्च इंजीनच्या माध्यमातून त्याचा प्रसार करणे याद्वारे सतत छळवणूक होत असते. पीडित जेव्हा अशा छळवणुकीच्या सामग्रीबाबत तक्रार करतात तेव्हा त्या सेवा पुरवठादारांच्या किंवा मध्यस्थांच्या उदासीन वर्तनाबद्दल नेहमी तक्रार करतात. बहुतांश प्रकरणात, सेवा पुरवठादारांची पीडितांना उत्तरे ही अत्यंत निराशाजनक असतात जेव्हा यातील सेवा पुरवठादार मध्यस्थाने केलेल्या तक्रारीच्या संदर्भात कुठलीही कारवाई करण्यास नकार देतात. जर मध्यस्थांचे दायित्व कायद्याने आणि त्यांच्या स्वतःच्या धोरणात्मक मार्गदर्शक तत्त्वांनी प्रस्थापित केले आहे, तर पीडित तक्रार करतात तेव्हा ते त्याची अंमलबजावणी का करीत नाहीत, हा याबाबतीतला नेहमी विचारला जाणारा प्रश्न आहे. याचे उत्तर आहे की मध्यस्थांकडे काही सवलती आहेत ज्या त्यांना तिसरा पक्ष, म्हणजे पीडितांद्वारा केलेल्या प्रत्येक तक्रारीवर कारवाई करण्यापासून मुक्त करतात. विशेषतः, चर्चा केलेल्या दायित्वापासून अमेरिकी कायद्यातील कायदेशीर तरतुदी आणि विविध तत्त्वांमधून सेवा पुरवठादारांकरिता सवलत तयार होते; यामध्ये योग्य काळजीचे तत्त्व, सुरक्षित आश्रयस्थानाची तत्त्वे, सीडीए (CDA – संप्रेषण सभ्यता कायदा, यूएस) चे कलम २३० आणि DMCA, भाग II चा समावेश आहे.

सवलतींबाबत चर्चा स्वाभाविकपणे सेवा पुरवठादारांनी विकसित केलेल्या धोरणात्मक मार्गदर्शक तत्त्वांबाबतच्या चर्चेला देखील जोर आणेल. गुगल, फेसबुक, ट्विटर आदींसह सर्व सेवा पुरवठादार तिसऱ्या पक्षाच्या दायित्वापासून सवलतीचे दावे करण्याकरिता अमेरिकेच्या सुरक्षित आश्रयस्थानविषयक धोरणांचे पालन करतात.[२०] ही सुरक्षित आश्रयस्थानविषयक

---

[२०] गुगल (२६ फेब्रुवारी, २०११) पहा. Self regulatory frameworks. http://www.google.com/policies/privacy/frameworks या ठिकाणी उपलब्ध; फेसबुक (२६ फेब्रुवारी, २०११) पहा. Clause VI of data use policy. https://www.facebook.com/ full_data_use_policy या ठिकाणी उपलब्ध; ट्विटर (२६ फेब्रुवारी, २०११) देखील पहा. Clause on EU Safe harbor frame work. http://twitter.com/privacy वर उपलब्ध; गुगल (२६ फेब्रुवारी, २०११) पहा. Policies and principles: Terms of service. http://www.google.com/intl/en/policies/terms/ वर उपलब्ध; फेसबुक (२६ फेब्रुवारी, २०११). Statement of rights and

धोरणे डेटा प्रवाहावर वैयक्तिक गोपनीयतेच्या सुरक्षेवर युरोपियन संघाच्या डेटा निर्देशांच्या तत्त्वांच्या आधारे वर विकसित केली गेली आहेत, जी आर्थिक सहयोग आणि विकासासाठी संघटना (OECD) च्या मार्गदर्शक तत्त्वांवर आधारित होती.[२१] विशेषत: इंटरनेट सेवा पुरवठादार आणि डोमेन होस्ट्स दोन प्रकारांच्या सवलतींचा लाभ घेऊ शकतात, त्या आहेत (अ) ४७ USC वर संकेतबद्ध केलेल्या, CDA चे कलम २३०(c) अंतर्गत बदनामीपासून तिसऱ्या पक्षाच्या दायित्वासह सर्व प्रकारच्या दायित्वापासून सवलत[२२] आणि (ब) DMCA टायटल ५१२च्या अंतर्गत कॉपीराइट उल्लंघनासंबंधी दायित्वापासून सवलत, तसेच, सेवा पुरवठादार योग्य काळजी घेण्याच्या तत्त्वांचे पालन करतात, ज्यामध्ये हे समाविष्ट आहे की त्यांनी अशा उल्लंघन केलेल्या सामग्रीला जाणीवपूर्वक आणि हेतूत: होस्ट केलेले नाही, जाणीवपूर्वक आणि हेतूत: उल्लंघन केलेल्या सामग्रीतून कुठलेही आर्थिक फायदे प्राप्त केलेले नाहीत आणि आणि अधिसूचना मिळाल्यावर आक्षेपार्ह सामग्री हटविले आहे. यापूर्वीची तरतूद, अर्थात, सीडीएचे कलम २३०(सी) देखील सेवा पुरवठादारांना कोणत्याही बदनामीकारक, छळ करणारी सामग्रीचे प्रकाशक म्हणून वर्गीकृत होण्यासाठी सवलत देतात; हे सेवा पुरवठादार आणि होस्ट्सना कुठलीही सामग्री हटविण्यासाठी चांगल्या हेतूने केल्या गेलेल्या कृतींसाठी कुठल्याही नागरी आणि फौजदारी दायित्वापासून सवलत देते.[२३] तसेच, ज्याप्रमाणे डो विरुद्ध मायस्पेस, 474 F.Supp.2d 843 (W.D. Tex. 2007) प्रकरणामध्ये नमूद केले होते, सेवा पुरवठादारांना उपलब्ध असलेल्या सवलतीचा वापर वापरकर्त्यांकरिता तसेच वापरकर्ते नसलेल्यांकरिता होऊ शकतो ज्यांच्यावर संबंधित वेबसाइटवरील कुठल्याही प्रकाशनाचा परिणाम झालेला असतील. अशा प्रकारे, वर उल्लेख केलेल्या तरतुदींचे पालन करणाऱ्या सर्व सेवा पुरवठादारांना स्वत:ची धोरणात्मक मार्गदर्शक तत्त्वे तयार करण्याची गरज आहे; ज्यामध्ये आक्षेपार्ह सामग्री हटविण्यासंबंधीच्या धोरणांचा समावेश आहे. हे

---

responsibilities. http://www.facebook.com/legal/terms वर उपलब्ध; ट्विटर (२६ फेब्रुवारी, २०११). Terms of service. http://twitter.com/tos वर उपलब्ध.

[२१] OECD. (२१ एप्रिल, २०१२). Guidelines on the protection of privacy and trans-border flows of personal data. http://www.oecd.org/document/18/0,3343,en_2649_34255_1815186_1_1_1_1,00.html वर उपलब्ध. चाइल्ड, आर. (१६ एप्रिल, २०१०) देखील पहा. Does the safe harbor programme adequately address third parties online? The Center for Internet and Society. http://cis-india.org/internet-governance/blog/does-the-safe-harbor-program-adequately-address-third-par-ties-online वर उपलब्ध (२१ एप्रिल २०१२ रोजी प्राप्त केले आहे.).

[२२] डिजिटल मीडिया लॉ प्रोजेक्ट (२१ एप्रिल, २०१२) पहा. Immunity for online publishers under the Communications Decency Act. Berkman Centre for Internet and Society. http://www.citmedialaw.org/legal-guide/ immunity-online-publishers-under-communications-decency-act वर उपलब्ध.

[२३] अधिक माहितीकरिता, 'Protection for "Good Samaritan" Blocking and Screening of Offensive Material under S.230 (c) of the CDA" हा खंड पहा.

बार्न्स विरुद्ध याहू! आयएनसी., 570 F.3d 1096 (9th Cir. 2009),[२४] प्रकरणामध्ये नमूद केले होते, सेवा पुरवठादार प्रॉमिसरी इस्टॉपलच्या अपयशाकरिता सवलतीचा लाभ उपभोगू शकत नाहीत जर तो संबंधित पीडितेपासून आवश्यक नोटीस प्राप्त केल्यानंतर सामग्रीला (जी त्याच्या धोरणात्मक मार्गदर्शक तत्त्वांमध्ये अधिसूचित झालेली असू शकते) हटविण्यासाठीचे त्याचे आश्वासन पाळण्यात अपयशी ठरला असेल तर. सध्या सर्व सेवा पुरवठादार त्यांच्या अटी आणि शर्तींमध्ये विशिष्ट प्रकारच्या सामग्री निर्दिष्ट आहेत ज्यामध्ये नग्नता आणि कामोत्तेजक सामग्री, द्वेषपूर्ण सामग्रीचा समावेश आहे जे प्रतिष्ठेला नुकसान, हानी आदी पोहोचविणे, धमकावणी, धमकी देणे आणि छळ करणे, द्वेषपूर्ण भाषा, तोतयेगिरी आदींचे कारण बनते, जे तक्रार केल्यानंतर हटविण्यासाठी जबाबदार असू शकतात.

पण, प्रत्यक्षात, अनेक पीडितांना अशा स्पष्ट अधिसूचनेनंतरही सेवा पुरवठादारांकडून कुठलाही सकारात्मक प्रतिसाद मिळत नाही; कारण अगदी जरी सर्व विदेशस्थित सेवा पुरवठादारांना अटी आणि शर्ती 'कायद्याच्या निवडी'बद्दल ध्वनित करतात आणि स्थानिक कायद्यांचा आदर करण्यासाठी सहमत होतात, अशा प्रकारच्या आक्षेपार्ह सामग्रीला विशिष्ट सेवा पुरवठादारांच्या धोरणे मानकानुसार आणि पीडितेच्या समजुतीनुसारच ते असण्याची गरज नाही त्यानुसार "आक्षेपार्हतेच्या" चाचणीमध्ये अवश्य यश मिळवावे लागेल.[२५] सेवा पुरवठादार आताही अमेरिकी मानकाप्रमाणे भाषण आणि अभिव्यक्ती स्वातंत्र्याशी संबंधित कायद्यांमुळे कुठल्याही दायित्वापासून सवलतीचा दावा करू शकतात, जे भारतीय मानके आणि समजुतीपेक्षा खूप व्यापक आहे. हे नवी दिल्ली महादंडाधिकाऱ्यांच्या न्यायालयातील विनय राय विरुद्ध फेसबुक इंडिया आणि ओआरएस, क्र. १३६/११ प्रकरणावरून स्पष्ट होते,[२६] या प्रकरणात, याचिकाकर्त्याने आक्षेपार्ह सामग्री होस्ट करणे अर्थात धार्मिक मूर्तींना अश्लील, अपमानजनक पद्धतीने चित्रण करणे आणि सादर करणे, ज्या त्या ठिकाणी पोस्ट झाल्या आहेत, त्याकरिता गुगल, फेसबुक, ऑर्कुट, याहू आदींसह २१ वेबसाइट्सविरुद्ध योग्य कारवाई करण्यासाठी विनंती करून त्यांच्याविरोधात याचिका दाखल केली. याचिकाकर्त्याने दावा केला की अशी सामग्री धार्मिक अस्थिरता तयार करू शकते, अशी

---

[२४] तथैव.

[२५] उदाहरणार्थ, फेसबुकच्या हक्क आणि जबाबदऱ्या यांच्या निवेदनाचा स्तंभ १६ पहा. https://www.facebook.com/legal/terms; या ठिकाणी उपलब्ध; आणखी पहा 'about these terms'. https://www.google.co.in/intl/en/policies/terms/regional.html या ठिकाणी उपलब्ध.

[२६] या प्रकरणाविषयीच्या अधिक माहितीकरिता, पहा NDTV Correspondent. (१६ जानेवारी २०१२). Delhi High Court to hear Google–Facebook's petition today. NDTV.com. http://www.ndtv.com/article/india/delhi-high-court-to-hear-google-facebooks-petition-today-167302?slider या ठिकाणी उपलब्ध (२१ एप्रिल २०१२ रोजी प्राप्त केले).

सामग्री हटविण्याचा दावा त्यांच्या धोरणात्मक मार्गदर्शक तत्त्वांमध्ये असतानादेखील सेवा पुरवठादार याची नोंद घेण्यात अपयशी ठरले. उल्लेखनीय गोष्ट म्हणजे, याचिकाकर्त्यांनी हा दावा मुख्यत्वे पारंपरिक दंडनीय कायद्यांच्या आधारावर केला यामध्ये भारतीय दंड संहितेच्या कलम १५३-ए (धर्म, वंश, जन्मस्थळ आदींच्या आधारावर विविध गटांमध्ये द्वेषभावनेला खतपाणी घालणे आणि सुसंवाद राखण्यासाठी पूर्वग्रहदूषित कार्य करणे इत्यादी), १५३-बी (देशाच्या सद्भावनेबद्दल पूर्वग्रहदूषित आरोप, मत मांडणे), २९२ (अश्लील पुस्तकांची विक्री आदी), २९३ (तरुण व्यक्ती इत्यादींना अश्लील वस्तूंची विक्री आदी), २९५(ए) (कुठल्याही वर्गाच्या त्यांचा धर्म किंवा धार्मिक भावनांचा अपमान करण्याच्या उद्देशाने केलेली हेतुतः आणि दुर्भावनायुक्त कृती), २९८ (धार्मिक भावना दुखावण्याच्या हेतुतः उद्देशाने शब्द पुटपुटणे आदी), १०९ (चिथावणी दिल्यानंतर प्रत्यक्षात जर अपराध केला असेल आणि स्वतंत्र शिक्षेची तरतूद नसेल, तर शिक्षा कशी द्यावयाची), ५०० (बदनामीकरिता शिक्षा) आणि १२०-बी (फौजदारी कटकारस्थानाकरिता शिक्षा) यांचा समावेश आहे. या प्रकरणातील ताज्या माहितीनुसार गुगल आयएनसी., फेसबुक आदींसह सेवा पुरवठादारांना समन्स बजावले गेले आहे आणि कोर्टाने अधिसूचित केल्यानंतर त्यांनी सामग्री हटविली होती. पण, आतापर्यंत आम्ही आक्षेपार्ह सामग्रीकरिता प्रकाशक/होस्ट म्हणून वेबसाइटच्या दायित्वाला महिला पीडितांद्वारे प्राधान्य दिले गेलेले असे कुठलेही प्रकरण पाहिले नाही. विशेषतः जेव्हा संबंधित पीडितेला सेवा पुरवठादारांच्या धोरणात्मक मार्गदर्शक तत्त्वांनुसार निषिद्ध असलेल्या सामग्रीच्या श्रेणीमध्ये येऊ शकत असलेल्या सामग्रीबद्दल तक्रार केल्यानंतरही त्यांच्याकडून कुठलाही सकारात्मक प्रतिसाद मिळू शकला नाही.

मध्यस्थांच्या भारतीय कायदे

दायित्वापासून सवलत: वर उल्लेख केलेल्या कायद्यांमध्ये मध्यस्थांच्या दायित्वाबद्दल चर्चा केली आहे, दायित्वापासून सवलत असलेली चर्चा आयटी कायदा, २००० (२००८ मध्ये सुधारित) च्या कलम ७९ मध्ये केली आहे. त्यानुसार:

> (१) उपकलम (२) आणि (३) च्या तरतुदींखेरीज सध्या लागू असलेल्या कुठल्याही कायद्यांतर्गत, मध्यस्थ त्याच्याद्वारे होस्ट केल्या गेलेल्या माहिती कुठल्याही तिसऱ्या पक्षाकडून मिळालेली माहिती, डेटा किंवा संप्रेषण लिंकसाठी जबाबदार नसेल.
>
> (२) उपकलम (१) ची तरतूद लागू होईल जर–(अ) मध्यस्थाचे कार्य त्या संप्रेषण प्रणालीपर्यंत प्रवेश प्रदान करण्यापर्यंत मर्यादित आहे, ज्यावर तिसऱ्या पक्षाद्वारा उपलब्ध केली गेलेली माहिती प्रसारित किंवा अस्थायी स्वरूपात संग्रहित केली जाते; किंवा (ब) मध्यस्थ हे करीत नाही–(i) प्रसारणाला सुरुवात, (ii) प्रसारणाच्या प्राप्तकर्त्याची निवड, आणि

(iii) प्रसारण अंतर्गत माहितीची निवड किंवा सुधारणा (क) मध्यस्थ या कायद्यांतर्गत त्याची कर्तव्ये बजावताना योग्य काळजी घेतो आणि केंद्र सरकार या गोष्टी निर्दिष्ट करू शकत असल्यामुळे इतर मार्गदर्शक तत्त्वांचेही पालन करतो.

(३) उपकलम (१) च्या तरतुदी लागू होणार नाहीत जर (अ) मध्यस्थाने धमकी किंवा आश्वासनाद्वारा किंवा अन्यथा बेकायदा कृत्य करण्यासाठी कारस्थान केले आहे किंवा गुन्ह्याला प्रोत्साहन दिले आहे किंवा मदत केली आहे किंवा त्यासाठी प्रेरित केले आहे (ITAA २००८); (ब) वास्तविक माहिती प्राप्त झाल्यानंतर, किंवा मध्यस्थाद्वारा नियंत्रित संगणक संसाधनामधील किंवा त्याच्याशी जोडली गेलेली कुठलीही माहिती, डेटा किंवा संप्रेषण लिंकचा वापर बेकायदा कृत्य करण्यासाठी केले जात आहे, असे संबंधित सरकार किंवा त्यांच्या एजन्सीद्वारा अधिसूचित केले गेल्यानंतरही, मध्यस्थ कुठल्याही पद्धतीने पुराव्याला हानी पोहोचविल्याशिवाय त्या संसाधनामधील ती सामग्री लगेच काढून टाकण्यात किंवा प्रवेश निषिद्ध करण्यास अपयशी होतो.

या कलमाच्या उद्देशाकरिता या कलमाला जोडलेले स्पष्टीकरण नमूद करते अभिव्यक्ती 'तिसऱ्या पक्षाकडून मिळालेली माहिती'चा अर्थ अशी कुठलीही माहिती ज्यावर मध्यस्थ, मध्यस्थ म्हणून त्याच्या क्षमतेमध्ये कार्यवाही करतो.

या कलमावरून असे लक्षात येऊ शकते, मध्यस्थ केवळ दोन घटकांवर दायित्वाचा दावा करू शकतात: (अ) जेव्हा त्यांनी आक्षेपार्ह सामग्रीच्या बाबतीत योग्य काळजी घेतली आहे आणि (ब) जेव्हा कुठल्याही तिसऱ्या पक्षाने अपलोड केलेल्या कुठल्याही माहितीकरिता त्यांना कुठलाही आर्थिक फायदा होत नाही. पण, याचबरोबर, इतर काही घटक आहेत जे नमूद केल्याप्रमाणे मध्यस्थांना दायित्वापासून आणखी सवलत देऊ शकतात. अशा घटकांमध्ये, मध्यस्थांना कुठलीही व्यक्ती किंवा संघटनेबद्दल कुठल्याही माहितीकरिता जबाबदार धरता येणार नाही जी यापूर्वी जाहीररीत्या सर्वांच्या माहितीसाठी उपलब्ध आहे. अशा माहितीमध्ये सरकारी वेबसाइट्सवरील किंवा माहितीचा अधिकार २००५ च्या माध्यमातून उपलब्ध असलेल्या माहितीचादेखील समावेश करता येईल. पण, मध्यस्थ वापरकर्त्यांद्वारा प्रसिद्ध केलेल्या त्या माहितीबद्दल सवलत मिळण्याचा दावा करू शकत नाही जी इंटरनेट किंवा गॉसिप कॉलमवर व्हायरल प्रसारणाच्या माध्यमातून प्राप्त झालेली आहे. याच कारणाकरिता महिलांची अश्लील छायाचित्रे, बनावट अवतार किंवा महिलांविषयी बदनामीकारक माहिती शेअर करणे किंवा विशिष्ट महिलांना लक्ष्य करणारे ट्रोलिंग किंवा धमकावणीच्या टिप्पणी करणे गट-१ डेटा नियंत्रक (म्हणजे, वापरकर्ता जो याला मध्यस्थामध्ये शेअर करतो) मुख्यत्वे याच्या प्रसिद्धीकरिता जबाबदार ठरवला जाऊ शकतो, आणि जर गट-२ डेटा नियंत्रक (म्हणजे, मध्यस्थ), त्याला 'हटविण्याच्या' तक्रारींवर लक्ष देण्यामध्ये अपयशी राहिले तर त्यांना गौणतः जबाबदार ठरवले जाऊ शकते.

ही दायित्वे आणि सवलत इतरांकडून माहिती डिजिटल तंत्रज्ञानाच्या गैरवापरामुळे झालेल्या हानीच्या प्रकरणांमध्ये मध्यस्थांकडे पुनर्स्थापनात्मक प्रक्रियेचा कार्यभार विशिष्टपणे सोपविण्यासाठी कायद्याद्वारा दिल्या गेल्या आहेत. मध्यस्थांविरोधात थेट न्यायालयात दाखल करण्यात येणाऱ्या दाव्यांना प्राधान्य देणाऱ्या प्रत्यक्ष खटल्यांची संख्या कमी करण्याचा हा उपाय आहे. विनय रायच्या प्रकरणात दिल्ली उच्च न्यायालयाने याहूने दिलेल्या बचावास प्राधान्य दिले तेव्हा या घटकाचा थोडासा विचार केला गेला होता आणि न्यायालयाने २०११ च्या प्रकरणात दंडाधिकाऱ्याचे आदेश रद्द केले होते, या गोष्टीचा उल्लेख केला जाऊ शकतो.

निष्कर्ष

मध्यस्थ वापरकर्त्याद्वारा व्यासपीठ म्हणून मध्यस्थाचा वापर किंवा गैरवापर आणि त्यांचा स्वतःच्या कुठल्याही फायद्याविना, त्यामध्ये अजाणतेपणाच्या सहभागाच्या आधारावर दायित्वापासून सवलत मिळण्याचा दावा करू शकतात, असे या चर्चांवरून दिसून येऊ शकते. व्यवहारात, आम्ही पाहिले आहे की महिला पीडितांच्या प्रकरणात मध्यस्थांचे दायित्व, नको असलेला डेटा नाहीसा करणे आणि त्या डेटाच्या बाबतीत संबंधित महिलेला 'विसरण्यासाठी' मदत करण्याकडे अधिक जाते, जो डेटा तिच्याकरिता अप्रासंगिक किंवा धोकादायक असतो. पण असे क्वचितच होते. ह्या दायित्वामध्ये फॉर्म भरणे, मध्यस्थांशी संपर्क साधणे आणि अहवाल पोहोचल्याची खात्री देऊन त्या अहवालाची नोंद घेणे, अशा गोष्टी असतात. तथापि, ती सामग्री डेटा वेअरहाउसमधून हटविण्यास किंवा तेथे ठेवण्यास योग्य आहे याविषयीची त्यांची स्वतःची धोरणात्मक मार्गदर्शक तत्त्वे तयार करणे, ही गोष्टदेखील त्यातून निर्दिष्ट होते. पुढे, जरी संबंधित वेबसाइटवरून डेटा घालविण्यात आला, तरी डेटा सर्च इंजीनमध्ये तसाच असू शकतो आणि माहिती पहिल्यांदा ज्या ठिकाणी पहिल्यांदा प्रसिद्ध होते त्या प्राथमिक वेबसाइट्ससारखे ते सहकार्य करणारे नसू शकतात. त्यामुळे महिला पीडित वेबसाइट्सने आश्वस्त केल्यानुसार विसरण्याचा दावा करणाऱ्या अंतर्निहित हक्काचा पूर्ण लाभ घेऊ शकत नाहीत. भारतामध्ये, महिला त्यांच्या स्वतःच्या तसेच कुटुंबाच्या सुरक्षिततेला असलेला धोका आणि गोपनीयतेच्या उल्लंघनाच्या भीतीमुळे पोलीस किंवा न्यायालयांची मदत घेण्यास प्राधान्य देत नाहीत. अशा परिस्थितीमध्ये, युरोपियन संघ देशांमध्ये जे केले आहे त्या धर्तीवर वेगळा कायदा म्हणून 'विस्मृतीत जाण्याचा हक्क' प्रस्तावित केला गेला असला, तरी त्याचा कमी वापर होऊ शकतो आणि आयटी कायद्याच्या कलम ६६ए च्या प्रकरणामध्ये जे घडले होते त्याप्रमाणे गैरवापरही होऊ शकतो, जो सर्वोच्च न्यायालयाने त्याच्यामधील अस्पष्टता आणि इतरांकडून सातत्याच्या गैरवापरामुळे रद्द केला होता. पुढे जाऊन, हेदेखील अजिबात विसरता कामा नये की 'विस्मृतीत जाण्याच्या

हक्कावरील' गोंजालेस प्रकरणाचा परिणाम म्हणून, गुगलने डेटामुळे बाधित झालेल्या व्यक्तींना त्यांच्याशी संपर्क साधणे शक्य होण्यासाठी परिणामकारक पावले उचलली होती; पण इतर खंडांमध्ये सर्च इंजीनमधून सामग्री हटविण्याची हमी त्यांनी दिली नाही. भारतामध्ये गुगलला 'मोठे सर्च इंजीन' मानले जाते, बिंग, याहू आदी गुगलनंतर येतात आणि त्या सर्व अमेरिकी संस्था आहेत. इंटरनेट कंपनी तसेच फौजदारी न्याय यंत्रणा म्हणून २०१५ पर्यंत सामना करीत असलेली सर्वांत मोठी समस्या म्हणजे भारतामध्ये असलेली त्यांच्या सर्व्हरची अनुपस्थिती किंवा संबंधित बाधित पक्षाकडे संपर्क व्यक्तींची नावे उघड करण्याची अनिच्छा आहे. त्यामुळे 'विस्मृतीत जाण्याच्या हक्कासारख्या' हक्कांची अंमलबजावणी करण्यासाठी वेळ लागू शकतो आणि या प्रक्रियेमध्ये, पीडितेचे कायद्यामधील स्वारस्य नष्ट होऊ शकते आणि योग्य पद्धतीने लिंक्स हटविण्यापेक्षा जलद गतीने तर्कहीन पद्धतीने लिंक्स हटविण्याच्या यंत्रणेचा अवलंब करू शकते (हालदर आणि जयशंकर, २०१५). या कारणांमुळेच परिणामकारक रिपोर्टिंग यंत्रणेच्या माध्यमातून ज्यामुळे महिला पीडित 'विस्मृतीत जाण्याच्या हक्काचा' लाभ घेऊ शकतील अशी धोरणात्मक मार्गदर्शक तत्त्वे तयार करण्यास मधस्थांचे लक्ष वेधण्यास आम्ही प्राधान्य देतो. तथापि, 'एकटे सोडण्याचा हक्का'च्या पार्श्वभूमीवर वेगळ्या हक्काचा प्रस्ताव, ज्याला 'विस्मृतीत जाण्याच्या हक्का'चा गंध असतो, ऑनलाईन गुन्ह्यांच्या महिला पीडितांकरिता कायमच निश्चितपणे साहाय्यकारी असू शकतो.

संदर्भ

Ambrose, M. L. (2012). It's about time: Privacy, information lifecycles, and the right to be forgotten. *Stanford Technology Law Review, 16*(2), 369–422. Available at SSRN: http://ssrn.com/abstract=2154374 (Accessed on 2 April 2015).

Ardia, D. S. (16 June 2010). Free speech savior or shield for scoundrels: An empirical study of intermediary immunity under section 230 of the Communications Decency Act. *Loyola of Los Angeles Law Review, 43*(2), 373–506. Available at SSRN: http://ssrn.com/abstract=1625820. (Accessed on 7 May 2015).

Bennett, S. C. (2012). The 'right to be forgotten': Reconciling EU and US perspectives. *Berkeley Journal of International Law, 30*, 161. Available at: http://scholarship.law.berkeley.edu/bjil/vol30/iss1/4 (Accessed on 5 May 2015).

Citron, D. K. (2014). *Hate crimes in cyber space*. Harvard: Harvard University Press.

Fleischer, P. (2011). Foggy thinking about right to oblivion. Available at http://peterfleischer.blogspot.in/2011/03/foggy-thinking-about-right-to-oblivion.html (Accessed on 20 January 2016).

Grimmelmann, J. (2007). The structure of search engine law. *Iowa Law Review*, 93(1). NYLS Legal Studies Research Paper No. 06/07-23. Available at SSRN: http://ssrn.com/abstract=979568 (Accessed on 31 March 2016).

Halder, D., & Jaishankar, K. (2015). Irrational coping theory and positive criminology: A framework to protect victims of cyber crime. In N. Ronel and D. Segev (eds), *Positive criminology* (pp. 276–291). Abingdon, Oxon: Routledge.

Mahalingam, R. (2007). Beliefs about chastity, machismo, and caste identity: A cultural psychology of gender. *Sex Roles*, 56(3–4): 239–49. DOI10.1007/s11199-006-9168-y (Accessed on 02 May 2015).

Voss, W. G. (July 2014). The right to be forgotten in the European Union: Enforcement in the court of justice and amendment to the proposed general data protection regulation. *Journal of Internet Law, 18*(1). Available at SSRN: http://ssrn.com/abstract=2567626 (Accessed on 2 April 2015).

८ तपास, अभियोग, अटक आणि ताब्यात घेणे याकरिता प्रक्रियात्मक व्यवहार

अमूर्त डेटाच्या समावेशामुळे सायबर गुन्ह्यांचा तपास आणि अभियोग यांच्याकरिता सामान्यतः विशेष प्रक्रिया गरजेची असते. हे लक्षात ठेवणे गरजेचे आहे जेव्हा गुन्ह्याची नोंद होते, तेव्हा पोलिसांना पहिल्यांदा कुठल्या प्रकारच्या पीडिताला आपल्याला हाताळायचे आहे यावर जोर देण्याची आवश्यकता असते: सरकार? कॉर्पोरेट हाउस? एक सामान्य पीडित? या पुस्तकामध्ये आम्ही सामान्य पीडितांवर लक्ष केंद्रित केले असल्याने, या समस्येमध्ये कुठल्या प्रकारची वर्गवारी करता येऊ शकेल, ते आपण पाहू या: जेव्हा सायबर क्राइमची नोंद होते, जेव्हा पीडित ही एक सामान्य व्यक्ती असते, तेव्हा तीन प्रकारची प्रकरणे असू शकतात: (अ) आंतरवैयक्तिक छळवणुकीची प्रकरणे; (ब) आर्थिक गुन्हे जिथे पीडिताला फिशिंग, नोकरीतील घोटाळा या प्रकारच्या हल्ल्यांनी लक्ष्य केले आहे किंवा त्याचे/तिचे एटीएम/डेबिट/क्रेडिट कार्ड अनधिकृतरीत्या स्कॅन करून किंवा प्रवेश करून आणि वापरले आहे आणि (क) सायबरच्या साहाय्याने झालेल्या ऑफलाइन गुन्ह्यांसह ऑनलाईन छळवणूक. या सर्व प्रकरणांत, तक्रार नोंदवणे, तपास करणे, पुरावा गोळा करणे, पुराव्यांचे जतन करणे आदींसाठीची प्रक्रिया वेबसाइट हॅकिंग, फिशिंग हल्ले किंवा अगदी सायबर दहशतवादाच्या प्रकरणासह इतर सायबर गुन्ह्यात अवलंब केल्या जाणाऱ्या सामान्य प्रक्रियात्मक व्यवहारासारखीच असू शकते; उदाहरणार्थ, पोलिसांना इतर गुन्ह्यांमध्ये जे करावे लागते त्याच समान मार्गाने आंतरवैयक्तिक गुन्ह्यांकरिता कस्टडीच्या श्रृंखला, टाइम स्टॅम्प, डिजिटल डेटा, सोर्स कोड, संप्रेषण व्यवहार आदी पडताळावे लागते. पण, पीडित जेव्हा किशोरवयीन मुलींसह महिला असतात, तेव्हा पीडितेच्या गोपनीयतेच्या मुद्द्यांमुळे संपूर्ण प्रक्रिया वेगळे वळण घेते.

यावर काही शोध अहवालही आहेत ज्यामध्ये 'भारतामधील सायबर पीडन: आधारभूत सर्वेक्षण अहवाल' (हालदर आणि जयशंकर, २०१०), २०१३ राष्ट्रीय अपराध रेकॉर्ड ब्यूरोच्या अहवालाचा समावेश आहे, ज्यावरून असे दिसून येते की भारतामध्ये महिला आणि विद्यार्थिनी यांना लक्ष्य करणाऱ्या सायबर गुन्ह्यांमध्ये लक्षणीय वाढ होत आहे. पण, दुर्दैवाने, फौजदारी न्यायिक यंत्रणेकडे अशा गुन्ह्यांची नोंदवली जाणारी तक्रार ही तुलनेने कमी आहे. याला तीन विशिष्ट कारणे असू शकतात: (अ) पीडितांच्या मनात सामाजिक निषिद्धतेची भीती (हालदर आणि जयशंकर, २०११a, २०११b), (ब) पीडितांना साहाय्य करण्यासाठी योग्य पायाभूत सुविधांचा आणि योग्य रीतीने प्रशिक्षित पोलीस अधिकाऱ्यांची अनुपस्थिती

(हालदर आणि जयशंकर, २०११a; ज्यूक्स, २०१०) तसेच पीडितांनी, विशेषतः महिलांनी दाखल केलेल्या तक्रारींना प्रत्युत्तर देण्याविषयी मध्यस्थांची उदासीन वृत्ती, (हालदर आणि जयशंकर, २०११a, २०११b) आणि (क) नैतिक आणि हौशी हॅकर्स ग्रुपमध्ये वाढ, तर्कहीन उपाययोजनांचा अवलंब करण्यासाठी ज्यांच्यावर पीडितांचा त्वरित विश्वास बसू शकतो (हालदर आणि जयशंकर, २०१५). ही तीनही कारणे परस्परांशी संबंधित आहेत. भारत हा एक मोठ्या प्रमाणात पितृसत्ताक पारंपरिक समाज आहे या वास्तवाचा विचार करता, महिला या नेहमी सामाजिक नियमांनी बद्ध असतात जे रूढिवादी स्वरूपाचे असतात; उदाहरणार्थ, विवाहामध्ये, पतीच्या परवानगीशिवाय महिला मुलाला दत्तक घेऊ शकत नाहीत किंवा जोडीदाराच्या सहीशिवाय तिच्या मुलाला पासपोर्टचा लाभ घेण्यास अनुमती दिली जात नाही. भारतामधील फौजदारी कायदेदेखील भारतीय कुटुंबातील पुरुषांचे वर्चस्व मान्य करतात. देखभाल किंवा विवाह जुळवणीकरिताच्या कायद्यांचा विचार करा किंवा अगदी महिलांचे मालमत्तांचे हक्क (हालदर आणि जयशंकर, २००८), यासंदर्भात आधुनिक समाजशास्त्रीय सुधारणा न्यायिक दृष्टिकोन बदलण्यास काही प्रमाणात सक्षम झाल्या असल्या तरी, महिलांना कुटुंबात आणि समाजात मोठ्या प्रमाणावर दुर्बल मानले जाते.

तसे पाहता, महिलांना फौजदारी न्यायिक यंत्रणेकडे तक्रार करण्यास नेहमीच परावृत्त केले जाते; ते असा विचार करून की अशी तक्रार केवळ पोलीस, वकील आणि न्यायाधीशांना त्या 'लाजिरवाण्या स्थिती'विषयी, ज्यामध्ये त्यांनी आपल्या कुटुंबाला ओढले आहे, जाणीव करून देऊ शकते असे नाही तर, पोलीस चौकशी आणि नंतरची कोर्टातील प्रकरणे वर्षानुवर्षे चालू शकतात ज्यामुळे कुटुंब शेजारी तसेच संपूर्ण समाजाकरिता हास्यास्पद ठरू शकते. आपण पाहिले आहे की पीडित/पीडितांच्या घरी पोलीस भेट देतील आणि ज्यामुळे शेजारी असा विचार करू शकतात की पीडितेने स्वतः किंवा कुटुंबातील इतर कुठल्या सदस्याने गंभीर गुन्हा केला असेल, या गोष्टीमुळे अनेक कुटुंबेदेखील महिलांना तक्रार करण्यापासून परावृत्त करतात; हीच भावना पुढे सामाजिक बहिष्काराच्या भीतीकडे नेते. तसेच, काही पीडितांना असेही वाटू शकते की पोलिसांत तक्रार केल्यामुळे माध्यमांमध्ये हा मुद्दा चर्चेचा विषय होईल आणि माध्यमांच्या माध्यमातून मोठ्या प्रमाणावरील प्रेक्षकांना महिलेच्या त्रासाविषयी तसेच तिच्या कुटुंबाविषयी माहिती होईल. सायबर गुन्ह्यांतील बहुतांश महिला पीडितांचे गुन्ह्यांकडून जे पीडन झालेले असते ते एकतर लैंगिक स्वरूपाचे असते (उदा. सोशल माध्यमामध्ये 'बनावट अवतारांची' निर्मिती, अश्लील, आक्षेपार्ह टिप्पणी किंवा सेक्स्टिंग आणि सूड घेण्यासाठी केलेली पॉर्नोग्राफी पोस्ट करणे) किंवा त्यांच्या स्वतःच्या सहभागामुळे गुन्हे घडलेले असू शकतात (उदा. ऑनलाईन ग्रूमिंग, सेक्स्टिंग, फिशिंग मेलना प्रत्युत्तर देणे आणि पीडन होणे) किंवा अशा पीडनाचा सामना करणे जे मोठ्या प्रमाणात

असलेल्या इंटरनेट प्रेक्षकांसमोर नैतिकतेचे खच्चीकरण करते (उदा., धमकावणी किंवा ट्रोलिंग आदी) हे वास्तव पाहता पोलीस जेव्हा त्यांना प्रश्न विचारू लागतात तेव्हा पीडितांना पोलिसांत तक्रार करणे दुसरा वेदनादायी धक्का आहे असे वाटू शकते. पीडित, विशेषतः किशोरवयीन आणि तरुण प्रौढ महिला, अनावश्यक समस्या निर्माण होतील, स्वातंत्र्य कमी होईल आणि काही प्रकरणांत जेव्हा कुटुंबे अत्यंत रूढिवादी असतात ऑनर किलिंग होईल, असा विचार करून आपल्या कुटुंबासमवेतदेखील या बाबीवर चर्चा करण्यास प्राधान्य देत नाहीत.[१] जरी त्यांनी चर्चा केली, तरी आई-वडील किंवा पालक किंवा त्यांचे पतीसुद्धा मुलींकडून आणि महिलांकडून इलेक्ट्रॉनिक संप्रेषण डिव्हाइस जप्त करून आणि सिम कार्ड नष्ट करून किंवा कम्प्युटर्स, लॅपटॉप, आयपॅड आदींपासून त्यांना लांब ठेवणे किंवा अपराधकर्ता किंवा त्या प्रकरणात कुठल्याही अनोळखी व्यक्तीबरोबर संपर्क न करण्याची पीडितेला धमकी देऊ शकतात आणि प्रकरण दाबण्याचा प्रयत्न करतात. काही प्रकरणांत, पीडित किंवा त्यांचे पालक किंवा कुटुंबीय तर्कहीन उपाययोजनांचा अवलंब करू शकतात (हालदर आणि जयशंकर, २०१५) ज्याची पुढे चर्चा केली आहे. यामुळे, आमच्या अनुभवानुसार पाहिले असता, समस्या अधिक चिघळते.

पीडित किंवा त्यांचे स्थानिक पालक (विशेषतः जेव्हा ते ग्रामीण किंवा अर्धग्रामीण पार्श्वभूमीचे असतात जिथे इंटरनेटचा प्रसार आणि साक्षरता शहरी भागांप्रमाणे फारशी नसते किंवा पीडित जेव्हा पहिल्या पिढीचे माहिती संप्रेषण तंत्रज्ञानाचे (आयसीटी) वापरकर्ते असतील आणि त्यांचे आई-वडील किंवा पालक सायबर समस्येविषयी जागरूक नसतील) त्यांना डेटाचे चल स्वरूप कधीही समजणार नाही. ते एका संगणकापासून दुसऱ्याकडे, एका मोबाइल फोनवरून दुसऱ्या मोबाइल फोनवर किंवा टॅब्लेट किंवा आयपॅडवर प्रवास करू शकेल आणि अंतिमतः वेबसाइटवर येईल जिथे ते वर्ल्ड वाइड वेबवर किंवा सामाजिक माध्यमांवर वितरीत करून पैसे कमाविता येऊ शकतात; जिथे अपराधकर्ता अजाणतेपणाने वैयक्तिक माहिती लक्षावधी लोकांपर्यंत शेअर करीत असेल, ज्यामुळे पीडितेची आणखी छळवणूक होऊ शकते.

तथापि, जेव्हा पीडित किंवा त्यांचे कुटुंबीय किंवा साथीदार यांना डेटाचे चल स्वरूप समजते आणि गुन्हे छुप्या हेतूने वैयक्तिक डेटाचे बेकायदा आणि अनधिकृत शेअरिंगमुळे घडलेले असू शकतात, तेव्हा ते पोलिसांत तक्रारीची नोंद करण्याची आणि जिथे असा डेटा शेअर झाला आहे त्या वेबसाइट किंवा डेटा होस्टना कळविण्याची निवड करतील अशी शक्यता असते. पण, सर्व पीडित फौजदारी न्यायिक यंत्रणेकडून तसेच वेबसाइट्सकडून

---

[१] प्रमुख लेखिकेचा वैयक्तिक अनुभव.

योग्य न्याय मिळवण्यात यशस्वी होऊ शकत नाहीत. पोलिसांमध्ये प्रकरणांची तक्रार करण्यासंदर्भात निराशा का वाढत आहे, हे आता आपण पाहू. ज्याप्रमाणे आम्ही (हालदर आणि जयशंकर, २०१५, पृ. २७९–२८०) यामध्ये उल्लेख केला आहे:[२]

> अनेक न्यायाधिकार क्षेत्रांत ट्रोलिंग, धमकावणी, बनावट अवतारांची निर्मिती इत्यादींसह सायबर गुन्ह्यांच्या विविध आंतरवैयक्तिक स्वरूपांना विशिष्ट कायदेशीर मर्यादा नेहमी आढळून येत नाही (सायट्रन, २००९; हालदर आणि जयशंकर, २०११a). अमेरिका, यूके किंवा भारतासारख्या विविध न्यायाधिकारक्षेत्रांत सायबर स्टॉकिंग किंवा ऑनलाईन बदनामीसारख्या छळवणुकीची दखल घेतली गेली असली तरी समस्या न समजल्याने (हालदर आणि जयशंकर, २०११b) किंवा पोलिसांकडून समस्येला किरकोळ गणले गेल्यामुळे (सायट्रन, २००९) पीडित पोलिसांची मदत घेण्यास नेहमीच नकार देतात. तसेच, हे वास्तव पाहता बदनामीच्या गुन्ह्यात किंवा लैंगिक गुन्ह्यात किंवा गोपनीयतेच्या उल्लंघनाच्या गुन्ह्यांच्या प्रकरणात, इंटरनेट सेवा पुरवठादार (आयएसपी) पीडितांच्या विनंतीला प्रतिसाद देऊ शकतात किंवा देऊ शकत नाहीत (हालदर आणि जयशंकर, २०११b) आणि छळणाऱ्याचे अज्ञात चारित्र्य त्याला/तिला पीडन आणखी वाढविण्यास साह्यभूत ठरू शकते, पीडितांचा आयएसपीच्या 'रिपोर्ट अब्यूज' या विभागावरचा विश्वास गमावण्यास सुरुवात होते. वर्किंग टू हॉल्ट ऑनलाईन अब्यूज (डब्ल्यूएचओए), ऑनलाईन छळवणुकीचा सामना करण्यासाठी १९९७ मध्ये अमेरिकेत स्थापन करण्यात आलेली एक प्रातिनिधिक संस्था, यांनी दाखविलेल्या आकडेवारीवरून हे स्पष्ट होते.[३] २०१३ करिताच्या आकडेवारीत, हे दाखवून दिले होते की त्यांनी २५६ प्रकरणे हाताळली होती त्यापैकी, ७५% पीडितांनी डब्ल्यूएचओएकडे येण्यापूर्वी छळवणुकीची तक्रार केली होती. आकडेवारीतून दिसते, ३५% पीडितांनी आयएसपीकडे (फेसबुक, ईमेल सेवा पुरवठादार, यूट्यूब, ट्विटर इत्यादींसह) तक्रार केली होती, ३७% जणांनी पोलिसांत तक्रार केली होती, १४% जणांनी वकिलांकडून साह्य मागितले होते आणि १४% जणांनी वेबसाइटकडे मुद्दा मांडला होता. पण यातील कुणाचेही अशी तक्रार करून आलेल्या परिणामांनी समाधान झाले नव्हते आणि ६८% प्रकरणे डब्ल्यूएचओएकडूनच सोडविली होती.[४]

भारतामध्ये, आयटी कायदा, २००० (२००८ मध्ये सुधारित) चे कलम ८० नमूद करते की सीआरपीसी (CrPC – फौजदारी प्रक्रिया संहिता) १९७३ अंतर्गत काहीही असले तरी, कुठलाही पोलीस अधिकारी जो पोलीस निरीक्षक या पदाच्या खाली नसलेला किंवा इतर

---

[२] *Positive Criminology* या पुस्तकाच्या संपादकांच्या परवानगीने; जिथे हे प्रकरण प्रसिद्ध झाले होते तिथून हा परिच्छेद उद्धृत केला आहे आहे.

[३] प्रमुख लेखिका डब्ल्यूएचओएच्या उपाध्यक्ष आहेत.

[४] पहा http://www.haltabuse.org/resources/stats/2013Statistics.pdf (७ मे २०१४ रोजी प्राप्त केले).

कुठलाही केंद्र सरकारतर्फे अधिकृत केलेला केंद्र सरकारचा किंवा राज्य सरकारचा अधिकारी कुठल्याही सार्वजनिक ठिकाणी दाखल होऊ शकतो किंवा वॉरंटशिवाय कुठल्याही अशा व्यक्तीचा शोध आणि त्याला अटक करू शकतो, ज्याच्यावर कायद्यांतर्गत कुठलाही अपराध केल्याचा किंवा अपराध करत असल्याचा किंवा कुठलाही अपराध करण्यासाठी जात असल्याचा, उचित संशय असतो.[५] ही तरतूद खासकरून दखलपात्र गुन्ह्याविषयी बोलते आणि आयटी कायद्याच्या कलम ७७बी नुसार, कुठलाही अपराध जो तीन वर्षे आणि त्याहून अधिक काळाकरिता तुरुंगवासासह दंडनीय असतो तो दखलपात्र अपराध असतो, या गोष्टीची नोंद घेतली जावी. जिथे पीडितांनी गुन्ह्याबाबत तक्रार करावी अशा कुठल्याही विशेष पोलीस स्टेशनबाबतचा उल्लेख कायद्यातच केलेला नाही. या कलमाच्या साध्यासरळ वाचनावरून असे लक्षात येते की गुन्ह्याची तक्रार सीआरपीसी कलम १५४ मध्ये नमूद केल्याप्रमाणे समान प्रक्रियेद्वारे पोलिसांत करू शकतात, जे दखलपात्र प्रकरणामधील माहितीबाबत सांगतात आणि पोटकलम (१) मध्ये नमूद करते:

> दखलपात्र अपराध घडल्याची प्रत्येक वर्दी पोलीस ठाण्याच्या अंमलदार अधिकाऱ्यास तोंडी देण्यात असेल तर, तो ती लेखनिविष्ट करील किंवा आपल्या सांगण्यावरून करवून घेईल, आणि वर्दीदाराला ती वाचून दाखविण्यात येईल; आणि अशा प्रत्येक वर्दीखाली—मग ती लेखी दिलेली असो वा पूर्वोक्तानुसार लेखनिविष्ट करण्यात आलेली असो—ती देणाऱ्या व्यक्तीला स्वाक्षरी करावी लागेल, आणि तिच्या गोषवाऱ्याची नोंद राज्य शासन यासंबंधात विहीत करील अशा नमुन्यानुसार अशा अधिकाऱ्याने ठेवावयाच्या पुस्तकात केली जाईल.

सन २०१३ चा फौजदारी कायदा सुधारणा अधिनियम क्र. १३ द्वारे सीआरपीसीच्या कलम १५४ मध्ये या परिच्छेदानंतर काही नव्या तरतुदींची भर घालून सुधारणा करण्यात आली आणि यातील पहिली नवी तरतूद सांगते,

> भारतीय दंड संहितेचे कलम ३२६ए, कलम ३२६बी, कलम ३५४, ३५४ए, ३५४बी, ३५४सी, ३५४डी, कलम ३७६, ३७६ए, ३७६बी, ३७६सी, ३७६डी, ३७६इ किंवा

---

[५] कलम ८० मधील स्पष्टीकरण नमूद करते की,

(१) या पोटकलमाच्या उद्देशानुसार, 'सार्वजनिक स्थान' म्हणजे जनतेच्या वापरासाठी बनविलेले किंवा जनतेद्वारा प्रवेशायोग्य कुठलेही सार्वजनिक वाहन, कुठलेही हॉटेल, कुठलेही दुकान किंवा कुठलीही इतर जागेचा समावेश आहे.

(२) जिथे कुठल्याही व्यक्तीला पोलीस अधिकाऱ्याखेरीज इतर कुठल्याही अधिकाऱ्याद्वारा पोटकलम (१) अंतर्गत अटक केली जाते, असा अधिकारी, अनावश्यक उशीर न करता, अटक केलेल्या व्यक्तीला प्रकरणातील अधिकारक्षेत्र असलेल्या मजिस्ट्रेटसमोर किंवा पोलीस स्टेशनच्या प्रभारी अधिकाऱ्यासमोर सादर करेल किंवा पाठवून देईल.

(३) फौजदारी प्रक्रिया संहिता, १९७३ मधील तरतुदी, या खंडांतर्गत केल्या गेलेल्या कुठलाही प्रवेश, शोध किंवा अटकेशी संबंधित, या कलमातील तरतुदीच्या अधीन, लागू होऊ शकतात.

> कलम ५०९ खालील अपराध किंवा अपराधाचा प्रयत्न जिच्या बाबतीत करण्यात आला असल्याचे कथित असेल अशा स्त्रीने वर्दी दिली असेल तर अशी वर्दी महिला पोलीस अधिकाऱ्याने किंवा अन्य महिला अधिकाऱ्याने लेखनिविष्ट केली पाहिजे.

सीआरपीसीच्या कलम १५४ मध्ये दुसरी तरतूद घालण्यात आली जी नमूद करते,

> भारतीय दंड संहितेचे कलम ३२६ए, कलम ३२६बी, कलम ३५४, ३५४ए, ३५४बी, ३५४सी, ३५४डी, कलम ३७६, ३७६ए, ३७६बी, ३७६सी, ३७६डी, ३७६इ किंवा कलम ५०९ खालील अपराध किंवा अपराधाचा प्रयत्न जिच्या बाबतीत करण्यात आला असल्याचे कथित असेल अशी व्यक्ती तात्पुरती किंवा कायमस्वरूपी मानसिक किंवा शारीरिकदृष्ट्या अपंग असेल तर, पोलीस अधिकारी, ज्या व्यक्तीने अशा अपराधाची वर्दी द्यावयाची असेल तिच्या निवासस्थानी किंवा अशा व्यक्तीच्या पसंतीच्या सोयीस्कर ठिकाणी, दुभाष्याच्या किंवा यथास्थिती, विशेष शिक्षण देणाऱ्याच्या उपस्थितीत ती वर्दी लेखनिविष्ट करण्यात येईल; (ब) अशा वर्दीचे दृकश्राव्य चित्रण (व्हीडिओग्राफ) घेण्यात येईल; (क) न्यायदंडाधिकाऱ्याने, कलम १६४, पोटकलम ५ए चा खंड अ अन्वये नोंदवलेला त्या व्यक्तीचा जबाब पोलीस अधिकारी शक्य तितक्या लवकर मिळवील.

सीआरपीसीचे कलम १५४ पुढे आणखी नमूद करते की पोटकलम (१) खाली जशी नोंदण्यात आली असेल तशा वर्दीची एक प्रत वर्दीदाराला तत्काळ विनाशुल्क देण्यात येईल.

तसे पाहता, महिला सायबर पीडनाच्या तक्रारीसाठी स्थानिक पोलीस स्टेशनमध्ये त्या स्वतः किंवा तिच्या कुटुंबातील पुरुष सदस्याच्या माध्यमातून तक्रार करण्यास प्राधान्य देऊ शकतात, जसे सीआरपीसीचे कलम १६० महिला साक्षीदारांना आणि तक्रारदारांना पोलीस स्टेशनमध्ये प्रत्यक्ष उपस्थित राहण्यापासून सवलत देतात.[६] भारतामधील जवळपास सर्व महानगरांमध्ये स्वतःच्या वेबसाइटसह पोलीस मुख्यालये आहेत, आणि महिलांविरोधातील गुन्ह्यांकरिता आणि सायबर गुन्ह्यांकरितादेखील जिथे सायबर गुन्ह्यांचे काही तपशील दिले असतात, त्यातील प्रत्येकाची वेगळी वर्गवारी असते.[७] याखेरीज, चेन्नई, बेंगलोर, दिल्ली, कोलकातासह विविध महानगरांमध्ये त्यांचे स्वतःचे सायबर क्राइम सेल्स आहेत. सायबर

---

[६] सीआरपीसी कलम १६० चे पोटकलम (१) मधील तरतुदीनुसार

> 'पंधरा वर्षे वयाखालील किंवा पासष्ट वर्षांवरील वयाच्या पुरुषाला किंवा एखाद्या स्त्रीला किंवा मानसिकदृष्ट्या किंवा शारीरिकदृष्ट्या विकलांग व्यक्तीला' असा पुरुष किंवा स्त्री ज्या स्थळी राहत असेल त्याहून अन्य कोणत्याही स्थळी हजर राहण्यास सांगितले जाणार नाही.

पोटकलम (२) नमूद करते की निवासस्थानाव्यतिरिक्त अन्य स्थळी हजर राहणाऱ्या प्रत्येक व्यक्तीला पोलीस अधिकाऱ्याने तिचा वाजवी खर्च द्यावा यासाठी राज्य शासनाला यासंबंधात नियम करून त्याद्वारे उपबंध करता येईल.

[७] अधिक माहितीकरिता, विविध राज्यांच्या पोलीस वेबसाइट्स पहा.

गुन्ह्यातील पीडित या वेबसाइटवर दिलेल्या फोन क्रमांकाच्या किंवा तिथे दिलेल्या ईमेलच्या माध्यमातून पोलीस मुख्यालयाला फोन करू शकतात. जी महानगरे नाहीत अशा शहरांत, सायबर गुन्हे हाताळण्यासाठी पोलीस मुख्यालये जबाबदार असतात. याखेरीज, प्रत्येक गाव, जिल्हा किंवा शहरातील पोलीस स्टेशनमध्ये सायबर गुन्हे प्रकरणे पाहण्यासाठी वेगळा सेल अवश्य असला पाहिजे. पण प्रत्यक्षात, अनेक पीडितांनी सांगितले आहे की सायबर क्राइम सेल्सना फोन केला तरी, स्थानिक पोलीस स्टेशन गुन्ह्याची माहिती नोंदवण्यासाठी प्राथमिक जबाबदार संस्था असल्याने त्यांना स्थानिक पोलीस स्टेशनमध्ये तक्रार करण्यास सांगितले जाते.

पीडितांना गुन्ह्याचे स्वरूप प्रभारी अधिकाऱ्याला समजून देण्यासाठी नेहमी त्रासाचा सामना करावा लागतो. अनेक पोलीस अधिकारी डिजिटल गुन्हे आणि पुरावे हाताळण्यासाठी योग्य रीत्या प्रशिक्षित नसतात आणि तसे पाहता, संबंधित महिलेचे कुणी पीडन केले आहे, त्याच्यामुळे इतके भयानक परिणाम कसे घडले असा विनाशकारी परिणाम झाला आहे आणि याची काळजी घेतली नाही तर त्याचा परिणाम काय होईल, हे त्यांना कधीही समजू शकत नाही. अनेक ग्रामीण किंवा निमशहरी क्षेत्रांत, जिथे महिला पोलीस अधिकाऱ्याकडे महिला तक्रार करण्यास प्राधान्य देतात, तिथेदेखील ही परिस्थिती सारखीच किंवा अधिक भयानक असू शकते. कायद्यातील आवश्यकतेप्रमाणे अगदी प्रकरणाचे तपशील डायरीमध्ये नोंदविण्यास पोलीस अधिकाऱ्यांच्या उदासीनतेसंदर्भात पीडितांनी तक्रारी केल्या आहेत. तसेच, सायबर क्राइम सेलला तपशील पाठविण्यासाठी पोलिसांनी अतिरिक्त वेळ घेतलेला असू शकतो किंवा सायबर क्राइम सेलकडून कुठलाही प्रतिसाद आलेला नसू शकतो, अशीही प्रकरणे आहेत. पोलिसांकडून त्यांच्यावर आरोप केले जात असल्याच्याही तक्रारीदेखील पीडितांनी केल्या आहेत. पीडित सर्व तपशीलांसह थेट वरिष्ठ अधिकाऱ्यांना संपर्क साधू शकतात किंवा पीडित यासंदर्भात न्यायालयात तक्रार दाखल करण्यास प्राधान्य देऊ शकतात असे नमूद करून सीआरपीसीमधील कलम १६० सारख्या तरतुदी दिलासा देत असल्या तरी, दुर्दैवाने, पोलिसांवरील पहिली छाप संकटमय सिद्ध होऊ शकते आणि पीडिताचे पुढील कृती करण्याकरिता खच्चीकरण होऊ शकते. याने पीडित तर्कहीन उपाययोजनांचा अवलंब करतो जिथे पीडित अपराधकर्त्याला स्वतः प्रत्युत्तर देतात किंवा नैतिक आणि हौशी हॅकर्सवर अवलंबून राहू शकतात ज्यामुळे समस्या अधिकच गंभीर बनते. हे आम्ही केलेल्या निरीक्षणावरून उत्तम पद्धतीने समजून घेता येईल (हालदर आणि जयशंकर, २०१५, पृ. २८३), जिथे आम्ही नमूद केले आहे,

> पीडनाला प्रत्युत्तर देण्यासाठीच्या साधनांची उपस्थिती आणि उपलब्धता पीडितांना ऑनलाईन पीडनाचा सामना करण्यासाठी विवेकरहित पद्धतींचा अवलंब करण्यासाठी प्रेरित करू शकते, ज्यांना पीडित वर उल्लेख केलेल्या कारणांमुळे उचित मानू शकतात; पण,

> त्यांचे दूरगामी परिणाम लक्षात घेता ते अविवेकी सिद्ध होऊ शकतात. पीडनाला प्रत्युत्तर देण्यासाठीच्या साधनांमध्ये (i) हॅकिंगसाठी उपलब्ध युक्त्यांवर आधारित इंटरनेटवरील विविध वाचन सामग्री आणि व्हीडिओ, (ii) छळ करणाऱ्याशी पुन्हा बोलण्यासाठी वैयक्तिक ईमेल आणि चॅटचा पर्याय, (iii) छळ करणाऱ्याविषयी आणि त्याने/तिने केलेल्या छळवणुकीविषयी बोलण्यासाठी ब्लॉग आणि सामाजिक माध्यम प्रोफाइलसारख्या व्यासपीठांची उपलब्धता, (iv) सामाजिक माध्यम 'टॅगिंग'ची सुविधा पुरविते जिथे वापरकर्ता दुसऱ्याचे नाव किंवा छायाचित्र टॅग करू शकतो आणि टॅग केलेल्या व्यक्तीचे नाव त्याच्या/तिच्या प्रोफाइलच्या माध्यमातून दाखवू शकतो, आणि (v) सामाजिक माध्यमे विशिष्ट संस्था किंवा व्यक्ती यांच्यासंदर्भात निराशेबद्दल लिहिण्यासाठी विशेषकरून तयार केली गेली आहेत.[८]

आम्ही पाहिले आहे की बहुतांश महिला आणि मुली ज्यांनी ऑनलाईन पीडनाचा सामना केला असू शकतो त्यांनी छळ करणाऱ्या सामग्रीचे मूळ शोधून आणि त्याला तातडीने हटविण्यासाठी हॅकर्सशी संपर्क साधण्यास प्राधान्य दिले होते. पण, हे अवश्य समजून घेतले पाहिजे की या तथ्याखेरीज हॅकिंग किंवा कुठल्याही संगणकामध्ये, संगणक संसाधने, कागदपत्रे आणि नेटवर्कमध्ये अनधिकृत प्रवेश हा आयटी कायद्याच्या कलम ४३ आणि कलम ६६ अंतर्गत दंडनीय मानला गेला आहे. हॅकर्सवर अवलंबून राहिले तर, वेगळ्या प्रकारची समस्या तयार होऊ शकते, जी प्रमुख लेखिकेने तिच्या 'एथिकल हॅकिंग: हाऊ फार इट इज एथिकल अँड सेफ?'[९] तसे पाहता, जेव्हा पीडित स्वतःला वाचवण्यासाठी नैतिक हॅकरला संपर्क करतात, तेव्हा सर्व कृती मुळात 'विश्वासावर' पार पाडली जाते. वास्तवामध्ये, अनेक नैतिक हॅकर्स आहेत जे खरेच नैतिकतेला धरून कार्य करतात. हे गुंतागुंतीचे तंत्रज्ञान ते मदतीसाठी वापरतात, विध्वंसासाठी नाही. पण, जर नैराश्यग्रस्त पीडितेने त्याला ठरल्याप्रमाणे 'पैसे दिले' नाहीत किंवा हॅक केलेली सामग्री 'हॅक करून पुन्हा मिळवण्याच्या' बदल्यात इतर कुठल्या कृती करण्यास नकार दिला तर, तेव्हा तोच 'नैतिक हॅकर' अनैतिक ठरू शकतो, अशी परिस्थिती उद्भवू शकते. याचे पर्यवसान नंतर पहिल्या हॅकरला पीडितेच्या भावना आणि होणारा त्रास यांच्याशी खेळण्यापासून रोखण्यासाठी पुन्हा दुसऱ्या नैतिक हॅकरला संपर्क करण्यात होते, आणि नंतर तर्कहीन उपाययोजना योजण्याचे हे चक्र पीडितेला अधिक त्रासात टाकते. तसेच, हे नमूद करण्याची गरज आहे, की 'नैतिक' असणे काही वेळा कायद्याच्या

---

[८] उदाहणार्थ, आपली निराशा व्यक्त करणे आदींसाठी संधी उपलब्ध करून देणारी अनेक वेब व्यासपीठे आहेत.

[९] पहा हालदर, डी. (एप्रिल २०१०). एथिकल हॅकिंग: कितपत नैतिक आणि सुरक्षित आहे? http://cybervictims.blogspot.in/2010/04/ethical-hacking-how-far-safe.html या ठिकाणी उपलब्ध (३ मार्च २०१५ रोजी प्राप्त केले).

प्रक्रियेपासून दूर जाण्यासाठी हॅकरची मदत करू शकत नाही जोपर्यंत अशा कृतींसाठीची प्रभारी व्यक्ती ही कायदा आणि न्यायिक यंत्रणेच्या अंतर्गत कार्यरत असते. नैतिक हॅकर संकटास जलद गतीने आणि कुठल्याही कायदेशीर त्रासाशिवाय मार्गी लावू शकतात, मात्र दुसऱ्या बाजूने पाहिले तर पीडितेला कायदेशीर त्रासामध्ये अधिक अडकवू शकतात जेव्हा त्याला/तिला दुसऱ्या हॅकिंग कृतीच्या संदर्भात पकडले जाते आणि सध्याच्या पीडिताला अधिक डावपेच खेळण्यासाठी ज्याने (नैतिक) हॅकरला 'प्रोत्साहन दिले' म्हणून 'दर्शवले' जाते.[१०]

पुरावे गोळा करणे आणि त्याची प्रवेशयोग्यता आणि आरोपपत्र तयार करणे

पीडितेच्या जबाबदाऱ्या: या पुस्तकामधील वरील परिच्छेदामध्ये तसेच इतर प्रकरणांमध्ये आपण ज्याप्रमाणे चर्चा करीत आहोत, व्यक्तींना लक्ष्य करणाऱ्या सायबर गुन्ह्यात आक्षेपार्ह संदेश, छायाचित्रे, ध्वनीचित्र सामग्री आदींचा समावेश असू शकतो आणि जी पीडितेच्या ईमेल किंवा सामाजिक माध्यमांच्या अकाउंटला पाठविले जाते किंवा एखाद्याचा स्वतःचा ब्लॉग, इतर वेबसाइट्स आदींमध्ये तयार केले जाऊ शकते. जेव्हा पीडितेला छळवणुकीची जाणीव होते किंवा ती प्राप्त होते, तेव्हा त्याने/तिने फौजदारी न्यायिक यंत्रणेकडे आणि संबंधित वेबसाइटलादेखील बाब कळविण्यासाठी डेटाच्या स्वरूपात पुरावे[११] आणि/किंवा कुठलीही माहिती अवश्य जतन करावी.[१२] बेंगलोर सायबर क्राइम सेलसारख्या सायबर क्राइम सेलच्या वेबसाइट्स किंवा भारतामधील इतर कुठल्याही पोलीस मुख्यालयाच्या वेबसाइट्स, ई-सुरक्षेसाठी विविध टिपा देऊ शकतात आणि या टिपांपैकी, छळणाऱ्या प्रतिक्रिया, सामग्री किंवा छायाचित्रे, लिंक्स जे विशिष्ट पीडितेला छळण्यासाठी तयार केले गेले असते आदी सेव्ह करावे असे पोलीस नेहमी लोकांना सांगतात, हे पाहता येऊ शकते. छळवणुकीचे स्वरूप जरी अत्यंत व्यथित करणारे किंवा गोंधळात टाकणारे असले तरी, पीडित, विशेषतः महिला आणि मुली यांनी, छळास कारणीभूत ठरणारी सामग्री त्यांच्या स्वतःच्या डिव्हाइसमध्ये अवश्य

---

[१०] तथैव.

[११] आयटी कायदा, २००० च्या कलम २ (ओ) नुसार, 'डेटा' ही संज्ञा खालीलप्रमाणे स्पष्ट करण्यात आली आहे: आधारसामग्री (डेटा) म्हणजे औपचारिक रीतीने तयार करण्यात येत असलेली आणि संगणक यंत्रणा किंवा संगणक नेटवर्कमध्ये प्रक्रिया करावयाची किंवा प्रक्रिया करण्यात येत असलेली किंवा प्रक्रिया करण्यात आली असलेली माहिती, ज्ञान, वस्तुस्थिती, संकल्पना किंवा सूचना यांचे नमुने होत आणि ते कोणत्याही स्वरूपात (संगणक प्रिंट आउट, मॅग्नेटिक किंवा ऑप्टिक स्टोरेज मीडिया, पंच कार्ड, पंच टेप्स) किंवा संगणकाच्या मेमरीमध्ये अंतर्गतपणे साठवलेले अशा स्वरूपात असतील.

[१२] आयटी कायदा, २००० च्या कलम २ (व्ही) नुसार, 'माहिती' ही संज्ञा खालीलप्रमाणे स्पष्ट करता येईल: 'माहिती यामध्ये डेटा, संदेश, मजकूर, छायाचित्रे, ध्वनी, कोड, संगणक प्रोग्रॅम्स, सॉफ्टवेअर आणि डेटाबेसेस किंवा मायक्रोफिल्म किंवा संगणक जनरेटेड मायक्रो फिच यांचा अंतर्भाव होतो.'

सेव्ह केली पाहिजे किंवा कुठल्यातरी स्टोअरेज डिव्हाइसमध्ये सेव्ह केली पाहिजे किंवा त्याच्या प्रिंटआउटसारख्या हार्डकॉपीज घेतल्या पाहिजेत आदी. संगणक किंवा अगदी स्मार्टफोनमध्ये पेजेस किंवा सामग्री किंवा छायाचित्रे सेव्ह करण्यासाठी साधे टूल्स उपलब्ध असतात आणि पीडित/पीडितांनी त्याचा छळ करणारी सामग्री सेव्ह करण्यासाठी पूर्ण हेडर कॉपी करून (ईमेल किवा मेसेजकरिता), लिंक्स (वेबसाइट्स सामग्रीकरिता) आदींचा अवश्य वापर केला पाहिजे. हे आवश्यक आहे कारण छळ करणाऱ्याने कुठल्या प्रकारचा गुन्हा केला आहे याची पडताळणी सामग्री करते केवळ इतकेच नव्हे तर, लिंक्स, हेडर, फोन क्रमांक, अकाउंटची माहिती आदीदेखील पोलिसांना हे कुणी केले, कुठला संगणक किंवा डिव्हाइस वापरून आणि कुठल्या न्यायाधिकारक्षेत्रामधून याचा तपास करण्यासाठी मदत करू शकते. छळ करणाऱ्याविरोधात आरोप लावण्यासाठी हे सर्व महत्त्वाचे पुरावे असू शकतात.[१३] यांसह, पीडितांनी संबंधित वेबसाइट्सवर किंवा इंटरनेट सेवा पुरवठादारांकडे

---

[१३] भारतीय पुरावा कायद्याचे कलम ६५बी इलेक्ट्रॉनिक अभिलेखाच्या ग्राह्यतेबद्दल सांगते आणि नमूद करते,

(१) या कायद्यात असे असले तरी इलेक्ट्रॉनिक अभिलेखात जी माहिती दिलेली आहे आणि जी माहिती संगणकामार्फत मिळणाऱ्या इलेक्ट्रॉनिक अभिलेखात असलेली कागदावर छापलेली आहे–साठवलेली आहे–नोंदवलेली आहे–अगर जी माहिती मॅग्नेटिक अगर ऑप्टिकल माध्यमातून घेतलेली आहे. आणि जी नंतर संगणक (संगणक) आउटपुट म्हणून संबोधली असेल तीदेखील दस्तऐवज म्हणून मानली जाईल; पण ती या कलमामधील अटी संगणक आणि माहितीच्या संबंधात पूर्ण करणारी असावी. मग अशी माहिती कोणत्याही कार्यवाहीत स्वीकारली जाईल आणि मग त्याकरिता मूळ दस्तऐवज हजर करण्याची अगर शाबितीची गरज नाही आणि असे निवेदन अस्सल दस्तऐवजामधील मजकूर म्हणून पुरावा धरला जातो आणि मग सक्षमतेचा पुरावा ग्राह्य ठरतो.

(२) संगणक आउटपुटसंबंधी पोटकलम (१) मधील अटी पुढीलप्रमाणे असतील: (अ) संगणक आउटपुटमधील माहिती त्या संगणकाने (कम्प्युटरने) निर्माण केलेली होती आणि तो संगणक नियमितपणे वापरला जात होता आणि त्या विशिष्ट मुदतीमध्ये माहिती संकलित होत होती. नियमित कलमाकरिता अशी माहिती जमा होत होती आणि त्या व्यक्तीचे त्या संगणकावर कायदेशीर नियंत्रण होते. (ब) त्याच मुदतीमध्ये नेहमीच्या उद्योगाकरता दैनंदिन व्यवहारात इलेक्ट्रॉनिक अभिलेखात गोळा केलेली माहिती नियमितपणे त्या संगणकामध्ये पुरविली जात होती. (क) त्या मुदतीतील बहुतेक महत्त्वाच्या भागात सदरचा संगणक व्यवस्थित चालू होता अगर जरी तसा चालू नव्हता अगर व्यवस्थितपणे चालू नव्हता तरीदेखील त्या मुदतीमध्ये मूळ इलेक्ट्रॉनिक अभिलेखावर अगर त्याचे अचूक निवेदनावर काही परिणाम झालेला नव्हता आणि (ड) इलेक्ट्रॉनिक अभिलेखात जमा केलेली माहिती ही त्या संगणकामध्ये पुरविलेली आहे आणि ती माहिती नेहमीच्या व्यवहारात आणि प्रकरण चालू असताना पुरविली आहे.

(३) वरील पोटकलम खंड २ (अ) मध्ये नमूद केलेल्या कोणत्याही मुदतीमध्ये नियमितपणे केल्या जाणाऱ्या कोणत्याही प्रकल्पाच्या कामासाठी माहिती पुढीलप्रमाणे संग्रहित व संस्कारित करण्यात येत होती: (अ) त्या मुदतीमध्ये संगणक एकत्रितपणे काम करीत होते. अगर (ब) वेगवेगळे संगणक पाठोपाठ काम करीत होते. अगर (क) वेगवेगळ्या संगणकाच्या एकत्रितपणामुळे (ड) अगर इतर कोणत्याही पद्धतीने मग एक अगर दोन संगणकाच्या एकत्रीकरणाने अगर इतर पद्धतीने आणि त्या मुदतीमध्ये वापरलेले सर्व संगणक या कलमाच्या प्रयोजनार्थ एकच संगणक समजला जाईल आणि त्यानुसारच संदर्भ घेतला जाईल.

किंवा डिजिटल संप्रेषण सेवा पुरवठादारांकडे नोंदवलेल्या तक्रारी सेव्ह करण्याचे अवश्य लक्षात ठेवले पाहिजे. काही प्रकरणांत, वेबसाइट ऑपरेटर्स, आयएसपी किंवा डिजिटल संप्रेषण सेवा पुरवठादारांचे दुय्यम दायित्व असू शकते, विशेषत: जेव्हा ते पीडितांनी तक्रार केल्यानंतरही छळ करणारी सामग्री साइट्सवर तशीच ठेवतात किंवा इतर साइट्सवर त्याचा प्रसार होतो. यापूर्वीच्या प्रकरणांमध्ये चर्चा केल्याप्रमाणे, वेबसाइट्सचे किंवा सेवा पुरवठादारांचे गोपनीयतेच्या सुरक्षिततेसंदर्भात असलेले दायित्व माहिती तंत्रज्ञान (मध्यस्थ मार्गदर्शक तत्त्वे) नियम, २०११ यांनी निश्चित केले आहे आणि सेवा पुरवठादारांनी त्यांची योग्य काळजी आयटी कायद्याच्या कलम ७९ मध्ये दिल्याप्रमाणे अवश्य घेतली पाहिजे. वेबसाइट्स किंवा आयएसपी यांच्याकडे पीडितांच्या तक्रारी आणि त्यांचे प्रत्युत्तर किंवा निरर्थक वृत्ती यांच्या संदर्भातील अतिरिक्त माहिती नंतरच्यांवर अधिकृत आरोप करण्यासाठी पोलिसांना आणि न्यायालयांना मदत करू शकते आणि सायबर स्पेसमध्ये महिलांचे पीडन आणि हिंसा रोखण्यासाठी मध्यस्थांच्या दायित्वांच्या संदर्भात अद्भुत प्राधान्य तयार करू शकतात. हेदेखील कदाचित नमूद केले पाहिजे की जेव्हा पीडितेचा डेटा सुरक्षित ठेवण्यासाठी हमी दिलेल्या कुठल्याही कंपन्या किंवा बॉडी कॉर्पोरेटच्या योग्य सुरक्षा प्रक्रियेच्या अभावामुळे छळ करणाऱ्याकडून पीडन होते तेव्हा संबंधित बॉडी कॉर्पोरेट किंवा कंपनी पीडितेला

---

(४) या कलमाच्या आधारे जेव्हा कोणत्याही कार्यवाहीत, पुराव्यात एखादे निवेदन करावयाचे असेल तेव्हा पुढील गोष्टींचा संदर्भ घेऊन दाखला देणे आवश्यक आहे आणि त्यावर जो अधिकारी अशा उपकरणांसंदर्भात अगर व्यवस्थापनासंदर्भात माहीतगार, जबाबदार अधिकाऱ्याची सही असल्याचे मानण्यात येत असेल. मग असा दाखला या पोटकलमाच्या प्रयोजनार्थ पुरावा होतो आणि त्या अधिकाऱ्याचा माहितीप्रमाणे, विश्वासाप्रमाणे शेरा लिहिणे पुरेसे आहे. सदरचा दाखला पुढील तीन गोष्टींसंदर्भात असतो: (अ) इलेक्ट्रॉनिक अभिलेख ओळखला असून त्यामधील निवेदन पडताळून पाहिले आहे आणि तो कशा प्रकारे तयार केलेला आहे याची पद्धत सांगितली आहे. (ब) इलेक्ट्रॉनिक अभिलेख संगणकामार्फत तयार केलेला असून त्या कामी जी पद्धत वापरली गेली त्याचा तपशील दिलेला आहे. (क) पोटकलम (२) नुसार दिलेल्या अटींचा संदर्भ ज्या इतर गोष्टींशी आलेला आहे त्याचे निवेदन करणारा.

(५) या कलमाच्या प्रयोजनार्थ: (अ) संगणकाला माहिती पुरवली आहे असे समजण्यात येईल की ज्या वेळी ती कोणत्याही योग्य नमुन्यामध्ये दिलेली आहे. मग ती प्रत्यक्षात असो अगर मानवी मदतीने अगर त्याशिवाय असो परंतु योग्य त्या साधनांनी दिलेली असते. (ब) काही प्रकल्पांकरिता कामकाज करत असताना कोणी अधिकाऱ्यांनी अशी माहिती साठवून ठेवण्यासाठी पुरविलेली असते. अगर त्या प्रकल्पांकरिता प्रोसेस केलेली असते आणि जरी अशी माहिती अन्य वेळी दिलेली असेल तरीदेखील माहिती त्या संगणकाने त्या प्रकल्पांकरिताच दिलेली आहे असे मानले जाईल. (क) संगणकानेच संगणक आउटपुट निर्माण केले आहे असे असेल तर, (मग ते प्रत्यक्षपणे अगर मानवी हस्तक्षेपामुळे असो वा नसो) ते योग्य साधनांमार्फत केले आहे, असे धरले जाईल. स्पष्टीकरण: या कलमाच्या प्रयोजनार्थ माहितीच्या संदर्भात मिळविलेल्या माहितीचा संदर्भ हा तिच्यावरून हिशेब करून, तुलना करून अगर अन्य पद्धतीने मिळविलेल्या माहितीचा आहे असे समजण्यात येईल.

नुकसानभरपाई देण्यासाठी जबाबदार असते.[१४] अशा प्रकरणांत, यामुळे दिवाणी भरपाईचा उपाय साध्य होऊ शकतो.

हे लक्षात ठेवण्याची गरज आहे की पीडित किंवा तिच्या कौटुंबिक सदस्यांनी (जर पीडित पूर्णपणे डिजिटल साक्षर नसेल तर) जितके मिळतील तितके पुरावे गोळा करण्याची प्राथमिक जबाबदारी घ्यायला हवी. डिजिटल सामग्री नष्ट करण्याजोगी असते, आणि असे अनेकदा पाहायला मिळायला आहे की अपराधी पीडितेला हानी पोहोचवणारी आक्षेपार्ह सामग्री तयार केल्यानंतर, पीडन करण्यासाठी छळ करणाऱ्याने तयार केलेली किंवा त्याचा लाभ घेतलेली सामग्री डिजिटल ओळखीसह नंतर लगेचच काढून घेऊ शकतो. या कारणाकरिता पीडितेने छळ करणारी सामग्री सेव्ह केली पाहिजे. पण त्याच वेळी, याचीदेखील अवश्य खात्री दिली गेली पाहिजे की जर पीडित पोलिसांकडे किंवा न्यायालयांकडे गुन्ह्याची तक्रार करण्यास अक्षम असेल तर, इतर कुठली व्यक्ती जिला पीडितेला मदत करण्याची इच्छा असेल ती पीडितेने पोलिसांत तक्रार करण्यासाठी योग्यरीत्या अधिकार अवश्य दिलेली असली पाहिजे. पॉक्सो, बाल न्याय काळजी आणि संरक्षण कायदा, कार्यालयीन स्थळी महिलांची लैंगिक छळवणूक (संरक्षण, प्रतिबंध आणि निवारण) कायदा २०१३, महिलांचे असभ्य सादरीकरण (प्रतिबंध) कायदा, १९८६ आणि संबंधित नियम आदी यांच्यासह विविध कायदेशीर तरतुदी आहेत ज्या पीडितांना गोपनीयता देतात, जिथे पीडित निनावी तक्रार करू शकतात

[१४] आयटी कायदा, २००० (२००८ मध्ये सुधारित) चे कलम ४३ए डेटाच्या सुरक्षेमध्ये अपयशाकरिता नुकसानभरपाईबद्दल सांगते आणि नमूद करते, जिथे बॉडी कॉर्पोरेट संगणक संसाधनामध्ये कुठलाही संवेदनशील वैयक्तिक डेटा किंवा माहिती बाळगतो, त्यावर कार्यवाही करतो किंवा त्याला हाताळतो ज्यावर त्याचे स्वामित्व आहे, त्याचे नियंत्रण किंवा संचालन करतो, उचित सुरक्षापद्धती आणि प्रक्रियांना लागू करण्यामध्ये आणि देखरेखीमध्ये निष्काळजी आहे आणि या प्रकारे कुठल्याही व्यक्तीला चुकीचे नुकसान किंवा चुकीचा फायदा पोहोचविण्याचे कारण बनतो, अशी बॉडी कॉर्पोरेट, प्रभावित व्यक्तीला पाच कोटी रुपयांपर्यंत नुकसानभरपाईच्या मार्गाने नुकसानांची रक्कम भरण्यासाठी जबाबदारी राहील (आयटीएए, २००८ नुसार बदल).

स्पष्टीकरण—या कलमाच्या उद्देशांकरिता,

(i) 'बॉडी कॉर्पोरेट'चा अर्थ कुठलीही कंपनी आहे आणि यामध्ये वाणिज्यिक किंवा व्यावसायिक कृतींमध्ये समाविष्ट व्यक्तींची एक फर्म, एकल स्वामित्व किंवा इतर संघटना समाविष्ट आहे.

(ii) 'उचित सुरक्षापद्धती आणि प्रक्रियांचा' अर्थ सुरक्षासंबंधी अभ्यास आणि प्रक्रिया आहे ज्यांना अशा माहितीला अनधिकृत प्रवेश, नुकसान, वापर, सुधारणा, प्रकटीकरण किंवा हानीपासून सुरक्षेसाठी रचना केली गेली आहे, जसे की पक्षांमधील एका करारामध्ये निर्दिष्ट केले जाऊ शकते किंवा जसे की सध्या लागू असलेल्या कायद्यामध्ये निर्दिष्ट केले जाऊ शकते आणि असे करार किंवा कोणत्याही कायद्याच्या अनुपस्थितीमध्ये, असे उचित सुरक्षा पद्धती आणि प्रक्रिया, ज्यांना केंद्र सरकारद्वारा असे व्यावसायिक मंडळे किंवा संघटनांच्या सल्ल्यांनी निर्धारित केला जाऊ शकतो जसे की हे उचित मानले जाऊ शकते.

(iii) 'संवेदनशील वैयक्तिक डेटा किंवा माहिती'चा अर्थ अशी वैयक्तिक माहिती आहे जिला केंद्र सरकारद्वारा अशा व्यावसायिक मंडळांच्या किंवा संघटनांच्या सल्ल्यांनी निर्धारित केले जाऊ शकते जसे की हे उचित मानले जाऊ शकते.

किंवा तक्रार नोंदवण्यासाठी तिच्या कौटुंबिक सदस्यांची किंवा मित्रांची मदत घेऊ शकतात आणि पीडितांची नावे कुठलीही रिपोर्टिंग किंवा तपास संस्था किंवा बॉडी प्रसिद्ध करू शकत नाहीत, हे समजून घेण्याची गरज आहे. पण, या सर्व कायदेशीर तरतुदी तसेच भारतीय पुरावा कायदा पुढे जाऊन सांगतो की पीडनाच्या पुराव्याचे ओझे तक्रारदार/पीडितेवर असते.[१५]

तसे पाहता, पीडनासंदर्भात त्रयस्थ पक्षाच्या तक्रारदाराने (म्हणजे सायबर बायस्टँडर) तक्रार नोंदविणे, जो मुख्य पीडित नसू शकतो, पण केवळ त्याने/तिने असे गृहीत धरले असू शकते की विशिष्ट पीडितेला लक्ष्य करणारी आक्षेपार्ह सामग्री छळ करणाऱ्याकडून तयार केली गेली होती, यावरून तक्रार नोंदविणे, तिसऱ्या पक्षाच्या तक्रारदाराकरिता अत्यंत धोकादायक सिद्ध होऊ शकते. याचे कारण म्हणजे तो काहीही कारण नसताना कायदेशीर त्रासामध्ये पडू शकतो.[१६] याचे कारण म्हणजे कथित 'छळ करणारा' खऱ्या अपराधकर्त्याचे देखील लक्ष्य असू शकतो. पुढील गोष्ट म्हणजे, खरा अपराधी कथित छळ करणाऱ्याची नक्कल करून बनावट ओळखी तयार करू शकतो किंवा पीडितेशी संगनमत करून छळ करणाऱ्याच्या ओळखीची नक्कल करण्याच्या माध्यमातून पीडितेविरोधात आक्षेपार्ह सामग्री तयार करून त्रास देण्यासाठी कथित छळ करणाऱ्याला ओढू शकतो. जर खऱ्या अपराध्याला कायदेशीर दायित्वापासून सुटण्याची इच्छा असेल, तो सायबर बायस्टँडर्सना अजाणतेपणाने चुकीचे पुरावे तयार करण्यासाठी आमंत्रण देऊ शकतो.[१७]

पीडित/तक्रारदाराने लक्षात ठेवण्याची गरज असलेला दुसरा घटक म्हणजे जर तिने पोलीस आणि न्यायालयांत तक्रार नोंदविण्याचे ठरवले असेल तर, पीडन इतर सार्वजनिक व्यासपीठांवर प्रसिद्ध करू नका. यामुळे प्रत्यक्ष छळ करणाऱ्याच्या वाढलेल्या क्रोधाला निमंत्रण देण्याबरोबरच या समस्येवर ट्रोलिंग करणेही सुरू होऊ शकते. छळ करणारा असा दावा करू शकतो की पीडितेने त्याच्यावर अनावश्यक 'दबाव' टाकला होता आणि त्याला/

---

[१५] भारतीय पुरावा कायद्याच्या कलम १०१ नुसार,

> जो कुणी स्वतः प्रतिपादित केलेल्या तथ्यांच्या अस्तित्वावर अवलंबून असलेल्या कोणत्याही वैध हक्काबाबत किंवा दायित्वाबाबत न्यायनिर्णय देण्यास कोणत्याही न्यायालयाला आवाहन करील, त्याने ती तथ्ये अस्तित्वात असल्याचे शाबीत केले पाहिजे. जेव्हा एखादी व्यक्ती कोणत्याही तथ्यांचे अस्तित्व सिद्ध करण्यास बांधील असते तेव्हा, हे सिद्ध करण्याची जबाबदारी त्या व्यक्तीवर आहे, असे म्हटले जाते.

[१६] तथैव.

[१७] भारतीय दंड संहितेचे कलम १९२ खोटा पुरावा रचण्यासंदर्भात सांगते आणि नमूद करते की, जो कुणी एखादी विशिष्ट परिस्थिती घडवून आणेल किंवा कोणत्याही पुस्तकात किंवा अभिलेखात किंवा इलेक्ट्रॉनिक अभिलेखात किंवा खोटी नोंद करील किंवा खोटे कथन असलेला कोणताही दस्तऐवज किंवा इलेक्ट्रॉनिक अभिलेख करील ज्याचा उद्देश या तीन गोष्टी न्यायिक–लोकसेवकासमोरील अगर एखाद्यासमोर होणाऱ्या कार्यवाहीत पुराव्यामध्ये येतात. त्यामुळे त्या अधिकाऱ्यांनी त्या पुराव्यावरून मत बनविताना कार्यवाहीच्या निकालाच्या दृष्टीने महत्त्वाच्या अशा कोणत्याही मुद्द्यासंबंधी एखादे चुकीचे मत बनवणे भाग पाडावे, असा उद्देश असेल तर, त्याने खोटा पुरावा रचला असे म्हटले जाते.

तिला अधिक गंभीर पद्धतीने पीडितेवर हल्ला करण्यासाठी चिथावणी दिली होती; छळ करणारा असादेखील दावा करू शकतो तो त्याच्या भाषण स्वातंत्र्याच्या हक्कांचा अवलंब करीत होता ज्यावर पीडितेने अनावश्यकरीत्या हल्ला केला. एकूणात, अशा कृती प्रत्यक्ष पुरावे खराब करू शकतात कारण आक्षेपार्ह सामग्री हटविली जाऊ शकते, सुधारली किंवा संपादित केली जाऊ शकते आणि नंतर पूर्ण नव्या स्वरूपात पुन्हा प्रसिद्ध केली जाऊ शकते. अशा प्रकरणात, पीडित स्वत: किंवा तिचे मित्र किंवा निरागस सायबर बायस्टँडर्सना भारतीय दंड संहितेच्या कलम २०४ मध्ये दिल्याप्रमाणे दस्ताऐवज किंवा इलेक्ट्रॉनिक रेकॉर्ड नष्ट करण्यासाठी जबाबदार ठरवले जाऊ शकते.[१८]

याखेरीज, हेदेखील लक्षात ठेवणे जरुरीचे आहे की या मुद्द्याच्या व्यापक प्रचारासाठी आक्षेपार्ह संदेश किंवा व्हीडिओचे प्रसारण आयटी कायदा, २००० च्या कलम ६७ (इलेक्ट्रॉनिक स्वरूपात अश्लील कृत्ये आदी असलेली सामग्री प्रकाशित किंवा प्रसारित करण्यासाठी शिक्षा), ६७ए (इलेक्ट्रॉनिक स्वरूपात कामोत्तेजक कृती असलेली सामग्री प्रकाशित किंवा प्रसारित करण्यासाठी शिक्षा), ६७बी (इलेक्ट्रॉनिक स्वरूपात कामोत्तेजक कृती करताना मुलांचे चित्रण असलेली सामग्री आदी प्रकाशित किंवा प्रसारित करण्यासाठी शिक्षा), भारतीय दंड संहितेचे कलम ३५४सी (परपीडानंद आणि त्याकरिता शिक्षा) आणि पॉक्सो कायद्याच्या कलम ११(iii) (लैंगिक शोषण), १२ (लैंगिक शोषणाकरिता शिक्षा), १३ (पॉर्नोग्राफिक उद्देशांकरिता मुलांचा वापर) आणि १४ (पॉर्नोग्राफिक उद्देशांकरिता मुलांच्या वापराकरिता शिक्षा) यांना आकर्षित करू शकते. जर पीडितेने छळास कारणीभूत ठरणारी सामग्री पोलिसांना दिली असेल, आणि पोलिसांनी सुरुवातीचा तपास सुरू केला असेल तर, अशा कृती कस्टडीच्या श्रृंखलाही नष्ट करू शकते. तसेच, अशी प्रसिद्धी पोलिसांकडूनदेखील आरोप-प्रत्यारोपांना आकर्षित करू शकते, विशेषतः जेव्हा संबंधित पोलीस अधिकारी इंटरनेट गुन्ह्यांच्या समस्येविषयी पुरेसा जागरूक नसतो.

पीडितेने एकदा सर्व पुरावे तयार ठेवले की मग ती तिच्याकडे असलेल्या सर्व पुराव्यांसह पोलिसांत तक्रार नोंदविण्याचा निर्णय घेऊ शकते. सहसा तक्रार कुठे नोंदवायची याविषयी नेहमीच संभ्रम असतो. सीआरपीसी, १९७३ मध्ये असले तरी, आयटी कायदा, २००० चे

---

[१८] भारतीय दंड संहितेचे कलम २०४ दस्तऐवज किंवा इलेक्ट्रॉनिक अभिलेख पुरावा म्हणून हजर केला जाऊ नये यासाठी तो नष्ट करणे याविषयी सांगते आणि नमूद करते, जो कुणी न्यायालयात किंवा लोकसेवकासमोर कायदेशीरपणे चाललेल्या कार्यवाहीत जो कोणताही दस्तऐवज किंवा इलेक्ट्रॉनिक अभिलेख पुरावा म्हणून हजर करणे स्वतःला कायदेशीरपणे भाग असेल तो दस्तऐवज अशा न्यायालयासमोर किंवा लोकसेवकासमोर अगर त्याकरिता स्वतःला कायदेशीरपणे समन्स पाठवता येईल तेव्हा, किंवा तो हजर करण्यास फर्मावण्यात येईल तेव्हा पुरावा म्हणून हजर केला जाऊ नये अगर वापरला जाऊ नये या उद्देशाने असा संपूर्णतः किंवा त्याचा कोणताही भाग दिसेनासा करील किंवा दुर्वाच्य करील त्याला, दोन वर्षांपर्यंत असू शकेल इतक्या मुदतीची कोणत्याही प्रकारच्या कारावासाची किंवा द्रव्यदंडाची किंवा दोन्ही शिक्षा होतील.

कलम ७८ नुसार, निरीक्षक पदापेक्षा कनिष्ठ दर्जाचा नसलेला पोलीस अधिकारी या कायद्यांतर्गत कुठल्याही गुन्ह्याचा तपास करील. तसे पाहता, जर अपराध कुठल्याही अशा अपराधाच्या स्वरूपात आहे ज्याचे आयटी कायद्याच्या प्रकरण XI मध्ये वर्णन केले गेले आहे किंवा सायबर स्टॉकिंग किंवा परपीडानंद किंवा बलात्काराचे व्हीडिओ तयार करणे/वितरण करणे आदीच्या स्वरूपामधील कुठलाही अपराध आहे, तर मग पीडित पहिल्यांदा स्थानिक पोलीस स्टेशनच्या प्रभारी निरीक्षकांशी संपर्क साधू शकतो. नंतरच्या प्रकरणात, सीआरपीसीच्या कलम १५४ नुसार, महिला पोलीस अधिकाऱ्याने पीडित/तक्रारदाराचे निवेदन नोंदवून घेतले पाहिजे.[१९] जर संबंधित अधिकाऱ्याने निवेदन घेण्यास नकार दिला, तर ती पोलीस अधीक्षक आदींसारख्या वरिष्ठांना थेट संपर्क साधू शकते.[२०] सध्या, अनेक शहरांतील पोलिसांनी 'अलर्ट ३०६'[२१] आणि 'हॅलो पोलीस' सारख्या योजनांच्या माध्यमातून डिजिटल तक्रार नोंदविण्याची यंत्रणा तयार केली आहे, जिथे नागरीक CAN आणि अगदी व्हॉट्सॲपच्या माध्यमातून तक्रार नोंदवू शकतात.

याखेरीज, यापूर्वी नमूद केल्याप्रमाणे, पीडित विशिष्ट पोलीस मुख्यालयांना ईमेलदेखील पाठवू शकतात किंवा अशा प्रकरणांत दिलेल्या फोन क्रमांकावर कॉल करू शकतात. तथापि, या सर्व

---

[१९] सीआरपीसीच्या कलम १५४(१) मध्ये नव्याने घातलेली तरतूद सांगते की

> भारतीय दंड संहितेचा १८६० चा ४५ याचे कलम ३२६ए, कलम ३२६बी, कलम ३५४, ३५४ए, ३५४बी, ३५४सी, ३५४डी, कलम ३७६, ३७६ए, ३७६बी, ३७६सी, ३७६डी, ३७६इ किंवा कलम ५०९ खालील अपराध किंवा अपराधाचा प्रयत्न जिच्या बाबतीत करण्यात आला असल्याचे कथित असेल अशा स्त्रीने वर्दी दिली असेल तर अशी वर्दी महिला पोलीस अधिकाऱ्याने किंवा अन्य महिला अधिकाऱ्याने लेखनिविष्ट केली पाहिजे.
>
> परंतु आणखी असे की (अ) भारतीय दंड संहितेचे १८६० चा ४५ याचे कलम ३५४, ३५४ए, ३५४बी, ३५४सी, ३५४डी, कलम ३७६, ३७६ए, ३७६बी, ३७६सी, ३७६डी, ३७६इ, किंवा कलम ५०९ खालील अपराध किंवा अपराधाचा प्रयत्न जिच्या बाबतीत करण्यात आला असल्याचे कथित असेल अशी व्यक्ती तात्पुरती किंवा कायमस्वरूपी मानसिक किंवा शारीरिकदृष्ट्या अपंग असेल तर, पोलीस अधिकारी, ज्या व्यक्तीने अशा अपराधाची वर्दी द्यावयाची असेल तिच्या निवासस्थानी किंवा अशा व्यक्तीच्या पसंतीच्या सोयीस्कर ठिकाणी, दुभाष्याच्या किंवा यथास्थिती, विशेष शिक्षण देणाऱ्याच्या उपस्थितीत ती वर्दी लेखनिविष्ट करण्यात येईल; (ब) अशा वर्दीचे दृक्श्राव्य चित्रण (व्हीडिओग्राफ) घेण्यात येईल; (क) न्यायदंडाधिकाऱ्याने, कलम १६४, पोटकलम ५ए चा खंड अ अन्वये नोंदवलेला त्या व्यक्तीचा जबाब पोलीस अधिकारी शक्य तितक्या लवकर मिळवील.

[२०] सीआरपीसीचे कलम १५४ (३) पहा जे नमूद करते की

> पोटकलम (१) मध्ये विनिर्दिष्ट केलेली वर्दी नोंदून घेण्यास पोलीस ठाण्याच्या अंमलदार अधिकाऱ्याने नकार दिल्यामुळे नाराज कोणत्याही व्यक्तीस लेखी स्वरूपात आणि डाकेने अशा वर्दीचा गोषवारा संबंधित पोलीस अधीक्षकाकडे पाठविता येईल, आणि दखलपात्र अपराध घडला असल्याचे अशा वर्दीवरून उघडकीस आले आहे अशी जर त्याची खात्री झाली तर, या संहितेद्वारे उपबंधित केलेल्या रीतीने त्या प्रकरणी एकतर तो स्वतः अन्वेषण करील किंवा त्यास दुय्यम असलेल्या कोणत्याही पोलीस अधिकाऱ्याकरवी अन्वेषण करवण्याचा निदेश देईल, आणि अशा अधिकाऱ्याला त्या अपराधाच्या संबंधात पोलीस ठाण्याच्या अंमलदार अधिकाऱ्याचे सर्व अधिकार असतील.

[२१] पहा PTI (२०१५), पोलिसांनी लोकांसाठी अलर्ट ३०६ सुविधा उपलब्ध करून दिली. The Economics Times मध्ये मार्च १९, २०१५ रोजी प्रसिद्ध, http://articles.economictimes.indiatimes.com/2015-03-19/news/60286858_1_police-officers-alert-police-network (४ मे २०१५ रोजी प्राप्त केले).

प्रकरणात, नंतरच्या प्रक्रिया सीआरपीसीच्या कलम १५४ आणि आयटी कायद्याच्या ७८ नुसार चालू शकतात. पोलिसांत तक्रार नोंदविण्याखेरीज, पीडित थेट कुठल्याही दंडाधिकाऱ्याकडे प्रकरणाची नोंद करण्याचादेखील विचार करू शकतात. सीआरपीसीचे कलम १९० (१) यासंदर्भात सांगते आणि या प्रकरणाच्या उपबंधाच्या अधीनतेने, कोणत्याही प्रथम वर्ग दंडाधिकाऱ्याला आणि पोटकलम (२) खाली यासंबंधात खास अधिकार प्रदान करण्यात आलेल्या कोणत्याही द्वितीय वर्ग दंडाधिकाऱ्याला एखाद्या अपराधाबाबत–(अ) अशा अपराधाला जे घटकभूत असतील अशा तथ्यासंबंधी फिर्याद आल्यावरून, (ब) अशा तथ्यांबद्दलच्या पोलीस अहवालावरून आणि (क) असा अपराध घडला आहे अशी पोलीस अधिकाऱ्याशिवाय अन्य कोणत्याही व्यक्तीकडून वर्दी मिळाल्यावरून किंवा स्वतःच्या माहितीवरून, दखल घेता येईल. पुढे जाऊन, भारतीय दंड संहितेच्या कलम ४९९ ने स्पष्ट केल्याप्रमाणे प्रकरणाचे स्वरूप जर बदनामीचे असेल, त्यासह ऑनलाईन पीडनाचे, आणि पीडित जर पोलिसांच्या उदासीनतेमुळे त्रस्त झाली असेल तर, सीआरपीसीच्या कलम १९० सह वाचले जाणाऱ्या सीआरपीसीच्या कलम १९९ (१)[२२] अंतर्गत ती थेट न्यायालयात प्रकरण दाखल करण्याचादेखील विचार करते. हे नमूद करण्याची गरज आहे की सीआरपीसीचे कलम १९९ (१) महिला पीडितांना गोपनीयता पुरवते आणि खटल्याच्या प्रक्रियेदरम्यान परिस्थितीच्या गरजेनुसार सार्वजनिक स्वरूपात व्यक्त होण्यापासून सूट देते.[२३] सीआरपीसीचे कलम २०० यासंदर्भात त्यानंतरच्या अंमलबजावणीच्या प्रक्रियेबद्दल हे नमूद करते,

> फिर्यादीवरून अपराधाची दखल घेणारा दंडाधिकारी फिर्याददाराची आणि कोणी साक्षीदार उपस्थित असल्यास त्यांची शपथेवर साक्षतपासणी करील आणि अशा साक्षतपासणीचा सारांश लेखनिविष्ट करण्यात येईल आणि फिर्याददार व साक्षीदार आणि दंडाधिकारीही तो स्वाक्षरीत करतील.[२४]

---

[२२] सीआरपीसीचे कलम १९९ (१) नमूद करते की भारतीय दंड संहिता (१८६० चा ४५) याच्या एकविसाव्या प्रकरणाखाली शिक्षापात्र असलेल्या अपराधामुळे उपसर्ग पोचलेल्या एखाद्या व्यक्तीने फिर्याद दिल्याखेरीज कोणतेही न्यायालय त्या अपराधाची दखल घेणार नाही:

> परंतु जेथे अशी व्यक्ती अठरा वर्षे वयाखालील असेल, अथवा निर्बुद्ध किंवा वेडी असेल, अथवा आजारपणामुळे किंवा विकलतेमुळे फिर्याद देण्यास असमर्थ असेल किंवा स्थानिक रुढीरिवाजांनुसार जिच्यावर लोकांसमोर येण्याची सक्ती करणे युक्त नव्हे अशी ती स्त्री असेल त्या बाबतीत, न्यायालयाच्या परवानगीने अन्य एखाद्या व्यक्तीला त्याच्या किंवा तिच्या वतीने फिर्याद देता येईल.

[२३] तथैव.

[२४] या कलमातील घातलेली तरतूद सांगते की

> परंतु, फिर्याद लेखी देण्यात आली असेल तेव्हा–(अ) जर आपली पदीय कामे पार पाडणाऱ्या किंवा तसे म्हणून कार्य करणाऱ्या लोकसेवकाने किंवा न्यायालयाने फिर्याद दिली असेल तर; किंवा (ब) जर दंडाधिकाऱ्याने ते प्रकरण चौकशीसाठी किंवा संपरीक्षेसाठी कलम १९२ खाली अन्य दंडाधिकाऱ्याकडे सोपविले तर, दंडाधिकाऱ्याने फिर्याददाराची व साक्षीदाराची साक्षतपासणी करण्याची गरज नाही.

तथापि, या पुस्तकात चर्चा केलेले महिलांविरोधातील सायबर गुन्ह्यांचे काही प्रकार आयटी कायदा आणि भारतीय दंड संहितेच्या अंतर्गत गुन्हा मानला जात असल्याने, आणि या दोन्ही कायद्यांबरोबर पॉक्सो आदी निर्देशित करतात की अशा प्रकारच्या अपराधांचा तपास अशा पोलीस अधिकाऱ्यातर्फे केला गेला पाहिजे जो निरीक्षक पदाच्या खालच्या पदावर नसतो; आम्ही असा ठाम सल्ला देतो की पीडितांनी पहिल्यांदा पोलिसांकडून मदत घेण्याच्या त्यांच्या हक्कांचा पूर्ण वापर करायला हवा. जर पोलिसांनी मदत केली नाही तर, ते अनुच्छेद ३२[२५] किंवा २२६[२६] अंतर्गत आवश्यकतेनुसार उच्च न्यायालय किंवा सर्वोच्च न्यायालयात

---

[२५] भारतीय संविधानाचे अनुच्छेद ३२ संविधानाच्या तिसऱ्या भागाद्वारे प्रदान केलेल्या हक्कांची अंमलबजावणी करण्याच्या उपाययोजनांविषयी सांगते आणि नमूद करते

(१) या भागाने प्रदान केलेल्या हक्कांची अंमलबजावणी करण्याकरिता समुचित कार्यवाहीद्वारे सर्वोच्च न्यायालयास अर्ज विनंती करण्याच्या हक्काची हमी देण्यात आली आहे.

(२) या भागाद्वारे प्रदान केलेल्या हक्कांपैकी कोणताही हक्क बजावण्याकरिता समुचित असतील ते ते निदेश अथवा आदेश अथवा देहोपस्थिती (हेबियस कॉर्पस), महादेश (मँडॅमस), प्रतिबंध (प्रोहिबिशन), क्वाधिकार (को वॉरंटो) व प्राकर्षण (सर्शिओराराय) या स्वरूपाच्या प्राधिलेखासह प्राधिलेख काढण्याचा सर्वोच्च न्यायालयास अधिकार असेल.

(३) खंड (१) व (२) द्वारे सर्वोच्च न्यायालयास प्रदान केलेल्या अधिकारांना बाधा न येता, खंड (२) अन्वये सर्वोच्च न्यायालयाला वापरता येतील असे सर्व किंवा त्यापैकी कोणतेही अधिकार अन्य कोणत्याही न्यायालयाला आपल्या अधिकारितेच्या स्थानिक सीमांच्या आत संसद कायद्याद्वारे अधिकार प्रदान करू शकेल. (४) या संविधानाद्वारे अन्यथा तरतूद केलेली असेल तेवढी वगळता, या अनुच्छेदाद्वारे हमी दिलेला हक्क निलंबित केला जाणार नाही.

[२६] भारताच्या संविधानातील अनुच्छेद २२६ विवक्षित प्राधिलेख काढण्याच्या उच्च न्यायालयांच्या अधिकारांबाबत सांगते आणि नमूद करते

(१) अनुच्छेद ३२ मध्ये काहीही असले तरी प्रत्येक न्यायालयाला, ज्यांच्यासंबंधी ते अधिकाराकरिता वापरते त्या राज्यक्षेत्रांमध्ये सर्वत्र भाग तीनद्वारे प्रदान केलेल्यांपैकी कोणत्याही हक्काची बजावणी करण्यासाठी आणि इतर कोणत्याही प्रयोजनासाठी त्या राज्यक्षेत्रांतील कोणत्याही व्यक्तीला किंवा प्राधिकाऱ्याला, तसेच योग्य प्रकरणी, कोणत्याही शासनालासुद्धा उद्देशून निदेश, आदेश अथवा देहोपस्थिती (हेबियस कॉर्पस), महादेश (मँडॅमस), प्रतिषेध (प्रोहिबिशन), क्वाधिकार (को-वॉरंटो) व प्राकर्षण (सर्शिओराराय) या स्वरूपाच्या प्राधिलेखांसह प्राधिलेख किंवा त्यापैकी कोणतेही प्राधिलेख काढण्याचा अधिकार असेल.

(२) कोणत्याही शासनाला, प्राधिकाऱ्याला किंवा व्यक्तीला उद्देशून निदेश, आदेश किंवा प्राधिलेख काढण्याचा खंड (१) द्वारा प्रदान केलेला अधिकार, अशा अधिकाराच्या वापरासाठी लागणारे वादकारण पूर्णत: किंवा अंशत: जेथे उद्भवते, त्या राज्यक्षेत्रांच्या संबंधात अधिकारिता वापरणाऱ्या कोणत्याही उच्च न्यायालयालाही वापरता येण्यासारखे असेल- मग असे शासन किंवा प्राधिकारी यांचे कार्यस्थान किंवा अशा व्यक्तीचे निवासस्थान त्या राज्यक्षेत्रांमध्ये नसले तरी हरकत नाही.

(३) ज्या कोणत्याही पक्षकाराविरुद्ध खंड (१) अन्वये विनंती अर्जावर किंवा त्यासंबंधातील कोणत्याही कार्यवाहीमध्ये, अंतरिम आदेश काढलेला असेल,–मग तो व्यादेशाच्या किंवा स्थगितीच्या रूपात किंवा अन्य कोणत्याही रीतीने काढलेला असो,–(अ) अशा पक्षकाराला अशा विनंतीअर्जाच्या व अशा अंतरिम आदेशाबाबतच्या विनंतीला पुष्टीकारक असणाऱ्या सर्व दस्तऐवजांच्या प्रती पुरवल्या नसतील; आणि

प्राधिलेख याचिका दाखल करण्यावर किंवा पोलिसांना आवश्यक कारवाई करण्यासाठी निर्देश देण्यासाठी परमादेशच्या स्वरूपात आदेश प्राप्त करण्यावर विचार करू शकतात.

पोलिसांची भूमिका

जेव्हा एखाद्या अधिकाऱ्याला कुठल्याही महिलेविरोधात केल्या गेलेल्या कुठल्याही प्रकारच्या सायबर अपराधांविषयी सूचित केले जाते, तेव्हा त्याने/तिने याची खात्री दिली पाहिजे की पीडित/तक्रारदार यांना संबंधित अधिकाऱ्याला प्रत्येक तपशील सांगणे सुलभ वाटते, अगदी जरी तो अधिकारी संगणक आणि सायबर अपराधांबाबत फारसा अनुभवी नसेल. जसे वर सांगितले आहे, निरीक्षक पदाखालील कनिष्ठ अधिकारी, या संबंधित अपराधांचा तपास करू शकत नाही. तसे पाहता, हे सुनिश्चित केले गेले पाहिजे की जेव्हा पीडित तक्रार दाखल करू इच्छिते तेव्हा ती थेट निरीक्षकाशी बोलू शकेल. हे लक्षात ठेवण्याची गरज आहे की महिलांविरोधात सायबर अपराध नेहमी लैंगिक स्वरूपातील नसू शकतात, पण पीडितेची प्रतिष्ठा नष्ट करण्यासाठी किंवा पीडितेला लाजेखातर आत्महत्या करण्यासाखे टोकाचे पाऊल उचलण्यासाठी भाग पाडण्याइतकी ताकद त्यांच्यात असू शकते. असे असू शकते की पीडित संबंधित वेबसाइटकडे तक्रार करणे किंवा फोन क्रमांक ब्लॉक करणे, आदी काही प्राथमिक प्रतिबंधात्मक पावले उचलेल. संबंधित पोलीस अधिकाऱ्याने हे सुनिश्चित केले पाहिजे की पीडित अशी प्रत्येक कृती प्रकट करील आणि त्याच्याजवळ तथ्यांचे पुरावे असतील. या टप्प्यावर अनुसरण करणारे प्रक्रियात्मक व्यवहार इतर कुठल्याही गुन्हेगारी प्रकरणांसारखे असतात जे विशेष कायदे आणि विशेष प्रकाराच्या अपराधांचा सामना करण्यासाठी निर्दिष्ट पारंपरिक भारतीय दंड संहितेबरोबर सीआरपीसीच्या आधारावर वापर केला जातो. महिलांविरोधात सायबर गुन्ह्यांच्या प्रकरणांत प्रक्रियात्मक व्यवहारांना खाली दिल्यानुसार थोडक्यात सांगितले जाऊ शकते:

(ब) अशा पक्षकाराला आपले म्हणणे मांडण्याची संधी दिलेली नसेल तेव्हा, त्या पक्षकाराने अशा आदेशाच्या विलोपनासाठी उच्च न्यायालयाकडे अर्ज केला व अशा अर्जाची एक प्रत, ज्याच्या बाजूने असा आदेश काढण्यात आलेला असेल त्या पक्षकाराला किंवा अशा पक्षकाराच्या समुपदेशकाला पुरवली तर त्या बाबतीत, उच्च न्यायालय ज्या दिनांकास अर्ज मिळेल तो दिनांक किंवा ज्या दिनांकास अशा अर्जाची प्रत अशा रीतीने पुरवण्यात येईल तो दिनांक, यांपैकी जो नंतरचा असेल त्या दिनांकापासून दोन आठवड्यांच्या कालावधीच्या आत, अथवा त्या कालावधीच्या शेवटच्या दिवशी उच्च न्यायालय बंद असेल तर त्यानंतर जेव्हा उच्च न्यायालय चालू असेल असा पुढचा दिवस समाप्त होण्यापूर्वी तो अर्ज निकालात काढील आणि जर अर्ज अशा रीतीने निकालात काढण्यात आला नाही तर, अंतरिम आदेश तो कालावधी समाप्त होताच, किंवा यथास्थिती, उक्त पुढचा दिवस समाप्त होताच विलोपित होईल.

(४) या अनुच्छेदाद्वारे उच्च न्यायालयाला प्रदान करण्यात आलेला अधिकार हा, अनुच्छेद ३२, खंड (२) द्वारे सर्वोच्च न्यायालयाला प्रदान केलेल्या अधिकाराला न्यूनकारी असणार नाही.

१. कुणाशी संपर्क साधला जाऊ शकतो आणि त्याला/तिला कोणते अधिकार दिले गेले आहेत?

आयटी कायद्याचे कलम ७८ कुठल्याही पोलीस अधिकाऱ्याला जो निरीक्षक पदाखालील नाही, कायद्याचे प्रकरण XI अंतर्गत उल्लेखित अपराधांच्या तपासाचा अधिकार देतो. याखेरीज, कलम ७५ या कायद्यासाठी अतिरिक्त भूक्षेत्रीय न्यायाधिकार क्षेत्र प्रदान करतो. पोटकलम (१) मध्ये हे सांगितले गेले आहे की या कायद्याची तरतूद कुठल्याही राष्ट्रीयत्वाच्या कुठल्याही व्यक्तीद्वारा केलेला अपराध किंवा उल्लंघन यांसाठी लागू होईल. पोटकलम (२) मध्ये पुढे सांगितले आहे की हे कलम कुणाच्याही द्वारा भारताच्या बाहेर केल्या गेलेल्या कुठल्याही अपराधाला लागू होईल जर अपराध किंवा उल्लंघनाचे कार्य किंवा व्यवहारामध्ये भारतामध्ये स्थित संगणक, संगणक सिस्टीम किंवा संगणक नेटवर्क समाविष्ट असतील. आयटी कायद्याचे कलम ८० पोलीस अधिकारी आणि अन्य अधिकाऱ्यांचे दाखल होणे, शोध घेणे आदी अधिकाराविषयी सांगते. या कार्यवाहींना नियमित सीआरपीसीचे पालन केले पाहिजे.

२. सुनावणीपूर्वीचा टप्पा:

सुनावणीपूर्वीच्या टप्प्यामध्ये पोलीस अधिकाऱ्याद्वारा अपराधाच्या घटनांविषयी माहिती एकत्र करणे समाविष्ट आहे. या टप्प्यामध्ये, संबंधित अधिकाऱ्याला याची खात्री करून घेण्याची आवश्यकता असते की संबंधित अपराध दखलपात्र अपराध आहे किंवा अजामीनपात्र अपराध आहे. या टप्प्यामध्ये, आयटी कायदा, २००० (२००८ मध्ये सुधारित) च्या कलम ७७बी चा देखील विचार केला गेला पाहिजे, ज्यात म्हटले गेले आहे की 'फौजदारी प्रक्रिया संहिता १९७३ मध्ये काहीही असले तरी, तीन वर्षे आणि त्याहून अधिक कारावासाबरोबर दंडनीय अपराध दखलपात्र असेल आणि तीन वर्षांच्या कारावासाबरोबर दंडनीय अपराध जामीनपात्र असेल.' तथापि, जर संबंधित अधिकाऱ्याला भारतीय दंड संहितेपासून पारंपरिक दंडनीय कायद्यांना लागू करण्याची आवश्यकता भासली, तर सीआरपीसी, १९७३ च्या पहिल्या *अनुसूचीवरदेखील* विचार अवश्य करायला हवा. दखलपात्र अपराधांच्या प्रकरणात संबंधित अधिकाऱ्याला कलम १५६ सीआरपीसीनुसार कार्यवाही अवश्य सुरू करायला हवी (जो दखलपात्र अपराधांचा तपास करण्यासाठी पोलीस अधिकाऱ्याचा अधिकार निर्धारित करतो).[२७] अजामीनपात्र अपराधांच्या प्रकरणात, संबंधित

---

[२७] सीआरपीसीचे कलम १५६ नमूद करते की

(१) कोणत्याही पोलीस ठाणे अंमलदार अधिकाऱ्यास अशा ठाण्याच्या हद्दींमधील स्थानिक क्षेत्रावर अधिकारिता असलेल्या एखाद्या न्यायालयाला तेराव्या प्रकरणाच्या उपबंधाखाली ज्या प्रकरणाची चौकशी किंवा संपरीक्षा करण्याचा अधिकार असेल अशा कोणत्याही दखली प्रकरणाचे दंडाधिकाऱ्याच्या आदेशाशिवाय अन्वेषण करता येईल.

अधिकाऱ्याला कलम १५५ सीआरपीसी अंतर्गत कार्यवाही अवश्य सुरू करायला हवी.[२८] अशा प्रकारे, सुनावणीपूर्वीच्या टप्प्यामध्ये, सायबर अपराधांच्या तपासासाठी पोलीस अधिकाऱ्याला सीबीआय मार्गदर्शक तत्त्वांचे पालन अवश्य केले पाहिजे.[२९] पण, हे लक्षात ठेवणे आवश्यक आहे की महिलांविरोधात सायबर अपराधांशी संबंधित बहुतांश तक्रारींमध्ये (विशेषतः त्या ज्यांवर या पुस्तकामध्ये चर्चा केली आहे), तपास अधिकाऱ्याला (आयओ) तो ऑनसाइट डेटा शोधण्यासाठी अधिक तपास करण्याची गरज आहे, जो पीडितेला लक्ष्य करणाऱ्या छळवणूक करणाऱ्यांद्वारा प्रकाशित केला गेला असू शकतो. सीबीआय मार्गदर्शक तत्त्वांच्या परिच्छेद १८.१५ नुसार,

> शोध घेण्यापूर्वी, तपासकर्त्याला संगणक न्यायवैद्यक लॅबोरेटरीमध्ये तपासासाठी साइटवर डेटा जप्त करायचा आहे की हार्डवेअर जप्त करायचे आहे, याविषयीचा निर्णय घेण्याची गरज असेल. साइटवरील जप्त केलेल्या डेटा फायद्याचा असतो, कारण हार्डवेअर दुसरीकडे न्यावे लागत नाही, एखाद्याला विश्लेषणासाठी डाउनलोड करण्यासाठी आणि न्यायालयामध्ये सादर करण्यासाठी डेटा जपून ठेवण्यासाठी संगणक न्यायवैद्यक तज्ज्ञाची गरज भासू शकते. जेव्हा शंका असते, तेव्हा शक्य असेल तर, एखाद्याला डेटा जप्त करण्याची की हार्डवेअर जप्त करण्याची गरज आहे हे ठरविण्यासाठी, संगणक न्यायवैद्यक तज्ज्ञाचा घटनास्थळावर वापर करावा. जर तज्ज्ञ उपलब्ध नसेल, तर अधिकाऱ्याने सर्व काही जप्त करण्याची शिफारस केली जाते.

---

(२) पोलीस अधिकाऱ्याची अशा कोणत्याही प्रकरणातील कोणतीही कार्यवाही कोणत्याही टप्प्यावर असताना, या कलमाखाली अशा अधिकाऱ्याला ज्याचे अन्वेषण करण्याचा अधिकार प्रदान झालेला नाही असे ते प्रकरण आहे या कारणावरून ती कार्यवाही प्रश्नापद करता येणार नाही.

(३) कलम १९० खाली अधिकार प्रदान झालेला कोणताही दंडाधिकारी वर उल्लेखिल्याप्रमाणे असे अन्वेषण करण्याचा आदेश आदेश देऊ शकेल.

[२८] सीआरपीसीचे कलम १५५ नमूद करते की

(१) जेव्हा पोलीस ठाण्याच्या अंमलदार अधिकाऱ्यास अशा ठाण्याच्या हद्दीमध्ये अजामीनपात्र अपराध करण्यात आल्याची वर्दी देण्यात आली असेल तेव्हा, असा अधिकारी यासंबंधात राज्य शासन विहित करील अशा नमुन्यानुसार त्याने ठेवावयाच्या पुस्तकात त्या वर्दीच्या गोषवाऱ्याची नोंद करील किंवा करवील, आणि वर्दीदाराला दंडाधिकाऱ्यापुढे पाठवील.

(२) अजामीनपात्र प्रकरणाचे अन्वेषण कोणताही पोलीस अधिकारी अशा प्रकरणाची संपरीक्षा करण्याचा किंवा ते प्रकरण संपरीक्षेसाठी सुपूर्द करण्याचा अधिकार असलेल्या दंडाधिकाऱ्याच्या आदेशाशिवाय करणार नाही.

(३) असा आदेश मिळालेल्या प्रत्येक पोलीस अधिकाऱ्याला अन्वेषणाबाबत, पोलीस ठाण्याचा अंमलदार अधिकारी दखलपात्र प्रकरणी जे अधिकार (परवान्याशिवाय अटक करण्याचा अधिकार खेरीज करून) वापरू शकेल तेच अधिकार वापरता येतील.

(४) ज्यांपैकी निदान एक अपराध दखलपात्र आहे अशा दोन किंवा अधिक अपराधांशी प्रकरण संबंधित असेल तेव्हा, अन्य अपराध अजामीनपात्र असले तरीही, ते प्रकरण दखलपात्र प्रकरण असल्याचे मानले जाईल.

[२९] http://cbi.nic.in/aboutus/manuals/Chapter_18.pdf या ठिकाणी उपलब्ध (२० मार्च २०१६ रोजी प्राप्त केले).

पण जेव्हा अपराधाच्या स्वरूपामध्ये छायाचित्रे किंवा ऑडिओ-व्हिज्युअल क्लिपिंग प्रसारित करणे समाविष्ट असते, आणि जर पीडित/तक्रारदार अशा प्रकारच्या डेटाच्या उत्पत्तीविषयी विश्वसनीय माहिती प्रदान करतो (उदाहरणार्थ, आंतरवैयक्तिक अपराध जसे की सेक्स्टिंग, सूड घेण्यासाठी पॉर्न, सायबर स्टॉकिंग, बनावट अवतार तयार करणे आदी, ज्यामध्ये पीडितेला माहिती असू शकते की संबंधित डेटा छळ करणाऱ्याच्या उपकरणांमध्ये स्टोअर केला गेला आहे, जो पूर्व प्रेमी किंवा पूर्व पती किंवा इतर कुठली ज्ञात व्यक्ती असू शकते ज्याच्या बरोबर पीडितांनी पहिल्यांदा माहितीचे आदानप्रदान केले असेल) किंवा अगदी इथपर्यंत की जेव्हा अपराधामध्ये डेटाचे हॅकिंग आणि अनधिकृत प्रवेश किंवा कामोत्तेजक सामग्री तयार करणे, वितरित करणे आदी समाविष्ट असेल तर तपासकर्त्याला उपकरणेदेखील जप्त करावे लागेल.

या सर्व प्रकरणांत, जेव्हा पीडित/तक्रारदार कुठली माहिती प्रदान करतो, तेव्हा प्रभारी अधिकारी निवेदनांचे रेकॉर्ड करणे आणि प्रकरणाला केस/डायरी क्रमांक प्रदान केल्यानंतर, जर आवश्यक असेल, तर छळ करणाऱ्याच्या आयपी अॅड्रेसविषयी माहिती आणि त्याची/तिची सविस्तर माहिती ज्याने त्याने/तिने छळ करण्यासाठी त्याची/तिची डिजिटल ओळख बनवली असू शकते, ती प्राप्त करण्यासाठी त्यांच्या 'कायदेशीर प्रणाली'च्या माध्यमातून मध्यस्थाशी संपर्क करू शकतात. सर्व मध्यस्थांजवळ कायदा अंमलबजावणी अधिकाऱ्यांसाठी विशेष संपर्क पत्ते असतात, ज्याच्या योगे प्रभारी अधिकारी किंवा सरकारी प्रणालीच्या माध्यमातून किंवा थेट, विशेष आरोपी व्यक्तींविषयी डेटा मागू शकतात, या गोष्टीची नोंद घ्यायला हवी. सामान्यतः, जर तपास अधिकारी स्वतः कुठल्याही मध्यस्थाशी संपर्क करण्यास असमर्थ असतो, तेव्हा तो मध्यस्थाला संपर्क करण्यासाठी सायबर अपराध सेल्सची मदत घेऊ शकतो. अशा तपासाने ग्राहक नोंदणी माहिती, भौगोलिक स्थान, आयपी अॅड्रेस, फोन क्रमांक, पीडिताला त्रस्त करण्यासाठी अपलोड केलेली सामग्री, संबंधित टाइम स्टॅम्प, मेलचे हेडर, टेलिफोन बिलिंग माहिती, कॉल लॉग, व्हॉइस मेल आदी सामग्री प्राप्त होते.[३०] जेव्हा प्रकरण महिला आणि मुलांना लक्ष्य करणाऱ्या एमएमएसच्या व्हायरल पॉर्न/अश्लील/बलात्काराचे व्हीडिओशी संबंधित असते तेव्हा तपास अधिकाऱ्याला अतिरिक्त ध्यान देण्याची आवश्यकता असू शकते. अशा प्रकरणात, अपराधाचे स्वरूप गोपनीयता आणि परपीडानंदाच्या उल्लंघनाबरोबर एक गंभीर किंवा संभोगासाठी केलेल्या हल्ल्यांचे असू शकते. पीडितांना अशा प्रकरणांत पूर्ण गोपनीयता उपलब्ध करून दिली गेली पाहिजे

---

[३०] माहितीकरिता पहा: http://www.google.com/transparencyreport/userdatarequests/legalprocess/#what_is_a_mutual_legal (२० मार्च २०१६ रोजी प्राप्त केले).

जेव्हा हे प्रकरण भारतीय दंड संहितेचे कलम ३७६ अंतर्गत बलात्काराचे असेल किंवा पॉक्सो कायद्याचे कलम ३ अंतर्गत प्रवेशक लैंगिक छळ किंवा कलम ७ किंवा कलम ११ किंवा १३ अंतर्गत लैंगिक हल्ले आदीचे असेल. अशा प्रकरणांत, तपास अधिकाऱ्याने आयटी कायद्याचे कलम ६९चा उल्लेख केला पाहिजे, जे कुठल्याही संगणक संसाधनाच्या माध्यमातून कुठल्याही माहितीचे अवरोधन किंवा देखरेख किंवा डिक्रिप्शनसाठी निर्देश जारी करण्यासाठी अधिकाराविषयी सांगते आणि नंतर कलम ६९ए चा संदर्भ देऊ शकतात जे कुठल्याही संगणक संसाधनाच्या माध्यमातून कुठल्याही माहितीच्या सार्वजनिक प्रवेश रोखण्यासाठी निर्देश जारी करण्याच्या अधिकार आदीविषयी सांगतात. तपास अधिकाऱ्याने पूर्ण ऑनसाइट डेटा एकदा प्राप्त केला, की तो/ती डिव्हाइस जप्त करण्यासाठी पुढील कार्यवाही करू शकतात. उपकरणांचा शोध आणि त्यांना जप्त करण्यासाठी, तपास अधिकाऱ्याला क्रमाक्रमाने सीबीआय मार्गदर्शक तत्त्वांचे अवश्य पालन करावे लागते. या संदर्भात 'डिजिटल पुराव्याचा शोध आणि जप्ती' या मथळ्याखाली उल्लेख केलेल्या सीबीआयच्या मार्गदर्शक तत्त्वांचा उतारा:

१. शोध घेण्याचे नियोजन करताना तपासकर्त्यांनि अवश्य लक्षात ठेवाव्यात अशा काही सावधगिरी बाळगण्याजोग्या बाबी:
   i. अमूर्त डेटा कोणत्याही नेटवर्कमध्ये असलेल्या संगणकामध्ये स्टोअर केला जाऊ शकतो आणि अपराधकर्ता जगातून कुठूनही डायल-इन-ॲक्सेसद्वारे या डेटामध्ये प्रवेश करू शकतो. दुरुपयोग केलेल्या माहितीचे प्रमाण किंवा डेटाच्या झालेल्या हानीचे प्रमाण किंवा अगदी कंटेटचे व्हायरल स्वरूप यांना अपराधकर्ता वापरत असलेले उपकरण आणि नेटवर्कचा वेग यांनी नियंत्रित केले जाऊ शकते.
   ii. ज्या ठिकाणी संगणक किंवा संगणक नेटवर्क किंवा इतर कुठलीही इलेक्ट्रॉनिक मेमरी डिवाइस सापडण्याची शक्यता असण्याचा संशय तपासकर्त्याला असतो तिथे न्यायवैद्यक सायन्स लॅबोरेटरीच्या संगणक न्यायवैद्यक शास्त्रज्ञाला शोधपथकाबरोबर येण्याची विचारणा करण्यासाठी संपर्क साधण्याचा नेहमीच सल्ला दिल्ला जातो.
   iii. जर, हे शक्य नसेल, तर तपासकर्त्यांनि प्रकार, मेक, मॉडेल, ऑपरेटिंग सिस्टीम, नेटवर्क, आर्किटेक्चर, डेटा स्टोरेजचा प्रकार आणि स्थान, रिमोट ॲक्सेस संभाव्यता आदींसह माहिती गोळा करणे अवश्य लक्षात ठेवले पाहिजे, जी न्यायवैद्यक तज्ज्ञांकडे पाठविले जाऊ शकते, ज्यायोगे पुरावे गोळा करणे आणि जपून ठेवण्यासाठी आवश्यक तयारी करण्यासाठी मदत होईल.
   iv. जेव्हा काही प्रसंगी, संगणक यंत्रणा प्रत्यक्ष हटविणे शक्य होत नाही आणि डेटा शोध घेण्याच्या गुन्हा/घटनेच्या जागी कॉपी करून घ्यावा लागत असेल तर,

तपासकर्ता किंवा तज्ज्ञाने आवश्यक ते माध्यम, सॉफ्टवेअर आणि इतर विशेष वस्तू तसेच विशेष पॅकिंग सामग्री जी डेटाचे नुकसान होण्यास प्रतिबंध करते ते अवश्य नेले पाहिजे कारण चुंबकीय माध्यमाचा डेटा धूळ, धक्के, आणि विद्युतस्थितिक (इलेक्ट्रोस्टॅटिक) वातावरणाने नष्ट केला जाऊ शकतो.

२. तपासकर्त्याने शोध घेण्याच्या ठिकाणी अवश्य घेतली पाहिजे अशी काळजी:

i. संशयित किंवा आरोपीला संगणक किंवा त्याला जोडलेल्या ॲक्सेसरीला प्रत्यक्ष किंवा वायरलेस माध्यमातून स्पर्श करू देऊ नये.

ii. भौतिक नेटवर्क जसे की फायबर ऑप्टिक, केबल, टेलिफोन्स किंवा वाय-फाय किंवा वाय-मॅक्स वायरलेस नेटवर्क्स किंवा अगदी वायरलेस संप्रेषण पोर्ट असलेला मोबाइल फोन इत्यादींच्या माध्यमातून आरोपीसह कुणालाही स्पर्श करणे करणे किंवा चालू करण्याची अनुमती अजिबात देऊ नये. कारण विभिन्न उपकरणांद्वारा रिमोट कंट्रोलिंगनेदेखील डेटा करप्ट केला जाऊ किंवा काढून टाकला जाऊ शकतो.

iii. तपासकर्ता छोट्या उपकरणांकरिता किंवा रिमूव्हेबल स्टोअरेज डिव्हाइसकरितादेखील, तशीच काळजी घेतली पाहिजे, ज्यांच्यामध्ये मोठ्या प्रमाणामध्ये डेटा स्टोअर करण्याची क्षमता आहे.

iv. जर डेटा दुसरा देशात किंवा अधिकारक्षेत्रात दूरच्या ठिकाणी असेल, तर तपासकर्त्याने स्टोअरेज स्थान शोधून काढणे आणि त्यानुसार कारवाई करण्याची आवश्यकता असते. अशा प्रकरणात, तपासकर्त्याने इंटरपोलला सतर्क करणे आणि कलम १६६ए सीआरपीसीच्या तरतुदींतर्गत विनंती पत्रे प्रसिद्ध करण्यासाठी आवश्यक ती नंतरची पावले उचलण्याविषयी विचार केला पाहिजे.

v. जेव्हा तपासकर्त्याला नेटवर्क असलेले संगणक सापडतात, तेव्हा जर त्यामध्ये नेटवर्क किंवा मेनफ्रेम असेल तर त्याला कम्प्युटबरोबर डिस्कनेक्ट करू नये कारण संगणकाला नेटवर्कपासून डिस्कनेक्ट करण्यामुळे नेटवर्कला नुकसान पोहोचू शकते, आणि कंपनीच्या कामांना हानी पोहोचते.

vi. सीबीआय मार्गदर्शक तत्त्वानुसार सामान्यतः मेनफ्रेम जप्त करणे ही गोष्ट व्यावहारिक असू शकत नाही कारण त्याकरिता त्याला जोडलेले सर्व संगणक डिस्कनेक्ट करण्याची गरज असते. नेटवर्कमधील संगणकासह हार्डवेअरची जप्ती खूप गुंतागुंतीची असू शकते. जर तपासकर्ता खूप अनुभवी नसेल तर, अशा प्रकरणांत त्याने/तिने संगणका न्यायवैद्यक तज्ज्ञांची मदत घेतली पाहिजे.

vii. अशा शोध आणि जप्तीच्या प्रकरणात सीबीआय मार्गदर्शक तत्त्वांच्या परिच्छेद १८.१७ ते १८.२० पर्यंत नमूद केल्याप्रमाणे टप्प्यांचे पालन केले गेले पाहिजे.

viii. तपासकर्त्याने हे असले पाहिजे (अ) फाइल्समधून कॉपी करून स्टोअर करण्याकरिता डिस्क्स किंवा कार्ट्रिजेस, (ब) भिन्न उपकरणे, उपकरणांचे भाग आदींना लेबल करण्यासाठी लेबल्स, (क) जप्तीकरिता हार्डवेअर विलग करण्यासाठी वापरण्यात येणारे स्क्रू-ड्रायव्हर्स आणि इतर साधने, (ड) ग्लोव्हज, (इ) पॅकिंग सामग्री, (फ) व्हीडिओ ग्राफिंग करिता कॅमेरा उपकरण, आणि (ग) जप्तीच्या वस्तूंच्या पुराव्याच्या सूचीसाठी कस्टडी रिपोर्ट शीट्सची श्रृंखला आणि इतर कागद.

३. परिच्छेद १८.१९ नुसार टप्प्यांचे पालन केल्यानंतर, तपासकर्त्याने उपकरणांचे निरीक्षण केले पाहिजे आणि वर वर्णन केल्याप्रमाणे सावधगिरीची पावले उचलली पाहिजेत. त्यानंतर, त्याला यंत्रणा कशा प्रकारे जोडली गेली आहे त्याचे दस्ताऐवजीकरण करणे आणि खालील पावले उचलण्याची आवश्यकता असेल:

i. सेट अपचे लेबलिंग आणि छायाचित्रण करणे: सिस्टीम विलग करण्यापूर्वी सर्वांचे लेबलिंग (नावे चिटकवणे) आणि फोटोग्राफिंग (छायाचित्र काढणे) करणे हे एक महत्त्वाचे पाऊल आहे. कायदेशीर उद्देशांसाठी त्याच्या तपास पूर्व स्थितीचे दस्ताऐवजीकरण करणे आणि तपासाच्या दरम्यान संदर्भ म्हणून वापर करण्यासाठी तपासाच्या ठिकाणाची काही सामान्य छायाचित्रे घ्या. सिस्टीम कशी कॉन्फिगर केली गेली होती यावरील दस्ताऐवजीकरण, सिस्टीम न्यायवैद्यक प्रयोगशाळेत पुन्हा जोडल्यावर आवश्यक सिद्ध होऊ शकेल. जेव्हा आयओ छायाचित्रे घेत आहे, त्याला सर्व उपकरणांचे समोरून आणि मागून आणि ज्या पद्धतीने ते जोडले गेले आहेत यांचे क्लोज-अप छायाचित्रे घेण्याची खात्री केली पाहिजे. त्याला काही उपकरणांच्या मागे असलेल्या DIP स्वीचवर विशेष लक्ष दिले पाहिजे जे एक निश्चित कॉन्फिगरेशनमध्ये अवश्य पाहिजे. हे स्वीच सेटिंग्ज प्रवासादरम्यान अचानकपणे स्थानांतरित होऊ शकतात ज्यामुळे परीक्षकांसाठी समस्या तयार होऊ शकते.

ii. सर्व भागांना लेबल करा: तपास अधिकाऱ्याने कोणतेही उपकरण विघटित करण्यापूर्वी प्रत्येक भागाला लेबल केले पाहिजे. त्याने दोन्ही टोकांना आणि संगणकावर सर्व कनेक्टर आणि प्लग्जना लेबलिंग करणे लक्षात ठेवले पाहिजे त्यामुळे त्याला पुन्हा जोडणे सोपे आणि अचूक होईल. असे करण्याची चांगली पद्धत म्हणजे प्रत्येक वस्तूला त्याच्या अक्षराबरोबर लेबलिंग करणे. उदाहरणार्थ, एका पॉवर कॉर्डच्या टोकाला 'ए' चिन्हांकित केले जाऊ शकते आणि संगणक पोर्टवर जिथे हा प्लग घालायचा आहे तेथे संबंधित लेबलला 'ए' चिन्हांकित केले जाऊ शकते.

iii. पॉवर सिस्टीम डाउनः नियमाप्रमाणे, जर संगणक बंद असेल, तर तो सुरू करू नये. जेव्हा मशीन सुरू होते तेव्हा जर कुठली डिस्क ड्राइव्हमध्ये नसेल किंवा जर कुठला पासवर्ड टाकला गेला नसेल तर हॅकर्स त्यांच्या संगणकाचा डेटा काढून टाकू शकतात. त्याचप्रमाणे, जर मशीन सुरू असेल, तर ते बंद करण्यापूर्वी तपासले पाहिजे अन्यथा डेटा नष्ट होऊ शकतो. लक्षात ठेवा की संगणक बंद केला आहे असे दिसू शकते पण प्रत्यक्षात, तो 'स्लीप' मोडवर असू शकतो. 'स्लीप' मोडवरून पुन्हा योग्य रीतीने सुरू केला नाही तर हॅकर्स त्यांच्या संगणकाचा डेटा घालविण्याचे सेटिंग करू शकतात; त्यामुळे, अशा प्रकरणांत प्लग ओढण्याची किंवा लॅपटॉपमधून बॅटरी काढण्याची गरज असू शकते. तपास अधिकाऱ्याला मशीन केवळ 'प्लग ओढणे' याऐवजी ऑपरेटिंग सिस्टीमच्या माध्यमातून मशीन बंद करण्याची गरज वाटू शकते. जर, तथापि, त्याला 'प्लग ओढण्याची' गरज वाटली, त्याने वॉलऐवजी मशीनच्या मागील बाजूने डिसक्नेक्ट केले पाहिजे, कारण मशीन जर बॅक-अप पॉवर सप्लायमध्ये प्लग केलेले असेल, तर त्याने शट डाउन प्रक्रियेला सुरुवात होऊ शकते जे फाइल्सना बदलू शकतात.

iv. सिस्टीमला विलग करणे: सिस्टिमचे लेबलिंग केल्यानंतर आणि बंद केल्यानंतर, दुसरीकडे नेण्यासाठी विविध भागांमध्ये विलग केले जाऊ शकते. जर तो संगणक व्यावसायिक ठिकाणी आणि नेटवर्कचा भाग असेल तर, नेटवर्कपासून संगणकाला योग्य रीतीने डिस्कनेक्ट करण्यासाठी योग्य प्रक्रियांचा अवलंब केला पाहिजे.

v. दस्ताऐवज जप्त करणेः संगणक, त्याचे पेरिफेरियल उपकरणे, आणि विशेषतः सॉफ्टवेअर आणि ऑपरेटिंग सिस्टीमचे सर्व मॅन्युअल्स जप्त करा. न्यायवैद्यक प्रयोगशाळेमधील परीक्षकांना हार्डवेअरचा प्रकार आणि त्याचे तंत्रज्ञान निर्धारित करण्यासाठी मॅन्युअलचा संदर्भ घेण्याची आवश्यकता असते. स्थळावरील नोट्स, पासवर्ड आणि जर्नलसारखे इतर दस्ताऐवज जप्त करणे अधिक उपयोगी सिद्ध होऊ शकते. स्टिकी नोट्स, किंवा संगणक सिस्टीमभोवतीचे कागदांचे तुकडे ज्यावर पासवर्ड किंवा लॉगइन आयडी लिहिलेले असू शकतात, तेदेखील त्या ठिकाणाहून जप्त केले पाहिजे.

४. परिच्छेद १८.२० ज्याप्रमाणे पुरावा आणि संगणक हार्डवेअर हाताळण्यासंदर्भात निर्देश देते, तपास अधिकाऱ्याने खालील टप्प्यांचे पालन करणे गरजेचे आहे:

i. डेटाची सुरक्षा: तपास अधिकाऱ्याने डेटाच्या सुरक्षेसाठी तपासाच्या ठिकाणावरील डिस्क किंवा कार्टिजेसदेखील राईट/सुरक्षित केल्या पाहिजेत. बऱ्याचशा डिस्क्स आणि कार्टिजेसना छोटी स्लाइडिंग टॅब असते ती जेव्हा योग्य रीतीने सेट केली असते तेव्हा डिस्क सामग्री बदलाला प्रतिबंध करते. संगणक सिस्टीमच्या तिसऱ्या ड्राइव्हमध्ये ब्लँक डिस्क ठेवल्याने, जर त्या चुकून सुरू झाल्या तर हार्ड ड्राइव्ह बूट करण्यापासून नियंत्रित करील.

ii. प्रवासाकरिता पॅकेजिंग: तपास अधिकारी किंवा तज्ज्ञाने संगणकाला विलग केल्यानंतर, न्यायवैद्यक प्रयोगशाळेत वाहून नेण्यासाठी ते पॅकेज तयार होते. संगणकाचे भाग संवेदनशील असल्याने त्यांना सहजरीत्या नुकसान पोहोचते होतात आणि हार्ड ड्राइव्ह ज्या बऱ्याचदा डेटा स्टोअर करतात, यंत्रणा नाजूक असते, त्यामुळे त्यांची हाताळणी काळजीपूर्वक केली पाहिजे. संगणकच्या घटकांना स्टायरोफोमचा वापर करून कुणी गुंडाळले नाही पाहिजे कारण छोटे कण तुटू शकतात आणि संगणकाच्या आतमध्ये जाऊ शकतात त्यामुळे ते खराब होते. अँटि स्टॅटिक प्लास्टिक बबल/रॅपला प्राधान्याने वापरावे.

iii. सिस्टीमच्या घटकांना एकत्रित ठेवा: प्रत्येक संगणक सिस्टीमच्या घटकांना एकत्र ठेवा. हे छोटे संघटनात्मक पाऊल परीक्षक जेव्हा यंत्रणेच्या पुनर्रचनेचा प्रयत्न करीत असतात तेव्हा बराच वेळ वाचवू शकते.

iv. एकच मशीन, एकच जप्तीचा एजंट: जर एखादी व्यक्ती संगणक जप्तीचे काम हाताळत असेल तर, तीच व्यक्ती सुनावणीवेळी पुराव्यांना प्रमाणित करू शकेल. हा साधा विचार नंतरचा गोंधळ टाळू शकेल.

v. सिस्टीमचे परिवहन आणि त्याला स्टोअर कसे करावे: संगणक पोलीस वाहनाच्या ट्रंकमध्ये ठेवू नका. संगणक सिस्टीम अशा प्रकारे सुरक्षित केले गेले पाहिजे ज्यामुळे कंपनांमुळे सुटे भाग हलणार नाहीत. आयओपीला संगणक इलेक्ट्रोमॅग्नेटिक सिग्नल उत्सर्जित करणारे कुठलेही जनरेटर्स किंवा अन्य उपकरणांपासून दूर सुरक्षित, थंड कोरड्या जागेमध्ये स्टोअर केले पाहिजे.

जरी या ठिकाणी उल्लेख केलेली मार्गदर्शक तत्त्वे मुख्यत्वे आर्थिक गुन्हे, हॅकिंग आदींसाठी दिली गेली आहेत, आणि महिलांविरोधातील सायबर गुन्ह्यांविषयी कुठलीही वेगळी मार्गदर्शक तत्त्वे नाहीत, तरीदेखील या मार्गदर्शक तत्त्वांचे पालन महिलांविरोधातील सायबर गुन्ह्यांसाठीदेखील केले जाऊ शकते आणि पोलीस अधिकाऱ्याने सीआरपीसीच्या

कलम १६५ नुसार अवश्य शोध घ्यायला हवा जो स्थानिक अधिकारक्षेत्रामध्ये पोलीस अधिकारीद्वारा घेतल्या गेलेल्या शोधाविषयी सांगतो.[३१] पण तपास अधिकाऱ्याने लक्षात ठेवले पाहिजे की प्रत्येक टप्प्यामध्ये पीडितेची गोपनीयता आणि गुप्तता राखली गेली पाहिजे, आणि त्याने/तिने पीडितेला आश्वस्त केले पाहिजे की तपासासाठी योग्य पावली उचलली जात आहेत. यामुळे नंतरच्या टप्प्यात पोलीस आणि अभियोग पक्षाला सहकार्य करण्यासाठी पीडितांमध्ये विश्वास वाढतो. तथापि, या टप्प्यावर, ते अधिकारक्षेत्र शोधून काढणे महत्त्वपूर्ण आहे जिथे छळ करणारा राहतो, डिव्हाइस कुठे स्थित आहे आणि मध्यस्थ सर्व्हर कुठे स्थित असतो. जर पोलीस अधिकाऱ्याला इतर कुठल्या पोलीस स्टेशनच्या अधिकारक्षेत्रामध्ये तपास करण्याची गरज असते, तर त्याला/तिला सीआरपीसीच्या कलम १६६ बरोबर आयटी कायद्याचे कलम १(२)[३२] आणि ७५ चा संदर्भ अवश्य

---

[३१] सीआरपीसीचे कलम १६५ नमूद करते,

(१) जेव्हा केव्हा पोलीस ठाण्याच्या अंमलदार अधिकाऱ्याला किंवा अन्वेषण करणाऱ्या पोलीस अधिकाऱ्याला, ज्या कोणत्याही अपराधाचे अन्वेषण करण्यास तो प्राधिकृत झाला असेल त्याचे अन्वेषण करण्याच्या प्रयोजनार्थ आवश्यक असलेली कोणतीही वस्तू तो ज्याचा अंमलदार आहे किंवा ज्याच्याशी संलग्न आहे त्या पोलीस ठाण्याच्या हद्दीच्या आतील कोणत्याही जागी सापडू शकेल व अशी वस्तू आपल्या मते गैरवाजवी विलंबाशिवाय अन्यथा मिळवणे शक्य नाही असे समजण्यास वाजवी आधारकारणे असतील तेव्हा, असा अधिकारी तसा आपला समज होण्याची आधारकारणे लेखी नोंदवून शक्य असेल तेथवर अशा लेखात, ज्या वस्तूसाठी झडती घ्यावयाची ती विनिर्दिष्ट करून नंतर, अशा वस्तूसाठी अशा ठाण्याच्या हद्दींच्या आतील कोणत्याही जागेची स्वतः किंवा दुसऱ्यांकरवी झडती घेईल.

(२) पोटकलम (१) खाली कार्यवाही करणारा पोलीस अधिकारी, व्यवहार्य असेल तर, जातीने झडतीचे काम चालवील.

(३) जर तो जातीने झडती घेण्यास असमर्थ असून झडती घेण्यास सक्षम अशी अन्य कुणीही व्यक्ती त्या वेळी उपस्थित नसेल तर, तो तसे करण्याची आपली कारणे लेखी नोंदवून, आपणांस दुय्यम असलेल्या कोणत्याही अधिकाऱ्याला झडती घेण्यास फर्मावू शकेल, आणि अशा दुय्यम अधिकाऱ्याकडे तो झडती घ्यावयाची जागा आणि, शक्य असेल तेथवर, ज्या वस्तूसाठी झडती घ्यावयाची आहे ती विनिर्दिष्ट करून लेखी आदेश देईल; आणि अशा दुय्यम अधिकाऱ्यास तदनंतर अशा वस्तूसाठी अशा जागी झडती घेता येईल.

(४) झडती–वॉरंटाबाबतचे या संहितेतील उपबंध आणि झडतीबाबत कलम १०० मध्ये अंतर्भूत असलेले सर्वसाधारण उपबंध हे, शक्य तेथवर, या कलमाखाली घेतल्या जाणाऱ्या झडतीस लागू असतील.

(५) पोटकलम (१) किंवा पोटकलम (३) खाली केलेल्या कोणत्याही नोंदीच्या प्रती, त्या अपराधाची दखल घेण्याचा अधिकार प्रदान झालेल्या सर्वांत जवळच्या दंडाधिकाऱ्याकडे तत्काळ पाठविण्यात येतील, आणि झडती घेतलेल्या जागेची मालकाला किंवा ताबाधारकाला त्याच्या अर्जावरून त्या नोंदीची एक प्रत विनामूल्य पुरविली जाईल.

[३२] आयटी कायदा, २००० (२००८ मध्ये सुधारित) चे कलम १(२) नमूद करते की याचा विस्तार पूर्ण भारतामध्ये होईल आणि, या कायद्यामध्ये अन्यथा उपबंधितला सोडून, हे कुठल्याही व्यक्तीद्वारा भारताच्या बाहेर केला गेलेला कुठलाही अपराध किंवा उल्लंघनासाठीदेखील लागू होतो.

घ्यावा लागेल, जो कायद्याच्या अतिरिक्त भूक्षेत्रीय अधिकारक्षेत्राच्या व्याप्तीविषयी सांगतो.[३३]

तथापि, विशेषतः महिलांविरुद्ध सायबर गुन्ह्यांच्या प्रकरणांत, हे लक्षात ठेवणे जरुरीचे आहे, जर पीडितेने पोलिसांना अशा मुद्द्यांसाठी संपर्क केला जो प्रभारी अधिकाऱ्याला फारच किरकोळ वाटू शकतो, तरीदेखील सीआरपीसीच्या कलम १५४ (दखलपात्र प्रकरणांची माहिती) मध्ये उल्लेख केल्यानुसार सुरुवातीच्या गोष्टी पूर्ण केल्यानंतर त्याचा/तिचा तपास करू शकतो.[३४] पीडित/तक्रारदाराकडून माहिती गोळा करताना, पोलीस अधिकाऱ्याने

---

[३३] आयटी कायद्याचे कलम ७५ नमूद करते

(१) पोटकलम (२) च्या तरतुदींना अधीन, या कायद्याच्या तरतुदी कोणत्याही राष्ट्रीयत्वाच्या कुठल्याही व्यक्तीद्वारा कुठलाही अपराध किंवा उल्लंघनासाठीदेखील लागू होतील.

(२) पोटकलम (१) च्या प्रयोजनांसाठी, हा कायदा कुठल्याही व्यक्ती द्वारा भारताच्या बाहेर केला गेलेला अपराध किंवा उल्लंघनावर लागू होईल जर अपराध किंवा उल्लंघनाचे कारण तयार होणारे कार्य किंवा व्यवहारामध्ये भारतामध्ये स्थित संगणक, संगणक सिस्टीम किंवा संगणक नेटवर्कचा समावेश आहे.

[३४] सीआरपीसीचे कलम १५४ नमूद करते,

(१) दखलपात्र अपराध घडल्याची प्रत्येक वर्दी पोलीस ठाण्याच्या अंमलदार अधिकाऱ्यास तोंडी देण्यात असेल तर, तो ती लेखनिविष्ट करील किंवा आपल्या सांगण्यावरून करवून घेईल आणि वर्दीदाराला ती वाचून दाखविण्यात येईल; आणि अशा प्रत्येक वर्दीखाली—मग ती लेखी दिलेली असो वा पूर्वोक्तानुसार लेखनिविष्ट करण्यात आलेली असो—ती देणाऱ्या व्यक्तीला स्वाक्षरी करावी लागेल आणि तिच्या गोषवाऱ्याची नोंद राज्य शासन यासंबंधात विहीत करील अशा नमुन्यानुसार अशा अधिकाऱ्याने ठेवावयाच्या पुस्तकात केली जाईल.

(२) पोटकलम (१) खाली जशी नोंदण्यात आली असेल तशा वर्दीची एक प्रत वर्दीदाराला तत्काळ विनाशुल्क देण्यात येईल.

(३) पोटकलम (१) मध्ये विनिर्दिष्ट केलेली वर्दी नोंदून घेण्यास पोलीस ठाण्याच्या अंमलदार अधिकाऱ्याने नकार दिल्यामुळे नाराज कोणत्याही व्यक्तीस लेखी स्वरूपात आणि डाकेने अशा वर्दीचा गोषवारा संबंधिक पोलीस अधीक्षकाकडे पाठविता येईल, आणि दखलपात्र अपराध घडला असल्याचे अशा वर्दीवरून उघडकीस आले आहे अशी जर त्याची खात्री झाली तर, या संहितेद्वारे उपबंधित केलेल्या रीतीने त्या प्रकरणी एकतर तो स्वतः अन्वेषण करील किंवा त्यास दुय्यम असलेल्या कोणत्याही पोलीस अधिकाऱ्याकरवी अन्वेषण करवण्याचा निदेश देईल, आणि अशा अधिकाऱ्याला त्या अपराधाच्या संबंधात पोलीस ठाण्याच्या अंमलदार अधिकाऱ्याचे सर्व अधिकार असतील.

भारतीय दंड संहितेचे कलम ३२६ए, कलम ३२६बी, कलम ३५४, ३५४ए, ३५४बी, ३५४सी, ३५४डी, कलम ३७६, ३७६ए, ३७६बी, ३७६सी, ३७६डी, ३७६इ किंवा कलम ५०९ खालील अपराध किंवा अपराधाचा प्रयत्न जिच्या बाबतीत करण्यात आला असल्याचे कथित असेल अशा स्त्रीने वर्दी दिली असेल तर अशी वर्दी महिला पोलीस अधिकाऱ्याने किंवा अन्य महिला अधिकाऱ्याने लेखनिविष्ट केली पाहिजे.

आणखी नमूद केले आहे की, (अ) भारतीय दंड संहितेचे कलम ३२६ए, कलम ३२६बी, कलम ३५४, ३५४ए, ३५४बी, ३५४सी, ३५४डी, कलम ३७६, ३७६ए, ३७६बी, ३७६सी, ३७६डी, ३७६इ, किंवा कलम ५०९ खालील अपराध किंवा अपराधाचा प्रयत्न जिच्या बाबतीत करण्यात आला असल्याचे कथित असेल अशी व्यक्ती तात्पुरती किंवा कायमस्वरूपी मानसिक किंवा शारीरिकदृष्ट्या अपंग असेल तर, पोलीस अधिकारी, ज्या व्यक्तीने अशा

विशेषतः महिला पीडितांसाठी तयार केलेल्या तरतुदींचे अवश्य पालन केले पाहिजे. हे लक्षात घेणे जरुरीचे असू शकते अशा प्रकारच्या 'किरकोळ' प्रकरणांमध्ये धमकावणी किंवा ट्रोलिंग (ज्यांना आतादेखील आयटी कायदा किंवा भारतीय दंड संहितेनुसार वेगळे गुन्हे म्हणून ओळखले जात नाहीत), सायबर स्टॉकिंग (फोनवर सततचे कॉलिंग किंवा ईमेल/सोशल मीडिया/व्हॉट्सअ‍ॅप आदीच्या अशा दोन्हीच्या माध्यमातून ऑनलाईन कृतींवर नजर ठेवणे) किंवा बनावट अवतार तयार करणे आदी गोष्टी समाविष्ट असू शकतात. सुरुवातीला हे किरकोळ वाटू शकतात, पण त्यांच्यावर जर योग्य पद्धतीने देखरेख ठेवली गेली नाही तर त्याचे विनाशकारी परिणाम होऊ शकतात. तथापि, सर्व प्रकरणांत, पोलीस अधिकारी सीआरपीसीचे कलम १६० चे पालन करील (साक्षीदारांना समक्ष हजर राहण्यास फर्मावण्याचा अधिकार), विशेषतः तरतूद, जी सांगते,

> 'पंधरा वर्षे वयाखालील किंवा पासष्ट वर्षांवरील वयाच्या पुरुषाला किंवा एखाद्या स्त्रीला किंवा मानसिकदृष्ट्या किंवा शारीरिकदृष्ट्या विकलांग व्यक्तीला' असा पुरुष किंवा स्त्री ज्या स्थळी राहत असेल त्याहून अन्य कोणत्याही स्थळी हजर राहण्यास सांगितले जाणार नाही.

आणि सीआरपीसीचे कलम १६१ (साक्षीदाराची तपासणी), विशेषतः तरतूद, जी सांगते,

> कलम ३५४, कलम ३५४ए, कलम ३५४बी, कलम ३५४सी, कलम ३५४डी, कलम ३७६, कलम ३७६ए, कलम ३७६बी, कलम ३७६सी, कलम ३७६डी, कलम ३७६इ किंवा कलम ५०९ खालील अपराध किंवा अपराधाचा प्रयत्न तिच्या बाबतीत करण्यात आला असल्याचे कथित असेल अशा स्त्रीचा जबाब महिला पोलीस अधिकारी किंवा कोणतीही महिला अधिकारी लेखनिविष्ट करील.

पोलीस अधिकाऱ्यांनी यासंदर्भात कलम १६२ (स्वाक्षरी करावी लागणार नाही असे पोलिसांना दिले जाणारे जबाब) आणि कलम १६३ मध्ये (कुठलेही प्रलोभन दिलेले नाही) सांगितलेल्या सर्वसाधारण नियमांचेदेखील पालन केले पाहिजे. जर हा बलात्काराचा व्हीडिओ असेल आणि प्रभारी अधिकारी तपासासाठी भौतिक आणि आभासी अपराध एकत्र करत असेल तर, तेव्हा त्याला/तिला हेदेखील पाहायला हवे की पीडित आणि आरोपीकरिता योग्य वैद्यकीय चाचण्या केल्या गेल्या आहेत.

अपराधाची वर्दी द्यावयाची असेल तिच्या निवासस्थानी किंवा अशा व्यक्तीच्या पसंतीच्या सोयीस्कर ठिकाणी, दुभाष्याच्या किंवा यथास्थिती, विशेष शिक्षण देणाऱ्याच्या उपस्थितीत ती वर्दी लेखनिविष्ट करण्यात येईल; (ब) अशा वर्दीचे दृकश्राव्य चित्रण (व्हीडिओग्राफ) घेण्यात येईल; (क) न्यायदंडाधिकाऱ्याने, कलम १६४, पोटकलम ५ए चा खंड अ अन्वये नोंदवलेला त्या व्यक्तीचा जबाब पोलीस अधिकारी शक्य तितक्या लवकर मिळवील.

आरोपपत्र तयार करणे: माहिती प्राप्त होणे आणि तपास संपल्यानंतर त्वरित, संबंधित अधिकाऱ्याने कलम १७३ सीआरपीसी (तपास पूर्ण झाल्याचा अहवाल) अंतर्गत निर्धारित प्रक्रियेनुसार आरोपपत्र तयार करणे अवश्य सुरू केले पाहिजे.[३५] तथापि, या टप्प्यावर असे

---

[३५] सीआरपीसीचे कलम १७३ नमूद करते

(१) या प्रकरणाखालील प्रत्येक अन्वेषण अनावश्यक विलंब न लावता पुरे करावे लागले.

(२) (i) ते पुरे होताच पोलीस ठाण्याचा अंमलदार अधिकारी पोलीस अहवालावरून अपराधाची दखल घेण्याचा अधिकार प्रदान झालेल्या दंडाधिकाऱ्याकडे राज्य शासनाने विहित केलेल्या नमुन्यानुसार एक अहवाल पाठवील व त्यात पुढील गोष्टी निवेदन करण्यात येतील—

(अ) पक्षांची नावे;

(ब) खबरीचे स्वरूप;

(क) ज्या व्यक्ती त्या प्रकरणाच्या परिस्थितीशी परिचित असल्याचे दिसते त्यांची नावे;

(ड) एखादा अपराध घडला असल्याचे दिसते किंवा कसे व तसे असल्यास तो कोणी केला;

(इ) आरोपीला अटक करण्यात आली आहे किंवा कसे;

(फ) त्याला त्याच्या बंधपत्रावरून बंधमुक्त केले आहे किंवा कसे व तसे असल्यास जामीनदारासह की त्यांच्याविना;

(ग) कलम १७० खाली त्याला हवालतीत पाठविण्यात आले आहे की काय.

(ii) अपराध घडल्याच्या संबंधातील वर्दी जिने प्रथम दिली अशी कोणी व्यक्ती असल्यास तिलाही तो अधिकारी आपण केलेली कार्यवाही राज्य शासन विहित करील अशा रीतीने कळवील.

(३) कलम १५८ खाली पोलिसातील वरिष्ठ अधिकाऱ्याची नियुक्ती करण्यात आली असेल तेव्हा, राज्य शासनाने सर्वसाधारण किंवा विशेष आदेशाद्वारे तसे निदेशित केले असेल अशा कोणत्याही प्रकरणी अहवाल त्या अधिकाऱ्यामार्फत सादर करण्यात येईल व दंडाधिकाऱ्याचे आदेश होईतोवर तो पोलीस ठाण्याचा अंमलदार अधिकाऱ्याला पुढील अन्वेषण करण्याचा निदेश देऊ शकेल.

(४) आरोपीला त्याच्या बंधपत्रावरून बंधमुक्त करण्यात आले असे जेव्हा केव्हा या कलमाखाली पाठवण्यात आलेल्या अहवालावरून दिसून येईल तेव्हा, दंडाधिकारी आपणास योग्य वाटेल त्याप्रमाणे असे बंधपत्र विसर्जित करण्याचा किंवा अन्य प्रकारचा आदेश देईल.

(५) जेव्हा असा अहवाल कलम १७० ज्याला लागू आहे त्या प्रकरणाबाबत असेल तेव्हा, पोलीस अधिकारी दंडाधिकाऱ्याकडे अहवालासोबत कागदपत्र पाठवील, ते असे—

(अ) फिर्यादी पक्षाने ज्यांचा आधार घेण्याचे ठरवले असेल असे, अन्वेषण चालू असताना दंडाधिकाऱ्याकडे आधीच पाठविण्यात आले असतील ते सोडून अन्य सर्व दस्तऐवज किंवा त्यातील संबद्ध उतारे;

(ब) फिर्यादी पक्षाने आपले साक्षीदार म्हणून ज्यांना तपासण्याचे ठरवले असेल त्या सर्व व्यक्तींचे कलम १६१ खाली नोंदून घेतलेले जबाब.

(६) जर अशा कोणत्याही जबाबाचा कोणताही भाग कार्यवहीच्या विषयवस्तूशी संबद्ध नाही किंवा आरोपीला तो उघड करणे हे न्यायहितार्थ अत्यावश्यक नाही व लोकहिताच्या दृष्टिने असमयोचित आहे असे त्या पोलीस अधिकाऱ्याचे मत असेल तर तो जबाबाचा तेवढा भाग निर्दिष्ट करून, आरोपीला द्यावयाच्या प्रतींमधून तो भाग वगळण्याची दंडाधिकाऱ्याला विनंती करणारी व अशी विनंती करण्यामागची आपली कारणे निवेदन करणारी टिप्पणी जोडील.

अनेक मुद्दे असू शकतात ज्यांच्यामुळे आरोपपत्र तयार करण्यास उशीर होऊ शकतो, हे नमूद करण्याची गरज आहे. पण, २००९[३६] मध्ये गृहमंत्रालयाद्वारा सर्व पोलीस मुख्यालयांना जारी केलेल्या 'महिलांविरोधातील गुन्ह्यांवर सल्ल्या'विषयी उल्लेख करणे आवश्यक आहे आणि ज्याचे नंतर न्यायालयात तो स्वतः विरुद्ध पंजाब सरकार आणि अन्य (पंजाब आणि हरियाणाच्या उच्च न्यायालयमध्ये, २०१२ ची नागरी प्रावधान याचिका क्र. २६२२९) मध्ये निर्धारित मार्गदर्शक तत्त्वांना समावेश करून, पालन केले गेले.[३७] या सल्ल्यामध्ये, हा उल्लेख केला गेला होता की महिलांविरोधातील गुन्ह्यामध्ये स्टॉकिंग, परपीडानंद, सायबर अपराध, इलेक्ट्रॉनिक माध्यमांचा दुरुपयोग आदी, आणि त्याचबरोबर भारतीय दंड संहितेच्या कलम ५०९ मध्ये उल्लेख केल्यानुसार महिलांच्या सभ्यतेला नुकसान पोहोचवणारे शब्द आणि हावभावांसह महिलांना लक्ष्य करणारे सर्व प्रकारचे अपराध समाविष्ट आहेत. पुढे सांगितले होते की महिला आणि मुलींना लक्ष्य करणाऱ्या अशा सर्व अपराधांना प्राधान्य दिले पाहिजे, त्यानुसार सर्व प्रकरणांची माहिती नोंदवली गेली पाहिजे आणि अनावश्यक उशीर, जो आरोपीच्या जामीन अर्जासाठी साहाय्यभूत ठरू शकतो, त्यास प्रतिबंध करण्यासाठी तपास वेळेवर अवश्य समाप्त केला पाहिजे. आम्हाला वाटते की या मार्गदर्शक तत्त्वांचे पालन त्या प्रत्येक पोलीस अधिकाऱ्याद्वारा केले गेले पाहिजे जे महिलांविरोधातील सायबर गुन्हे हाताळत आहेत.

जामीन/मध्यस्थांचे प्रश्नः हे समजून घेण्याची गरज आहे की महिलांविरोधातील सायबर गुन्ह्यांच्या प्रकरणांत, फौजदारी न्यायप्रणाली, विशेषतः पोलिसांना ज्या मोठ्या समस्येचा सामना करावा लागू शकतो तो म्हणजे पीडितांनी पोलिसांकडे जाणे आणि छळ करणाऱ्याला

---

(७) जेव्हा प्रकरणाचे अन्वेषण करणाऱ्या पोलीस अधिकाऱ्याला सोयीचे वाटेल तेव्हा, तो आरोपीला पोटकलम (५) मध्ये निर्दिष्ट केलेल्या सर्व किंवा त्यांपैकी कोणत्याही दस्तऐवजांच्या प्रती पुरवू शकेल.

(८) या कलमातील कोणत्याही गोष्टीमुळे पोटकलम (२) खाली दंडाधिकाऱ्याकडे अहवाल पाठवण्यात आल्यानंतर अपराधाबाबत पुढील अन्वेषण करण्यास प्रत्यवाय होतो असे मानले जाणार नाही व जेथे अशा अन्वेषणानंतर पोलीस ठाण्याच्या अंमलदार अधिकाऱ्याला आणखी तोंडी किंवा कागदोपत्री पुरावा मिळेल तेव्हा, तो विहित नमुन्यानुसार अशा पुराव्याविषयीचा अहवाल किंवा त्याविषयीचे अहवाल दंडाधिकाऱ्याकडे पाठवील, व पोटकलम (२) ते (६) यांचे उपबंध जसे पोटकलम (२) खाली पाठविलेल्या अहवालाच्या संबंधात लागू होतात तसे ते अशा अहवालाच्या किंवा अहवालांच्या संबंधात शक्य तेथवर लागू असतील.

[३६] गृहमंत्रालयाने जारी केलेली 'Advisory on crime against women'. F. NO.15011/48/2009-SC/ST-W Government of India/Bharat Sarkar Ministry of New Delhi/CS DIVISION New Delhi, ४ सप्टेंबर, २००९ रोजी जारी केली. http://ncw.nic.in/pdfFiles/AdvisoryCrimeAgnstWomen170909.pdf या ठिकाणी उपलब्ध (२ मार्च, २०१५ रोजी प्राप्त केले).

[३७] http://indiankanoon.org/doc/158287429/ या ठिकाणी पूर्ण निकाल पहा (२ मे २०१५ रोजी प्राप्त केले).

ओळखल्यानंतर प्रक्रिया पुढे चालू ठेवण्याबाबतची पीडितांची अनिच्छा. जर छळ करणाऱ्याला भारतीय पुरावा कायदा,[३८] च्या कलम ८८ए सह वर उल्लेख केलेल्या कायद्यांचे पालन केल्यानंतर ताब्यात घेतले घेतले गेले असेल तर, आरोपीला कलम ४३६ सीआरपीसी[३९] अंतर्गत जामीनाचा हक्क देण्यास नकार दिला गेला नाही पाहिजे. पण, जर आरोपीला अशा पद्धतीने सोडले गेले असेल तर, पीडितेने पुन्हा छळ होण्याची तक्रार केल्यावर पोलीस अधिकाऱ्याने पीडितेची मदत करण्याच्या आपल्या कर्तव्यापासून मागे हटले नाही पाहिजे कारण छळ करणारा आताही निनावी ओळखीने पुन्हा छळ करू शकतो, हे याचे कारण आहे. अशा प्रकारे, जर पीडित एफआयआर नोंदवणे किंवा इतर कुठल्या न्यायिक प्रक्रियांना सुरू ठेवू इच्छित नसेल तरी, पोलिसांनी आरोपीला केवळ सावधानीचा इशारा देऊन परत पाठवता कामा नये. संबंधित अधिकाऱ्याने हे सुनिश्चित करायला हवे की मध्यस्थी प्रभावी आहे आणि

---

[३८] भारतीय पुरावा कायद्याचे कलम ८८ए (इलेक्ट्रॉनिक संदेशाबाबत गृहीतक) नमूद करते,

एखादा इलेक्ट्रॉनिक संदेश पाठवणाऱ्याने तो ज्या व्यक्तीला पाठवला असल्याचे दिसत असेल तिच्याकडे इलेक्ट्रॉनिक मेल सर्व्हरने पाठवलेला असा संदेश आणि ज्याने तो पाठवला त्याच्या संगणकाला पाठवण्यासाठी संदेश, हे एकरूप आहेत असे न्यायालयाला गृहीत धरता येईल, मात्र असा संदेश कोणी पाठवला याबाबत न्यायालय काहीही गृहीत धरणार नाही. कलम ८८ए. इलेक्ट्रॉनिक संदेशाबाबत गृहीतक.—एखादा इलेक्ट्रॉनिक संदेश पाठवणाऱ्याने तो ज्या व्यक्तीला पाठवला असल्याचे दिसत असेल तिच्याकडे इलेक्ट्रॉनिक मेल सर्व्हरने पाठवलेला असा संदेश आणि ज्याने तो पाठवला त्याच्या संगणकाला पाठवण्यासाठी संदेश, हे एकरूप आहेत असे न्यायालयाला गृहीत धरता येईल, मात्र असा संदेश कोणी पाठवला याबाबत न्यायालय काहीही गृहीत धरणार नाही. स्पष्टीकरण—या कलमाच्या प्रयोजनार्थ ज्याला पाठवला आणि ज्याने पाठवला त्या व्यक्ती यांना पोटकलमच्या खंड (ब) आणि (झेडए) यामध्ये त्यांना जो अर्थ दिला असेल तोच अर्थ असेल.

[३९] सीआरपीसीचे कलम ४३६ नमूद करते

(१) जेव्हा अजामीनपात्र अपराधाचा आरोप असलेल्या व्यक्तीहून अन्य कोणत्याही व्यक्तीला पोलीस ठाण्याच्या अंमलदार अधिकाऱ्याने वॉरंटशिवाय अटक केली असेल किंवा स्थानबद्ध केले असेल अथवा ती व्यक्ती न्यायालयापुढे उपस्थित झाली असेल किंवा तिला आणले गेले असेल व अशा अधिकाऱ्याच्या हवालतीत असताना कोणत्याही वेळी किंवा अशा न्यायालयासमोरील कार्यवाहीच्या कोणत्याही टप्प्यात जामीन देण्यास ती तयार असेल तर, अशा व्यक्तीला जामिनावर सोडले जाईल. परंतु असे की, असा अधिकारी किंवा न्यायालय त्याला योग्य वाटले तर, जर अशी व्यक्ती दरिद्री असेल आणि जामीन देण्यास असमर्थ असेल तर, तिच्याकडून जामीन घेण्याऐवजी यात यानंतर उपबंधित केल्याप्रमाणे तिने आपल्या उपस्थितीसाठी जामीनदारांविना बंधपत्र निष्पारित करून दिल्यावर तिला बंधमुक्त करू शकेल आणि करील. परंतु आणखी असे की, या कलमातील कोणतीही गोष्ट कलम ११६ मधील पोटकलम (३) च्या किंवा कलम ४४६ए१ उपबंधावर परिणाम करत असल्याचे मानले जाणार नाही.

(२) पोटकलम (१) मध्ये काहाही अंतर्भूत असले तरी, एखादी व्यक्ती उपस्थितीची वेळ व स्थळ यांबाबत जमीन बंधपत्राच्या शर्तींचे अनुपालन करण्यास चुकली असेल तर, त्याच प्रकरणात जेव्हा नंतरच्या प्रसंगी ती न्यायालयासमोर उपस्थित होईल किंवा बंदोबस्तात आणली जाईल तेव्हा, न्यायालय तिला जामीनावर सोडण्यास नकार देऊ शकेल व अशा बंधपत्राने बांधल्या गेलेल्या कोणत्याही व्यक्तीला बंधपत्राखालील दंड भरण्यास फर्मावण्याचे जे अधिकार न्यायालयाला कलम ४४६ खाली प्रदान केलेले आहेत त्या अधिकारांना अशा कोणत्याही नकारामुळे बाधा येणार नाही.

सर्व उपकरणे सापडली आहेत, आक्षेपार्ह सामग्री केवळ उपकरणांमधून नव्हे तर, सोशल मीडिया प्रोफाइल आणि अन्य वेबसाइट्सवरूनदेखील यशस्वीपणे हटविली आहे. हे छळ करणाऱ्याद्वारा संबंधित अधिकाऱ्याच्या निर्देशांतर्गत केले जाऊ शकते आणि केले गेले पाहिजे. तथापि, या पातळीवर, पोलिसांना प्रकरण पुढे नेण्यासाठी पीडितेला समजावून सांगण्याचे प्रयत्न करणे महत्त्वपूर्ण होते, कारण ती न्याय प्राप्त करू शकेल, त्याचबरोबर, न्यायालयांना पूर्ण समाजाच्या लाभासाठी कायद्यांची प्रभावीपणे व्याख्या करणे आणि लागू करण्याच्या संधी मिळतील.

अभियोग

आयटी कायदा, २००० (२००८ मध्ये सुधारित) पॉक्सो कायद्याप्रमाणे, विशेषतः आयटी कायद्याच्या प्रकरण XI अंतर्गत वर्गीकृत अपराधांसाठी, कुठल्याही विशेष न्यायालयाची स्थापना करीत नाही. अशा प्रकरणात, प्रकरणांना निर्दिष्ट केल्यानुसार संबंधित न्यायालयांमध्ये घेऊन जाण्यासाठी सीआरपीसीच्या तरतुदींचे पालन केले गेले पाहिजे. या टप्प्यावर अभियोग आयटी कायद्याच्या कलम ७५ बरोबर सीआरपीसीच्या कलम १७७ (अधिकारक्षेत्र आणि सुनावणीची सामान्य जागा), १७८ (चौकशी किंवा सुनावणीची जागा), १७९ (न्यायिक खटल्यांच्या अधीन अपराध जिथे केला गेला आहे किंवा परिणाम झाला आहे), १८० (सुनावणीची जागा जिथे कृती दुसऱ्या अपराधाशी संबंधित अपराध आहे), १८१ (काही विशेष अपराधांच्या प्रकरणांत सुनावणीची जागा), १८२ (पत्रे आदीद्वारा केले गेलेले अपराध), १८३ (सागरी प्रवासादरम्यान केले गेलेले अपराध), १८४ (एकत्र न्यायिक सुनावण्याच्या अधीन अपराधांसाठी सुनावणीचे स्थान), १८७ (स्थानिक अधिकारक्षेत्राबाहेर केलेल्या अपराधांकरिता समन्स किंवा वॉरंट बजावण्याचे अधिकार), १८८ (भारताच्या बाहेर केले गेलेले अपराध) यांसह तरतुदींनुसार केला गेला पाहिजे, जे काही विशिष्ट प्रकरणासाठी तथ्याच्या आधारावर उपयुक्त आहे/आहेत. आयटी कायद्याचे कलम ७५ न्यायालयांच्या अपरदेशीय क्षेत्राधिकाराविषयी सांगते

> (१) पोटकलम (२) च्या तरतुदींना अधीन, या कायद्याच्या तरतुदी कोणत्याही राष्ट्रीयत्वाच्या कुठल्याही व्यक्तीद्वारा घडलेल्या कुठलाही अपराधासाठी किंवा उल्लंघनासाठीदेखील लागू होतील.
>
> (२) पोटकलम (१) च्या प्रयोजनांसाठी, हा कायदा कुठल्याही व्यक्तीद्वारा भारताच्या बाहेर केला गेलेला अपराधास किंवा उल्लंघनास लागू होईल जर अपराध किंवा उल्लंघनाचे कारण तयार होणारे कार्य किंवा व्यवहारामध्ये भारतामध्ये स्थित संगणक, संगणक सिस्टीम किंवा संगणक नेटवर्कचा समावेश आहे.

ज्या प्रकरणांमध्ये पीडितांनी पोलिसांशी संपर्क केला आहे, त्यांचे सरकारी वकिलाद्वारा प्रतिनिधित्व केले जाऊ शकते. पण, या लेखकांनी हे पाहिले आहे की अनेक प्रकरणांत जिथे पीडितांचे (विशेषतः लैंगिक छळवणुकीच्या पीडित महिलांचे) प्रतिनिधित्व पोलीस आणि सरकारी अभिवक्त्याद्वारा केला जाते, त्यांना अभिवक्त्याच्या उदासीन वृत्तीमुळे योग्य न्याय मिळत नाही. अभियोगाच्या अनेक टप्प्यांवर तिला पीडितांवर आरोप लावण्याचा सामना करावा लागू शकतो. यावर लक्ष दिले पाहिजे की भारतामध्ये अनेक महिला पोलिसांना सहकार्य करण्यास प्राधान्य देत नाहीत किंवा न्यायालयामध्ये प्रकरण गेल्यानंतर सुरुवातीच्या टप्प्यात तक्रार मागे घेण्यास प्राधान्य देतात. तथापि, अनेक राज्य सरकारांबरोबरच न्यायालये त्या वकिलांना समाविष्ट करीत आहेत, ज्यांनी सरकारी वकील म्हणून सायबर कायद्यांमध्ये प्रावीण्य मिळविले आहे, हे पूर्ण प्रकरणाचे परिणामकारक आकलन आणि महिलांविरुद्ध सायबर गुन्ह्यांच्या प्रकरणांत यशस्वीरीत्या न्याय मिळविण्यासाठी पीडितांच्या वकिलाद्वारा सल्ला देण्यावर अवलंबून असते.

सेवा पुरवठादारांनी पीडितांनी प्राधान्य दिलेला अहवाल 'हटविण्या'वर कुठलीही कारवाई केली नसेल तर, अभियोगाच्या टप्प्यांवर, न्यायालये आणि अभियोग पक्षांनी पीडितांना सेवा पुरवठादारांच्या दायित्वाविषयी सांगण्याचाही विचार केला पाहिजे. सुपर कॅसेट इंडस्ट्रीज लिमिटेड विरुद्ध मायस्पेस इंक,[४०] सारख्या कॉपीराइट उल्लंघन प्रकरणामध्ये आणि Hubpages.com[४१] वर निर्मलजीत सिंह नारुला विरुद्ध इंडिजोब्स सारख्या सायबर बदनामीची प्रकरणे आदींमध्ये कायमस्वरूपी आज्ञेच्या माध्यमातून दिवाणी उपाय शोधण्याची अनेक उदाहरणे आहेत, जिथे पीडित मध्यस्थांच्या दायित्वापासून संबंधित कायद्याद्वारा यशस्वीपणे लाभ होऊ शकते. महिलांविरुद्ध सायबर गुन्ह्यांच्या प्रकरणांत, ज्यामध्ये कॉपीराइटचे उल्लंघन आणि सायबर बदनामीचा समावेश असू शकतो, न्यायालयांनी मध्यस्थांशी संपर्क साधण्यासाठी पुढाकार घेतला पाहिजे जसे की वर चर्चा केले गेलेल्या विनय राय प्रकरणात झाले होते, आणि त्यानुसार पीडितांना मार्गदर्शन केले पाहिजे असे आम्ही सुचवतो. हे विशेष यामुळे आहे कारण आयटी कायदा २००० (२००८ मध्ये सुधारित) चे कलम ८१ खालील कलमाद्वारे बाधित लोकांना इतर तरतुदींची मदत घेण्याकरिता सक्षम बनवितो

> या कायद्याच्या तरतुदी सध्या लागू असलेल्या इतर कुठल्या कायद्यामध्ये समाविष्ट असलेल्या याव्यतिरिक्त कुठल्या वेगळ्या गोष्टीखेरीज प्रभावित होतील. भले की या कायद्यामध्ये निहित काहीही कुठल्याही व्यक्तीला प्रतिलिप्याधिकार अधिनियम १९५७ किंवा पेटंट अधिनियम १९७० नुसार प्रदान केल्या गेलेल्या कुठल्याही हक्काचा वापर करण्यापासून प्रतिबंधित करणार नाहीत.

---

[४०] २०११(४८), PTC ४९, Del.

[४१] २०१२(५०) PTC ३२०(Del).

याचप्रमाणे, याचीदेखील अवश्य खात्री केली गेली पाहिजे की सुनावणी पूर्व, अभियोग आणि शिक्षेच्या टप्प्यांदरम्यान पीडितेच्या ओळखीची पूर्ण गोपनीयता राखली गेली आहे. जर पीडित अल्पवयीन मुलगी असेल, तर अभियोग पक्षाने पॉक्सो कायद्यातील संबंधित तरतुदींचे, विशेषतः प्रकरण VI (मुलांच्या निवेदनाच्या रेकॉर्डिंगसाठी प्रक्रिया), VII (विशेष न्यायालयांसाठी तरतुदी) आणि VIII (अभियोगामध्ये पुरावे आणि इतर प्रकरणांच्या रेकॉर्डिंगमध्ये विशेष न्यायालयांची प्रक्रिया आणि अधिकार) मध्ये सांगितल्यानुसार पालन केले पाहिजे. याबरोबर, पोलीस आणि न्यायालयांनी पॉक्सो कायद्याचे कलम २३ वर पूर्ण पूर्ण लक्ष दिले पाहिजे जे भारतीय दंड संहितेच्या कलम २२८ए सह माध्यमांकरितांच्या प्रक्रियांविषयी सांगते (काही गुन्ह्यांसाठी पीडितांच्या ओळखीचा खुलासा आदी).[४२]

जेव्हा फौजदारी अभियोगाविषयी चर्चा केली जात असते तेव्हा पीडित आयटी कायद्याचे प्रकरण IX मध्ये सांगितल्या गेलेल्या दिवाणी उपायांचादेखील लाभ घेऊ शकतो. आयटी कायद्याचे कलम कलम ४३ संगणक, संगणक सिस्टीम, नेटवर्क, डेटा आदींच्या

---

[४२] भारतीय दंड संहितेचे कलम २२८(अ) सांगते,

(१) कलम ३७६, कलम ३७६ए, कलम ३७६बी, कलम ३७६सी किंवा कलम ३७६डी या खाली ज्या व्यक्तीविरुद्ध अपराध घडल्याचे अभिकथन करण्यात आले असेल, किंवा तसे आढळले असेल ती व्यक्ती कोण (या कलमात यापुढे बळी पडलेली व्यक्ती म्हणून उल्लेख) हे ज्यावरून समजून येईल असे नाम किंवा मजकूर जो कुणी मुद्रित किंवा प्रकाशित करील त्याला, दोन वर्षांपर्यंत असू शकेल इतक्या मुदतीची कोणत्याही एका प्रकारच्या कारावासाची शिक्षा होईल आणि तो द्रव्यदंडासही पात्र होईल.

(२) बळी पडलेली व्यक्ती कोण हे ज्यावरून समजू शकेल, असे नाव किंवा मजकूर यांचे मुद्रण किंवा प्रकाशन हे जर

(अ) पोलीस ठाण्याच्या अधिकाऱ्याने किंवा अशा गुन्ह्याचा तपास करणाऱ्या पोलीस अधिकाऱ्याने सद्भावपूर्वक अशा तपासकामी अथवा त्याच्या लेखी आदेशानुसार केलेले असेल तर, अथवा

(ब) बळी पडलेल्या व्यक्तीने किंवा तिच्या लेखी अधिकारीपणाने केलेले असेल तर, अगर

(क) बळी पडलेली व्यक्ती मरण पावली असेल, किंवा अज्ञान असेल, किंवा मनोविकल असेल तर बळी पडलेल्या व्यक्तीच्या निकट आप्तसंबंधीने अथवा त्याच्या लेखी अधिकारपत्राद्वारे केले असेल तर, अशा मुद्रणाला किंवा प्रकाशनाला पोटकलम (१) मधील काहीही लागू होत नाही. परंतु निकट आप्तसंबंधीने असे अधिकारपत्र कोणत्याही मान्यताप्राप्त कल्याणकारी संस्थेच्या किंवा संघटनेचा अध्यक्ष किंवा सचिव मग त्याचे नामाभिधान काहीही असो याच्याशिवाय अन्य कोणाही व्यक्तीस देता कामा नये. स्पष्टीकरण: या पोटकलमाच्या प्रयोजनार्थ मान्यताप्राप्त कल्याणकारी संस्था किंवा संघटना म्हणजे केंद्र शासनाने किंवा राज्य शासनाने याद्वारे मान्यता दिलेली सामाजिक कल्याणकारी संस्था किंवा संघटना होय.

(३) जो कुणी पोटकलम (१) मध्ये दर्शवलेल्या अपराधाच्या संबंधात न्यायालयासमोर चाललेल्या कोणत्याही कार्यवाहीबाबत अशा न्यायालयाच्या पूर्वपरवानगीशिवाय कोणताही मजकूर मुद्रित किंवा प्रकाशित करील त्याला, दोन वर्षांपर्यंत असू शकेल इतक्या मुदतीची कोणत्याही एका प्रकारच्या कारावासाची शिक्षा होईल आणि तो द्रव्यदंडासही पात्र होईल. स्पष्टीकरण: कोणत्याही उच्च न्यायालयाच्या किंवा सर्वोच्च न्यायालयाच्या न्यायनिर्णयाचे मुद्रण किंवा प्रकाशन हे या कलमाच्या अर्थानुसार अपराध म्हणून गणले जाणार नाही.

नुकसानासाठी दंड आणि नुकसानभरपाईविषयी सांगते. या कलमाचे बारकाईने विश्लेषण केले तर असे दिसते की जर कोणत्याही पीडितेला डेटापर्यंतच्या अवैध आणि अनधिकृत प्रवेशामुळे कुठल्याही प्रकारच्या छळवणुकीचा सामना करावा लागतो, जसे ईमेल हॅकिंग, सामाजिक माध्यम प्रोफाइल हॅकिंग, संगणक किंवा स्मार्टफोन, टॅब्लेट आदी उपकरणांचे हॅकिंग आणि त्यामध्ये स्टोअर केलेली वैयक्तिक माहिती, संवेदनशील वैयक्तिक माहिती, वैयक्तिक छायाचित्रे, व्हीडिओ आदींसह डेटाच्या दुरुपयोग झालेल्या प्रकरणांत याचा उपयोग होऊ शकतो. पीडित निर्णायक अधिकाऱ्यासमोर प्रकरणाची नोंद करण्यासाठी या तरतुदीचा लाभ घेऊ शकतो.[४३] हे लक्षात ठेवण्याची गरज आहे की या तरतुदीचा लाभ घेताना, पीडित/तक्रारदार दिवाणी खटल्याच्या क्षेत्रात जाऊ शकतो आणि नुकसानासाठी नुकसानभरपाईची आशा करू शकतो पण छळ करणाऱ्याविरोधात कुठलीही फौजदारी कार्यवाहीची आशा

---

[४३] आयटी कायदा, २००० (२००८ मध्ये सुधारित) चे कलम ४६ निर्णायक अधिकाऱ्याविषयी सांगते. 'निर्णय घेण्याची शक्ती' म्हणून हे कलम सांगते की (१) या प्रकरणांतर्गत निर्णय घेण्याच्या उद्देशापासून अगदी कुठल्याही व्यक्तीने या कायद्याची कुठल्याही तरतूद किंवा कुठलाही नियम, विनियमन, निर्देश किंवा आदेशाचे उल्लंघन केले आहे ज्याअंतर्गत त्याला दंड किंवा नुकसानभरपाईची रक्कम देण्यासाठी जबाबदार ठरवले जाते, केंद्र सरकार पोटकलम (३) च्या तरतुदींना अधीन, कुठलाही अधिकारी, जो भारत सरकारच्या निदेशक पदाखाली नाही किंवा राज्य सरकारचा समकक्ष अधिकारी आहे, त्याला केंद्र सरकार द्वारा निर्धारित पद्धती (ITAA २००८ नुसार सुधारित) पासून चौकशी करण्यासाठी एक निर्णायक अधिकारी म्हणून नियुक्त करील.

(१ए) पोटकलम (१) अंतर्गत नियुक्त निर्णायक अधिकारी त्या प्रकरणांचा निर्णय घेण्यासाठी अधिकार क्षेत्राचा प्रयोग करील ज्यामध्ये हानी किंवा नुकसानाचा दावा पाच कोटी रुपयांहून अधिक नाही. तसेच पाच कोटी रुपयांपेक्षा अधिक हानी किंवा नुकसानाच्या दाव्यांसंदर्भात न्याय अधिकार सक्षम न्यायालयाबरोबर निहित होईल (ITAA २००८ च्या माध्यमातून समाविष्य केले गेले).

(२) निर्णायक अधिकारी पोटकलम (१) मध्ये निर्दिष्ट व्यक्तीला या प्रकरणात प्रतिनिधित्व करण्यासाठी उचित संधी दिल्यानंतर, आणि जर अशी चौकशीनंतर, व्यक्तीने उल्लंघन केले आहे, असे त्याला आढळले तर तो या प्रकारचा दंड लावू शकतो जसे की त्याला त्या कलमाच्या तरतुदींनुसार उपयुक्त वाटते.

(३) कुठल्याही व्यक्तीला निर्णायक अधिकारी म्हणून तोपर्यंत नियुक्त केले जाणार नाही जोपर्यंत त्याच्याकडे माहिती तंत्रज्ञान आणि कायदा आणि न्यायिक अनुभवाच्या क्षेत्रामध्ये असा अनुभव नाही, जसे की केंद्र सरकारद्वारा निर्धारित केले जाऊ शकते.

(४) जिथे एकाहून अधिक निर्णायक अधिकाऱ्यांना नियुक्त केले जाते, केंद्र सरकार आदेशाद्वारा ती प्रकरणे आणि स्थानांना निर्दिष्ट करील ज्यासंबंधी असे अधिकारी त्यांच्या क्षेत्राधिकारांचा प्रयोग करतील.

(५) प्रत्येक निर्णायक अधिकाऱ्याजवळ नागरी न्यायालयाचे अधिकार असतील ज्यांना कलम ५८चे पोटकलम (२) अंतर्गत सायबर अपीलीय न्यायाधिकरण अंतर्गत प्रदान केले जाते, आणि

(अ) याच्या पूर्वी ही सर्व कार्यवाही भारतीय दंड संहितेच्या कलम १९३ आणि २२८ च्या अर्थामध्ये न्यायिक कार्यवाही मानली जाईल;

(ब) फौजदारी प्रक्रिया संहिता, १९७३ चे कलम ३४५ आणि ३४६ च्या उद्देशांसाठी नागरी न्यायालय मानले जाईल.

(क) नागरी प्रक्रिया संहिता, १९०८चा आदेश XXI च्या उद्देशांसाठी नागरी न्यायालय मानले जाईल.

तोपर्यंत करू शकत नाही जोपर्यंत निर्णायक तसा निर्णय घेत नाही किंवा खटल्याच्या स्थितीची तशी मागणी असेल. जसे की आयटी कायद्याच्या कलम ४६ नुसार आयटी सचिवांसह निदेशक पदावरील कुठल्याही अधिकाऱ्याला निर्णायक म्हणून नियुक्त केले जाऊ शकते.[४४] तरीही, निर्णायक अधिकाऱ्यांनी विशेषकरून गोपनीयतेच्या उल्लंघनासंबंधी घेतलेल्या खूप चांगल्या निर्णयांची अनेक उदाहरणे आहेत. यामध्ये सर्वाधिक उल्लेखनीय विनोद कौशिक विरुद्ध माधवी जोशी, आणि निर्मलकुमार बागरवाल विरुद्ध मीनल बागरवाल, दोन्हींचा निर्णय क्रमशः १० ऑक्टोबर २०११ आणि २६ ऑगस्ट २०१३ रोजी महाराष्ट्राच्या आयटी सरकारचे कार्यकारी सचिव श्री. राजेश अग्रवाल यांनी घेतले होते. या दोन्ही प्रकरणांत वैवाहिक प्रकरणांतील वेगवेगळ्या प्रकरणांसाठी प्रतिवादी महिलांद्वारा ईमेल, चॅट सत्र, बँक दस्ताऐवज आदींपर्यंत अनधिकृतपणे प्रवेश करून गोपनीयतेचे उल्लंघन समाविष्ट होते. या दोन्ही प्रकरणांचा निर्णय याचिकाकर्त्यांच्या बाजूने दिला गेला होता, जो जोडीदारांकडून दुसऱ्या जोडीदाराच्या डिजिटल गोपनीयतेचे उल्लंघन करण्याच्या हक्काच्या संदर्भात ऐतिहासिक निर्णय म्हणून गणला गेला.[४५]

याचा उल्लेख करू शकतो की अमेरिकेमध्ये शिक्षक, वकील आणि कार्यकर्ता 'सायबर नागरी हक्कां'[४६] वर, विशेषतः महिलांना लक्ष्य करणाऱ्या ऑनलाईन बदनामी, सूड घेण्यासाठी तयार केलेले पॉर्न, छळवणूक आदी प्रकरणांवर, काम करीत आहेत. सायबर नागरी हक्कांच्या प्रमुख समर्थकांपैकी एक प्राध्यापक डेनियल सिट्रॉन यांच्यानुसार, जर महिला पीडितांनी या संधीचा लाभ घेतला, तर त्या केवळ दमविणाऱ्या, वेळखाऊ फौजदारी अभियोग टाळू शकतात इतकेच नाही तर त्यांच्या प्रतिष्ठेच्या झालेल्या हानीकरिता नुकसानभरपाईचा लाभदेखील मिळवू शकतात, जी सायबर स्पेसमध्ये त्यांच्या प्रतिष्ठेच्या झालेल्या नुकसानाद्वारा झालेली असू शकते. त्यांच्या मते प्रतिष्ठेला पोहोचलेल्या नुकसानामुळे, अनेक महिलांना नोकरी सोडावी लागू शकते तिला शैक्षणिक किंवा कार्यसंस्थांद्वारा नको असलेल्या शिस्तभंगाच्या कारवाईचा सामना करावा लागू शकतो. सायबर नागरी हक्क प्रकरणांपासून प्राप्त नुकसानभरपाईमुळे पीडितांना केवळ मानसिक धक्का भरून काढण्यासाठी मदत मिळते असे नाही तर बिघडलेली आर्थिक स्थिती काही मर्यादेपर्यंत पुन्हा नीट होऊ शकते. हे

---

[४४] पहा https://it.maharashtra.gov.in/1130/Filing-Complaints-under-IT-Act.

[४५] या निर्णयांवरील सविस्तर चर्चा भैरव आचार्य (२०१३) या ठिकाणी आढळून येऊ शकते, 'An Analysis of the Cases Filed under Section 46 of the Information Technology Act, 2000 for Adjudication in the State of Maharashtra', ३० सप्टेंबर २०१३ रोजी प्रसिद्ध. http://cis-india.org/internet-governance/blog/analysis-of-cases-filed-under-sec-48-it-act-for-adjudication-maharashtra या ठिकाणी उपलब्ध (०२ फेब्रुवारी २०१५ रोजी प्राप्त केले).

[४६] पहा सायट्रॉन (२०१४), Hate crimes in the cyber space.

हस्तलिखित तयार करताना, आम्हाला आयटी कायद्याचे प्रकरण IX अंतर्गत महिला पीडितांनी दाखल केलेल्या कुठल्याही प्रकरणाविषयी अशी कुठलीही माहिती मिळाली नाही जी दंड, नुकसानभरपाई आणि निर्णयासंबंधित आहे. पुढे याचा उल्लेख करणे गरजेचे आहे की पीडित केवळ छळ करणाऱ्याविरोधात प्रकरण दाखल करू शकतो असे नाही तर, आयटी कायद्याचे कलम ४३ए[४७] नुसार पीडितेची वैयक्तिक माहिती सुरक्षित करण्यासाठी करारात्मकदृष्ट्या किंवा नैतिकदृष्ट्या जबाबदार कंपन्या किंवा बॉडी कॉर्पोरेटविरोधातदेखील प्रकरणे दाखल करू शकतात. या प्रकरणांतर्गत प्रकरणे हाताळताना निर्णायक अधिकारी, या कायद्याच्या कलम ४६ नुसार ५०,०००,००० पर्यंत नुकसानाकरिता आपल्या अधिकारांचा वापर करू शकतात, आणि त्यांना निर्णय घेण्यासाठी तीन मुख्य घटकांचा विचार करावा लागेल (अ) अनुचित फायद्याचा लाभ घेतल्याचे प्रमाण, जिथे मोजण्यायोग्य आहे, अपराधाचे परिणामस्वरूप म्हणून तयार केली आहे; (ब) अपराधाचे परिणामस्वरूप कुठल्याही व्यक्तीचे झालेल्या नुकसानाचे प्रमाण आणि (क) अपराधाचे पुनरावृत्त स्वरूप. तथापि, कलम ४५ संभाव्य पीडितांना एक आणखी आश्वासन प्रदान करते असे सांगून की

जो कुणी या अधिनियमांतर्गत तयार केलेले कुठलेही नियम किंवा या विनियमांचे उल्लंघन करेल, ज्याच्या उल्लंघनासाठी कुठलाही दंड वेगळा दिला गेलेला नाही, तो या प्रकारच्या उल्लंघनापासून बाधित व्यक्तीला पंचवीस हजार रुपयांपर्यंत नुकसानभरपाईची रक्कम देणे किंवा पंचवीस हजार रुपयांपर्यंत दंडाची रक्कम भरण्यासाठी जबाबदार असेल.

---

[४७] ४३ए. डेटाच्या सुरक्षेमध्ये अपयशाकरिता नुकसानभरपाई: जिथे बॉडी कॉर्पोरेट संगणक संसाधनामध्ये कुठलाही संवेदनशील वैयक्तिक डेटा किंवा माहिती बाळगतो, त्यावर कार्यवाही करतो किंवा त्याला हाताळतो ज्यावर त्याचे स्वामित्व आहे, त्याचे नियंत्रण किंवा संचालन करतो, उचित सुरक्षापद्धती आणि प्रक्रिया लागू करण्यामध्ये आणि देखरेखीमध्ये निष्काळजी आहे आणि या प्रकारे कुठल्याही व्यक्तीला चुकीचे नुकसान किंवा चुकीचा फायदा पोहोचविण्याचे कारण बनतो, अशी बॉडी कॉर्पोरेट, प्रभावित व्यक्तीला पाच कोटी रुपयांपर्यंत नुकसानभरपाईच्या मार्गाने नुकसानांची रक्कम भरण्यासाठी जबाबदारी राहील (आयटीएए, २००८नुसार बदल).

स्पष्टीकरण—या कलमाच्या उद्देशांकरिता

(i) 'बॉडी कॉर्पोरेट'चा अर्थ कुठलीही कंपनी आहे आणि यामध्ये वाणिज्यिक किंवा व्यावसायिक कृतींमध्ये समाविष्य व्यक्तींची एक फर्म, एकल स्वामित्व किंवा इतर संघटना समाविष्ट आहे

(ii) 'उचित सुरक्षापद्धती आणि प्रक्रियांचा' अर्थ सुरक्षासंबंधी अभ्यास आणि प्रक्रिया आहे ज्यांची अशा माहितीचा अनधिकृत प्रवेश, नुकसान, वापर, सुधारणा, प्रकटीकरण किंवा हानीपासून सुरक्षेसाठी रचना केली गेली आहे, जसे की पक्षांमधील एका करारामध्ये निर्दिष्ट केले जाऊ शकते किंवा जसे की सध्या लागू असलेल्या कायद्यामध्ये निर्दिष्ट केले जाऊ शकते आणि असे करार किंवा कोणत्याही कायद्याच्या अनुपस्थितीमध्ये, असे उचित सुरक्षापद्धती आणि प्रक्रिया, ज्यांना केंद्र सरकारद्वारा असे व्यावसायिक मंडळे किंवा संघटनांच्या सल्ल्यांनी निर्धारित केला जाऊ शकतो जसे की हे उचित मानले जाऊ शकते.

(iii) 'संवेदनशील वैयक्तिक डेटा किंवा माहिती'चा अर्थ अशी वैयक्तिक माहिती आहे जिला केंद्र सरकारद्वारा अशा व्यावसायिक मंडळांच्या किंवा संघटनांच्या सल्ल्यांनी निर्धारित केले जाऊ शकते जसे की हे उचित मानले जाऊ शकते.

हा प्रत्यक्षात प्रकरण XI अंतर्गत मानल्या गेलेल्या सर्व गुन्ह्यांकरिता तरतुदीचा विस्तार आहे. यामुळे, आम्हाला वाटते की महिला पीडित ज्यांना हॅकिंग आणि छळवणूक किंवा अपमानजनक माहितीचा प्रसार या प्रकारांच्या गुन्ह्यांमुळे पीडित केले गेले आहे, त्यांना या प्रकरणाचा लाभ होऊ शकतो. आम्ही भारतामध्ये महिलांसाठी अमेरिकेमध्ये सायबर नागरी हक्कांसारख्या चळवळीला सुरुवात करण्याचे दृढ समर्थन करतो.

निष्कर्ष

पीडित आणि फौजदारी न्याय यंत्रणा दोघांनी छळवणुकीची तत्काळ नोंद घेणे गरजेचे आहे, हे नमूद केले गेले पाहिजे. कारण मध्यस्थ सेशन लॉग्स आदींसंबंधीची माहिती केवळ ठरावीक कालावधीसाठी ठेवतील. या संदर्भात, आयटी कायद्याचे कलम कलम ६९सी (मध्यस्थांद्वारा माहितीचे संरक्षण आणि जतन) मध्ये सांगितले आहे की मध्यस्थ केंद्र सरकारद्वारा निर्दिष्ट अशा कालावधीसाठी आणि अशा प्रकारच्या माहितीचे निर्धारित अशा पद्धती आणि स्वरूपामध्ये अशा माहितीचे संरक्षण आणि जतन करील. पोटकलम (२) मध्ये सांगितले गेले आहे की कुठलाही मध्यस्थ जो स्वेच्छेने किंवा जाणीवपूर्वक पोटकलम (१) च्या तरतुदींचे उल्लंघन करतो त्याला तीन वर्षांपर्यंत मुदतीच्या कारावासाची शिक्षा दिली जाईल आणि तो दंड भरण्यासाठीदेखील जबाबदार असेल. व्यवहारामध्ये, आम्ही पाहिले आहे की जर पीडिताने तक्रार नोंदवण्यास उशीर केला किंवा पोलिसांनी त्यांच्या सुरुवातीच्या तपासाला उशीर केला तर, मध्यस्थ उशीर झाल्याच्या कारणामुळे सहकार्य करणार नाहीत, असे होऊ शकते. जेव्हा पोलीस मध्यस्थांबरोबर वेळेत (सामान्यतः एक आठवडा ते तीन महिने) संपर्क साधतात केवळ तेव्हाच, या तरतुदीचा मध्यस्थांवर जबाबदारी लावण्यासाठी वापर केला जाऊ शकतो. पण, प्रत्यक्षात महिला पीडितांसाठी ही सैद्धान्तिक तरतूद वास्तवात किती फायद्याची आहे? हे अवश्य लक्षात ठेवले पाहिजे की जोपर्यंत समस्यांची गंभीरता आणि कायदेशीर उपाययोजनांच्या उपलब्धतेविषयी सामान्य संवेदनशीलता नसेल तर, कुठल्याही पीडितेला, विशेषतः महिलांना आणि त्यांच्या परिवारांना, प्रकरणांची तक्रार करण्याविषयी खात्री वाटू शकणार नाही. पीडित, पोलीस, वकील आणि न्यायाधीश यांनादेखील आयटी कायदा, २००० (२००८ मध्ये सुधारित) चे कलम ७७ए ची उपयुक्तता आणि व्याप्ती यांची जाणीव असली पाहिजे जी अपराधांच्या चक्रवाढीविषयी सांगते. ही तरतूद सांगते की

> (१) सक्षम न्यायाधिकार असणारे न्यायालय त्या अपराधांखेरीज अपराधांची विल्हेवाट करू शकते ज्यासाठी या कायद्यांतर्गत आजीवन किंवा तीन वर्षांहून अधिक कालावधीसाठी कारावासाची शिक्षा दिली गेली आहे. तसेच न्यायालय अशा अपराधांची विल्हेवाट लावणार नाही, जेथे आरोपी त्याच्या मागील अपराधाच्या दोषसिद्धीच्या कारणामुळे, किंवा

वाढविलेली शिक्षा किंवा इतर कुठल्या प्रकारच्या शिक्षेसाठी जबाबदार आहे. तसेच न्यायालय कुठल्याही अशा अपराधाची विल्हेवाट करणार नाही, जिथे अशा पद्धतीचा अपराध देशाची सामाजिक-आर्थिक स्थितींना बाधित करतो किंवा १८ वर्षांहून कमी वयाच्या मुले किंवा महिलांविरोधात केले गेले आहे.

(२) या कायद्यांतर्गत कुठल्याही अपराधातील आरोपी व्यक्ती न्यायालयामध्ये विल्हेवाटीसाठी आवेदन करू शकते ज्यामध्ये अपराधाचे खटल्यांसाठी प्रलंबित आहे आणि फौजदारी प्रक्रिया संहिता, १९७३ चे कलम २६५B आणि २६५C च्या तरतुदी लागू होतील.

याचिका सौदेबाजीचे आधुनिक आकलन या तरतुदीच्या अंमलबजावणीने सुरू होऊ शकते. पण न्यायालयांनी याची खात्री केली पाहिजे की पीडितेला योग्य न्याय मिळेल आणि त्याचबरोबर आरोपीला त्याची चूक समजेल आणि परिणामकारक शिक्षा देण्याच्या पद्धतीने पीडितांना न्याय देण्यामध्ये सहभागी होऊन ज्यामध्ये नुकसानभरपाईची रक्कम देणे असू शकते किंवा पारंपरिक दंडनीय कायदे तसेच आयटी कायद्याच्या कलम ७७ नुसार इतर कुठल्या शिक्षेला ज्यामध्ये आरोपीला प्रत्येक वेबसाइटवर स्वतः जाऊन आणि सामग्रीला हटवण्याद्वारा चूक सुधारण्यासाठी प्रयत्न करणे आणि त्याद्वारे पीडितेच्या प्रतिष्ठेला पोहोचलेले नुकसान भरून काढण्यासाठी निर्देशित करण्याचा समावेश असू शकतो. आयटी कायद्याचे कलम ७७ नुकसानभरपाई, दंड, जप्ती आदीविषयी सांगते आणि नमूद करते, 'या कायद्यांतर्गत दिली गेलेली कुठलीही नुकसानभरपाई, लावलेला दंड किंवा केलेली जप्ती, सध्या लागू असलेल्या इतर कुठल्या कायद्यांतर्गत दिली गेलेली नुकसानभरपाई किंवा लावलेला दंड किंवा शिक्षेला रोखणार नाही.'

आम्हाला वाटते की जर या निरीक्षणांची सरकार आणि न्यायालयांकडून दखल घेतली गेली, तर पीडितांना खूप फायदा होऊ शकतो.

संदर्भ

Citron, K. D. (2009a). Cyber civil rights. *Boston University Law Review, 89*(61), 69–75.

———. (2009b). Law's expressive value in combating cyber gender harassment. *Michigan Law Review, 108*, 373–415.

Citron, K. D. (2014). *Hate crimes in cyber space.* Harvard University Press.

Halder, D., & Jaishankar K. (2008). Cyber crimes against women in India: Problems, perspectives and solutions. *TMC Academy Journal, 3*(1), 48–62.

———. (2010). Cyber victimization in India: A baseline survey report. Tirunelveli, India: Centre for Cyber Victim Counselling. Available at http://

www.cybervictims.org/CCVCresearchreport2010.pdf (Accessed on 12 February 2016).

———. (2011a). Cyber gender harassment and secondary victimization: A comparative analysis of US, UK and India. *Victims and Offenders, 6*(4), 386–398.

———. (June 2011b). *Cyber crime and the victimization of women: Laws, rights, and regulations.* Hershey, PA: IGI Global.

———. (2015). Irrational coping theory and positive criminology: A frame work to protect victims of cyber crime. In N. Ronel & D. Segev (Eds), *Positive criminology* (pp. 276–291). Abingdon, Oxon: Routledge.

Jewkes, Y. (2010). Public policing and internet crime. In Y. Jewkes & M. Yar (Eds.), *Handbook of Internet crime* (pp. 525–545). Cullompton: Willan Publishers.

९ गुन्ह्यांशी सामना

जेव्हा आपण गुन्ह्यांविषयी बोलतो, तेव्हा गुन्ह्यांशी सामना करण्याविषयीची चर्चा आवश्यक ठरते. महिला आणि मुलींना लक्ष्य करणाऱ्या सायबर गुन्ह्यांच्या प्रकरणात तर हे अधिक आवश्यक ठरते, कारण भारतामध्ये पीडित किंवा फौजदारी न्यायिक यंत्रणा, विशेषतः पोलीस, गुन्ह्यांच्या स्वरूपाविषयी किंवा त्याच्याशी सामना करण्याच्या पद्धतीविषयी किंवा न्यायाकरिता पीडितेला मार्गदर्शनाबाबत पूर्णपणे जागरूक असतातच असे नाही. महिला, लिंगपरिवर्तित महिला आणि मुलींना लक्ष्य करणाऱ्या सायबर गुन्ह्यांशी सामना तीन वेगवेगळ्या प्रकारे करता येऊ शकतो.

संवेदीकरण

आम्हाला हे वास्तव माहीत आहे, की अनेक शाळा, कॉलेज आणि विद्यापीठे व्यक्तींना विशेषतः महिलांना आणि मुलींना लक्ष्य करणाऱ्या सायबर गुन्ह्यांविषयी जागरूकता निर्माण करणारे कार्यक्रम नियमितपणे आयोजित करीत आहेत. या उपक्रमांचे स्वागतच आहे, पण आम्हाला वाटते, की अशा उपक्रमांना आणखी प्रोत्साहन दिले गेले पाहिजे. वकील, पोलीस आणि एनजीओंसह सायबर गुन्ह्यांशी सामना करणारे शिक्षक, माता-पिता, विद्यार्थी आणि भागधारक यांना, यासंबंधी मोठ्या प्रमाणावर जागरूकता निर्माण करण्यासाठी पुढे आले पाहिजे. अशा संवेदीकरणाच्या कार्यक्रमांमध्ये, जिल्हा वैधानिक सेवा प्राधिकरण (DLSA) आणि राष्ट्रीय वैधानिक सेवा प्राधिकरणास (NALSA) देखील अवश्य समाविष्ट केले पाहिजे.[१] हे वास्तव पाहता DLSA आणि NALSA सारख्या संस्थांना कायदेशीर साहाय्य करणाऱ्या कॅम्पच्या माध्यमातून व्यापक जागरूकता सुरू करण्याचा अधिक अधिकार असू शकतो. आम्हाला वाटते की या उद्देशासाठी अशा संघटनांचा वापर अवश्य केला गेला पाहिजे. याखेरीज, ज्यांच्यासाठी जागरूकता कार्यक्रमाचे लक्ष्य असणाऱ्या गटांच्या परिपक्वतेनुसार संवेदीकरणाच्या कार्यक्रमांचे वेगवेगळ्या पद्धतीने नियोजन अवश्य केले गेले पाहिजे. प्रमुख लेखिकेने एकमेव नमुना म्हणून धोरणात्मक मार्गदर्शक तत्त्वांचा (हालदर, २०१५a) प्रस्ताव मांडला आहे. प्रस्तावित नमुना म्हणून दिलेली धोरणात्मक मार्गदर्शक तत्त्वे खालीलप्रमाणे आहेत.

---

[१] DLSA, तिरुनेलवेलीच्या माजी पॅनेल वकील म्हणून प्रमुख लेखिकेने शहरी आणि ग्रामीण क्षेत्रांमध्ये विद्यार्थी, तरुण आणि व्यक्तींमध्ये सायबर गुन्ह्यांविषयी जागरूकतेचा प्रसार करण्यासाठी DLSA तिरुनेलवेलीद्वारा आयोजित जागरूकतेच्या बैठकांमध्ये नियमितपणे सहभाग घेतला होता.

सोशल नेटवर्किंग साइट्स आणि व्हॉट्सॲपसह इंटरनेटच्या सकारात्मक वापरासाठी विद्यार्थ्यांना निर्देशित करण्यासाठी नमुना म्हणून धोरणात्मक मार्गदर्शक तत्त्वे

धोरणात्मक मार्गदर्शक तत्त्वांचे उद्देश आणि मोहीम: इंटरनेटच्या अपायांपासून मुलांचे संरक्षण करणे आणि त्यांना इंटरनेट आणि सोशल नेटवर्किंग साइट्सच्या सकारात्मक वापरासाठी शिक्षित करणे.

धोरणात्मक मार्गदर्शक तत्त्वांची व्याप्ती: याचा वापर पहिली ते बारावीपर्यंतच्या मुलांना शिक्षित करण्यासाठी होऊ शकतो. इंटरनेट आणि सोशल नेटवर्किंग साइट्सच्या सकारात्मक वापराकरिता मुलांना मदत करण्यासाठी शिक्षक आणि सल्लागारांना मार्गदर्शन देण्यासाठीदेखील याचा वापर केला जाऊ शकतो.

मार्गदर्शक तत्त्वे:

१. प्रत्येक शाळेने मुलांना इंटरनेट हक्क आणि त्याचे सकारात्मक आणि नकारात्मक परिणाम यांच्यावरील वादविवादामध्ये किंवा चर्चेमध्ये भाग घेण्यासाठी अवश्य प्रोत्साहित केले पाहिजे. याला संगणक विज्ञान हा विषय, किंवा शैक्षणिक उपक्रमांचा भाग म्हणून समाविष्ट केला जाऊ शकतो.

२. कनिष्ठ विद्यार्थ्यांना (४ ते ८ वयोगट) जागरूकता निर्माण करण्याच्या सत्रांमध्ये भाग घेण्यासाठी अवश्य प्रोत्साहित केले पाहिजे. अशा सत्रांमध्ये, डिव्हाइस योग्य पद्धतीने कसे हाताळतात आणि आई-वडिलांच्या देखरेखीखाली किंवा परवानगीशिवाय डिव्हाइस सुरू का करू नये, हे विद्यार्थ्यांना दाखवले जाऊ शकते. हा उद्देश साध्य करण्यासाठी शाळा मोठी मुले आणि शिक्षक यांच्या मदतीने छोटे नाटक बसविण्याचा विचार करू शकतात, किंवा फिल्म क्लिपिंग किंवा अन्य दृक्श्राव्य शैक्षणिक सामग्रीचा वापर करू शकतात.

३. ८ ते १३ वयोगटातील विद्यार्थ्यांना जागरूकता सत्रामध्ये भाग घेण्यासाठी अवश्य प्रोत्साहित केले पाहिजे. जिथे त्यांना हे शिकवले जाऊ शकते की इंटरनेट सकारात्मक लाभाकरिता कशा पद्धतीने वापरले गेले पाहिजे. विविध शैक्षणकि सामग्री आणि पुस्तके विशिष्ट विषयांवरील इंटरनेट लिंक्स किंवा पेजेस उपलब्ध करून देतात, ही गोष्ट लक्षात घेता, विद्यार्थ्यांना शिक्षकांच्या उपस्थितीमध्ये अशा साइट्स उघडण्यासाठी अवश्य प्रोत्साहित केले पाहिजे. इंटरनेट आणि डिजिटल संप्रेषण तंत्रज्ञानाच्या सकारात्मक वापराविषयी आई-वडिलांना सजग करण्यासाठी आई-वडील-शिक्षक-विद्यार्थ्यांची सत्रे अवश्य आयोजित केली पाहिजेत. लहान मुलांप्रती लैंगिक आकर्षणामुळे होणारे ग्रूमिंग, इंटरनेटवरील योग्य बोलणे आणि अयोग्य बोलणे याचे महत्त्व आदींसारख्या समस्यांशी त्यांची ओळख करून दिली जाऊ

शकते. विद्यार्थ्यांना हळूहळू सोशल नेटवर्किंग साइट्सची ओळख अवश्य करून दिली पाहिजे. विद्यार्थ्यांना त्यांचे अकाउंट उघडण्यासाठी निर्देशित करण्याची गरज नसते. पण, विद्यार्थ्यांना सोशल नेटवर्किंग साइट्स, ईमेल सेवा पुरवठादार आदींनी दिलेली धोरणात्मक मार्गदर्शक तत्त्वे किंवा अटी आणि नियमांवरील चर्चेमध्ये सहभाग घेण्याकरिता सांगितले जाऊ शकते, आणि ते सोशल नेटवर्किंग साइट्सवर त्यांचे स्वतःचे अकाउंट्स नंतर उघडू शकतात.

४. १४ ते १७ वयोगटातील विद्यार्थ्यांना सोशल नेटवर्किंग साइट्सवर अकाउंट उघडणे आणि त्यांच्या आई-वडिलांना आणि शिक्षकांना त्यांचे मित्र म्हणून समाविष्ट करण्यासाठी प्रोत्साहित केले जाऊ शकते. त्यांना त्यांचे स्वतःचे सुरक्षा नियम गोपनीयता नियम तयार करणे आणि त्यावर वर्गामधील चर्चा किंवा जागरूकता सत्रांमध्ये कनिष्ठ विद्यार्थ्यांबरोबर चर्चा करण्यासाठी अवश्य केले पाहिजे. अधिक ज्ञान मिळवण्यासाठी सोशल नेटवर्किंग साइट्समधील माहितीच्या पेजपर्यंत प्रवेश करण्यासाठीदेखील विद्यार्थ्यांना प्रोत्साहित केले गेले पाहिजे.

५. जर आणि जेव्हा विद्यार्थी अपघाताने सायबर गुन्ह्यांना बळी पडले तर त्यांना त्याचा सामना करण्यासाठी विवेकी पद्धतींविषयी शिक्षित करणे महत्त्वपूर्ण आहे. स्वतःला वाचविण्यासाठी सुरक्षा उपकरणांचा वापर कसा करावा; प्राचार्य, शिक्षक आणि आई-वडिलांशी कसा संपर्क करावा, हे त्यांना अवश्य शिकवले गेले पाहिजे.

६. शाळांनी इंटरनेटच्या सकारात्मक वापरासाठी विद्यार्थ्यांना मार्गदर्शन करण्यासाठी कार्यशाळांचे आयोजन केले पाहिजे, ज्यामध्ये कॉपीराइट उल्लंघनावरील सत्रांचा समावेश असू शकतो. अशा कार्यशाळांमध्ये, विद्यार्थ्यांना त्यांचे विचार व्यक्त करण्यासाठी प्रोत्साहित केले जाऊ शकते. पोलीस कर्मचारी, सायबर गुन्हे तज्ज्ञ आणि एनजीओंबरोबर संसाधन व्यक्ती म्हणून कार्यशाळा आयोजित केली जाऊ शकते.

७. वरिष्ठ विद्यार्थ्यांसमोर (१६ ते १८ वयोगटातील) इंटरनेटचा सकारात्मक वापर सादर करण्यासाठी एकतर त्यांना स्वतःला किंवा सामूहिक प्रयत्न म्हणून स्वतःचे ब्लॉग किंवा वीलॉग साइट्स तयार करण्यासाठी प्रोत्साहित केले पाहिजे.

त्याचप्रमाणे, अशा तरुणांमध्ये जागरूकता तयार करण्यासाठी मार्गदर्शक तत्त्वांचा वेगळा संच असला पाहिजे, ज्या तरुणांकडे अधिक चांगल्या पद्धतीची सुसज्ज उपकरणे असू शकतात आणि त्यांना सायबर गुन्ह्यांबद्दल मूलभूत माहिती असू शकते. अशा कार्यक्रमांमध्ये, गुन्हा कशामुळे व का घडतो यावर भर दिला गेला पाहिजे. तसेच, एनजीओंबरोबर DLSA किंवा NALSA किंवा जिल्हा पोलीस मुख्यालय किंवा महिलांसाठी असलेला राष्ट्रीय आयोगदेखील पोलिसांकरिता संवेदीकरणाच्या कार्यक्रमांचे नियोजन करू शकतात जे महिलांना

लक्ष्य करणाऱ्या सायबर गुन्हे हाताळत असू शकतात. अशा प्रशिक्षण कार्यक्रमांमध्ये हे अधिकारी एनजीओ, विद्यापीठे, न्यायालये आणि पोलीस ज्यांना अशा समस्या हाताळण्याचा अनुभव आहे अशा तज्ज्ञ व्यक्तीस पाचारण करू शकतात. आपण पाहिले आहे, की पोलीस अधिकाऱ्यांना कायद्यामधील अलीकडील विकास, पुरावे गोळा करण्याची प्रक्रिया, पीडितांना हाताळण्यासाठी पीडिताच्या युक्तिवादाची बाजू आणि प्रतिवादी आणि पुनर्स्थापनात्मक कायद्यांच्या उपचारात्मक न्यायशास्त्रामधील मूल्यांविषयी अधिक जागरूक होण्याची गरज असू शकते. ठरावीक काळाने प्रशिक्षण सत्रांचे आयोजन करून हे केले जाऊ शकते.

कायद्यांचा विकास, कायद्यांच्या परिणामांचे विश्लेषण आणि पीडित आणि गुन्हेगारांना मार्गदर्शन

गुन्ह्यांचा सामना करण्याचा दुसरा भाग धोरण बनविण्याच्या पैलूंचा विचार करणे, हा आहे. आम्ही समजू शकतो, २००० च्या दशकाच्या उत्तरार्धात भारतामध्ये मोठी विकासकामे झाली आहेत, पण तरीदेखील, सध्याचे कायदे या समस्यांचा सामना करण्यासाठी पूर्णपणे सुसज्ज नाहीत; सूड घेण्यासाठीचे पॉर्न किंवा ग्रूमिंगसारखे अनेक गुन्हे यांची अद्यापही भारतामध्ये दखल घेतली जात नाही. आम्ही एक नवा कायदा आणण्याचा प्रस्ताव ठेवतो जो पूर्णपणे सायबर गुन्ह्यांना हाताळण्यासाठी तयार केला पाहिजे आणि आयटी कायद्याप्रमाणे गैर-अपराधिक मुद्द्यांना समाविष्ट करण्यासाठी त्याचा विस्तार करू नये. यासंबंधी, महिलांची ऑनलाईन छळवणूक रोखण्यासाठी पूर्वी प्रस्तावित केलेल्या आदर्श चार्टरच्या प्रस्तवाचा अवश्य उल्लेख केला पाहिजे (हालदर आणि जयशंकर, पृ. क्र. २२३–२२८). (परिशिष्ट पहा) भारतीय दृष्टिकोनातून विचार करणारा कायदा तयार करण्यासाठी यावर अवश्य विचार केला पाहिजे. तसेच, पीडितांची सुरक्षा आणि पीडितांच्या गोपनीयतेसह मुद्द्यांनादेखील कायदानिर्मात्यांनी योग्य रीतीने अवश्य स्थापित केले पाहिजे. लैंगिक गुन्ह्यांच्या पीडितांसाठी उपलब्ध तरतुदींचा सायबर गुन्हे पीडितांसाठीदेखील अवश्य विस्तार केला पाहिजे. यामुळे गोपनीयतेची हमी मिळेल आणि पीडितांचा कायदा आणि न्यायिक यंत्रणेवरील विश्वास कायम राहण्यासाठी मदत करील. याचबरोबर, लिंगपरिवर्तित महिलांच्या सुरक्षेविषयी योग्य विचार अवश्य केला पाहिजे. इंटरनेटबरोबरच गुन्हे आणि न्यायिक यंत्रणांच्या दुर्व्यवहाराविरोधातील त्यांच्या हक्कांना समाविष्ट करण्यासाठी त्यांच्या हक्कांची योग्य दखल घेण्याचा अवश्य विस्तार केला पाहिजे; कारण जेव्हा ते ऑनलाईन छळवणुकीविषयी तक्रार करतात तेव्हा नेहमी पोलिसांकडून त्यांच्याबरोबर दुर्व्यवहार केला जातो. याचबरोबर, पीडितांवर आरोप लावण्याच्या दुष्परिणामांविषयी पोलीस अधिकारी आणि वकिलांनीही अवश्य संवेदनशील असले पाहिजे. हे समजून घेण्याची गरज आहे, की पीडित जाणीवपूर्वक

त्रासाला आमंत्रण देत नाहीत. अशा प्रकारच्या मुद्द्यांचा पूर्ण विचार करूनच चौकशी आणि समुपदेशन झाले पाहिजे. या पुस्तकाच्या प्रकरणांमध्ये उल्लेख केला आहे गुन्ह्यांचा सामना करण्यासाठी आता वापरात असलेल्या प्रत्येक कायद्यामध्ये प्रतिशोधात्मक आणि पुनर्स्थापनात्मक मुद्दे आहेत. सायबर गुन्हे, पीडित आणि गुन्ह्यांचा सामना करणारे वकील आणि अधिकारी यांनी ना खटल्याचा तपशील तयार करणे किंवा पीडित आणि गुन्हेगारांबरोबर संवाद साधताना या बाजू लक्षात घेतल्या पाहिजेत. अनेक पीडित न्यायालयीन प्रकरणे दाखल करू इच्छित नाहीत. पण त्यांना हे समजण्याची गरज आहे, की त्यांच्याकडे गुन्हेगारांनी केलेल्या नुकसानासाठी भरपाईचा दावा करण्याचा हक्क आहे. याचा वापर तोपर्यंत केला जाऊ शकत नाही जोपर्यंत पीडित वकील, पोलीस, निर्णायक अधिकारी किंवा न्यायालयांना सहकार्य करीत नाहीत.

उदाहरणार्थ, प्रकरण IX अंतर्गत आयटी कायदा अवशिष्ट दंडासाठी तरतुदी निर्धारित करतात ज्या नागरी स्वरूपाच्या आहेत आणि प्रकरण XI अंतर्गत विविध गुन्ह्यांसाठी अनेक तरतुदींसाठी फौजदारी दंड निर्धारित करतात. प्रकरण IX अंतर्गत तरतुदी पीडितांना झालेल्या नुकसानांसाठी भरपाईची थेट रक्कम निर्धारित करतात, नंतरच्या गुन्हेगारांसाठी तुरुंगवासाची मुदत आणि त्यांच्याद्वारा दंडाची रक्कम निर्धारित करतात. जर गुन्हेगाराला तुरुंगवासासह दोषी ठरवले गेले आणि दंड लावला गेला, तर पीडित तमिळनाडू पीडित नुकसानभरपाई योजनेसारख्या विविध क्षेत्रीय पीडित नुकसानभरपाई योजनांतर्गत, त्यांच्याबरोबर केल्या गेलेल्या गुन्ह्यांच्या नुकसानभरपाईसाठी दावा करू शकतात, ज्या वास्तवामध्ये फौजदारी प्रक्रिया संहिता (सीआरपीसी) च्या कलम ३५७ए पासून आल्या आहेत, ज्या गुन्हेगारांनी द्यावयाचा दंड आणि समाजसेवकांनी दिलेल्या देणग्यांपासून पीडित नुकसानभरपाई निधी उभा करतात. जसे की अमेरिकेमधील प्राध्यापक डेनेल सिट्रॉनसारख्या सायबर नागरी हक्कांचे प्रचारकांनी व्यक्त केले आहे, अशा नुकसानभरपाईने पीडितांना आर्थिक तोटा भरून काढण्यासाठी मदत मिळू शकते जे तिच्याबरोबर झालेल्या सायबर छळवणुकीच्या कारणामुळे नोकरी अचानक गेल्यामुळे झालेले असू शकते; यामुळे त्यांना देशाच्या कायदा आणि न्यायिक यंत्रणांवरील विश्वास पुन्हा साध्य करण्यास मदत मिळू शकते, जे तिच्यासारख्या पीडितांना अविवेकी उपायांचा अवलंब करण्यापासून रोखू शकतात (हालदर आणि जयशंकर, २०१५).

तसेच, आम्ही नमूद केले आहे की तरुण आणि मुलांसाठी सुरक्षा म्हणून पॉर्न साइट्सवर प्रतिबंध लावण्यावर सरकारी निर्णयाविषयी मोठे वादविवाद झाले होते. प्रमुख लेखिकेचा ब्लॉग 'the great debate on porn ban: my views' (हालदर, २०१५b) मध्ये याविषयीची त्यांची मते आणि चिंता व्यक्त करण्यात आली आहे.[२] भारत हा जगातील

[२] हालदर डी. (२०१५), 'पॉर्नवरील बंदीविषयक वादंगः माझे मत,' १२ ऑग्स्ट २०१५ रोजी https://debaraticyberspace.blogspot.com/search?q=great+debate+on+porn+ban येथे प्रकाशित.

कदाचित असा पहिला नागरी समाज आहे जिथे मूर्तींच्या माध्यमातून शृगांरिक सामग्री पाहणे किंवा शृगांरिक सामग्री तयार करणे आणि शृगांरिक सामग्रीविषयी दस्ताऐवजीकरण करणे पूर्णपणे कायदेशीर मानले जात होते, या गोष्टीचा उल्लेख करण्याची आवश्यकता आहे. पण ना कामसूत्र हा शृगांरिक साहित्यावरील प्राचीन ग्रंथ, ना कुठलीही शृगांरिक मूर्तिकला लैंगिक आनंदासाठी पुरुष, महिला आणि मुले यांपैकी कोणाच्याही बरोबर केल्या गेलेल्या छळाचे समर्थन करत नाही. वेळ आणि तंत्रज्ञानाच्या आगमनाबरोबर, शृंगारिक सामग्रीच्या वापरासंबंधी मानव मानसशास्त्रामध्ये कठोर परिवर्तनाचा सामना करावा लागला. वसाहतवादी नियमांबरोबर, अशी वेळ आली जिथे लैंगिक आनंद घेण्यासाठी अमानवी पद्धतीने गुलामांचा वापर केला जात होता. आम्ही अशा काही घटनांचे दस्तऐवजीकरण केले आहे (हालदर आणि जयशंकर, २०१४). याचबरोबर, इतिहासकार, समाजशास्त्रज्ञ, कायद्याचा संशोधक आणि गुन्हेगारीतज्ज्ञ हे सांगू शकतात की लैंगिक छळवणुकीसाठी मानवांबरोबर दुर्व्यवहार कसा केला जात होता, जो काही लोकांसाठी नैतिक आणि कायदेशीर होता आणि अनेकांसाठी अनैतिक आणि बेकायदा होता. नंतर सिनेमा आणि टेलिव्हिजनचे युग आले आणि शृंगारिक सामग्रींचे उत्पादन/वितरण अधिक सोपे झाले. 'A' चिन्हांसह सिनेमा होते, जे केवळ प्रौढांच्या गरजा पूर्ण करण्यासाठी तयार केले जात होते. पण, अल्पकाळात या चित्रपटांनी वैयक्तिक टेलिव्हिजन सेटकडे आपला मोर्चा वळवला, जिथे केवळ प्रौढ नव्हे तर, मुलेदेखील चोरून अशा पद्धतीच्या शृंगारिक गोष्टी पाहू शकत होते. या ठिकाणी लक्षात घेण्याजोगी गोष्ट म्हणजे, अनेक प्रयत्नांनंतर, अशा चित्रपटांचे उत्पादन आणि वितरण यांच्यावर कुणीही प्रतिबंध घालू शकले नाहीत. दुसऱ्या बाजूला, अनेक हितधारकांना याची जाणीव होण्यास सुरुवात झाली की आई-वडील आणि मुलांमध्ये जागरूकता निर्माण करण्याने चांगले परिणाम समोर येतील, त्यामुळे त्यांना कळेल की अशा सामग्रीचा वापर घरामध्ये पाहण्यासाठी का केला जात नाही, विशेषतः जेव्हा त्यांच्या आसपास वाढत्या वयाची मुले आहेत. पण, याने वास्तवात पूर्व-इंटरनेट युगात लैंगिकसंबंधी मुद्द्यांच्या बाबतीत मुलांना अधिक परिपक्व बनण्यापासून रोखले का?

अनेक किशोरवयीन मुले चोरून पुस्तके, चित्रपट आदींचा आनंद, जो प्रौढांसाठी होता, आणि प्रौढ ज्या मार्गाने तो आनंद घेत होते त्याप्रमाणे घेत होते. लैंगिक संबंधांविषयी मुलांच्या प्रश्नांना त्या वेळी दडपून टाकले गेले जेव्हा शिक्षकांनी किंवा मोठ्यांनी त्यांना याविषयी सांगायला हवे होते, हेच या गोष्टीचे कारण आहे. नंतर इंटरनेट युग आले. महिलांविरुद्ध सर्वांत वाईट प्रकारची हिंसा सायबर स्पेसमध्ये झाली जेव्हा पॉर्न बाजारांसाठी कामुक सामग्री तयार करण्यासाठी महिलांचा दुरुपयोग झाला होता. मुलांचीही यातून सुटका झाली नाही. पण मुलांना जास्त काळजी आणि सुरक्षा यांची गरज असते, त्यामुळे त्यांची समस्या अधिक ठळकपणे मांडली गेली. काही वेबसाइट्स बाल पॉर्न सामग्री सादर करीत होत्या ज्यात मुले अभिनय

करत होती. जे भागधारक पॉर्न साइट्सवर पूर्ण प्रतिबंध लावू इच्छित होते ते केवळ अशा प्रकारची सामग्री तयार करण्यासाठी बाल कलाकारांचा दुरुपयोग केला जाऊ शकतो या वास्तवावर जोर देऊ इच्छित नव्हते, तर अशी पॉर्न सामग्री प्रौढ आणि मुलांसह इतरांना इतर मुलांचा दुरुपयोग करण्यासाठी समान पावले उचलण्यासाठी प्रोत्साहति करू शकते. आयटी कायदा (कलम ६७बी) आणि लैंगिक गुन्ह्यांपासून मुलांची सुरक्षा कायदा (पॉक्सो) (कलम १३) या दोन्हीमध्ये नियम तयार केले होते, ज्याने अशा पद्धतीची निर्मिती आणि वितरण आणि वापरदेखील प्रतिबंधिक केला होता. या कायद्यांनी वास्तवात अशी सामग्री होस्ट करणाऱ्या वेबसाइट्सपर्यंत आपली व्याप्ती वाढवली. तथापि, वेबसाइट्स पूर्वीपासूनच स्वतःची खबरदारी बाळगण्याची योग्य धोरणे आहेत, जी अमेरिकी कायद्यांतून आली आहेत.

भारतामध्येदेखील वेबसाइट्सना उपकारकस्थिती दिली गेली होती जिथे त्यांची स्वतःची यंत्रणा अवैध सामग्री शोधू शकेल, सार्वजनिक ठिकाणी पाहण्यापासून रोखू शकेल आणि अपलोडरला अशी कुठलीही सामग्री अपलोड करण्यापासून रोखू शकेल. केवळ जेव्हा वेबसाइट्स रिपोर्टिंग/सामग्री हटवण्याच्या मार्गदर्शक तत्त्वांनुसार पीडितांनी आक्षेपार्ह सामग्रीची आणि पीडनाच्या केलेल्या तक्रारीची दखल घेण्यामध्ये अयशस्वी होतात, किंवा जेव्हा सामग्री हटविण्याच्या विनंतीनंतरही किंवा पोलीस आणि न्यायालयांनी गुन्हेगाराची ओळख प्रकट करण्यासाठीच्या विनंतीनंतरही, वेबसाइट्स सामग्री हटविण्यामध्ये किंवा पोलीस किंवा न्यायालय यांना सहकार्य करण्यामध्ये अयशस्वी होतात, तेव्हा वेबसाइट्स दायित्वापासून (कलम ७९ आयटी कायदा) सवलतीसाठी दावा करू शकत नाहीत. या संदर्भात मध्यस्थ मार्गदर्शक तत्त्वे म्हणून विविध नियम तयार केले आहेत. पण पॉर्न किंवा अश्लीलतेविरुद्ध कायदे तयार करताना प्रौढांचाही विचार केला गेला होता. आयटी कायदा २००० (२००८ मध्ये सुधारित) चे कलम ६७ इलेक्ट्रॉनिक स्वरूपात अश्लील सामग्रीची निर्मिती, प्रसिद्धी, किंवा वितरण यांना प्रतिबंधित करते आणि कलम ६७ए इलेक्ट्रॉनिक माध्यमामध्ये कोमोत्तेजक सामग्रीची प्रसिद्धी आणि वितरण यांना प्रतिबंधित करते. हे अवश्य नमूद केले पाहिजे, की जेव्हा आपण प्रौढांबाबत बोलतो, 'पॉर्नोग्राफी'या संज्ञेला कुठलाही कायदा गुन्हा किंवा गुन्ह्याचा कुठलाही भाग म्हणून मान्यता देत नाही. या संज्ञेची कुठलीही कायदेशीर अशी व्याख्या नाही. तर मग याचा अर्थ काय? पॉर्नोग्राफीची निर्मिती, वितरण आणि ती तयार करणे वैध आहे? ज्या वेबसाइट्स केवळ पॉर्नोग्राफीच्या उद्देशाकरिता तयार केल्या गेल्या आहेत त्या वैध आहेत? पॉर्नोग्राफी पाहणे वैध आहे? नाही! कामोत्तेजक वस्तू म्हणून पॉर्नोग्राफीकडे पाहिले, तर ते कायदेशीर असू शकत नाही. सामग्रीमध्ये परपीडानंद, सूड घेण्यासाठीचे पॉर्न, सेक्स्टॉर्शन आदींसह इतर गोपनीयतेच्या मुद्द्यांचा समावेश येतो तेव्हादेखील हे कायदेशीर नसते.

काही भारतीय कायदे यापूर्वी उल्लेख केलेल्या मुद्द्यांना अवश्य मान्यता देतात, काही तशी मान्यता देत नाहीत. प्रश्न हा आहे, ग्राहक/प्रेक्षक आणि वेबसाइट्स प्रौढ पॉर्न सामग्री म्हणून अशी सामग्री वापरण्यासाठी/बाळगण्यासाठी जबाबदार आहेत का? जर सामग्री शृंगारिक असेल, तर ती भारतीय दंड संहितेच्या कलम २९२ (अश्लील पुस्तके, पत्रके आदींची विक्री), भारतीय दंड संहितेच्या ३५४सी (परपीडानंद), ६६इ (गोपनीयतेचे उल्लंघन), आयटी कायदा २००० (२००८ मध्ये सुधारित) चे ६७ आणि ६७ए, ६७बी यांच्या वर्गवारीत येत नाही, ही नोंद औत्सुक्यपूर्ण आहे. सर्वोच्च न्यायालयाच्या निरीक्षणाप्रमाणे, जेव्हा अशी सामग्री खासगीत पाहिली जाते तेव्हा प्रेक्षक जबाबदार नसतात. पण जेव्हा त्यामुळे महिलांचे कार्यालयीन ठिकाणी लैंगिक शोषण (रोखणे, प्रतिबंध आणि निवारण) कायदा, २०१३ सह विविध भारतीय कायद्यांतर्गत लैंगिक शोषण होते, केवळ तेव्हाच प्रेक्षकांना जबाबदार धरले जाते; जर प्रेक्षकाने भागीदार किंवा जोडीदाराला त्याच्या/तिच्या इच्छेविरुद्ध ते पाहण्यासाठी बळजबरी केली तरी तो गुन्हा होऊ शकतो. अर्थातच, पुराव्याचे ओझे तक्रारदारावरच राहते, जर त्याला/तिला तथ्य स्थापित करायचे असेल, की अशा कृती जोडीदाराचा मानसिक छळ आणि घरगुती हिंसा करण्यासाठी केल्या गेल्या होत्या. हे अवश्य नमूद केले पाहिजे जर वेबसाइट्सनी योग्य ती खबरदारी बाळगली असेल तर त्या जबाबदार नसतात.

पण आपण पॉर्न इंडस्ट्रीच्या मोठ्या प्रमाणावर होणाऱ्या वाढीचे व्यवस्थापन कसे करू शकू जी घरामध्ये तयार केलेले पॉर्न आणि ग्राहकांवर मोठ्या प्रमाणावर अवलंबून असते? येथे समाजाच्या जबाबदारीचा प्रश्न उपस्थित होतो आणि ती केवळ न्यायालय किंवा सरकार यांची जबाबदारी नाही, असे आम्हाला वाटते. मिनिटागणिक हजारो पॉर्न सामग्री वेबसाइट्सवर भर घालत असतात. या साइट्समध्ये केवळ प्रौढ साइट्स, फेसबुक, यू-ट्यूब आदींसारखी सामाजिक माध्यमे आणि व्हॉट्सॲपसारखी मोबाइल संदेश सेवेचा समावेश असतो. जेव्हा आपण हौशी पॉर्न सामग्रीविषयी बोलतो, तेव्हा हे नमूद करायला हवे की अशा सामग्री या बहुतांशी प्रत्यक्षात परपीडानंदी पॉर्न, सूड घेण्याचे पॉर्न, विविध कारणांमुळे उघड झालेल्या सेक्स्टेड सामग्री असतात. जेव्हा प्रौढ पॉर्न सामग्री बघण्यास प्राधान्य देतात, तेव्हा त्यांना ती सामग्री कायदेशीर आहे की, बेकायदा आहे याची निश्चित माहिती नसते. केवळ सामग्री प्रौढांच्या साइट्सवर आहे म्हणून, सामग्री आक्षेपार्ह असू शकत नाही. त्याचप्रमाणे, सामग्री केवळ फेसबुक किंवा यू-ट्यूबसारख्या सामाजिक माध्यमावर आहे, म्हणून ती कायदेशीर सामग्री असू शकत नाही.

सामूहिक बलात्काराच्या व्हीडिओंचा विचार करा. केवळ आरोपीला ओळखता यावे, याकरिता त्यांच्या केलेल्या वितरणामुळे असे व्हीडिओ पाहणे किंवा त्यांचे वितरण कायदेशीर

ठरत नाही. अगदी जरी व्हीडिओमध्ये पीडितेला दाखवले गेले नाही तरीदेखील व्हीडिओ पीडितेच्या गोपनीयतेला ज्याप्रमाणे त्यात पीडितेला दाखवले जाते त्याचप्रमाणे तो व्हीडिओ पीडितेच्या गोपनीयतेला नुकसान पोहोचवू शकतो. अशा वेळी, सरकार फेसबुक किंवा यूट्यूब किंवा व्हॉट्सअॅप असे व्हीडिओ या माध्यमातून प्रसारित केले गेले होते या कारणाने ब्लॉक करू शकते का? ते करू शकत नाहीत. वेबसाइटद्वारा अशी सामग्री काढून टाकण्यासाठी एक प्रक्रिया आहे. तसेच, जर भारतामध्ये केवळ भारतीय प्रेक्षकांच्या काही सामग्री पाहण्यावर बंदी घातली पण विदेशामध्ये राहणारे योगदानकर्ता विदेशी आयपी अॅड्रेसने सूड घेण्यासाठीचे पॉर्न, परपीडानंदी व्हिडियो अपलोड करू शकले, तर प्रतिबंध लावण्याचा काय उपयोग? ज्यांच्या गोपनीयतेचे उल्लंघन झाले आहे, अशा पीडितांसाठी हे अधिक त्रासदायक ठरणार नाही का? असे योगदानकर्ता भारतीय प्रेक्षकांना अशी सामग्री दाखवू नाही शकत, पण ती सामग्री जगामध्ये इतर कुठेही दिसू शकते. अशा प्रकरणांत, पीडित अशा प्रकरणांना सिद्ध करण्यामध्ये सक्षम कसे होतील जर त्याला/तिला केवळ एक लिंक दिली जाते आणि ती भारतीय क्षेत्राधिकारांतर्गत काम करीत नाही? आपल्याला हे समजून घेण्याची गरज आहे की पूर्ण जगामध्ये, पोलिसांना अद्यापही सायबर गुन्ह्यांचा सामना करण्यासाठी जागरूकतेची गरज आहे, विशेषत: महिलांविरुद्ध आणि अशा प्रकरणांमध्ये पीडितांनादेखील पोलिसांकडूनही दुय्यम छळवणुकीचा सामना करावाच लागतो. हे मांडताना आम्ही असा युक्तिवाद करतो की एक संघटना म्हणून वेबसाइट्सनी महिला, पुरुष आणि मुले यांचे पीडन थांबवण्यासाठी सामाजिक जबाबदारीचे आदानप्रदान अवश्य केले पाहिजे.

योगदानकर्ता आणि ग्राहक यांच्यामुळे बाजारामध्ये वेबसाइट्सची भरभराट होते. हे तेव्हाच होते जेव्हा वेबसाइट्स अशा सामग्रींच्या योगदानावर बारकाईने लक्ष देतात ज्या कायद्याचे आणि त्याचबरोबर व्यक्तींच्या गोपनीयतेचेदेखील उल्लंघन करतात, त्यामुळे अवैध योगदान काढून टाकता येऊ शकते. वापराच्या मुद्द्याचा विचार करता, पॉर्न सामग्रीचे सर्व ग्राहक विकृत आहेत, असे म्हणणे चुकीचे ठरेल. पॉर्न सामग्रींचा वापर लैंगिक उत्तेजनासाठी म्हणून केला जाऊ शकतो आणि या घटकाची विशेष करून सेक्सोलॉजी, प्रजोत्पादन विज्ञान आदींमध्ये वैद्यकीय संशोधकांनी दखल घेतली आहे. पण, अशा प्रकारच्या उत्तेजनाचा वापर निरोगी लैंगिक संबंध आणि उद्देश यांच्यासाठी केला गेला पाहिजे, हक्कांचे उल्लंघन करण्यासाठी नव्हे. आम्ही या विचारांशी पूर्णपणे सहमत आहोत की पॉर्न सामग्री त्या तरुणांवर परिणाम करते जे प्रत्यक्ष जीवनात त्यासारख्याच परिस्थितीपासून थेट आनंदाचा अनुभव घेण्यासाठी बलात्कार किंवा लैंगिक विनयभंगामध्ये समाविष्ट होतात. अशा अयोग्य कारणांसाठी तरुणांना अशा सामग्रीचा वापर करू देण्याकरिता कोण जबाबदार आहे? निश्चितपणे मोठे लोक, शिक्षक ज्यांनी त्यांना कधीही लैंगिक शिक्षणाविषयी आणि शाळेत

आणि घरामध्ये महिला, पुरुष आणि मुले यांच्या गोपनीयतेचा आदर करण्याविषयी काही सांगितले नाही आणि त्याचबरोबर असे मित्र ज्यांना ज्या गोष्टींना मनाई करण्यात आलेली आहे अशा गोष्टींमधून आनंद मिळवावासा वाटतो असे लोकच यासाठी जबाबदार आहेत. आपल्याला हे समजून घेण्याची गरज आहे की प्रत्यक्ष जीवनात किंवा सायबर स्पेसमध्ये महिला, पुरुष आणि मुले यांचे पीडन रोखण्यासाठी पॉर्न साइट्सवर पूर्ण प्रतिबंध कधीही परिणामकारक ठरणार नाहीत. पूर्ण प्रतिबंध किंवा सर्व ब्रॉडबँड नेटवर्कच्या ग्राहकांच्या काही वेबसाइट्स ब्लॉक करण्याऐवजी, सरकारने अशा रॅकेटचा छडा लावण्यासाठी जे वेबसाइट्सवर अशा सामग्रीचा प्रसार करीत आहेत, सदोष वेबसाइट्स ज्या योग्य काळजी घेण्यासाठी अपयशी आहेत आणि अर्थातच कमीत कमी वेळात पीडनाच्या तक्रारीला हाताळण्यामध्ये सक्षम होण्यासाठी फौजदारी न्यायिक संघटनेला प्रशिक्षित करण्याच्या धोरणांच्या अंमलबजावणीवर विचार केला पाहिजे. आपल्याला हे समजून घेण्याची गरज आहे की पॉर्न सामग्रीचा प्रसार केवळ प्रौढ वेबसाइट्सच्या माध्यमातून केला जात नाही तर, व्हॉट्सॲपसारख्या रोजच्या यंत्रणा किंवा अगदी साध्या एमएमएसच्या माध्यमातून हा प्रसार केला जातो. ही सामग्री वैयक्तिक उपकरणांमध्ये स्टोअर केली जाऊ शकते आणि पॉर्न सामग्री स्टोअर केली आहे की नाही आणि कुठल्या प्रकारची सामग्री स्टोअर केली आहे, हे पाहण्यासाठी कायदा कुठल्याही अधिकाऱ्याला प्रत्येक उपकरण तपासण्यासाठी सक्षम करू शकत नाही, हे याचे कारण आहे. त्यामुळे पुन्हा सरकारी तपास आणि गोपनीयता याविषयी वादविवाद उपस्थित होतील. प्रत्यक्षात, तुम्ही दूताला गोळी मारू शकत नाहीत, पण अशा सैतानांविरुद्ध युद्ध घोषित करू शकता जे शांती भंग करण्यासाठी दूतांचा वापर करतात.

तसेच, आम्ही मध्यस्थांसाठी 'विस्मृतीत जाण्याचा हक्क' स्वरूपाची मार्गदर्शक तत्त्वे/कायदे आणण्याच्या संभाव्यतेचे खूप समर्थन करतो. पीडितांना वेबसाइट्सच्या गैरवर्तणुकीच्या यंत्रणांची तक्रार करणे, पोलिसांकडे तक्रार करणे आणि पीडनासाठी वापर केला जाऊ शकतो अशा सर्च इंजीन आणि वेबसाइट्सवरून नको असलेला डेटा हटविण्यासाठी न्यायालयाच्या प्रक्रियांसह उपलब्ध यंत्रणांपर्यंत पोहोचण्यासाठी योग्य पद्धतीने मार्गदर्शन अवश्य केले पाहिजे. तसेच, आम्ही असा सल्ला देतो की महिलांविरुद्ध सायबर गुन्ह्यांसह सायबर गुन्ह्यांचा सामना करण्यासाठी वेगळे न्यायालय यंत्रणा असायला हवी. ही न्यायालये ज्याप्रमाणे पॉक्सो कायद्यांतर्गत विशेष न्यायालये तयार केली जातात त्याच तत्त्वांच्या आधारे तयार केली जाऊ शकतात. आम्हाला हे समजू शकते की सध्या महिला न्यायालये ज्यांची काही तक्रार दाखल करण्यात आली आहे, अशी काही प्रकरणे हाताळत आहेत. तथापि, आम्ही सल्ला देतो की जर महिलांविरुद्ध गुन्ह्यांसह सायबर गुन्ह्यांना हाताळण्यासाठी अधिकार असलेल्या विशेष न्यायालयांना ही जबाबदारी दिली गेली (भारतीय दंड संहितेच्या तरतुदींबरोबर वाचले जाणारे

आयटी कायद्याच्या अर्थामध्ये, विशेषतः ते फौजदारी कायदा सुधारणा कायदा, २०१३ द्वारा समाविष्ट आहेत), तर पीडितांना आणखी फायदा होऊ शकतो. आम्ही आशा करतो की जर महिला, लिंगपरिवर्तित महिला आणि मुलींच्या ऑनलाईन पीडनाच्या गुन्ह्यांचा सामना करण्यासाठी अशा पद्धतींच्या उपायांचा वापर केला गेला तर, पीडित तक्रार करण्यासाठी प्रोत्साहित होतील आणि महिलांविरोधातील ऑनलाईन गुन्ह्यांचे प्रमाणही कमी होऊ शकेल.

संदर्भ

Halder, D. (2015a). Children of internet era: A critical analysis of vulnerability of children in the darker sides of social media and WhatsApp. Published in the Conference Proceedings on Accompanying Social Networking in Teacher Education, (6 March and 27 March). Loyola College of Education, Chennai, pp. 17–24.

शब्दसूची

आरोपपत्र	न्यायाधीशांना गुन्ह्याशी संबंधित निर्णय सक्षमपणे घेता यावा, याकरिता पोलिसांनी 'फर्स्ट इन्फर्मेशन रिपोर्ट' (एफआयआर), इतर संबंधित कागदपत्रे आणि पुरावे इत्यादींच्या आधारे बनवलेले दस्त. यामध्ये आरोपी/आरोपींची, पीडित/पीडितांची नावे, कायद्यानुसार लावलेले आरोपीवरील आरोप, पीडिताचे निवेदन/निवेदने इत्यादी; यांसह इतर कागदपत्रे आणि सबळ पुरावे न्यायालयाकडे पाठवले जातात.
बाल न्यायालय	बालकांविरोधातील गुन्ह्यांसाठी पॉक्सो कायदा आणि अल्पवयीन न्याय (बालकांची काळजी आणि सुरक्षा) कायदा २००० (२००६ मध्ये आणि पुन्हा २०१६ मध्ये सुधारित) यांसारख्या विशेष कायद्यांतर्गत विशेष न्यायालये. अशा न्यायालयांचे प्रमुख अतिरिक्त सत्र न्यायाधीश दर्जाचे न्यायदंडाधिकारी असतात. मात्र, काही प्रकरणांत सत्र न्यायालयांनाही बाल न्यायालयांचा दर्जा दिला जातो.
दखलपात्र गुन्हा	भारतामधील फौजदारी प्रक्रिया संकेताने वर्गीकृत केलेले असे गुन्हे, की जेथे पोलीस स्वतःहून एखाद्या प्रकरणाची दखल घेऊन, प्राथमिक चौकशी करून नंतर आरोपीला अटक करतात.
सायबर दादागिरी	डिजिटल संप्रेषण तंत्रज्ञान किंवा इंटरनेट संप्रेषण तंत्रज्ञान यांच्या माध्यमातून इतर/इतरांना चिडविणे अथवा त्यांचा अपमान करण्यासाठी असह्य, उद्धट, अपमानास्पद शब्दांचा वापर करणे.
सायबर बाल अश्लीलता (चाइल्ड पॉर्न)	मुलांचा वापर करून बनवलेली अश्लील सामग्री किंवा किशोरवयीन तरुणांसाठी लैंगिक आकर्षणाच्या (paedophilic) उद्दिष्टांसाठी अश्लील सामग्रीची निर्मिती आणि वितरण करणे.
सायबर क्राइम सेल्स (Cyber Crime Cells)	पोलीस कार्यालयांमधील सायबर गुन्ह्यांशी संबंधित प्रकरणे हाताळणारे विशिष्ट विभाग/सेल.
सायबर गुन्हे	संगणक, इंटरनेट, इंटरनेट संप्रेषण तंत्रज्ञान, डिजिटल संप्रेषण तंत्रज्ञानाच्या माध्यमातून किंवा त्यांच्या मदतीने राज्य (State), कॉर्पोरेट किंवा व्यक्ती/अनेक व्यक्ती किंवा व्यक्तींच्या गटाला लक्ष्य करण्यासाठी केलेले गुन्हे.
सायबर पॉर्नोग्राफी (Cyber Pornography)	कामोत्तेजक स्वरूपातील मजकूर किंवा स्थिर छायाचित्रे अथवा ध्वनीचित्रफिती दाखवणारी डिजिटल सामग्री.

डिक्रिप्शन (Decryption)	सांकेतिक (Encrypt) स्वरूपातील माहिती पुन्हा मूळ मजकुराच्या स्वरूपात रूपांतरित करणारी पद्धत.
एन्क्रिप्शन (Encryption)	सांकेतिक परिभाषेत संदेश किंवा माहितीचे विशिष्ट प्रकारे सांकेतिकीकरण (encoding) दर्शवण्यासाठी ही संज्ञा वापरली जाते. ही माहिती पाहण्याचा अधिकार असलेल्या अधिकृत घटकांनाच या माहितीचे मूळ स्वरूप आणि अर्थ पाहता येतात.
बनावट अवतार	पीडित व्यक्तीची चुकीची प्रतिमा निर्माण करण्यासाठी आणि पीडित व्यक्तीच्या प्रतिष्ठेचे नुकसान करण्यासाठी सामाजिक माध्यमांवर पीडित व्यक्तीचे बनावट प्रोफाइल तयार करणे.
हॅकिंग	दुसऱ्या व्यक्तीकडील संगणक, डिजिटल माहिती इत्यादींमध्ये अनधिकृतरीत्या प्रवेश मिळवणे.
महिला न्यायालये	भारतातील महिलांविरोधातील सर्व प्रकारच्या गुन्ह्यांना जलदगतीने हाताळता यावे, यासाठी विशेष कायद्यांतर्गत गठित केलेली न्यायालये. अतिरिक्त सत्र न्यायाधीश दर्जाचे न्यायिक दंडाधिकारी या न्यायालयांचे प्रमुख असतात.
नो कॉन्टॅक्ट ऑर्डर	आरोपी/छळ करणारा/गुन्हेगार यांना पीडित/तक्रारदाराशी कुठल्याही प्रकारचा संपर्क करण्यापासून रोखण्यासाठी न्यायालयाने दिलेला आदेश; यामध्ये फोन कॉल, इंटरनेट संप्रेषण किंवा प्रत्यक्ष भेटीचाही समावेश आहे. मात्र, अमेरिका, कॅनडा, युनायटेड किंगडम या देशांप्रमाणे भारतात महिलांविरोधातील सायबर गुन्ह्यांशी संबंधित खटल्यांत अद्याप असे आदेश उपलब्ध नाहीत.
अश्लीलता	लज्जास्पद स्वरूपातील आणि मन कलुषित करणारे कृत्य.
ऑनलाईन ग्रूमिंग (Online grooming)	इंटरनेट संप्रेषण तंत्रज्ञान/डिजिटल संप्रेषण तंत्रज्ञानाच्या माध्यमातून दोषींचे आयसीटी/डीसीटी (DCT – डिजिटल संप्रेषण तंत्रज्ञान) वापरणाऱ्या सामान्यांशी, त्यांचा विश्वास संपादन करण्यासाठी, किशोरवयीन तरुणांसाठी लैंगिक आकर्षणाच्या (paedophilic) उद्दिष्टांसाठी किंवा आर्थिक फसवणुकीच्या उद्दिष्टांसाठी किंवा ऑनलाईन छळासाठी किंवा प्रौढांवर, विशेषतः महिलांवर सातत्याने लक्ष ठेवण्यासाठी (stalking of adults) झालेले संप्रेषण.
ऑनलाईन छळ	सायबर दादागिरी (bullying), ट्रोलिंग, ऑनलाईन बदनामी, पाळत ठेवणे (stalking), धमकावणे, बनावट अवतार तयार करणे, खासगी मेलमध्ये हॅकिंग करून डिजिटल खासगीपणाचे उल्लंघन; या सर्वांची एकत्रित कृती. फसवणुकीचे संदेश इत्यादी किंवा पीडित/पीडितांना छळण्याकरिता वरीलपैकी एक किंवा दोघांचा वापर.

फिशिंग	मेल, संदेश, फोन कॉल इत्यादींच्या मार्गाने संवेदनशील माहिती मिळवण्याचा प्रयत्न गुन्हेगार करतात. त्यात वैयक्तिक माहितीसह आर्थिक माहितीचाही समावेश असतो. त्यात पीडित व्यक्तीचा पासवर्ड, यूजरनेम, जन्मदिनांक आणि बँकेच्या संदर्भातील इतर माहिती असू शकते.
रिव्हेंज पॉर्न (Revenge porn-सूड घेण्यासाठी करण्यात आलेले अश्लील चित्रण)	कुठल्याही व्यक्तीच्या वैयक्तिक माहितीचा गैरवापर करून सूडबुद्धीतून केलेले कृत्य. यामध्ये पीडित व्यक्तीचे चारित्र्यहनन करण्यासाठी स्थिर छायाचित्र/ध्वनीचित्रफितींचा सामाजिक माध्यमांमध्ये बनावट अवतार किंवा प्रोफाइल तयार करण्याचा समावेश असतो. प्रौढांच्या संकेतस्थळांचाही त्यात समावेश असतो.
सेक्स्टिंग	डिजिटल संप्रेषण तंत्रज्ञानाच्या माध्यमातून अश्लील मजकुराचा संदेश पाठवणे. यात नग्न किंवा अर्धनग्न स्वप्रतिमांचाही समावेश होतो.
लैंगिकतेसंबंधी सामग्री (Sexually explicit materials)	लैंगिकतेचा सूक्ष्म (extreme) गर्भितार्थांचा वापर करून तयार केलेली आणि बेकायदा असणारी माहिती अथवा सामग्री.
स्टॉकिंग (Stalking)	डिजिटल मॉनिटरिंगच्या माध्यमातून एखाद्याचा हेतुपुरस्सर पाठलाग करणे. यामध्ये पीडित व्यक्तीचे नुकसान करण्याच्या उद्दिष्टासाठी पीडित व्यक्तीला सातत्याने संपर्क करण्याच्या प्रयत्नांचा समावेश आहे. त्यात फोन कॉल, बारीक नजर ठेवणे (shadowing) किंवा ई-मेल/सामाजिक माध्यमांवरील प्रोफाइल/प्रोफाइल्स हॅक करून धमकीचे मेल/संदेश पाठवण्याचा समावेश होतो.
टेक्स्टिंग (Texting)	डिजिटल संप्रेषण तंत्रज्ञानाच्या माध्यमातून छायाचित्रांचा समावेश असलेल्या किंवा त्यांच्या समावेशाविना मजकुराचा संदेश पाठवणे.
ट्रोलिंग (Trolling)	सामाजिक माध्यम किंवा वृत्तमाध्यमांमध्ये एखाद्या 'पोस्टर'वर प्रतिक्रिया नोंदविण्याच्या जागेमध्ये (comment box) असह्य, अपमानास्पद मते पोस्ट करणे आणि मुख्य चर्चा दुसरीकडे वळवून संबंधित किंवा असंबंधित मुद्द्यांवर इतर टिप्पणीकारांबरोबर शाब्दिक वितंडवाद सुरू करणे.

जोडपत्र

महिलांचे ऑनलाईन पीडन रोखण्यासाठी मॉडेल चार्टर[१]

सामग्री

भाग I: उद्देश

भाग II: व्याख्या

भाग III: महिलांकरिता सायबर हक्कांसाठी प्रस्ताव

भाग IV: सायबर स्पेसमध्ये आचारसंहितेसाठी प्रस्ताव

भाग V: महिलांना लक्ष्य करणाऱ्या आक्षेपार्ह सायबर कृतींवरील संशोधनाच्या जाहिरातीसाठी प्रस्ताव

भाग I: उद्देश

या धोरणात्मक मार्गदर्शक तत्त्वाचा वापर महिलांचे ऑनलाईन पीडन रोखण्यासाठी, महिलांच्या बाबतीत घडलेल्या विविध ऑनलाईन सायबर गुन्ह्यांच्या स्पष्टीकरणासाठी, महिलांच्या हिताच्या विरोधी अनैतिक आणि बेकायदा म्हणून असलेल्या विविध कृतींना प्रतिबंध करण्यासाठी, महिलांवर परिणाम करणाऱ्या सायबर गुन्ह्यांबद्दल पुरुष आणि महिलांमध्ये जागरूकतेचा प्रसार करण्यासाठी, आणि सरकारला अहवाल पुरविणाऱ्या एजन्सींना गुन्ह्याचे स्वरूप समजून घेण्यासाठी आणि त्याद्वारे महिला पीडित इत्यादींची मदत करणे आदीसाठी प्रोत्साहित करण्यासाठी होऊ शकतो.

भाग II: व्याख्या

या संज्ञा महिला पीडितांच्या दृष्टिकोनातून स्पष्ट केल्या आहेत:

१. हॅकिंग (Hacking): या धोरणात्मक मार्गदर्शक तत्त्वाच्या उद्देशानुसार, हॅकिंग म्हणजे दुसऱ्याच्या डिजिटल सामग्रीमध्ये अनधिकृत प्रवेश असू शकतो, आणि अशा डिजिटल सामग्रीच्या मूळ लेखकाला तिच्यापर्यंत प्रवेश करण्यापासून ब्लॉक करण्याचाही समावेश असतो. या संज्ञेमध्ये अशी डिजिटल सामग्रीमध्ये सुधारणा आणि/किंवा तिरस्करणीय उद्देशांसाठी बदललेली डिजिटल सामग्रीचादेखील समावेश होतो.

२. डिजिटल सामग्री (Digital contents): या धोरणात्मक मार्गदर्शक तत्त्वाच्या उद्देशानुसार, डिजिटल सामग्री याच अर्थ अशी कुठलीही सामग्री, साहित्य, मूळ मालकाची किंवा तिच्या कौटुंबिक सदस्याचे वैयक्तिक फोटोग्राफ/छायाचित्रे/व्हीडिओ क्लिपिंग

---

[१] हालदर, डी. आणि जयशंकर के. (जून २०११) मध्ये प्रसिद्ध. Cyber Crime and the Victimization of Women: Laws, Rights, and Regulations. Hershey, PA, USA: IGI Global.

इत्यादींसह वैयक्तिक माहिती, जी मूळ मालकाने व्यावसायिक तसेच वैयक्तिक वापराकरिता तिच्या वेब वर्ल्डमधील ओळख म्हणून वापरली आहे; किंवा वेब वर्ल्डमध्ये तिची मते अभिव्यक्त होण्यासाठी मूळ मालकाने तयार केली आहेत.

३. सायबर गोपनीयता (Cyber privacy): या धोरणात्मक मार्गदर्शक तत्त्वाच्या उद्देशानुसार, सायबर गोपनीयता याचा अर्थ मूळ मालकाची मालकी असलेल्या कुठल्याही डिजिटल सामग्रीसंदर्भात 'एकटे सोडण्याचा हक्क'; आणि/किंवा सरकारी कम्प्युटर किंवा आरोग्य, सामाजिक सुरक्षा, व्यावसायिक नोंदीकरिता कॉर्पोरेट डेटा किंवा मॉनिटरी डेटा मध्ये स्टोअर केलेली मूळ मालकाबाबतची माहिती.

४. ऑनलाईन बदनामी: या धोरणात्मक मार्गदर्शक तत्त्वाच्या उद्देशानुसार, ऑनलाईन बदनामी म्हणजे कुठल्याही व्यक्तीबद्दल माहितीचे इंटरनेटवरील प्रकाशन, जे अशा माहितीच्या निर्मात्याला चुकीचे आहे हे माहीत असते; आणि संबंधित व्यक्तीच्या प्रतिष्ठेला हानी पोहोचवण्यासाठी कृती केलेली असते.

टीप: या संदर्भात प्रकाशन म्हणजे पीडितेबाबत इतरांना, पीडितेखेरीज इतरांना चुकीच्या माहितीचा प्रसार असू शकते.

५. सायबर दादागिरी (Cyber bullying): या धोरणात्मक मार्गदर्शक तत्त्वाच्या उद्देशानुसार, सायबर धमकावणी म्हणजे पब्लिक बुलेटिन बोर्ड, चॅट रुम, ईमेल्स, ब्लॉग्स इत्यादींसह सायबर स्पेसमध्ये कडक किंवा उद्धट शब्दांत कुणावरही हल्ला चढवणे असू शकते, आणि असे कडक किंवा उद्धट शब्द एखाद्याच्या शरीराचा आकार, लिंग, भौतिक किंवा मानसिक अक्षमता, वंश, वर्ण, मत, शैक्षणिक पार्श्वभूमी, भाषा इत्यादींचा विशिष्टपणे उपहास करण्यासाठी तयार केलेले असतात.

६. सायबर ग्रूमिंग (Cyber grooming): या धोरणात्मक मार्गदर्शक तत्त्वाच्या उद्देशानुसार, सायबर ग्रूमिंग म्हणजे कुठल्याही व्यक्तीबरोबर लैंगिक कृती किंवा इतर अनैतिक किंवा बेकायदा कृतींवर लक्ष केंद्रित करून छुप्या पद्धतीने डिजिटल उपस्थिती आणि/किंवा प्रतिवादीची स्वतः ओळख किंवा तिने दिलेल्या वैयक्तिक माहिती यांच्या गैरवापराच्या उद्देशाने सातत्याने साधलेला संवाद/संप्रेषण असू शकते.

७. सायबर स्टॉकिंग (Cyber stalking): या धोरणात्मक मार्गदर्शक तत्त्वाच्या उद्देशानुसार, सायबर स्टॉकिंग म्हणजे कुठल्याही व्यक्तीच्या इंटरनेटवरील कृतींवर नजर ठेवणे, पीडितेचा कुणाबरोबर संवाद सर्वाधिक होतो ते साथीदार शोधणे, तिला किंवा तिच्या साथीदारांना धमकी देणारे/अपशब्द वापरणारे/बदनामीची सामग्री असणारे मेल करणे किंवा मेसेज करणे किंवा तिच्या वैयक्तिक सायबर स्पेसमध्ये अतिक्रमण करणे आणि तिच्यामध्ये भीतीचा घटक तयार करणे असू शकते.

८. सायबर छळवणूक (Cyber harassment): या धोरणात्मक मार्गदर्शक तत्त्वाच्या उद्देशानुसार, सायबर छळवणुकीमध्ये एखाद्याच्या इनबॉक्समध्ये नको असलेले मेल

पाठवण्याचा समावेश असू शकतो, एखाद्याच्या आयडीचा चॅटिंगकरिता, अपशब्दाचे/छळवणुकीचे/चिडवणारे/धमकावणारे मेल/मेसेज पाठविण्यासाठी बळपूर्वक समावेश, सायबर स्टॉकिंग, सायबर गोपनीयतेवर आक्रमण, द्वेषयुक्त प्रचाराचा प्रसार, वेब वर्ल्डमध्ये पीडितेबाबत इतरांना बदनामीकारक माहिती पुरविणे, एखाद्या व्यक्तीची डिजिटल ओळख आणि डिजिटल सामग्रीचा प्रौढ मनोरंजन इत्यादीच्या उद्देशाकरिता अनधिकृत वापर, इत्यादींचा समावेश असू शकतो.

९. सायबर ब्लॅकमेलिंग (Cyber blackmailing): सायबर ब्लॅकमेलिंग म्हणजे त्यात एखाद्याच्या इनबॉक्समध्ये धमकीच्या शब्दांसह, प्राप्तकर्त्याला पाठविणाऱ्याची मागणी मान्य करण्यासाठी विचारणा करणारे मेल/मेसेज पाठविणे किंवा अन्यथा पाठविणारा तिची खासगी माहिती उघड करण्याचे/चुकीच्या पद्धतीने तिचे चित्रण करण्याचे/तिच्या प्रतिष्ठेला नुकसान पोहोचवणे इत्यादींची खात्री देतो, या गोष्टींचा समावेश असू शकतो.

१०. बलप्रेरित पॉर्नोग्राफी (Forced pornography): या धोरणात्मक मार्गदर्शक तत्त्वाच्या उद्देशानुसार, बलप्रेरित पॉर्नोग्राफी म्हणजे त्यात कुठल्याही व्यक्तीच्या छायाचित्राचे प्रकाशन किंवा वापर करणे जे एखाद्याच्या नग्न शरीराचे भाग/व्यक्तीचे लैंगिक कृतींचे व्हीडिओ क्लिपिंग/व्यक्तीची खासगी निवासी माहिती इत्यादींची सुधारित/परपीडानंदी छायाचित्रे असू किंवा नसू शकतात, संबंधित व्यक्तीच्या मान्यतेशिवाय किंवा माहिती असल्याशिवाय प्रौढ मनोरंजन साइटमध्ये किंवा ओपन वेब वर्ल्डमध्ये कुठल्याही वेबसाइट किंवा ब्लॉग इत्यादीच्या माध्यमातून, अशा व्यक्तीला पॉर्न मॉडेल किंवा संभोगप्रदाता म्हणून चित्रित करण्याच्या तिरस्कारात्मक हेतूने; आणि त्यातून संबंधित व्यक्तीला तिच्या इच्छा किंवा जाणिवेविरुद्ध प्रौढ मनोरंजन उद्योगाचा किंवा सॉफ्ट कोअर पॉर्नोग्राफीचा भाग बनण्यास भाग पाडणे या गोष्टींचा समावेश असू शकतो.

११. सायबर द्वेष प्रसार (Cyber hate propaganda): सायबर द्वेष प्रसार म्हणजे विशिष्ट व्यक्तीविरोधात तिचे मत, वंश, लिंग इत्यादींविरोधात द्वेषाचा प्रसार करण्याच्या उद्देशाने पाठविणारा आणि विविध प्राप्तकर्ते यांच्यामधील आक्षेपार्ह संप्रेषण असू शकते.

१२. अश्लीलता (Obscenity): अश्लीलता म्हणजे कुठलेही सायबर संप्रेषण किंवा सामग्री जी वेब वर्ल्डमध्ये प्रसिद्ध होते आणि ज्यामध्ये छायाचित्रे, मटेरियल्स, सामग्री इत्यादींचा समावेश असतो जे 'व्यावहारिक रुची' तयार करतात आणि जे 'भौतिक' जागेच्या सामाजिक मूल्यात्मक व्यवस्थेच्या विरोधात असतात, जिथे हे डाउनलोड करून पाहिले जाते.

१३. आक्षेपार्ह संप्रेषण (Offensive communications): आक्षेपार्ह संप्रेषण म्हणजे त्यात पाठविणारा आणि प्राप्तकर्ता/प्राप्तकर्ते यांच्यामधील संप्रेषण ज्यात धमकी देणारी/धमकावणीपूर्ण/बदनामीकारक/अश्लील संदेशांसह आक्षेपार्ह सामग्री असते, या गोष्टींचा समावेश असू शकतो.

भाग III: महिलांकरिता सायबर हक्कांसाठी प्रस्ताव

१. **समानतेचा हक्क:** समानतेचा हक्क ज्यानुसार, कुठल्याही प्रकारच्या कुठल्याही भेदभावाविरोधातील हक्कास, सायबर स्पेसमध्ये महिलांकरिता प्राथमिक हक्क म्हणून अवश्य मानले गेले पाहिजे.

२. **सन्मानासह सुरक्षित जगण्याचा हक्क:** या हक्कामध्ये खालील बाबींचा समावेश असू शकतो:

(अ) 'बलप्रेरित पॉर्नोग्राफी' विरोधातील हक्क

(ब) बदनामीसह द्वेषपूर्ण संप्रेषणाविरोधातील हक्क

(क) सायबर स्पेसमध्ये लैंगिक तसेच अलैंगिक गुन्ह्यांच्या उद्देशानुसार हॅकिंगविरोधातील हक्क

(ड) स्टॉकिंग आणि त्यानंतरच्या छळवणुकीविरोधात हक्क

(इ) वरील चर्चा केलेल्या सर्व मार्गांनि इंटरनेटवर छळ होण्याविरोधातील हक्क

(ई) ब्लॅकमेलिंग, धमकी देणे आणि फसवणे याविरोधातील हक्क आणि

(फ) स्वच्छ आभासी ओळखीसह खऱ्या स्पेसमध्ये सन्मानासह सुरक्षित जगण्याचा हक्क.

३. **भाषण आणि अभिव्यक्ती हक्क:** महिलांना स्त्रीवाद आणि इतर विविध विषयांवर त्यांची मते अभिव्यक्त करण्याचा आणि भाषणाचा हक्क अवश्य असला पाहिजे.

४. **सायबर स्पेसमध्ये माहितीचा हक्क:** या हक्कामध्ये इतर वेबसाइट्स पाहण्याचा हक्क आणि काही विंडोजपर्यंत प्रवेश करण्याचा हक्काचा समावेश असू शकतो.

५. **इतरांशी संभाषण साधण्याचा हक्क:** या हक्कामध्ये मुक्त भाषणाचा हक्क आणि अशा व्यक्तीची निवड करण्याचा हक्क जिच्याबरोबर महिलेला संभाषण साधणे सुलभ वाटते, यांचा समावेश असू शकतो. यात नको असलेल्या व्यक्ती ज्या तिच्या इच्छेविरोधात तिच्याबरोबर संवाद साधण्याचा प्रयत्न करतात त्यांना ब्लॉक किंवा काढून टाकण्याच्या हक्काचादेखील समावेश असू शकतो.

६. **सायबर स्पेसच्या साहाय्याने सायबर स्पेसपासून जीवन घडवण्याचा हक्क:** यामध्ये तिची मते अभिव्यक्त करण्याचा हक्क आणि सायबर स्पेसच्या साहाय्याने चरितार्थाकरिता तिचा व्यवसाय सुरू ठेवण्याचा समावेश असू शकतो. तथापि, या हक्कामध्ये इंटरनेटच्या माध्यमातून संबंधित महिलेच्या परवानगीशिवाय पॉर्नोग्राफिक वेबसाइट्स, अश्लील सामग्री किंवा अगदी महिलांच्या बेकायदा तस्करीकरिता व्यापारी वस्तू म्हणून वापर होण्यापासून संरक्षित राहण्याच्या हक्काचादेखील समावेश असू शकतो.

७. **इंटरनेटवर 'स्वतःची स्पेस' असण्याचा हक्क:** या हक्कामध्ये प्रवेश करण्यासाठीचा आणि डोमेन तयार करण्याचा हक्क, ईमेल आयडी, ब्लॉग्ज तयार करण्याचा आणि सोशल नेटवर्किंग साइट्समध्ये प्रवेश करणे आणि प्रोफाइल तयार करणे इत्यादींच्या हक्काचादेखील समावेश होऊ शकतो.

८. **एकत्र येणे आणि संघटनेचा हक्क:** या हक्कामध्ये कुठलीही वेबवर आधारित संघटना, केवळ महिलांसाठी व्यासपीठे इत्यादी तयार करण्याच्या हक्काचा समावेश होऊ शकतो.

९. **गोपनीयतेचा हक्क:** गोपनीयतेचा हक्क म्हणजे यामध्ये तिच्या डिजिटल सामग्री, खासगी माहिती आणि खासगी ऑफलाइन कृतीदेखील ज्या ऑनलाईन प्रसिद्ध होऊ शकतात यांवरील आक्रमणाविरोधातील हक्काचा समावेश असू शकतो.

१०. **स्वप्रतिष्ठेचे समर्थन करण्याचा हक्क:** हा हक्क म्हणजे भाषण आणि अभिव्यक्तीचा हक्क आणि सायबर गोपनीयतेचे संरक्षण करण्याचा हक्कदेखील असू शकतो. या हक्काचा विस्तार पोलिसांना किंवा सायबर क्राइम सेल्स किंवा सायबर सुरक्षा तज्ज्ञांना आणि किंवा वकिलांना संपर्क साधण्यापर्यंत झालेला आहे.

भाग IV: सायबर स्पेसमध्ये आचारसंहितेसाठी प्रस्ताव

इंटरनेट वापरकर्त्यांसाठी आचारसंहिता: या धोरणात्मक मार्गदर्शक तत्त्वाच्या उद्देशानुसार, आम्ही पुरुष आणि स्त्री इंटरनेट वापरकर्त्यांसाठी सायबर स्पेसमध्ये महिलांच्या हिताच्या दृष्टीने आचारसंहितेच्या एका संचाचा प्रस्ताव ठेवत आहोत. तो खालीलप्रमाणे आहे:

१. इतरांच्या गोपनीयतेच्या हक्कांचा आदर ठेवणे;

२. सायबर स्पेसमध्ये असभ्य कृती करण्यापासून नियंत्रित ठेवणे;

३. सायबर स्पेसचा शाब्दिक युद्धपद्धती म्हणून वापर करण्यापासून नियंत्रित ठेवणे आणि अपशब्द भाषेचा वापर करण्यापासून नियंत्रित ठेवणे;

४. योग्य परवानगीविना इतरांची सामग्री वापरणे, सुधारणा करणे, पुन्हा प्रसिद्ध करणे यांवर नियंत्रण ठेवणे.

भाग V: महिलांना लक्ष्य करणाऱ्या आक्षेपार्ह सायबर कृतींवरील संशोधनाच्या कामांच्या जाहिरातीसाठी प्रस्ताव

या धोरणात्मक मार्गदर्शक तत्त्वाचे उद्देश साध्य करण्यासाठी, संयुक्त राष्ट्रसंघ, शैक्षणिक संस्था इत्यादींसारख्या आंतरराष्ट्रीय संस्था महिलांना लक्ष्य करणाऱ्या आक्षेपार्ह सायबर कृतींवरील संशोधनाला चालना देऊ शकतात. सायबर स्पेसमध्ये लिंगसंवेदी पीडनावर विचारधारा आणि प्रकारविचार (टायपोलॉजी) तयार करण्यामध्ये यामुळे पुढे आणखी मदत होईल.

लेखकांविषयी

देबारती हालदर या वकील आणि कायदेतज्ज्ञ आहेत. सध्या, त्या गुजरातमध्ये अहमदाबाद येथे युनायटेड वर्ल्ड स्कूल ऑफ लॉ येथे कायदेविषयक अभ्यासाच्या प्राध्यापिका म्हणून कार्यरत आहेत आणि भारतातील सेंटर फॉर सायबर व्हिक्टिम काउन्सिलिंगच्या (सीसीव्हीसी) व्यवस्थापकीय संचालिका (मानद) आहेत (www.cybervictims.org). त्यांनी एलएलबी कलकत्ता विद्यापीठातून केले आणि इंटरनॅशनल अँड कॉन्स्टिट्यूशनल लॉ या विषयात पदव्युत्तर पदवी मद्रास विद्यापीठातून घेतली. नॅशनल लॉ स्कूल ऑफ इंडिया विद्यापीठ (एनएएलएसआययू), बेंगलोर, भारत येथून त्यांनी पीएचडी घेतली. *सायबर क्राईम अँड द व्हिक्टिमायझेशन ऑफ विमेन: लॉज, राईट्स अँड रेग्युलेशन* (आयजीआय ग्लोबल, जुलै २०११) या पुस्तकामध्ये त्यांनी सहलेखकाची भूमिका बजावली आहे. समकक्ष पुनरावलोकित नियतकालिकांमध्ये आणि समकक्ष पुनरावलोकित पुस्तकांमध्ये त्यांचे अनेक लेख प्रसिद्ध झाले आहेत. *ब्रिटिश जर्नल ऑफ क्रिमिनॉलॉजी, जर्नल ऑफ लॉ अँड रिलिजन, व्हिक्टिम्स अँड ऑफेंडर्स; मरडोक युनिव्हर्सिटी ई जर्नल ऑफ लॉ; इरसीईएस ऑनलाईन क्वार्टरली रिव्ह्यू; टीएमसी ॲकॅडमिक जर्नल (सिंगापूर); तेमिदा अँड इंडियन जर्नल ऑफ क्रिमिनॉलॉजी अँड क्रिमिनॅलिस्टिक्स* यासह ख्यातनाम जर्नलमध्ये त्यांचे काम प्रसिद्ध झाले आहे; आणि संपादित खंड, क्राईम्स ऑफ द इंटरनेट, ट्रेंड्स अँड इश्यूज ऑफ व्हिक्टिमॉलॉजी, सायबर क्रिमिनॉलजी. ११–१३ जून २०१२ दरम्यान झालेले स्टॉकहोम क्रिमिनॉलॉजी सिम्पोझियम आणि १५–१६ मे २०१५ दरम्यान इस्तंबूल, तुर्कस्तान येथे झालेली सोशल मीडिया फॉर गुड या विषयावर आंतरराष्ट्रीय परिषदेसह अनेक आंतरराष्ट्रीय परिषदांमध्ये त्यांनी आपले संशोधन सादर केले आहे. राष्ट्रीय महिला आयोग, यूनिसेफ, फेसबुक, मुलांच्या हक्कांच्या संरक्षणासाठी केरळ राज्य आयोग, राजीव गांधी नॅशनल इन्स्टिट्यूट फॉर यूथ डेव्हलपमेंट, विमेन ख्रिश्चन कॉलेज (कोलकाता आणि चेन्नई), लॉयला कॉलेज, नॉर्थ ईस्टर्न पोलीस ॲकॅडमी, मुलांच्या हक्कांच्या संरक्षणासाठी आसाम राज्य आयोग आणि मनोनमनियम सुंदरनर विद्यापीठ, तिरुनवेली यांच्याकडून घेण्यात येणाऱ्या विविध कार्यक्रमांच्या त्या मार्गदर्शक होत्या. देबरती यांच्या संशोधनातील रुचीमध्ये संवैधानिक कायदा, आंतरराष्ट्रीय कायदा, पीडितांचे हक्क, सायबर गुन्हे आणि कायदे यांचा समावेश आहे. Email: debaratihalder@gmail.com URL: http://www.debaratihalder.org

के. जयशंकर हे सध्या क्रिमिनॉलॉजीचे प्राध्यापक आणि रक्षा शक्ती विद्यापीठ (पोलीस आणि अंतर्गत सुरक्षा विद्यापीठ), अहमदाबाद, गुजरात येथे क्रिमिनॉलॉजी विभागाचे प्रमुख आहेत. त्याआधी, त्यांनी मनोनमनियम सुंदरनर विद्यापीठ, तिरुनवेली, तमिळनाडू, भारत येथे

क्रिमिनॉलॉजी आणि क्रिमिनल जस्टिस विभागामध्ये फॅकल्टी सदस्य म्हणून काम केले आहे. त्यांनी लेख, पुस्तके, पुस्तकांतील प्रकरणे, आणि संपादकीय यांच्यासह शंभराहून अधिक प्रकाशने प्रसिद्ध केली आहेत. प्रतिष्ठित अशा नॅशनल ॲकॅडमी ऑफ सायन्सेस, भारत (एनएएसआय) स्कोपस तरुण शास्त्रज्ञ पुरस्कार २०१२–सामाजिक शास्त्रे आणि अध्यापनातील उत्कृष्टता आणि क्रिमिनॉलॉजीमधील संशोधन याकरिता ISC–एस. एस. श्रीवास्तव पुरस्कार यांनी ते सन्मानित आहेत. ते सेंटर फॉर क्रिमिनल जस्टिस स्टडीज, स्कूल ऑफ लॉ, युनिव्हर्सिटी ऑफ लीड्स, यूके येथे कॉमनवेल्थ फेलो (२००९–२०१०) होते आणि सायबर गुन्ह्यांमधील पीडित यांवरील संशोधन प्रकल्प पूर्ण केला आहे. *इंटरनॅशनल जर्नल ऑफ सायबर क्रिमिनॉलॉजी* (www.cybercrimejournal.com) चे ते संस्थापक मुख्य संपादक आहेत आणि *इंटरनॅशनल जर्नल ऑफ क्रिमिनल जस्टिस सायन्सेस* (www.ijcjs.com) चे ते मुख्य संपादक आहेत. साउथ एशियन सोसायटी ऑफ क्रिमिनॉलॉजी अँड व्हिक्टिमॉलॉजी (एसएएससीव्ही) चे ते संस्थापक अध्यक्ष आणि सेंटर फॉर सायबर व्हिक्टिम काउन्सिलिंग (सीसीव्हीसी) (www.cybervictims.org) चे संस्थापक कार्यकारी संचालक (ऑनररी) आहेत. ते UNODC (युनायटेड नेशन्स ऑफिस ऑफ ड्रग्ज अँड क्राइम), आयडेंटिटी संबंधित गुन्ह्यांवरील (२००७–०८) मुख्य गट याचे ते सदस्य होते. मेंबरशिप अँड ॲडव्हान्समेंट कमिटी, वर्ल्ड सोसायटी ऑफ व्हिक्टिमॉलॉजी (WSV); इंटरनॅशल ॲडवायजरी बोर्ड फॉर द सेंटर फॉर द रीसर्च अँड डेव्हलपमेंट ऑफ पॉझिटिव्ह क्रिमिनॉलॉजी, क्रिमिनॉलॉजी विभाग, बार इलान विद्यापीठ, इस्त्रायल; ॲडवायजरी बोर्ड फॉर द सेंटर फॉर सायबरक्राइम स्टडीज, जोन जे कॉलेज ऑफ क्रिमिनल जस्टिस, न्यूयॉर्क, यूएसए; द इंटरनॅशनल सायबर क्राइम रीसर्च सेंटर, सायमन फ्रेजर युनिव्हर्सिटी, व्हॅनकूव्हर, कॅनडा; आणि द सायंटिफिक कमिशनल ऑफ इंटरनॅशनल सोसायटी ऑफ क्रिमिनॉलॉजी (आयएससी) चे ते सदस्य आहेत. पर्थ, ऑस्ट्रेलिया येथे जुलै २०१५ मध्ये झालेल्या १५व्या वर्ल्ड सोसायटी ऑफ व्हिक्टिमॉलॉजी सिम्पोजियम येथे, आणि द हेग, नेदरलँड येथे मे २०१२ मध्ये झालेल्या १४ व्या वर्ल्ड सोसायटी ऑफ व्हिक्टिमॉलॉजी सिम्पोजियम येथे ते मुख्य वक्ते होते. ब्रिटिश सोसायटी ऑफ क्रिमिनॉलॉजी (BSC) चे आंतरराष्ट्रीय राजदूत म्हणून त्यांची नुकतीच नेमणूक झाली होती. ते ॲकॅडमिक डिसिप्लीन, सायबर क्रिमिनॉलॉजी (२००७) चे संस्थापक आहेत, आणि स्पेस ट्रान्झिशन थिअरी ऑफ सायबर क्राईम्स (२००८) चे पुरस्कर्ते आहेत. त्यांची शैक्षणिक क्षमतेची क्षेत्रे व्हिक्टिमॉलॉजी, सायबर क्रिमिनॉलॉजी, क्राइम मॅपिंग, जीआयएस, जातीय हिंसा, पोलिसिंग आणि क्राइम प्रीव्हेंशन ही आहेत. Email: drjaishankar@gmail.com URL: http://www.jaishankar.org